പട്ന ബ്ലൂസ്

നോവൽ

അബ്ദുള്ള ഖാൻ

വിവർത്തനം

പോൾ വി. മോഹൻ

MANJUL
മഞ്ജുൾ പബ്ലിഷിങ് ഹൗസ്

First published in India by

MANJUL

Manjul Publishing House

Corporate and Editorial Office

• 2nd Floor, Usha Preet Complex,
42 Malviya Nagar, Bhopal 462003 – India

Sales and Marketing Office

• 7/32, Ansari Road, Daryaganj, New Delhi110002 India
Website: www. manjulindia. com

Distribution Centres

Ahmedabad, Bengaluru, Bhopal, Kolkata, Chennai,
Hyderabad, Mumbai, New Delhi, Pune

Malayalam translation of *Patna Blues* by *Abdulla Khan*

This edition first published in India in 2020

ISBN 978-93-89647-33-4

Translation by Paul V Mohan

Printed and bound in India by Thomson Press (India) Ltd.

Contact for Sales Enquiries +91 81290 97384

ദാദി, അന്തരിച്ച അമിറുന്നീസാ, അമ്മ,
കഥ പറയാനുള്ള കല പൈതൃകമായി
എനിക്കു നല്കിയ അന്തരിച്ച ഷഹീദാ ഖാദ്തൂൺ
എന്നിവർക്ക് സമർപ്പിക്കുന്നു.

സ്വപ്നം

ഒന്ന്

ശക്തിയായി കാറ്റടിച്ചപ്പോൾ ആരിഫ് ഒന്നു വിറച്ചു. മഞ്ഞയടിച്ച ഇരുനില കെട്ടിടത്തിനുമുന്നിൽ സൈക്കിൾ നിറുത്തിയപ്പോൾ അവൻ ഓർത്തു, *ഒരു ജാക്കറ്റ് ഇടേണ്ടതായിരുന്നു.* കോളേജിൽനിന്ന് അവൻ വീട്ടിലെത്തിയതായിരുന്നു. കെട്ടിടത്തിന്റെ കോവണിപ്പടികൾക്ക് താഴെ സൈക്കിൾവെച്ച് കാരിയറിൽ നിന്നൊരു നോട്ടുപുസ്തകവും വലിച്ചെടുത്ത് അവൻ പടികയറി.

കോവണിയുടെ കൈവരികൾ പലയിടത്തും പൊളിഞ്ഞിരുന്നു. മച്ചിൽനിന്ന് ചിലന്തിവലകൾ തൂങ്ങിക്കിടന്നു.

ഒന്നാംനിലയിലെ ഒരു വാതിൽ തള്ളിത്തുറന്ന്, ആരിഫ് അവന്റെ കുടുംബത്തിന്റെ ഫ്ളാറ്റിലേക്ക് പ്രവേശിച്ചു. ഇരുളിമകലർന്ന മഞ്ഞനിറത്തിലുള്ള ഒരു തടിക്കസേരയിൽ അവൻ തന്റെ നോട്ടുബുക്കുവച്ചു. ആ കസേരയുടെ അടുത്തായി വില കുറഞ്ഞതും ചാരനിറത്തിലുള്ളതുമായ, മൂന്നുപേർക്കിരിക്കാവുന്ന ഒരു റെക്സിൻ സോഫ കിടന്നിരുന്നു. ആരിഫ് തന്റെ കറുത്ത ലെതർഷൂസ് അഴിക്കുവാനായി കുനിഞ്ഞു. ഷൂസ് കൈയിൽപിടിച്ച് അവൻ അതിലെ മണ്ണുകളയുവാനായി കൊട്ടി. പ്രവേശനകവാടത്തിന്റെ അരികിലുള്ള മൂലയിൽ ഷൂസുകൾവെച്ച് കൈകളിലെ പൊടി തട്ടിക്കളഞ്ഞു നോട്ട്ബുക്ക് എടുത്ത് അവൻ തന്റെ കിടപ്പുമുറിയിലേക്ക് നടന്നു.

ആരിഫ് നന്നേ ക്ഷീണിച്ചിരുന്നു. അവന് കുറച്ചുസമയം വിശ്രമിക്കണം എന്നുണ്ടായിരുന്നെങ്കിലും മുറിയിൽ രണ്ട് അപരിചിതരെ കണ്ടപ്പോൾ അവൻ തിരിഞ്ഞുനടന്നു.

മുടി പറ്റെവെട്ടിയ പൊക്കം കുറഞ്ഞ ദൃഢഗാത്രനായ അവരിൽ ഒരുവൻ, ഒരുപക്ഷേ, ഇരുപതുകളുടെ തുടക്കത്തിലായിരിക്കണം അവന്റെ പ്രായം, തന്റെ കിടക്കയിൽ കിടന്നുറങ്ങുകയും, മറ്റെയാൾ, കുടവയറും താടിയമുള്ള ഒരു മധ്യവയസ്കൻ, കസേരയിൽ ഇരുന്ന് ഇൻഡ്യാടുഡേയുടെ പുതിയ ലക്കം ശ്രദ്ധയോടെ മറിച്ചുനോക്കുകയും ആയിരുന്നു.

അടുക്കളയിൽ പച്ചക്കറികൾ അരിയുകയായിരുന്ന അവന്റെ ഉമ്മയുടെ അടുത്തേക്ക് ആരിഫ് നേരെചെന്ന് ചോദിച്ചു.

'അവരൊക്കെ ആരാണ്, ഉമ്മേ?'

' ആ വയസ്സായ മനുഷ്യൻ നിന്റെ ബാപ്പയുടെ ഒരു അകന്ന കസിൻ ആണ്. ഇന്ദിരാഗാന്ധി ഇൻസ്റ്റിറ്റ്യൂട്ട് ഓഫ് മെഡിക്കൽ സയൻസിൽ

അയാളുടെ മകനെ ചികിത്സിക്കാൻ പട്നയിൽ വന്നതാണയാൾ. അവർ നമ്മുടെ കൂടെ നാലഞ്ചുദിവസം നിൽക്കും.'

അതുംപറഞ്ഞു ഉമ്മ അരിഞ്ഞ പച്ചക്കറികൾ ഒരു വലിയ ചെരുവത്തിലേക്ക് ഇട്ടു.

'വീണ്ടും അതിഥികൾ! ഇതൊരു വീടോ സത്രമോ? ഓരോ രണ്ടു ദിവസങ്ങൾ കൂടുമ്പോഴും നമ്മുക്ക് അതിഥികൾ ഉണ്ട്.' ആരിഫ് തന്റെ മുടി പിടിച്ചുവലിച്ചു.

'നമ്മുക്ക് ആകെ മൂന്ന് മുറികളാണുള്ളത്. അതുതന്നെ നമ്മൾ എട്ടുപേർക്ക് തികയുന്നില്ല'

'ശബ്ദം താഴ്ത്തൂ, മോനെ. അവർ കേൾക്കും',

അരിഞ്ഞ വഴുതനങ്ങയും ഉരുളക്കിഴങ്ങും മുള്ളങ്കിയും ഒഴുകുന്ന വെള്ളത്തിൽ കഴുകിക്കൊണ്ട് ഉമ്മ പിറുപിറുത്തു.

'അതുകൊണ്ടെന്താ?'

ആരിഫ് അത് പറഞ്ഞുകൊണ്ട് ദേഷ്യത്തോടെ അടുക്കളയിൽ നിന്നും പുറത്തുകടന്ന് ഇടനാഴിയുടെ അറ്റത്തെ ചെറിയ മുറിയിലേക്ക് ചെന്നു.

മൂന്ന് ചണച്ചാക്ക് ഗോതമ്പിനും അരിക്കും പുറമെ ആരിഫിന്റെ താത്കാലിക പഠനാവശ്യത്തിനായി ഒരു ചെറിയ പുസ്തക അലമാരയും ഒരു മേശയും കസേരയും ആ സ്റ്റോറുമുറിയിൽ ഉണ്ടായിരുന്നു. ആ ചാക്കുകളിൽനിന്നും വരുന്ന കീടനാശിനിയുടെ ഗന്ധം ആരിഫിന്റെ അലർജിയെ പ്രകോപിപ്പിക്കുകയും അവനെ തുമ്മിക്കുകയും ചെയ്തു. അവിടെ ജനാലകൾ ഇല്ലാത്തതിനാൽ അവന് വാതിൽ തുറന്നിടേണ്ടിയിരുന്നു. കൂടുതൽ സമയം അവിടെ ഇരിക്കുവാൻ അവന് കഴിയുകയില്ലായിരുന്നു. ഗന്ധം അതിരൂക്ഷമായിത്തീർന്നു.

അതിഥികൾ അവന്റെ വീട്ടിലെ എക്കാലത്തെയും ഒരു പ്രശ്നം തന്നെയിരുന്നു. പട്ന സന്ദർശിക്കാൻ വരുന്ന ബന്ധുക്കൾ അവരുടെ കൂടെ എപ്പോഴും താമസിച്ചു. സൗജന്യമായി താമസസ്ഥലം കിട്ടുമ്പോൾ ആരാണ് വാടകമുറിക്കായി ആയിരങ്ങൾ ചിലവഴിക്കുക?

കൂടുതൽപേരും വന്നിരുന്നത് ചികിത്സാ ആവശ്യങ്ങൾക്കായിട്ടാണ്. മറ്റുചിലർ ബൃഹത്തായ പോലീസ് കോൺസ്റ്റബിൾ റിക്രൂട്ട്മെന്റിൽ പങ്കെടുക്കുവാനോ അല്ലെങ്കിൽ പട്ന ഹൈക്കോടതിയിൽ ഏതെങ്കിലും കേസിന് ഹാജരാകുവാനോ വന്നവരായിരുന്നു.

ചില അതിഥികൾ ബാപ്പയും ഉമ്മയും മുൻപൊരിക്കലും കണ്ടിട്ടില്ലാത്തത്ര അകന്ന ബന്ധത്തിലുള്ളവരായിരുന്നു. അവരൊക്കെ വന്നിരുന്നത് ഓരോ റഫറൻസ് കൊണ്ടായിരുന്നു; ഒന്നുകിൽ അമ്മാവന്മാരുടെ ആരുടെയെങ്കിലും ഒരു കത്തുമായി, അല്ലെങ്കിൽ ബാപ്പയുടെ ഓഫീസിലേക്കുള്ള ഒരു ഫോൺവിളിയോടെ.

നിരന്തരമായ ഈ അതിഥികളുടെ പ്രവാഹത്തിൽ ബാപ്പക്കും ഇഷ്ടക്കേട് തോന്നിയിരുന്നു. 'ഇവരൊക്കെ കരുതുന്നത് എന്റെ വീട് ഒരു ധർമശാല ആണെന്നാണ്.' ഒരിക്കൽ ഒരു അതിഥി പോയിക്കഴിഞ്ഞപ്പോൾ അദ്ദേഹം ദേഷ്യംകൊണ്ട് പറഞ്ഞു. എന്നിരുന്നാലും അവർ താമസിക്കുമ്പോൾ ഒക്കെ അദ്ദേഹം ഒരു തികഞ്ഞ ആതിഥേയൻ ആയിരിക്കും. അതൊരുപക്ഷേ, അവരെ വീണ്ടും വരുവാൻ പ്രേരിപ്പിക്കുന്നുമുണ്ടാകാം.

ഉമ്മയ്ക്ക് എപ്പോഴും ജോലിയുടെ അധികഭാരമായിരുന്നു. ചിലപ്പോൾ അവർ ഇരുപതോളംപേർക്ക് കരിയടുപ്പിൽ പാചകം ചെയ്തിരുന്നു. കഴിഞ്ഞ മൂന്നു വർഷങ്ങളായി ബാപ്പ ഒരു ഗ്യാസ്കണക്ഷന് ശ്രമിച്ചുകൊണ്ടിരിക്കുന്നു. കഴിഞ്ഞവർഷം അദ്ദേഹം ഒരു കണക്ഷന് അപേക്ഷിച്ചിരുന്നെങ്കിലും അദ്ദേഹത്തിന്റെ ഊഴംവന്നില്ല. ഒരു ഒറ്റ സിലിണ്ടർ കണക്ഷനുപോലും കരിഞ്ചന്തയിൽ അമിത വിലയായിരുന്നു. എല്ലാദിവസവും രാവിലെ അടുപ്പു തീപിടിപ്പിക്കാൻ ഉമ്മ നേരത്തെ ഉണരും. കറുത്തകട്ടിയുള്ള പുകവമിക്കുന്ന കാരണം ചുടുകല്ലും മണ്ണുംകൊണ്ടുണ്ടാക്കിയ അടുപ്പുമെടുത്തു അവർ മട്ടുപ്പാവിൽ പോവുകയും കരിനിറച്ചു തീപിടിപ്പിക്കുകയും തീപിടിച്ച ചൂള തിരികെ അടുക്കളയിൽ കൊണ്ടുവരുകയും ചെയ്യുമായിരുന്നു. അവരൊരിക്കലും അവരെ സഹായിക്കാനായി കുട്ടികളെ ഉണർത്തിയിരുന്നില്ല. കുട്ടികൾ ഉണർന്നിരുന്നാൽകൂടി അവരുടെ പെൺമക്കളെ ഭാരമേറിയ അടുപ്പ് എടുക്കാൻ അവർ അനുവദിച്ചിരുന്നുമില്ല.' വലിയഭാരം എടുക്കുന്നത് ചെറിയ പെൺകുട്ടികളുടെ ആർത്തവചക്രത്തെ ബാധിക്കാം.' ആൺകുട്ടികളുടെ കാര്യത്തിൽ അവരൊരിക്കലും ഇത്തരം ന്യായം കണ്ടതേയില്ലാത്തതിനാൽ സമയത്തിന് എഴുന്നേൽക്കുന്ന ചില ദിവസങ്ങളിൽ ആരിഫും സക്കീറും അവരെ സഹായിച്ചിരുന്നു.

'നാളെ മുതൽ ഞാൻ നേരത്തെ എഴുന്നേൽക്കുകയും ഉമ്മയെ സഹായിക്കുകയും ചെയ്യും. ചുരുങ്ങിയപക്ഷം ഉമ്മയെ ഞാൻ ചൂള കത്തിക്കുവാൻ സഹായിക്കും' എന്ന് ആരിഫ് കഴിഞ്ഞവർഷം ദൃഢനിശ്ചയം ചെയ്തിരുന്നെങ്കിലും മിക്കവാറും രാവിലെകളിൽ ആരിഫ് ഉണരുമ്പോഴേയ്ക്കും ഉമ്മ ചൂള കത്തിച്ചിട്ടുണ്ടാകും.

ആരിഫും സക്കീറും ഒരു മുറിയാണ് പങ്കിട്ടിരുന്നത്. രണ്ടു ചെറിയ കട്ടിലുകൾ അകത്തിയിട്ടിരിക്കുന്ന രണ്ടാമത്തെ മുറിയിലാണ് ബാപ്പയും ഉമ്മയും ഉറങ്ങുന്നത്. അവിടെ ഒരു പ്ലാസ്റ്റിക്മേശയും നാലു കസേരകളും ഉണ്ടായിരുന്നു. പകൽസമയങ്ങളിൽ ആ മുറി സ്വീകരണമുറിയായും ഉപയോഗിച്ചു. ഏറ്റവും വലുതും വിശാലമായ ബാൽക്കണി ഉള്ളതുമായ മൂന്നാമത്തെ മുറിയിൽ ബാപ്പുമ്മയ്ക്കായി മരത്തിൽ

നിർമിച്ച ഉയരം കുറഞ്ഞ ഒരു ചൗക്കി ഉണ്ടായിരുന്നു. ഒരു ഇരട്ടക്കിടക്കയിൽ അവന്റെ മൂന്ന് സഹോദരികൾ, റാബിയയും നസ്നീനും ഹുമയും ഒതുങ്ങിക്കൂടി. ഒരു ആൺ അതിഥിവരുമ്പോഴൊക്കെ, അതിഥി ബാപ്പക്കൊപ്പം മുറിയിൽ കിടക്കുകയും ഉമ്മ ഒരു പായിൽ ഇടനാഴിയിൽ കിടന്നുറങ്ങുകയും ചെയ്തിരുന്നു.

'ഞാൻ ഇടനാഴിയിൽ ഉറങ്ങിക്കൊള്ളാം, ഉമ്മാ. നിങ്ങൾ എന്റെ മുറിയിൽ ഉറങ്ങിക്കൊള്ളൂ' ആരിഫും സക്കീറും ഇത് പറഞ്ഞിരുന്നെങ്കിലും അവർ ഒരിക്കലും സമ്മതിച്ചില്ല. അതിഥികളുടെ എണ്ണംകൂടുമ്പോൾ ഒക്കെ ആരിഫിനും സക്കീറിനും അവരുടെ മുറി ഉപേക്ഷിക്കേണ്ടതായി വന്നിരുന്നു. നിലത്തു വിരിച്ച പുല്പായിൽ ഒരുകെട്ട് തുണി തലയിണയായിവച്ചുള്ള ഉമ്മയുടെ കിടപ്പു ഒഴിവാക്കാൻ തന്റെ മുറി ഉപേക്ഷിക്കുന്നതിന് ആരിഫിന് വിസമ്മതമുണ്ടായിരുന്നില്ല. പക്ഷേ, ഇതുകൊണ്ട് തന്റെ പഠനം ബാധിക്കപ്പെടുന്നത് അവനെ അലോസരപ്പെടുത്തിയിരുന്നു.

ആരിഫ് തന്റെ മുറിയിലേക്ക് തിരിച്ചുചെന്നു. ആ താടിക്കാരൻ ഉറുദുവിലുള്ള ഒരു പുസ്തകം വായിക്കുന്നതിന്റെ തിരക്കിൽ ആയിരുന്നു. മനസ്സ് മറ്റെവിടെയോ ആയിരിക്കുന്നപോലെ അയാൾ തന്റെ കറുത്തതും വെളുത്തതുമായ രോമങ്ങൾ നിറഞ്ഞ താടിചൊറിഞ്ഞുകൊണ്ടിരുന്നു. ചെറുപ്പക്കാരൻ അപ്പോഴും ഉറക്കത്തിൽ ആയിരുന്നു.

'അസ്സാം അലൈക്കും' ആരിഫ് അദ്ദേഹത്തെ അഭിവാദ്യംചെയ്തു.

'വാ അലൈക്കും അസ്സാം റഹ്മുള്ള ഹബർകത്ത്തു'

താടിക്കാരൻ മറുപടി പറഞ്ഞുകൊണ്ട് തന്റെ രണ്ടുകൈകളും അവനുനേരെ നീട്ടി. ആരിഫ് തെല്ല് വൈമനസ്യത്തോടെ ആ കൈകൾ പിടിച്ചുകുലുക്കി.

'അബ്ദുൾ റഷീദ് സാഹബിന്റെ ഇളയമകനാണോ നീ?' അദ്ദേഹം സ്നേഹത്തോടെ ചോദിച്ചു.

'അല്ല. ഞാൻ മൂത്തവനാണ്.' ആരിഫ് മറുപടി പറഞ്ഞു.

'ഓ! പക്ഷേ, നിന്റെ സഹോദരൻ സക്കീറിന് നിന്നേക്കാൾ പ്രായം തോന്നിക്കും. ശരിയായ പഠാന്മാരുടെ ആകാരംകൂടി അവന് കിട്ടിയിട്ടുണ്ട്. അവൻ നല്ല പൊക്കമുള്ളവനും വെളുത്തവനും ആണല്ലോ. അവന് എത്ര വയസ്സുണ്ട്?' അയാൾ തന്റെ താടിചൊറിഞ്ഞുകൊണ്ടിരുന്നു.

'ഇരുപത്' ആരിഫ് മറുപടി പറഞ്ഞു.

ഒരു ശരാശരി ഇന്ത്യക്കാരനെവെച്ച് നോക്കുമ്പോൾ അഞ്ചടിപത്തിഞ്ചുള്ള ആരിഫ് ഉയരമുള്ളവൻ തന്നെയാണ്. പക്ഷേ, സക്കീറിന് അതിലും ഉയരമുണ്ട്.

'നിനക്കോ?'

'ഞാൻ സക്കീറിനേക്കാൾ ഒരു വയസ്സുമൂത്തതാണ്.'

അയാൾ കുറച്ചുനേരം നിർത്തിയിട്ട് വീണ്ടും ചോദിച്ചു.

'ഇസ്മി ഷെരിഫ്, നിന്റെ വിശുദ്ധനാമം പറയൂ.'

ഈ പ്രാവശ്യം അയാൾ ശുദ്ധമായ, ഏകദേശം പഴയ ലക്നൗ രീതിയിലുള്ള ഉറുദുവിലാണ് സംസാരിച്ചത്.

'ആരിഫ്ഖാൻ.'

ഒരിക്കലും അവസാനിക്കാത്തതുപോലുള്ള ഈ ചോദ്യങ്ങൾ കൊണ്ട് ആരിഫ് തളർന്ന് തുടങ്ങിയിരുന്നു. ഇത്തരം പതിവ് സമ്പ്ര ദായത്തിൽ അവൻ പരിചിതനും ആയിരുന്നു.

'നല്ല പേര്. എങ്ങനെയുണ്ട് നിന്റെ പഠനം? നീ ബി.എ.ക്കാണോ പഠിക്കുന്നത്?'

'ബി.എസ്സി. കെമിസ്ട്രി ഓണേഴ്സ്, മൂന്നാംവർഷം.'

ആരിഫ് തന്റെ കണ്ണുകൾ അവന്റെ മേശമേൽ പരതികൊണ്ട് പറഞ്ഞു.

'ഏതു കോളേജിൽ?'

'എ.എൻ. കോളേജ്'

സക്കീറും നിന്റെ സഹോദരിമാരും?'

സക്കീർ രണ്ടാംവർഷ ബി.എ.യ്ക്ക് എ.എൻ. കോളേജിൽതന്നെ. റാബിയ ജെഡി വിമൻസ് കോളേജിൽ. എന്റെ ചെറിയ രണ്ടു സഹോ ദരികളും പഠിക്കുന്നത് ബീഹാർ മിലിറ്ററി പോലീസ് ഹൈസ്കൂളിൽ ആണ്.'

'ആരിഫ് ബാബു' – ആ താടിക്കാരന്റെ ശബ്ദം പെട്ടെന്ന് മാറി – 'നിനക്ക് തിരക്കുകൾ ഇല്ലെങ്കിൽ ഞങ്ങളുടെ കൂടെ വരാമോ? ഈ നഗരം എനിക്ക് പുതിയതാണ്. മോത്തിഹരിയിൽ ആയിരുന്നെങ്കിൽ എനിക്കൊരു പ്രശ്നവും ഇല്ലായിരുന്നു.'

'എനിക്കതിന് പറ്റുമെന്നു തോന്നുന്നില്ല' ആരിഫ് പറഞ്ഞു.

'എന്റെ ഫൈനൽ എക്സാമിനേഷന് ഇനി രണ്ടാഴ്ചയേ ഉള്ളു.

അവൻ അവന്റെ കട്ടിലിനു നേരെനടന്നുചെന്ന് അതിനടുത്തുള്ള സ്റ്റീൽഹാങ്കറിൽനിന്നും കാറ്റിനെ തടുക്കുന്ന ഒരു കോട്ട് എടുത്തു.

'ഞങ്ങൾ എല്ലാനാളും വരുന്നവരല്ല' അയാൾ ക്ഷതമേൽക്കപ്പെട്ട സ്വരത്തിൽപറഞ്ഞു.

'ക്ഷമിക്കണം' ആരിഫ് അതുപറഞ്ഞുകൊണ്ട് ആ മേശമേൽ നിന്നും ഒരു കനംകുറഞ്ഞ ബുക്കും നീല ഡയറിയും ഒരു പേനയും എടുത്തുകൊണ്ടു ആ മുറിക്ക് വെളിയിലേക്ക് നടന്നു.

പത്തു മിനിറ്റുകൾക്കുശേഷം നീലഡയറിയുമായി ആരിഫ് നെഹ്റു പാർക്കിലെ പുൽത്തകിടിയിൽ ഇരിക്കുകയായിരുന്നു. അവന്റെ

കൈയിൽ ദിവാൻ ഇ മൊമിൻ എന്ന കവിതാപുസ്തകം ഉണ്ടായി രുന്നു.

'എന്റെ പരീക്ഷയ്ക്ക് പഠിക്കുന്നതിനുപകരം ഞാനിതാ ഇവിടെ ഒരു കവിതാപുസ്തകവുമായി' ആരിഫ് ആത്മഗതം പിറുപിറുത്തു.

ദൂരെ മൂലയിൽ ഊഞ്ഞാലിൽ കളിക്കുന്ന കുറച്ചു കുട്ടികളെ ഒഴി ച്ചാൽ പാർക്ക് വിജനമായിരുന്നു. പാർക്കിന്റെ നെടുകെയും കുറുകെയു മായി നീണ്ടുകിടക്കുന്ന ഉരുളൻ കാൽപ്പാതകളിൽ റോസാപ്പൂക്കളും ജെമന്തിപ്പൂക്കളും നിറഞ്ഞു കിടന്നിരുന്നു. പാർക്കിന് നടുവിലായി ജവാ ഹർലാൽ നെഹ്രുവിന്റെ ഒരു അർദ്ധകായപ്രതിമയും ഉണ്ടായിരുന്നു.

ശക്തമായ ഒരു കാറ്റ് ചെടികളെ ഉലച്ചു. ആരിഫിന് ചെറിയ കുളിർമ തോന്നി. കാറ്റിനെ തടുക്കുവാനുള്ള കോട്ടിന്റെ സിബ്ബ് വലിച്ചിട്ട് ആരിഫ് ആ പുസ്തകം കൈയിൽ എടുത്തു. ചില കാലൊച്ചകൾ അവനെ അലോസരപ്പെടുത്തുന്നതുവരെ അവൻ അതിന്റെ പേജുകൾ മറിച്ചുനോക്കികൊണ്ടിരുന്നു.

വെള്ളഷാൾപുതച്ച ഉയരമുള്ള ഒരു മനുഷ്യനും കറുത്ത സാരി യുടുത്ത അംഗനവടിവൊത്ത ഒരു സ്ത്രീയും അവന്റെനേരെ പതിയെ നടന്നുവന്നു. അവളുടെ കരിമഷി എഴുതിയ കണ്ണുകൾ വീർത്തും നീളമുള്ള മുടി ചപ്രച്ചും കിടന്നു. അവൾ കരഞ്ഞുകൊണ്ടിരിക്കുകയാ യിരുന്നു. ആരിഫിന് അവളെ നോക്കാതിരിക്കാനായില്ല.

അവൾ, വയസ്സായ മനുഷ്യനെ അടുത്തുള്ള ഒരു ബെഞ്ചിൽ ഇരി ക്കുവാൻ സഹായിക്കുന്നത് കണ്ട് 'സുബനല്ലാഹ്' എന്ന് പിറുപിറുത്തു കൊണ്ട് അവൻ തന്റെ പുസ്തകത്തിലേക്കുതിരിച്ചുപോയി. അവൻ തന്റെ ഡയറി തുറന്നു. അവന്, അവളെക്കുറിച്ചു രണ്ടുവരി ഉറുദുവിൽ കുത്തിക്കുറിക്കാതിരിക്കാൻ കഴിയുകയില്ലായിരുന്നു.

അവളുടെ മുടിച്ചുരുളുകൾ കറുത്തതാണ്, അവളുടെ വസ്ത്ര ങ്ങളും.
അവളുടെ ശരീരം മാർബിൾ പോലെയാണ്.
താരതമ്യപെടുത്താനാകാത്ത അവളുടെ സൗന്ദര്യം,
പൂർണചന്ദ്രനേക്കാൾ മനോഹരമായ അവളുടെ മുഖം.

'ബാബുജി, ഇപ്പോൾ എങ്ങനെയുണ്ട്?' ആരിഫ് ആ പെണ്ണിന്റെ ശബ്ദം കേട്ട് വീണ്ടും അങ്ങോട്ടുനോക്കി. ആ വൃദ്ധനിൽനിന്നും ഒരു പ്രതികര ണവും ഉണ്ടായില്ല. അവൾ, അയാളുടെ ചുമലുകളിൽ പിടിച്ചുകൊണ്ട് അമ്പരപ്പോടെയും ഉത്കണ്ഠയോടെയും ചുറ്റുംനോക്കി.

'ബാബുജി, ബാബുജി' അവളുടെ ശബ്ദം ഉച്ചത്തിൽ ഉള്ളതും തുളച്ചുകയറുന്നതുമായി. ഒരു കൈകൊണ്ട് അവൾ അയാളുടെ നെറ്റി യിലും കവിളിലും സ്പർശിച്ചു. പിന്നെ തലകുനിച്ച് അവളുടെ ചെവി

അയാളുടെ നെഞ്ചിൽചേർത്തുവച്ചു. അയാളെ അവൾ വിളറിപിടിച്ചു കുലുക്കുവാൻ തുടങ്ങി.

തന്റെ ഡയറിയും പുസ്തകവും മുറുകെപിടിച്ച്, ആരിഫ് എഴുന്നേറ്റ് തിടുക്കത്തിൽ അവരുടെ അടുത്തേക്ക് ചെന്നു.

'ദയവായി സഹായിക്കൂ' കണ്ണീർതുള്ളികളെ തടുത്തുനിർത്താൻ ശ്രമിച്ചുകൊണ്ട് അവൾ കരഞ്ഞു. ആരിഫ് തന്റെ കൈയിലുള്ളത് ആ ബഞ്ചിൽവച്ചിട്ട്, വൃദ്ധന്റെ കൈത്തണ്ടപിടിച്ചു നാഡിമിടുപ്പ് പരതി.

'ദയവായി ഒരു ആംബുലൻസ് വിളിക്കൂ.' ആ പെണ്ണ് അവളുടെ പുറംകൈകൊണ്ട് മൂക്കുതുടച്ചുകൊണ്ട് പറഞ്ഞു.

ഒരു ആംബുലൻസ് വരാൻ പട്നയിൽ വർഷങ്ങൾ എടുക്കും. പകരം ഞാനൊരു ടാക്സി പിടിക്കാം.' ആരിഫ് അതുപറഞ്ഞുകൊണ്ട് അടുത്തുള്ള പാൻ സിഗരറ്റ് കടയിലെ ടെലിഫോണിന്റെ അടുത്തേക്ക് ഓടി.

ഒരു ഹാൻഡ്ബാർ മീശവച്ചിരുന്ന ആ കറുത്ത കടക്കാരൻ തനിയെ ഇരുന്നു വെറ്റിലയുടെ അറ്റംവെട്ടുന്ന തിരക്കിൽ ആയിരുന്നു. ശാരദാ സിൻഹ എന്ന പാട്ടുകാരി ഒരു ടേപ്പ്റെക്കോഡിൽനിന്നും പാടുന്നുണ്ടായിരുന്നു.

'ഓ എന്റെ പ്രിയപ്പെട്ട നാഥാ,
ബംഗാളിൽനിന്നും എനിക്കൊരു ബ്ലൗസ് വാങ്ങിത്തരൂ.'

'ലോക്കൽകാൾ' എന്നു പറഞ്ഞ് ആരിഫ് ഒരു രണ്ടുരൂപാ നാണയം അയാൾക്ക് കൊടുത്തുകൊണ്ട് ടാക്സി വിളിക്കാനായി ബൂത്തിലേക്ക് കയറി.

ഏകദേശം ഇരുപത് മിനിറ്റോളം എടുത്തു ഒരു ടാക്സി വരുവാൻ. ആരിഫിന് അറിയാവുന്ന ആളായിരുന്നു ടാക്സി ഡ്രൈവർ ഹബീബ്. അവന്റെ കുടുംബത്തിന്റെ സവാരികൾക്കായി സ്ഥിരംവരുന്ന ആളായിരുന്നു അയാൾ. വയസ്സനെ എടുത്തു കാറിൽ കയറ്റുവാനായി ഒന്ന് സഹായിക്കാൻ ആരിഫ് അയാളോട് പറഞ്ഞു. ചെറുവിരൽകൊണ്ട് തന്റെ ചെവിചൊറിഞ്ഞു, വൃദ്ധനെയും തന്റെ അരികിൽനിന്ന കറുത്ത വസ്ത്രം ധരിച്ചപെണ്ണിനെയും തെല്ല് പരിഭ്രാന്തിയോടെ നോക്കിയിട്ട് ഡ്രൈവർ പറഞ്ഞു 'ശരി, ആരിഫ്ഭായി'

അവർ ആ വയസ്സനെ കാറിന്റെ പിൻസീറ്റിൽ കിടത്തുമ്പോൾ, ആ യുവതി തന്റെ കൈനീട്ടി, അവളുടെ അച്ഛന്റെ തലയ്ക്കു ഒരു താങ്ങു കൊടുത്ത് അവരെ അനുഗമിച്ചു. അവിചാരിതമായി അവൾ തന്റെ കൈകൊണ്ട് ആരിഫിന്റെ നെഞ്ചിൽ ഉരസി. ആരിഫിന് അവന്റെ ശരീരത്തിൽ ഒരു അനിർവചനീയമായ അനുഭൂതി അനുഭവപ്പെട്ടു. അവൾ കാറിലേക്ക് കയറുമ്പോൾ അവൻ അവളെ ശ്രദ്ധിച്ചുനോക്കികൊണ്ട് അവളുടെ അച്ഛന്റെ തലപിടിച്ച് അവളുടെ മടിയിൽവച്ചുകൊടുത്തു.

'നമുക്ക് പോകാം' തിടുക്കത്തോടെ അവൾ പറഞ്ഞു.

തന്റെ അന്ധാളിപ്പിൽനിന്നും, ഈ പെണ്ണിനെ ഇത്തരത്തിൽ തുറിച്ചുനോക്കിയതിന്റെ ചമ്മലിൽനിന്നും പെട്ടെന്ന് ഉണർന്ന് അവൻ മുൻപിൽ കയറി ഡ്രൈവറുടെ അടുത്തുള്ള സീറ്റിൽ ഇരുന്നു.

'പട്ന മെഡിക്കൽ കോളേജ് ഹോസ്പിറ്റൽ, അത്യാഹിതവിഭാഗം' അവൻ ഹബീബിനുനേരെ തിരിഞ്ഞു പറഞ്ഞു.

ഹോസ്പിറ്റലിലേക്കുള്ള യാത്രയിൽ, ആരിഫ് റിയർവ്യൂമിററിലൂടെ നോക്കി. വയസ്സൻ അബോധാവസ്ഥയിൽതന്നെയാണ്. ആ പെണ്ണ് അയാളുടെ കൈവെള്ളയും നെഞ്ചും തടവുന്നുണ്ട്. അവളുടെ ചുവന്ന കവിളിലൂടെ കണ്ണുനീർ ഒഴുകുന്നു. 'യ അള്ളാഹ്, ഈ വൃദ്ധനെ സഹായിക്കണേ' ആരിഫ് നിശ്ശബ്ദനായിപ്രാർത്ഥിച്ചു.

കാർ ഡാക് ബംഗ്ലാവ് സ്ക്വയറിന് സമീപം ഒരു ഇളക്കത്തോടെ പെട്ടെന്നു നിന്നു.

മുന്നിലുള്ള റോഡ് തടസ്സപ്പെട്ടിരിക്കുന്നു.

പ്ലാസ്റ്റിക് കസേരകളും സ്കൂട്ടറുകളുംകൊണ്ട് റോഡിനുനടുവിൽ ഒരു താത്ക്കാലിക തടസ്സംസൃഷ്ടിച്ചിരിക്കുന്നു. അറുപതോ എഴുപതോ ചെറുപ്പക്കാർ, അവരിൽ പലരും നിലത്ത് കുത്തിയിരുന്ന് ഹിന്ദിയിൽ മുദ്രാവാക്യം വിളിക്കുന്നു.

'വി.പി. സിങ് മുർദാബാദ്, മണ്ഡൽകമ്മീഷൻ തിരിച്ചെടുക്കൂ.'

കടലാസും തുണിയുംകൊണ്ട് തീർത്ത ബാനറുകൾ അടുത്തുള്ള ഇലക്ട്രിക്ക് പോസ്റ്റുകളിലും ടെലിഫോൺ പോസ്റ്റുകളിലും തൂക്കിയിരുന്നു.

മണ്ഡൽകമ്മീഷനെ അംഗീകരിക്കില്ല.
സംവരണം തള്ളിക്കളയൂ.
അർഹതയെ അംഗീകരിക്കൂ.
വോട്ട് ബാങ്ക് രാഷ്ട്രീയം നിർത്തൂ.

ജാതി അടിസ്ഥാനമാക്കിയുള്ള പ്രീതിപ്പെടുത്തലിനെ തള്ളിക്കളയൂ.'

പിറകിൽ നിരനിരയായി കിടന്നിരുന്ന വാഹനങ്ങൾ ആ ടാക്സിയെ തടയപ്പെടുത്തിയിരുന്നതിനാൽ അവർക്ക് മറ്റൊരുവഴി പോകുവാൻ കഴിയില്ലായിരുന്നു. ആരിഫ് ടാക്സിയിൽ നിന്നിറങ്ങി ചുറ്റുംനോക്കി. ഒരു സൈക്കിൾറിക്ഷയിൽ ഇരുന്ന്, മുണ്ടുടുത്ത, പെൻസിൽ മീശവെച്ച ഒരു മദ്ധ്യവയസ്കൻ, മോട്ടോർസൈക്കിളിൽ ഇരിക്കുന്ന പൊക്കം കുറഞ്ഞു തടിച്ച ഒരു ചെറുപ്പക്കാരനോട് സംവരണത്തിന്റെ രാഷ്ട്രീയത്തെക്കുറിച്ച് ചർച്ച ചെയ്യുന്നുണ്ടായിരുന്നു.

'പിന്നാക്കക്കാർക്ക് ഇരുപത്തേഴു ശതമാനം സംവരണം ചെയ്യപ്പെട്ടാൽ നമ്മൾ മുന്നാക്കകാർക്ക് വഴിയിലൂടെ തെണ്ടിനടക്കുകയല്ലാതെ മറ്റു മാർഗ്ഗമൊന്നുമില്ല.' അയാൾ ക്ഷോഭത്തോടെ പറഞ്ഞു.

ആ പെണ്ണ് ഗ്ലാസ് താഴ്ത്തി പതറലോടെ പുറത്തേക്കുനോക്കി. അവൾ ഒന്നുംപറഞ്ഞില്ലെങ്കിലും അവളുടെ അച്ഛനെ ഹോസ്പിറ്റലിൽ എത്തിക്കുവാൻ അവളുടെ നിറഞ്ഞുതുളുമ്പിയ കണ്ണുകൾ അവനോട് യാചിക്കുന്നുണ്ടായിരുന്നു. അവളുടെ കണ്ണുനീരിനാൽ ആർദ്രനായി, ആരിഫ് അവിടെനിന്നും പുറത്തുകടക്കുവാൻ എങ്ങനെ എങ്കിലും ഒരുവഴി തിരഞ്ഞു.

'ഹബീബ്ഭായി, നമുക്ക് ആ വിദ്യാർത്ഥികളോട് ഒന്ന് സംസാരിക്കാം.' ആരിഫ് ഡ്രൈവറോട് പറഞ്ഞു.

ഹബീബ് വീണ്ടും തന്റെ ചെവിചൊറിഞ്ഞു.

'ഒരു കാര്യവുമില്ല, ആരിഫ് ഭായി.'

അയാൾ തന്റെ തൊണ്ട ശരിയാക്കി, ഗ്ലാസ്സുകൾ താഴ്ത്തി, തല പുറത്തേക്കിട്ട് തുപ്പികൊണ്ട് പറഞ്ഞു.

'അവർ നമ്മളെ പോകാൻ സമ്മതിക്കില്ല.'

'ഞാൻ അവരെ തനിയെ നേരിടണം.' ആരിഫ് ആ പെൺകുട്ടിയെ നോക്കി.

'ഞാൻ നിങ്ങളുടെ കൂടെ വരണോ?' അവൾ ചോദിച്ചു.

'നിങ്ങളുടെ അച്ഛന്റെ കൂടെയിരിക്കൂ. ഞാൻ അവരോട് സംസാരിക്കാം' ആരിഫ് അവന്റെ കവിളുകൾ തന്റെ വിരലുകളാൽ തലോടിക്കൊണ്ടുപറഞ്ഞു. ഒരു ജനക്കൂട്ടം ആവേശഭരിതരായിരിക്കുന്ന അവസരങ്ങളിൽ എങ്ങനെ പെരുമാറും എന്ന് അറിയാമായിരുന്നതുകൊണ്ട് അവന് ആ പ്രതിഷേധിക്കുന്നവരെ അഭിമുഖികരിക്കാൻ പേടിയുണ്ടായിരുന്നു. തന്നിലുള്ള എല്ലാ ധൈര്യവും സംഭരിച്ചുകൊണ്ട്, ഒന്ന് നിശ്വസിച്ച്, അവൻ ജനക്കൂട്ടത്തിന് ഇടയിലൂടെ അപ്പുറത്തു കടക്കുവാൻ തുനിഞ്ഞു.

'എന്താ നിങ്ങളുടെ പ്രശ്നം, മിസ്റ്റർ? റോഡ് പ്രതിരോധിച്ചിരിക്കുന്നത് നിങ്ങൾ കാണുന്നില്ലേ?' താടിയും നെറ്റിയിൽ ചുവന്നകുറിയുമുള്ള ദൃഢഗാത്രനായ ഒരു സമരക്കാരൻ നിലത്തുനിന്നും എഴുന്നേറ്റു.

'സാർ' ആരിഫ് യാചിച്ചു.

'വയസ്സനായ ഒരാൾ ഗുരുതരമായ രോഗാവസ്ഥയിലാണ്. ദയവായി ഞങ്ങളെ പോകുവാൻ അനുവദിക്കൂ. സമയത്തിന് ചികിത്സ ലഭിച്ചില്ലെങ്കിൽ അദ്ദേഹം മരിച്ചുപോകും.'

'ഇല്ല. അത് സാധ്യമല്ല. ദൂരെപോ.'

'സഹോദരാ, ദയവായി മനസ്സിലാക്കൂ. ഇത് ഒരു ജീവന്മരണ പ്രശ്നമാണ്' ആരിഫ് കേണപേക്ഷിച്ചു.

'അനേകലക്ഷം ചെറുപ്പക്കാരുടെ ഭാവി അപകടത്തിലായിരിക്കുമ്പോൾ ഒരു വയസ്സനെ ഞങ്ങൾ ഗൗനിക്കുന്നില്ല.' ആൾക്കൂട്ടത്തിന്റെ

ഇടയിൽനിന്ന് പ്രത്യക്ഷപ്പെട്ട, സഫാരിസ്യൂട്ട് ധരിച്ച ഒരു കറുത്ത മനുഷ്യൻ പറഞ്ഞു.

'ചുമ്മാ സ്ഥലംവിട്' താടിക്കാരൻ ഭീഷണിയുടെ സ്വരത്തിൽ പറഞ്ഞു.

'ഇല്ല, ഞാൻ പോകില്ല. നിങ്ങളീ ചെയ്യുന്നത് നിയമലംഘനമാണ്.' ആരിഫിന് തന്റെ സംയമനം നഷ്ടപ്പെട്ടു.

പെട്ടെന്ന്, ഇരുപതുവയസ്സു തോന്നിക്കുന്ന ബലിഷ്ഠനായ ഒരുവൻ ആൾക്കൂട്ടത്തിൽനിന്ന് ചാടിവന്നു ആരിഫിനെ ഇടിച്ചുനിലത്തിട്ടു.

'അഭിസാലെ, നീയിവിടെ ഞങ്ങളെ നിയമവും നിയമലംഘനവും പഠിപ്പിക്കാൻ വന്നതാണോ? പോയി തുലയടാ. അല്ലെങ്കിൽ ഞങ്ങൾ നിന്നെ അടിച്ചു പരിപ്പെടുക്കും. ബ്ലഡ്ഡി റാസ്കൽ!'

ഈ വിദ്യാർത്ഥിക്കൂട്ടത്തോട് ഒറ്റയ്ക്ക് പൊരുതുവാൻ തനിക്കാകില്ലെന്ന് ആരിഫിന് അറിയാം.

മറ്റു പ്രതിഷേധക്കാരും അവനുചുറ്റും നിരന്നുതുടങ്ങി. അവരിൽ ഒരുവന്റെ കൈയ്യിൽ ഒരു ഹോക്കിസ്റ്റിക് ഉണ്ടായിരുന്നു.

അവിടെ പൂർണ്ണനിശബ്ദത പരന്നു.

ആരിഫ് ഭയചകിതനും ആശങ്കയുള്ളവനും ആയി.

അടുത്തതായി എന്താണ് ചെയ്യേണ്ടത് എന്ന് അവന് അറിയില്ലായിരുന്നു.

'ദയവായി അയാളെ ഉപദ്രവിക്കാതെയിരിക്കൂ.'

ഒരു സ്ത്രീശബ്ദം പറഞ്ഞു. ആരിഫ് തിരിഞ്ഞുനോക്കിയപ്പോൾ കറുത്ത വസ്ത്രം ധരിച്ച ആ പെണ്ണ് അവന്റെ പിന്നിൽ കൈകൂപ്പി അപേക്ഷയോടെ നില്കുന്നതുകണ്ടു അവൻ ആശ്ചര്യപ്പെട്ടു. അവൾ സാരിത്തലപ്പുകൊണ്ട് തലമുടി മറച്ചിരുന്നു. അവളുടെ കണ്ണുകളിൽ കണ്ണുനീർ നിറഞ്ഞുതുളുമ്പിയിരുന്നു.

'അവൻ പൊയ്ക്കോട്ടെ' താടിക്കാരൻ തലകുലുക്കി തന്റെ കൂട്ടത്തിലെ പ്രതിഷേധക്കാരോട് പറഞ്ഞു.

ദേഷ്യത്തോടെ ആരിഫിനെ നോക്കികൊണ്ടിരുന്ന, അവന്റെ ചുറ്റും കൂടിയിരുന്ന വിദ്യാർത്ഥികൾ ആരിഫിന് പോകുവാൻവേണ്ടി വശത്തേക്ക് മാറിത്തുടങ്ങി. നിലത്തുനിന്നും എഴുന്നേറ്റ് ആരിഫ് തെല്ലിഷ്ടത്തോടെ അവളെനോക്കി.

അവൻ കൈകളിലെ പൊടിതട്ടിക്കളഞ്ഞു പോകുവാനായി തിരിഞ്ഞു. അപ്പോൾ ഹബീബ് വെകിളിപിടിച്ചു കാറിലേക്ക് ആംഗ്യം കാണിച്ചു അലറിവിളിക്കുന്നതുകേട്ടു. അത് ആരിഫിന് ഒരു ഉൾകിടിലമുണ്ടാക്കി. ആ പെണ്ണ് അപ്പോഴേയ്ക്കും ഓടുവാൻ തുടങ്ങിയിരുന്നു. ആരിഫ് അവളെ പിൻതുടർന്നു.

ആ വയസ്സൻ അസ്പഷ്ടമായി എന്തോ പിറുപിറുത്തുകൊണ്ടിരുന്നു. ഒരു മടക്കിയ പത്രംകൊണ്ട് ഹബീബ് അയാളെ വീശുന്നുണ്ടായിരുന്നു.

ആരിഫ് തെല്ലാശ്വാസത്തോടെ നിശ്വസിച്ചു. ആ പെണ്ണ് കാറിൽ കയറി അവളുടെ പിതാവിന്റെ തലപിടിച്ചു അവളുടെ മടിയിൽവച്ച്, അദ്ദേഹത്തിന്റെ നെഞ്ച് മൃദുവായി തടവിക്കൊണ്ട് ഹനുമാൻചാലീസ് ഉരുവിടുവാൻ തുടങ്ങി.

പവനതനയാ സങ്കടഹരണ മംഗളമൂർത്തി രൂപ
രാമലക്ഷ്മണ സീതാസഹിത ഹൃദയബാസഹുസുരഭൂപ്...

(ഓ വായൂപുത്രാ, മംഗളകരമായ രൂപമുള്ളവനും പ്രതിരോധങ്ങളെ തകർക്കുന്നവനുമായ ദേവന്മാരുടെ രാജാവേ...
രാമനോടും ലക്ഷ്മണനോടും സീതയോടുമൊപ്പം ഞങ്ങളുടെ ഹൃദയ ങ്ങളിൽ പാർത്താലും)

കുറച്ചു നിമിഷങ്ങൾക്കുശേഷം, വൃദ്ധൻ നിശബ്ദനായി. ആ പെണ്ണ് ഉരുവിടൽ തുടർന്നു. ആരിഫ് അവിടെനിന്നും പുറത്തുകടക്കുവാൻ ഒരു വഴിതേടി ചുറ്റുംനോക്കി. ഒരു മാർഗ്ഗവും ഉണ്ടായിരുന്നില്ല.

കഷ്ടിച്ചു കുറച്ചുമിനിറ്റുകൾ കഴിഞ്ഞപ്പോഴേയ്ക്കും ഒരു വെള്ള അംബാസിഡർ കാറും രണ്ടു ആന്റി റൈറ്റ് പോലീസ് ബസ്സുകളും റോഡിന്റെ മറ്റേവശത്തു വന്നുനിന്നു. മുപ്പതോ നാല്പതോ പോലീസുകാർ ബസ്സിൽനിന്നുമിറങ്ങി പ്രതിഷേധക്കാരുടെ അടുത്തേക്ക് നീങ്ങി. ഹെൽമെറ്റ് ധരിച്ചിരുന്ന അവരുടെ കൈയ്യിൽ ലാത്തി ഉണ്ടായിരുന്നു. ഒരു ഉയർന്ന പോലീസ് ഉദ്യോഗസ്ഥൻ കാറിൽനിന്നിറങ്ങി കയ്യിൽ പിടിക്കാവുന്ന ഉച്ചഭാഷിണിവഴി വിദ്യാർത്ഥികളോട് റോഡിൽനിന്നും മാറുവാൻ അഭ്യർത്ഥിച്ചു.

പോലീസ്കാർക്കുനേരെ കല്ലുകൾ എറിഞ്ഞുകൊണ്ടാണ് വിദ്യാർഥികൾ പ്രതികരിച്ചത്. അപകടം മണത്ത ആരിഫ് പെട്ടെന്ന് ടാക്സിയിൽ കയറി. ഗതാഗതക്കുരുക്കിൽ പെട്ടുപോയ ജനക്കൂട്ടത്തിലേക്കു ചില കല്ലുകൾവന്നു വീണു. ആളുകൾ പരിഭ്രാന്തരായി. മിക്കവരും അവരുടെ മോട്ടോർസൈക്കിളും റിക്ഷയും ഉപേക്ഷിച്ചു സുരക്ഷിതമായ ഒരിടംതേടി ഓടി. കാറിലും ടാക്സിയിലും ഉള്ളവർ ഭയചികിതരായി.

പോലീസുകാർ പ്രതിഷേധക്കാരുടെ പിന്നാലെ ഓടി. വിദ്യാർഥികൾ ചിതറിപ്പോകുന്നത് ആരിഫ് കണ്ടു. റോഡിൽവീണ ചിലരെ പോലീസ് വാനിലേക്ക് വലിച്ചിഴക്കുന്നതിനുമുൻപ് നിർദാക്ഷിണ്യം അടികൊടുത്തു.

പെട്ടെന്ന് റോഡിലെ തടസ്സങ്ങൾ മാറി. ഹബീബ് ഡാക്ബംഗ്ലാവ് സ്ക്വയർപിന്നിട്ടു.

ഹോസ്പിറ്റലിൽ വയസ്സനെ ഒരു സ്ട്രെച്ചറിൽ ഉന്തിക്കൊണ്ടുപോയി. ആ പെണ്ണും അയാളോടൊപ്പം പോയി. ആരിഫ്, ടാക്സിക്കൂലി

കൊടുക്കുവാനായി കാത്തുനിന്നു. ഭാഗ്യവശാൽ അന്ന് രാവിലെ അവന് മാസംതോറുമുള്ള പോക്കറ്റ്മണി ബാപ്പയിൽനിന്നും കിട്ടിയിരുന്നു.

പി.എം.സി.എച്ചിന്റെ അത്യാഹിതവിഭാഗത്തിലേക്ക് പ്രവേശിച്ചപ്പോൾ ആ സ്ത്രീ കാത്തിരിപ്പുമുറിയിൽ ഇരിക്കുന്നത് ആരിഫ് കണ്ടു.

സാരിയുടെ അയഞ്ഞ തുമ്പുകൊണ്ട് അവൾ വായ്പൊത്തിയിരുന്നു. ഒരുപക്ഷേ, അവൾ വിതുമ്പലടക്കാൻ ശ്രമിക്കുക ആവാം.

'എവിടെയാണ് നിങ്ങളുടെ അച്ഛൻ?' അവളുടെ അടുത്തുള്ള ഒരു കസേരയിൽ ഇരുന്നുകൊണ്ട് ആരിഫ് ചോദിച്ചു. ഡെറ്റോളിന്റെയും ഫിനായിലിന്റെയും ഗന്ധം ആ ഹാളിൽ നിറഞ്ഞിരുന്നു.

നീണ്ടുമെലിഞ്ഞ ഒരു മദ്ധ്യവയസ്കൻ ഒരു കഷ്ണം നനഞ്ഞ തുണികൊണ്ട് തറ തുടയ്ക്കുന്നുണ്ടായിരുന്നു.

'അവർ അദ്ദേഹത്തെ ചില ടെസ്റ്റുകൾക്കായി കൊണ്ടുപോയി' അവൾ താഴ്ന്ന സ്വരത്തിൽ പറഞ്ഞു. 'അവരെന്നോട് ഇവിടെ ഇരിക്കാൻ പറഞ്ഞു.'

അവളതു പറഞ്ഞു തീരുമ്പോഴേയ്ക്കും കട്ടിമീശയുള്ള ദൃഢഗാത്രനായ ഒരാൾ വന്ന് അവളോട് ഐ.സി.യുവിലേയ്ക്ക് അയാളുടെ കൂടെ ചെല്ലാൻ പറഞ്ഞു. ആരിഫും അവളുടെകൂടെ ചെല്ലാൻ എഴുന്നേറ്റു.

'ഒരാളെ മാത്രമേ അനുവദിക്കൂ' ആ മനുഷ്യൻ കാര്യമാത്ര പ്രസക്തമായി പറഞ്ഞു.

'ഞാൻ വരുന്നതുവരെ ദയവായി ഇവിടെ കാത്തിരിക്കൂ' ആ പെണ്ണ് ആരിഫിനോട് പറഞ്ഞു.

'ശരി'

ഒരു മണിക്കൂറിനുശേഷം ആ സ്ത്രീ തിരിച്ചുവന്നു.

'നിങ്ങളുടെ സഹായങ്ങൾക്കെല്ലാം വലിയ നന്ദി. നിങ്ങൾ എന്റെ അച്ഛന്റെ ജീവൻ രക്ഷിച്ചു. അതൊരു ഹൃദയസ്തംഭനം ആയിരുന്നു.' അവൾപറഞ്ഞു. അവളുടെ മുഖം കൃതജ്ഞതയാൽ തിളങ്ങിയിരുന്നു.

'എനിക്ക് സഹായിക്കാൻ കഴിഞ്ഞതിൽ ഞാൻ സന്തോഷവാനാണ്' അവളുടെ മുഖത്തുനോക്കി തെല്ലുജാള്യതയോടെ ആരിഫ് പറഞ്ഞു.

'എന്താണ് താങ്കളുടെ പേര്? എവിടെയാണ് താങ്കൾ പഠിക്കുന്നത്?'

അവൾ അനൗപചാരികമായ 'തും'മിനുപകരം 'ആപ്' ചേർത്താണ് സംസാരിച്ചത്.

'ആരിഫ്ഖാൻ എന്നാണെന്റെ പേര്. ഞാൻ എ.എൻ. കോളേജിൽ ബി.എസ്സി. ഓണേഴ്സ്സിനു പഠിക്കുന്നു.'

അവന് അവളുടെ പേര് ചോദിക്കാൻ തോന്നി എങ്കിലും ഒന്ന് ചിന്തിച്ചു.

പെണ്ണുങ്ങളുടെ പേര് ചോദിക്കുന്നത് അനുചിതമല്ല. പ്രത്യേകിച്ചും അവർ തന്നെക്കാൾ മൂത്തത് ആണെങ്കിൽ.

'നിങ്ങൾ നെഹ്റു പാർക്കിന് അടുത്താണോ താമസിക്കുന്നത്?' ആരിഫ് വെറുതെ ചോദിച്ചു.

'അതെ സ്വാഗത്നഗറിൽ. പക്ഷേ, ഞങ്ങൾ മറ്റൊരു വാടക വീട്ടിലേക്ക് പെട്ടെന്ന് മാറാനുള്ള തീരുമാനത്തിലാണ്. എന്റെ ഭർത്താവ് സ്റ്റേറ്റ് ബാങ്ക് ഓഫ് ഇന്ത്യയിൽ ഒരു മാനേജർ ആണ്.' അവൾ പറഞ്ഞു.

'ഞാൻ...' അവൾ ഏതോ പറയുവാൻ തുടങ്ങി എങ്കിലും പെട്ടെന്ന് നിർത്തി.

'യെസ്?' ആരിഫ്ചോദിച്ചു.

'നിങ്ങളെ വീണ്ടും ബുദ്ധിമുട്ടിപ്പിക്കുന്നതിൽ ക്ഷമിക്കണം.' അവൾ കുറച്ചു വൈമനസ്യത്തോടെ പറഞ്ഞു.

'നിങ്ങൾ എനിക്കുവേണ്ടി അവസാനമായി ഒരു ഉപകാരം കൂടി ചെയ്യാമോ? നിങ്ങൾ ഡാനപൂരിൽ പോയി എന്റെ കസിനെ കൂട്ടി കൊണ്ടുവരാമോ? ഞാൻ അവനെ ഫോണിൽ വിളിച്ചു. പക്ഷേ, എനിക്ക് കിട്ടുന്നില്ല. നിങ്ങളെ സുമിത്ര അയച്ചതാണെന്ന് അവനോട് പറയൂ.'

അവൾ ഒരുതുണ്ടു പേപ്പർ എടുത്തു.

'ഇതാണ് അവന്റെ അഡ്രസ്സ്'

സുമിത്ര! എത്ര മനോഹരമായ പേര്. അവൻ ഒരു ദൈവസ്തുതി പോലെ അവളുടെ പേര് പലവട്ടം നിശ്ശബ്ദമായി ഉരുവിട്ടു.

'ഞാൻ ഇപ്പോൾതന്നെ പോകാം.'

അവളുടെ മുഖത്തു ജാഗ്രതയോടെ നോക്കികൊണ്ട് ആരിഫ് പറഞ്ഞു.

അവളുടെ അച്ഛൻ സുഖപ്പെട്ടിരിക്കുന്നതിനാൽ അവൾ ആശ്വസിക്കുന്നതായി തോന്നിച്ചു. അവനോട് വീണ്ടും നന്ദി പറയുന്നതിനിടയിൽ അവൾ ചിരിക്കുകകൂടി ചെയ്തു. ലോകത്തിലേക്കുംവെച്ച് ഏറ്റവും മനോഹരമായ നുണക്കുഴികൾ അവളുടെ കവിളുകളിൽ പ്രത്യക്ഷപ്പെട്ടു.

'ആരിഫ്, ഇത് ടാക്സിക്കാണ്' സുമിത്ര കുറച്ചുരൂപാ കൈയ്യിലെടുത്തു.

'വേണ്ട വേണ്ട, ഞാൻ അവന് പണം കൊടുത്തു കഴിഞ്ഞു.'

'നിങ്ങൾ ഒരു വിദ്യാർത്ഥി ആണ്. വിദ്യാർത്ഥികൾക്ക് എപ്പോഴും പണത്തിന് ക്ഷാമമായിരിക്കും.'

അവൾ അടുത്തേക്ക് വന്ന്, മൃദുവായി അവന്റെ കൈയ്യിൽ പിടിച്ചു, അവന്റെ ഷർട്ടിന്റെ പോക്കറ്റിൽ നോട്ടുകൾ ഇട്ടു കൊടുത്തു.

അവളുടെ കൈകൾ അവനെ സ്പർശിച്ചപ്പോൾ ആരിഫ് തണുത്തു മരവിച്ചുപോയി. ആ ധന്യനിമിഷങ്ങളിൽ അവന് ശ്വസിക്കുവാൻകൂടി സാധിച്ചില്ല.

ഹോസ്പിറ്റലിൽനിന്ന് പുറത്തു കടക്കുമ്പോൾ ആരിഫ് ദീർഘമായി നിശ്വസിച്ചു. അവളുടെ കൈകൾ അവനെ സ്പർശിച്ച നിമിഷങ്ങളും അത് അവനിൽ രോമാഞ്ചമുണ്ടാക്കിയതും അവൻ ഓർത്തു.

അശോകരാജപാത ജോലിദിനങ്ങളിലേതെന്നപോലെ നിറഞ്ഞു കവിയാറായിരുന്നു.

ഗതാഗതം, സ്വയം നിശ്ചയിച്ചയെന്നവണ്ണം, സാവധാനത്തിൽ ആയിരുന്നു. ആരിഫ് ഗാന്ധിമൈതാനത്തേക്ക് ഒരു കറുപ്പും മഞ്ഞയും നിറമടിച്ച ബജാജ് ഓട്ടോറിക്ഷ പിടിച്ചു. അവിടെനിന്നും അവൻ ഡാനാ പൂരിലേക്കു പോകുന്ന മറ്റൊരു ഓട്ടോറിക്ഷയിൽ മാറിക്കയറും.

രണ്ടുമണിക്കൂറുകൾക്കുശേഷം, ആരിഫ് ആ മേൽവിലാസത്തിൽ എത്തിച്ചേർന്നു. ആ വീട് പൂട്ടിയിരുന്നു. അയൽപക്കക്കാർക്ക് സുമിത്ര യുടെ കസിനെക്കുറിച്ചോ അയാളുടെ കുടുംബത്തെക്കുറിച്ചോ കൂടു തൽ അറിയാമായിരുന്നില്ല. അഞ്ചുപത്തായപ്പോഴേക്കും ആരിഫ് ആശു പത്രിയിൽ തിരിച്ചെത്തി. പക്ഷേ, സുമിത്ര അവിടെ ഉണ്ടായിരുന്നില്ല.

'ആ വയസ്സായ ആളുടെ കുറെ ബന്ധുക്കൾ വന്നു. അവർ അയാളെ വിദഗ്ധചികിത്സയ്ക്ക് ഒരു പ്രൈവറ്റ് ഹോസ്പിറ്റലിലേക്ക് കൊണ്ടു പോയി.'

റിസപ്ഷനിൽ ഇരുന്ന യുവതി അവനെ അറിയിച്ചു. അവർ തനി ക്കെന്തെങ്കിലും സന്ദേശം ഏല്പിച്ചിട്ടുണ്ടോ എന്നവൻ ചോദിച്ചു.

ഇല്ലെന്ന് റിസപ്ഷനിസ്റ്റ് പറഞ്ഞു.

ആരിഫിന് നല്ല ക്ഷീണംതോന്നി. രാവിലെ മുതൽ അവൻ ഒന്നും കഴിച്ചിരുന്നില്ല. വീട്ടിലേക്കു തിരിച്ചുപോകുവാൻ അവൻ തീരുമാനിച്ചു. തനിക്കൊരു സന്ദേശംപോലും തരാതെ അപ്രത്യക്ഷയാകാൻ സുമിത്ര ക്കെങ്ങനെ കഴിഞ്ഞു എന്നവൻ അത്ഭുതപ്പെട്ടു. അവന് അസാധാര ണമായ ഒരു മനോവേദന തോന്നി. അവളെ ഇനിയൊരിക്കലും കാണു കയില്ല എന്ന ചിന്ത അവനെ ദുഃഖിതനാക്കി.

അന്നുരാത്രിയിൽ അവൻ ഒരുകവിത എഴുതി.

'കറുത്ത വസ്ത്രത്തിൽ സുന്ദരിയായ ഒരു യുവതി.'

രണ്ട്

സുമിത്രയുമായുള്ള കൂടിക്കാഴ്ചയ്ക്കുശേഷം രണ്ടുവർഷങ്ങൾ കഴിഞ്ഞ് ആയിരത്തിത്തൊള്ളായിരത്തിതൊണ്ണൂറ്റിരണ്ടിലെ ഒരു ശനിയാഴ്ച രാവിലെ ആരിഫ് അവന്റെ പോലീസ്കോളനിയിലുള്ള വീടിന്റെ ടെറസ്സിലൂടെ ഉലാത്തുകയായിരുന്നു. കുറച്ചു ശുദ്ധവായു ശ്വസിക്കുന്നത് നല്ലതാണെന്ന് അവനുതോന്നി. കുറെ ആഴ്ചകളായി അവനെ പിടികൂടിയിരുന്ന ജലദോഷം അവസാനം മാറിയിരിക്കുന്നു. ചൂണ്ടുവിരലുകൾ കൊണ്ട് മൂക്കിന്റെ ഒരു ദ്വാരം അടച്ചുപിടിച്ചുകൊണ്ട് അവൻ ചീറ്റിനോക്കി. മൂക്കിളതെല്ലുമില്ല. അവൻ തൊണ്ട ശരിയാക്കാൻ ഒന്നു ചുമച്ചുനോക്കി. കഫവുമില്ല. ഡോക്ടർ ഗാംഗുലിയുടെ ചികിത്സഫലിച്ചിട്ടുണ്ട്. ആരിഫിന് ഊർജ്ജസ്വലനാകാൻ മറ്റൊരു കാരണംകൂടി ഉണ്ടായിരുന്നു.

സിവിൽസർവീസ് പരീക്ഷയുടെ ഫലം അന്ന് രാവിലെ പ്രസിദ്ധീകരിച്ചിരുന്നു. വിജയിച്ച പരീക്ഷാർത്ഥികളുടെ കൂട്ടത്തിൽ അവന്റെ പേരുണ്ട്. പ്രധാന പരീക്ഷയും അഭിമുഖപരീക്ഷയും കടന്നുകൂടാം എന്ന ആത്മവിശ്വാസം അവന് ഉണ്ടായിരുന്നു.

ഒരു ഐ.എ.എസ്. ഓഫീസറായി എന്നെ കാണാനുള്ള അബ്ബയുടെ സ്വപ്നം ഇതാ ഉടൻ യാഥാർഥ്യമാകാൻ പോകുന്നു. തന്റെ പടം കോമ്പറ്റിഷൻസക്സസ് റിവ്യുവിന്റെ കവർപേജിൽ വരുന്നത് അവൻ സങ്കല്പിച്ചു നോക്കി. 'ഐ.എ.എസ്. ടോപ്പർ ആരിഫ്ഖാനുമായുള്ള അഭിമുഖം.' അവന്റെ മാതാപിതാക്കൾ അവനെക്കുറിച്ച് അഭിമാനം കൊള്ളും.

അവൻ ഐ.എ.എസ്. ഓഫീസർ ആയികഴിഞ്ഞാൽ ആദ്യം ചെയ്യുന്നത് അവന്റെ ഉമ്മയ്ക്കുവേണ്ടി ഒരു മുഴുവൻസമയ വീട്ടു ജോലിക്കാരിയെ ഏർപ്പെടുത്തുകയാണ്. ഉമ്മ അവരുടെ മുഴുവൻ ജീവിതവും കുടുംബത്തിനായി ചിലവിട്ടു കഴിഞ്ഞു. അവർ ഒരു വിശ്രമം അർഹിക്കുന്നു. അതിനുശേഷം ബാപ്പയുടെ ഉമ്മക്കു മെക്കയിലേക്കുള്ള ഒരു തീർത്ഥയാത്ര ഒരുക്കും. ദാദി (ബാപ്പുമ്മ) ഹജ്ജിന് പോകാൻ പോകുന്നു എന്നു പറയുമ്പോൾ അവരുടെ പ്രതികരണം എന്തായിരിക്കുമെന്ന് അവൻ അത്ഭുതപ്പെട്ടു. പിന്നെ അവൻ അവന്റെ സഹോദരിമാർക്ക് നല്ല വിവാഹബന്ധങ്ങൾ കണ്ടുപിടിക്കും. ഒരു ഐ.എ.എസ്. ഓഫിസറുടെ അളിയനായിരിക്കാൻ ഈ ലോകത്തു ആരാണ് ആഗ്രഹിക്കാത്തത്.

എത്രത്തോളം ഓമനകളാണ് എന്റെ മൂന്നു സഹോദരിമാരും. അവൻ അവരെക്കുറിച്ച് ഒന്നൊന്നായി ചിന്തിച്ചു. അവർ ജീവിതത്തിലെ

ഏറ്റവും നല്ലതുതന്നെ അർഹിക്കുന്നു. പക്ഷേ, തീർച്ചയായും നസ്നീൻ തന്നെയാണ് അവരിൽ ഏറ്റവും ഓമനത്തമുള്ളവൾ. അതിനുശേഷം അവൻ അവന്റെ ബാപ്പയോട് വോളണ്ടറിറിട്ടയർമെന്റിന് അപേക്ഷിക്കുവാൻ നിർബന്ധിക്കും. അബ്ബ ആവശ്യത്തിലധികം വൈകിയ രാത്രികളിൽ ജോലി ചെയ്തിട്ടുണ്ട്. ജീവിതത്തിന്റെ ശിഷ്ടകാലം അദ്ദേഹം സമാധാനത്തോടെ ചെലവഴിക്കണം.

അവന്റെ സഹോദരൻ സക്കീർ, സിനിമയിൽ ഒരു ജോലിനേടാൻ അനുവദിക്കണമെന്നും ബാപ്പയെ പറഞ്ഞു ധരിപ്പിച്ചിട്ടുണ്ട്. അവന്റെ സഹോദരന് പണത്തിന് ആവശ്യം വരികയാണെങ്കിൽ അവൻ സഹായിക്കും. പക്ഷേ, പ്രധാന പരീക്ഷയിൽ ജയിക്കണമെങ്കിൽ ആരിഫിന് കൂടുതൽ കഠിനമായി പഠിക്കേണ്ടതുണ്ട്. ദിവസത്തിൽ പത്തുമണിക്കൂറിൽ കുറഞ്ഞൊന്നും അതിന് മതിയാവുകയില്ല.

തന്റെ പദ്ധതികളെക്കുറിച്ചു ചിന്തിക്കുന്നത് ആരിഫിൽ സംതൃപ്തിയുടെ പുഞ്ചിരിയുണർത്തി.

അവസാനമായി എന്നാണവൻ ഇത്തരത്തിൽ ഊർജ്ജസ്വലനായിട്ടുള്ളത്? അവൻ ഓർക്കാൻ ശ്രമിച്ചെങ്കിലും അതിനു കഴിഞ്ഞില്ല.

ആ കെട്ടിടത്തിന്റെ പിന്നാമ്പുറത്ത് വയസ്സായ രണ്ട് സ്ത്രീകൾ ഒരു അരയാൽ മരത്തെ പൂജിക്കുന്നത് ആരിഫ് കണ്ടു. അവരതിന്റെ തടിയിൽ സിന്ദൂരംപോലത്തെ എന്തോകൊണ്ട് അടയാളമിടുന്നു, ആ മരത്തിന് കുടം നിറയെ വെള്ളം കൊടുക്കുന്നു. പിന്നെ കുറേസമയം കൈകൂപ്പി നിശ്ചലരായിനിന്ന് പ്രാർത്ഥിക്കുന്നു. ആ സ്ത്രീകളുടെ പൂജാവിധി നോക്കുന്നത് അവനിൽ അസാധാരണമായ ഒരു ആനന്ദം തോന്നിച്ചു, ശൈത്യകാലത്ത് സൂര്യപ്രകാശത്തിൽ കുളിച്ചാലെന്നപോലത്തെ ഒന്ന്. അവർ പൂജ കഴിഞ്ഞു നടന്നകന്നപ്പോൾ ആരിഫ് താഴത്തെ നിലയിലേക്ക് തിരിച്ചുപോകുവാൻ തുടങ്ങി. അപ്പോൾ മറ്റൊരു സ്ത്രീ ആ മരത്തിന്റെ അരികിലേക്ക് വരുന്നത് അവൻ കണ്ടു. അവർ വെളുത്തതും പൊക്കമുള്ളവളും ആയിരുന്നു. കറുത്ത സാരിയും അതിനു ചേർന്ന കൈയില്ലാത്ത ബ്ലൗസും ധരിച്ച അവരുടെ മുടി അവരുടെ നിതംബത്തിലേക്ക് ഒഴുകി കിടന്നിരുന്നു. സോൾചി എന്നു വിളിക്കുന്ന ഒരു ചെറിയ ഈറ്റകൊണ്ടു നെയ്ത കുട്ട അവൾ കൈയിൽ പിടിച്ചിരുന്നു. അതിൽ അവൾക്ക് പൂജ ചെയ്യുവാനുള്ള സാധനങ്ങളും ഉണ്ടായിരുന്നു. അവൾ പൂജ ചെയ്തുകഴിഞ്ഞു തിരിഞ്ഞപ്പോൾ അവന് അവളുടെ വട്ടമുഖവും വലിയ കണ്ണുകളും തുടുത്ത ചുണ്ടുകളും കാണാൻ കഴിഞ്ഞു.

എന്റെ ദൈവമേ! സുമിത്ര!

അവൾ നടന്നു അകലുന്നതുവരെ അവൻ അവളെ നോക്കിനിന്നു.

'മോനേ, പ്രാതൽ റെഡിയായി.' ബാൽക്കണിയിൽനിന്നും അവന്റെ ഉമ്മയുടെ ശബ്ദംകേട്ടു.

അവൻ കുത്തനെയുള്ള പടികൾ ഇറങ്ങുമ്പോൾ അവന്റെ ചുറ്റും കാര്യങ്ങൾ മാറി. ആ ദിവസം കൂടുതൽ പ്രകാശപൂർണ്ണമായി. ഇളം കാറ്റിന് കുളിരും ഹൃദ്യതയുംകൂടി.

സ്വർഗത്തിൽനിന്നും കൊണ്ടുവന്ന സ്വാദുള്ള ഭക്ഷണംപോലെ, പ്രാതലിനുള്ള ചപ്പാത്തിയും ഉരുളക്കിഴങ്ങും സ്റ്റൂവും അവൻ ആസ്വദിച്ചു കഴിച്ചു. അവൻ പ്രാതൽ കഴിച്ചുതീർന്നപ്പോഴേയ്ക്കും ബാപ്പുമ്മ ഒരു പ്ലേറ്റ് നിറയെ മാമ്പഴപ്പൂളുകൾ കൊണ്ടുവന്നു. അതിന്റെ വശ്യമായ മണവും തങ്കശോഭയാർന്ന മഞ്ഞനിറവുംകൊണ്ട് അത് ജാർദലു ഇനമാണെന്ന് അവൻ മനസ്സിലാക്കി. അവന് ഏറ്റവും പ്രിയപ്പെട്ട പഴത്തിന്റെ നറുമണം ശ്വസിച്ചപ്പോൾ അവന്റെ മുഖംപ്രകാശാവൃതമായി.

'ഈ മാങ്ങകൾ നമ്മുടെ മാമ്പഴത്തോട്ടത്തിൽനിന്നുള്ളതാണ്. നിന്റെ ബഡ്കെബാബ ജമൽപുരയിൽനിന്നും കൊടുത്തയച്ചതാണ്. 'ദാദി ചിരിച്ചുകൊണ്ട് അവനരുകിൽ ഇരിക്കുന്നതിനിടയിൽ പറഞ്ഞു.

'ലോകത്തൊരു മാങ്ങയ്ക്കും ജാർദലു മാമ്പഴത്തിന്റെ അത്രയും സ്വാദിഷ്ഠമാകാൻ കഴിയില്ല.'

അവന്റെ രസമുകുളങ്ങളിലേക്ക് ആ മാമ്പഴച്ചാറിന്റെ മധുരം ഊറി ച്ചെന്നതുപോലെ ആരിഫ് പറഞ്ഞു. കണ്ണുകളടച്ച് അവൻ സുമിത്രയെ ഓർത്തു. അവനവളെ ചുംബിക്കുന്നതായി സങ്കല്പിച്ചു. *നന്നായി പഴുത്ത ജാർദലുമാമ്പഴം കഴിക്കുന്നതുപോലെ അത് സ്വാദിഷ്ഠമായിരിക്കും.*

എന്തൊരു ദിവസമാണിന്ന്! ആദ്യം യുപിഎസ്സ്സി റിസൾട്ട്. പിന്നെ സുമിത്ര. അവൻ സ്വയം ഓർത്തുകൊണ്ട് അവന്റെ മുറിയിലേക്ക് പിൻവാങ്ങി.

പ്രധാന പരീക്ഷക്കുള്ള പുസ്തകങ്ങൾ അവന്റെ മുന്നിൽ തുറന്നു കിടന്നിരുന്നെങ്കിലും അവൻ സുമിത്രയെക്കുറിച്ച് ചിന്തിച്ചുകൊണ്ടിരുന്നു. ആ രാത്രി ആരിഫ് അവളെ സ്വപ്നംകണ്ടു.

പിറ്റേന്ന് അതിരാവിലെ മുസ്ലിംപള്ളിയിൽ മോദീൻ അസ്സാൻ വിളിക്കുന്നതിനു മുൻപേതന്നെ അവൻ ഉണർന്നു. കിടക്കയുടെ മറ്റേ അരുകിൽ, സക്കീർ പാതിമയക്കത്തിൽ ഉറങ്ങുന്നുണ്ട്. പോലീസ് കോളനിക്കുള്ളിലെ ശിവക്ഷേത്രത്തിലെ ഉച്ചഭാഷിണിയിൽ ഇനിയും ഭജനകൾ തുടങ്ങിയിട്ടില്ല. എല്ലാവരും ഉറക്കത്തിലാണ്, അമ്മ ഒഴിച്ച്. അവർ പാത്രങ്ങൾ കഴുകുകയാണ്. പാത്രങ്ങൾ പരസ്പരം ഉരസുമ്പോഴുള്ള മൂർച്ചയുള്ള ക്ലിം ശബ്ദം അവന് കൃത്യമായി കേൾക്കാം.

ബാപ്പുമ്മയുടെ പതിഞ്ഞതും പ്രസന്നതയാർന്നതുമായ ഖുർ ആൻ പാരായണം വീടാകെ നിറഞ്ഞിരുന്നു.

മുകളിലത്തെ നിലയിലേക്ക് പോകുന്നതിനുമുൻപ് ആരിഫ് മുഖം വടിക്കുകയും കുളിക്കുകയും ചെയ്തു.

ടെറസ്സിൽ, അരമതിലിൽചാരിക്കിടന്നുകൊണ്ട് അവൻ അടുത്ത രണ്ടുമണിക്കൂർ സുമിത്രയ്ക്കായി കാത്തുനിന്നു. പക്ഷേ, അവൾ അരയാൽ മരത്തിനെ വന്ദിക്കാൻ വന്നില്ല. അവൾ മാത്രമല്ല, ആരും വന്നില്ല. സൂര്യൻചക്രവാളത്തിൽ ഉദിച്ചുയർന്നപ്പോൾ അവൻ ആ മരത്തെ ഖേദത്തോടെ നോക്കിയിട്ട് താഴത്തെ നിലയിലേക്കുപോയി. ആ മരത്തിനു ചുറ്റും അപ്പോഴും വിജനമായിരുന്നു. അപ്പോഴേയ്ക്കും സമയം ഒൻപതു മണിയായി.

അടുത്ത നാലുദിവസങ്ങൾ അസ്വസ്ഥമായി കടന്നുപോയി. സുമിത്ര അരയാലിന്റടുത്തേക്ക് വന്നതേയില്ല.

ഞാൻ എന്തിനാണ് അവളെ കാത്തിരിക്കുന്നത്? അവൾ വിവാഹിതയാണ്. ആരിഫ് അവനെ വീണ്ടുംവീണ്ടും ഓർമ്മപ്പെടുത്തി.

ആ ആഴ്ചയുടെ അവസാനം ആരിഫ് തന്റെ സുഹൃത്തും ഒരു കന്യാകുബ്ജ ബ്രാഹ്മണനുമായ മൃത്യുഞ്ജയനോട് അരയാൽമരങ്ങളെ പൂജിക്കുന്നതിനെക്കുറിച്ച് വെറുതെ തിരക്കി.' അരയാൽ മരങ്ങളെ ശനിയാഴ്ച മാത്രമേ പൂജിക്കുകയുള്ളു', അവൻ പറഞ്ഞു. 'സംസ്കൃതത്തിൽ 'അശ്വത്ഥം' എന്നാണ് ആ മരത്തിന്റെ പേര്. 'അവന്റെ സുഹൃത്ത് തുടർന്നു. 'ബ്രഹ്മപുരാണമനുസരിച്ച് അശ്വത്ഥവും പിപ്പലവും സാധാരണക്കാരെ ഉപദ്രവിക്കുന്ന രണ്ടു രാക്ഷസന്മാർ ആയിരുന്നു. അശ്വത്ഥം ഒരു അരയാലിന്റെ രൂപം എടുക്കുകയും പിപ്പലം ഒരു ബ്രാഹ്മണന്റെ രൂപം സ്വീകരിക്കുകയും ചെയ്തു. പിപ്പലം, ആ മരത്തിൽ തൊടാൻ ആളുകളോട് ഉപദേശിക്കുകയും അവരങ്ങനെ ചെയ്യുമ്പോൾ അശ്വത്ഥം അവരെ കൊല്ലുകയുംചെയ്തു. അവർ രണ്ടു പേരും ശനിയാഴ്ചയുടെ ദേവനായ ശനിദേവനാൽ കൊല്ലപ്പെട്ടു. ആ ദേവന്റെ ശക്തിപ്രവാഹത്താൽ ശനിയാഴ്ച ആ മരത്തെ തൊടുന്നത് സുരക്ഷിതമാണെന്ന് കരുതപ്പെടുന്നു. മാത്രമല്ല, സമ്പത്തിന്റെ ദേവതയായ ലക്ഷ്മീദേവി ശനിയാഴ്ചകളിൽ ആ മരത്തിൽ കുടികൊള്ളുന്നുവെന്നു വിശ്വസിക്കുന്നു.'

അതുകൊണ്ട് ഞാൻ സുമിത്രയെ കാണുന്നതിനായി ശനിയാഴ്ച വരെ കാത്തിരിക്കണം.

~

വെള്ളിയാഴ്ച ആരിഫ് മൃത്യുഞ്ജയനെ കാണുവാൻ പോയി. അവനും സിവിൽ സർവീസ് പ്രിലിമിനറി വിജയിച്ചിരുന്നു. അവർ പലപ്പോഴും

ഒന്നിച്ചിരുന്നാണ് പഠിച്ചിരുന്നത്. ഉയരമുള്ളവനും ഒരു കായികാഭ്യാസിയുടെ ശരീരഘടനയുള്ളവനുമായ ആരിഫിന്റേതിന് വ്യത്യസ്തമായി തടിച്ചവനും ഉയരംകുറഞ്ഞവനുമായിരുന്നു മൃത്യുഞ്ജയൻ. അവന് ജാക്കിഷ്റോഫിന്റെ പോലത്തെ മീശയുണ്ടായിരുന്നു. ഒരു തടിക്കട്ടിലും ഗോദ്റേജ് അലമാരിയും ഒരു പഠനമേശയും രണ്ടു കസേരകളും നിറഞ്ഞ മൃത്യുഞ്ജയന്റെ പതിനഞ്ചുക്ക് പത്തടി വിസ്താരമുള്ള മുറിയിലിരുന്ന് അവർ അവരുടെ പഠനപദ്ധതികളെക്കുറിച്ച് ചർച്ച ചെയ്തു.

ഒരു ഓറഞ്ച് നിറത്തിലുള്ള ബുക്ക്ഷെൽഫ് ഭിത്തിയിൽ തൂങ്ങികിടന്നിരുന്നു.

'ഹേ, ആരിഫ്, ഡിസിഷൻമേക്കിങ് തിയറിയിൽ നീ എന്നെ സഹായിക്കണം. ഹെബർട്ട് സിമോണും ചെസ്റ്റർബർണാഡും എനിക്കിത്തിരി ബുദ്ധിമുട്ടാണ്.' അഡ്മിസ്ട്രേറ്റിവ് ചിന്തകന്മാരെക്കുറിച്ചുള്ള ഒരു പുസ്തകം അവന്റെ മേശപ്പുറത്തെ ഒരടുക്ക് പുസ്തകത്തിന് ഇടയിൽ നിന്നും വലിച്ചെടുത്തുകൊണ്ട് മൃത്യുഞ്ജയ് പറഞ്ഞു.

'തീർച്ചയായും.'

അടുക്കളയിൽനിന്നും മൃത്യുഞ്ജയുടെ അമ്മ അവനെ വിളിച്ചു.

ആരിഫ് എഴുന്നേറ്റ് ജനാലയുടെ അടുത്തേക്കുനടന്നു. അടുത്ത വീട്ടിലെ ഒരു സ്ത്രീ തുണികൾ ഉണങ്ങാൻ വിരിക്കുന്നത് അവൻ കണ്ടു.

അവന് തന്റെ കണ്ണുകളെ വിശ്വസിക്കാനായില്ല. അവളുടെ മേല്പോട്ടു ഉയർന്ന മൂക്കിന്റെ അറ്റം കാണാവുന്നത്ര അടുത്തായിരുന്നു അവൾ. അവളുടെ നീണ്ടമുടി അലസമായി കെട്ടിവെച്ചിരുന്നു. സുമിത്രയെ വീണ്ടും കണ്ടതിൽ ആരിഫ് ആശ്ചര്യപ്പെട്ടു. മാത്രമല്ല അവൾ തന്റെ സുഹൃത്തിന്റെ അയൽക്കാരിയാണ് എന്ന തിരിച്ചറിവിലും!

അവൻ തന്നെ തുറിച്ചുനോക്കുന്നത് സുമിത്ര കണ്ടു. അവൾ അവന് വശ്യമായ നുണക്കുഴി വിടർന്ന ഒരു ചിരി സമ്മാനിച്ചു. ആരിഫ് വികാരപരവശനായി. അവന് തിരിച്ചു ചിരിക്കാൻ കഴിഞ്ഞില്ല. അപ്പോഴേയ്ക്കും അവൾ അപ്രത്യക്ഷയായി. ചായയും ചാട്ട്മസാല തൂവിയ ഒരു പ്ലേറ്റ് വെജിറ്റബിൾ പക്കോഡയുമായി മൃത്യുഞ്ജയ് തിരിച്ചുവന്നു.

ഞാൻ വെളിയിൽപോയി സുമിത്രയോടു ഹലോ പറയണോ? ആരിഫ് ശങ്കിച്ചു.

വേണ്ട. അവൻ തീരുമാനം ഉറപ്പിച്ചു.

എനിക്ക് അവളോട് ഉള്ള ആസക്തിയെ ഞാൻ എന്താണ് വിളിക്കേണ്ടത്? അതെന്നെ എവിടെയായിരിക്കും എത്തിക്കുക? ആരിഫ് സന്ദേഹപ്പെട്ടു.

കാറ്റിനൊപ്പം ഒഴുകിവന്ന ഗുൽസാറിന്റെ മനോഹരമായ ഒരു പാട്ടിൽ അവനതിന്റെ ഉത്തരം കേട്ടു.

നിന്റെ ആത്മാവിന് ആസ്വദിക്കാൻ കഴിയുന്ന ഒരു അനുഭൂതി യാണത്.
പ്രണയത്തെ പ്രണയമായിത്തന്നെ കാണൂ, അതിന് മറ്റൊരു പേര് നല്കാതെ.

മൂന്ന്

അതിനുശേഷമുള്ള തിങ്കളാഴ്ച രാവിലെ ആരിഫ് തന്റെ മുറിയിലിരുന്ന് ഇന്ത്യൻ സ്വാതന്ത്ര്യസമരത്തെക്കുറിച്ച് ബിപിൻചന്ദ്ര എഴുതിയ ഒരു ബുക്കിൽ വ്യാപ്തനായിരിക്കുമ്പോൾ, പോലീസ് ഇൻസ്പെക്ടറുടെ യൂണിഫോം ധരിച്ച് അബ്ബ മുറിയിലേക്കു കടന്നുവന്നു. അദ്ദേഹത്തിന്റെ പച്ചനിറത്തിലുള്ള തൊപ്പി തലയിൽ അല്പം ചെരിച്ചു ധരിച്ചിരുന്നു. മെത്തയിൽ അവന്റെ അരുകിലിരുന്ന് അബ്ബ ആരിഫിന്റെ മുതുകിൽ മൃദുവായിതട്ടി.

'കൊള്ളാം മോനേ, എനിക്ക് സന്തോഷമുണ്ട്. നീ മെയിൻ പരീക്ഷയ്ക്ക് നന്നായി കഠിനപ്രയത്നം ചെയ്യുന്നു.' അബ്ബയുടെ മുഖം പ്രതീക്ഷയാൽ പ്രകാശപൂരിതമായി.' ഇൻഷാ അള്ളാ, നീ ഒന്നാമത്തെ ശ്രമത്തിൽത്തന്നെ ജയിക്കും.'

'ഇൻഷാ അള്ളാ.' ആരിഫ് അവന്റെ ബാപ്പയുടെ വാക്കുകളെ പിൻതാങ്ങി.

കൊള്ളാം, നീ ഈ ചെക്ക് എടുത്ത് എസ്.ബി.ഐ.യുടെ ജഡ്ജസ് കോർട്ട് ബ്രാഞ്ചിൽനിന്ന് പണമാക്കി മാറ്റണം. അഹ്സാൻ അങ്കിളിന്റെ മകൻ, അദ്ദേഹത്തിന്റെ ചികിത്സയ്ക്കായി അയച്ച പണമാണ്.'

'ശരി അബ്ബാ.'

'നിനക്ക് ഈ ബ്രാഞ്ച് എവിടെയാണെന്ന് അറിയാമോ?'

'അറിയാം, അബ്ബ. ഗാന്ധിമൈതാനം ബസ്സ്റ്റാൻഡിന് അടുത്ത്.'

'ശരി' അബ്ബ തന്റെ കണ്ണട ഊരി കണ്ണുകൾ തുടച്ചുകൊണ്ട് പറഞ്ഞു.

അബ്ബ മുറിക്കുപുറത്തു കടന്നപ്പോൾ ആരിഫ് ഭിത്തിയിലെ ക്ലോക്കിലേക്കുനോക്കി. ബാങ്ക് തുറക്കുന്നതിനായി ഇനി രണ്ടുമണിക്കൂർ സമയമുണ്ട്. അവന് 'പത്തൊൻപതാം നൂറ്റാണ്ടിൽ ഇന്ത്യയിലെ വർഗ്ഗീയതയുടെ വളർച്ച' എന്ന പുസ്തകം ഒന്ന് തിടുക്കത്തിൽ വായിക്കുവാൻ സമയമുണ്ട്. അപ്പോൾ ദാദി മുറിയിലേക്ക് കയറിവന്നു. അവരുടെ വലതുകൈയിൽ ഒരു സ്റ്റീൽ കോപ്പ ഉണ്ടായിരുന്നു.

'എന്താണ് എന്റെ കൊച്ചുമോൻ ചെയ്തുകൊണ്ടിരുന്നത്?' ബാപ്പുമ്മ പുഞ്ചരിച്ചു.

'പഠിക്കുകയാണ് ദാദി.'

'ഇതാ നിനക്ക് ഇഷ്ടമുള്ള ചാട്ട്പാട്ട കടല.'

ആ പാത്രം അവന്റെ മുന്നിൽവയ്ക്കാൻ കുനിഞ്ഞുകൊണ്ട് അവർ പറഞ്ഞു.

പാത്രത്തിൽ നിറയെയുള്ള മസാലചേർത്ത മൊരിഞ്ഞ വെള്ളക്കടല നോക്കി അവൻ മന്ദഹസിച്ചു.

'വളരെ നന്ദി, ദാദി.' ആരിഫ് അവരെ കെട്ടിപ്പിടിക്കാനായി എഴുന്നേറ്റു.

~

ആരിഫ് ഗാന്ധിമൈതാനത്ത് എത്തിയപ്പോഴേയ്ക്കും പതിനൊന്നു മണി കഴിഞ്ഞ് പത്തുമിനിട്ടുകൂടി ആയിരുന്നു. മൈതാനത്തിന്റെ പകുതിയോളം ഭാഗത്ത് നിറമുള്ള പന്തൽകെട്ടി ആയിരക്കണക്കിന് പുരുഷന്മാരും സ്ത്രീകളും നിലത്തിരുന്ന് മന്ത്രങ്ങൾ ജപിക്കുന്നത് അവന് പുറത്തുനിന്നേ കാണാമായിരുന്നു. അവർ 'ജയ്ശ്രീറാം, രാമന് വന്ദനം, വിദ്യാദേവി സിന്ദാബാദ്' എന്ന് ഉരുവിട്ടുകൊണ്ടിരുന്നു.

റോഡിൽ തങ്ങിനിൽക്കുന്ന ഭാരതീയ ജനതാപാർട്ടി അനുയായികളുടെ ഇടയിലൂടെ അവൻ തന്റെ സൈക്കിൾ ചവിട്ടി. വിദ്യാദേവി അപ്പോഴും മൈതാനത്തിൽ എത്തിച്ചേർന്നിരുന്നില്ല. എല്ലായിടത്തും പോലീസുകാരെ അവൻ കണ്ടു. ഒരു പോലീസ് ഡെപ്യൂട്ടി സൂപ്രണ്ട് വാക്കിടോക്കിയിൽ സംസാരിക്കുന്നുണ്ട്. ആരിഫിന് ഒരു മുസ്ലിം ആയതിനാൽ കുറച്ചു പരിഭ്രമംതോന്നി. ഹിന്ദു ഫാസിസ്റ്റ് പാർട്ടിയുടെ പ്രവർത്തകരുടെ സാമീപ്യത്തിൽ അവന് സുരക്ഷിതത്വമോ സ്വസ്ഥതയോ ഒരിക്കലും തോന്നിയില്ല.

വിദ്യാദേവിയുടെ ശബ്ദം ഉച്ചഭാഷിണിയിലൂടെ അവൻ കേട്ടു.

'നമ്മൾ പശുക്കളെ നമ്മുടെ അമ്മമാരായി പൂജിക്കുന്നതുകൊണ്ട് അവർ പശുക്കളെ കൊല്ലുന്നു. അവർ എപ്പോഴും ഹിന്ദുക്കളെ പ്രകോപിപ്പിക്കുവാൻ ശ്രമിക്കുന്നു. ഇന്ത്യ പാകിസ്താനുമായുള്ള ഒരു കളി തോൽക്കുമ്പോൾ എന്താണ് നടക്കുന്നത് എന്ന് നിങ്ങൾ കണ്ടു നോക്കൂ. അവർ പടക്കം പൊട്ടിക്കുന്നു. അവർ ആഘോഷിക്കുന്നു. അവർ ഇന്ത്യയിൽ ജീവിച്ചിട്ട് പാകിസ്താന്റെ ഗാനങ്ങൾ പാടുന്നു. നമ്മുടെ പാർട്ടി ഈ രാജ്യദ്രോഹികളെ എതിർക്കുമ്പോൾ കോൺഗ്രസ്സുകാർ നമ്മളെ വർഗ്ഗീയവാദികളായി മുദ്രകുത്തുന്നു. അവിവേകകരമായ പരിധിയോളം കോൺഗ്രസ്സ്പാർട്ടി അവരെ പ്രീണിപ്പിക്കുന്നു. ഇന്ത്യ ഒരു മതേതര രാജ്യമാണെങ്കിൽ എന്തുകൊണ്ട് ഇവിടെയൊരു ഏകീകൃതസിവിൽനിയമം ഇല്ല? ഇന്ത്യ ഒരു മതനിരപേക്ഷ രാജ്യമാണെങ്കിൽ എന്തുകൊണ്ടാണ് അവർക്ക് ഹജ്ജ് തീർത്ഥാടനത്തിന് ധനസഹായം കൊടുക്കുന്നത്? ഇതെല്ലാം സംഭവിച്ചുകൊണ്ടിരിക്കുന്നത് നമ്മൾ

ഹിന്ദുക്കൾ നമ്മുടെ മഹത്തായ ഭൂതകാലം മറന്നതുകൊണ്ടാണ്. ഒരായിരം വർഷങ്ങളിലെ അടിമത്തം നമ്മളെ ഭീരുക്കളാക്കി. ഹിന്ദുക്കൾ ഉണരുമ്പോൾ ഈ രാജ്യദ്രോഹികൾക്ക് അവരുടെ ഇടം കാണിച്ചുകൊടുത്തിരിക്കും.'

വിദ്യാദേവി മുസ്ലിങ്ങൾക്ക് എതിരെയുള്ള അവരുടെ വിഷമയമായ പ്രസംഗങ്ങൾകൊണ്ട് പ്രസിദ്ധയാണ്. ആരിഫിന്റെ നട്ടെല്ലിലൂടെ ഒരു തണുപ്പ് അരിച്ചിറങ്ങി. അവൻ വേഗത്തിൽ സൈക്കിൾ ചവിട്ടി.

'സാലേരണ്ടി (പോടി വേശ്യേ)', അവൻ പിറുപിറുത്തു.

അവിടെനിന്നു വീട്ടിലേക്കു പോകുന്നതിനുപകരം പബ്ലിക് അഡ്മിനിസ്ട്രേഷനെക്കുറിച്ച് വാജി രാമറാവു എഴുതിയ കുറിപ്പുകളുടെ ഫോട്ടോകോപ്പി വാങ്ങുവാൻ ആരിഫ് മൃത്യുഞ്ജയുടെ വീട്ടിലേക്ക് പോയി. മൃത്യുഞ്ജയിന് നന്ദി. ആരിഫിനത് നിസ്സാരവിലയ്ക്ക് കിട്ടി. 6200 രൂപ യഥാർത്ഥ വിലയുള്ളത് താരതമ്യംപോലും ചെയ്യാനാകാതെ വെറും 450 രൂപയ്ക്ക്. മൃത്യുഞ്ജയ് ആരിഫിനെ യാത്രയാക്കുവാൻ പുറത്തുവന്നപ്പോൾ ഒരു നീല പ്രീമിയർ പദ്മിനികാർ അവരുടെ അടുത്തുവന്നു നിൽക്കുകയും നേർത്ത മീശവെച്ച പൊക്കമുള്ള ഒരു നാല്പതുവയസ്സുകാരൻ പുറത്തിറങ്ങുകയുംചെയ്തു.

പ്രണാമം അങ്കിൾ. മൃത്യുഞ്ജയ് അഭിവാദ്യംചെയ്തു. 'ഇതെന്റെ സുഹൃത്ത് ആരിഫ്' അവൻ ആരിഫിന്റെ നേരെ തിരിഞ്ഞ് കൂട്ടിച്ചേർത്തു. 'ഇത് രമേശ് അങ്കിൾ, ഞങ്ങളുടെ അയൽക്കാരനാണ്. ഇദ്ദേഹം സ്റ്റേറ്റ് ബാങ്ക് ഓഫ് ഇന്ത്യയിലെ മാനേജരാണ്.'

ഓ, ഇത് ഉറപ്പായും സുമിത്രയുടെ ഭർത്താവായിരിക്കും. സുമിത്രയും അവരുടെ ഭർത്താവുമല്ലാതെ മറ്റൊരു എസ്.ബി.ഐ. മാനേജർകൂടി അയൽവക്കമായിവരാനുള്ള സാധ്യത എന്താണ്?'

ആരിഫ് പെട്ടെന്ന് നമസ്തേ പറഞ്ഞു.

'പരമശിവൻ അനുഗ്രഹിക്കട്ടെ, രമേശ് കുമാർ പറഞ്ഞു.

'ആരിഫിന് അയാളെ ഇഷ്ടപ്പെട്ടു.

'നിന്റെ അച്ഛൻ വീട്ടിലുണ്ടോ?' രമേശ് കുമാർ മൃത്യുഞ്ജയനോട് ചോദിച്ചു.

'ഇല്ല, അങ്കിൾ.'

'ഒ.കെ. ഞാനെന്നാൽ പിന്നീട് വരാം.' അയാൾ പറഞ്ഞിട്ട് അവരോട് ബൈപറഞ്ഞു.

കുറച്ചു മണിക്കൂറുകൾക്കുശേഷം വീട്ടിൽ തിരിച്ചെത്തിയപ്പോൾ തന്റെ കൈയിൽനിന്നും ആ പണം നഷ്ടപ്പെട്ടതായി ആരിഫിന് മനസ്സിലായി. എങ്ങനെയാണ് എവിടെയാണ് ആ പണം നഷ്ടപ്പെട്ടതെന്ന് അവനു ഊഹിക്കാൻ കഴിഞ്ഞില്ല. ബാങ്കിന്റെ ക്യാഷ്യറിന്റെ കൈയിൽനിന്നും പണം വാങ്ങുന്നതും അത് പാന്റിന്റെ ഇടത്തെ പോക്കറ്റിൽ

കുത്തിനിറച്ചതും അവന് ഓർമ്മയുണ്ട്. ആ പണം അഹ്സാൻ അമ്മാവന്റെ ചികിത്സയ്ക്കുള്ളതായിരുന്നു. ആ വയസ്സായ മനുഷ്യൻ അദ്ദേഹത്തിന്റെ സ്വന്തം ഗ്രാമമായ ജമൽപുരയിൽനിന്നും തന്റെ അൾസർ ചികിത്സിക്കാനാണ് ഇത്രയും ദൂരം താണ്ടിവന്നിരിക്കുന്നത്. ഡോക്ടർമാർ ശസ്ത്രക്രിയയാണ് പറഞ്ഞിട്ടുള്ളത്. അത് രണ്ടുദിവസം കഴിഞ്ഞ് നിശ്ചയിച്ചിരിക്കുന്നു.

ആരിഫ് തന്റെ പോക്കറ്റിലും ബെഡ്റൂമിലും പഠനമുറിയിലും തിരഞ്ഞു. ആ പണം എവിടെയും കണ്ടില്ല.

പതിനായിരംരൂപ ഒരു വലിയ തുകയാണ്. അവന്റെ ബാപ്പയുടെ മാസശമ്പളം അതിനു താഴയേവരൂ. അല്ലെങ്കിലും തന്റെ അബ്ബയെ പോലെ കൈക്കൂലിവാങ്ങാത്ത സത്യസന്ധനായ ഒരു പോലീസ് ഇൻസ്പെക്ടർക്ക് എത്രമാത്രം വരുമാനം ഉണ്ടാക്കാൻപറ്റും. കഷ്ടിച്ച് ജീവിക്കാൻ മാത്രം പറ്റും. കെട്ടിടനിരയ്ക്കപ്പുറം താമസിക്കുന്ന ബാപ്പയുടെ സഹപ്രവർത്തകൻ മിസ്റ്റർ വർമ്മ ധാരാളിത്തത്തോടെയാണ് ജീവിക്കുന്നത്.

എനിക്ക് ആ പണം കണ്ടെത്താൻ കഴിഞ്ഞില്ലെങ്കിൽ ഈ ചെറിയ സമയത്തിനുള്ളിൽ ഇത്രയും വലിയ ഒരു തുക അബ്ബാ എങ്ങനെ സംഘടിപ്പിക്കാനാണ്?

അവൻ ഒരുപക്ഷേ, ആ പണം മൃത്യുഞ്ജയന്റെ വീട്ടിൽ കളഞ്ഞിരിക്കാം.

'യാഹ് അള്ളാ'! ആരിഫ് പ്രാർത്ഥിച്ചു. വീണ്ടും ആരിഫ് മടങ്ങിവന്നപ്പോൾ മൃത്യുഞ്ജയ് ആശ്ചര്യപ്പെട്ടു. 'നീയെന്തെങ്കിലും ഇവിടെ വച്ചു മറന്നോ?' അവൻ ചോദിച്ചു.

'ഇല്ലെടാ, എന്റെ കൈയിൽനിന്ന് പതിനായിരം രൂപാ നഷ്ടപ്പെട്ടു.' ഇടറിയ ശബ്ദത്തിൽ ആരിഫ് മറുപടി പറഞ്ഞു. പിന്നെ എന്താണ് സംഭവിച്ചതെന്നു വിശദീകരിച്ചു.

അബ്ബാ ശകാരിക്കുന്നതോ അവന്റെ നിരുത്തരവാദിത്വത്തിന് അടിക്കുന്നതോ ആരിഫിനെ ആകുലനാക്കിയില്ല. മൂല്യാധിഷ്ഠിതമായി, അബ്ബ ഒരിക്കലും തന്റെ മക്കളെ അടിച്ചിരുന്നില്ല. ആരിഫിനെ കൂടുതൽ ഭയപ്പെടുത്തിയത് അവൻ പണം നഷ്ടമായതിനെക്കുറിച്ച് പറയുമ്പോൾ അവന്റെ ബാപ്പ പ്രകടിപ്പിക്കുന്ന ഭീതിയും പരാജയബോധവും കാണുന്നതാണ്.

'നീ ഉടനെ നിന്റെ അച്ഛനോടിത് പറയണം', മൃത്യുഞ്ജയ് പറഞ്ഞു. ആരിഫ് അവിടെനിന്നും ഇറങ്ങുമ്പോൾ അവൻ സുമിത്രയുടെ ശബ്ദംകേട്ടു. അവൾ അടുത്ത മുറിയിൽ മൃത്യുഞ്ജയിന്റെ അമ്മയുമായി സംസാരിക്കുകയായിരുന്നു.

വീട്ടിലെത്തുമ്പോൾ അബ്ബയെ വിളിച്ച് പണം നഷ്ടപ്പെട്ട കാര്യം പറയണമെന്ന് ആരിഫ് തീരുമാനിച്ചു. പക്ഷേ, ഉച്ചയ്ക്ക് അബ്ബയെ വീട്ടിൽകണ്ട് അവൻ ഞെട്ടിപ്പോയി. *എന്തോ പ്രശ്നമുണ്ട്. അല്ലെങ്കിൽ അബ്ബാ ഇത്രനേരത്തെ വീട്ടിൽ ഉണ്ടാകാറില്ല. ഒരുപക്ഷേ, അദ്ദേഹത്തിന് സുഖമില്ലായിരിക്കും.* ആരിഫ് പേടിച്ചു. സാധാരണയായി അബ്ബ ഓഫീസിൽനിന്ന് ഇറങ്ങുന്നത് രാത്രി ഒൻപതുമണിക്കാണ്. ആരിഫ് അവന്റെ ബാപ്പയുടെ മുഖത്തെ ഭാവങ്ങൾ ശ്രദ്ധിച്ചു. ആ മുഖം ദേഷ്യം കൊണ്ട് ജ്വലിച്ചിരിന്നു. അവിടെ അസുഖത്തിന്റെ ലക്ഷണം ഒന്നും ഉണ്ടായിരുന്നില്ല. അമ്മ നിശ്ശബ്ദയായി ഒരു ഗ്ലാസ് വെള്ളവുമായി ഒരു മൂലയിൽ ഉത്കണ്ഠയോടെ നോക്കിനിന്നിരുന്നു. സക്കീർ മറ്റൊരു മൂലയിലും നിന്നിരുന്നു.

'നാഷണൽ ഇന്റലിജൻസ് വകുപ്പിൽനിന്നുള്ള ആ തന്തയില്ലാത്തവൻ പറയുകയാണ് അവന് ആ ഫയൽ എനിക്ക് കൈമാറാൻ പറ്റില്ലെന്ന്. എന്തുകൊണ്ടെന്നാൽ അതിൽ ഐ.എസ്.ഐ.യുടെ ബീഹാറിലെ പ്രവർത്തനങ്ങളെക്കുറിച്ചുള്ള വിശദമായ വിവരങ്ങൾ ഉണ്ടു പോലും. ഞാൻ ഒരു മുസ്ലിം ആണെന്ന്. എന്റെ ആത്മാർത്ഥതയ്ക്കും സത്യസന്ധതയ്ക്കും കിട്ടിയ പ്രതിഫലം. കുറച്ചുപൈസാ കിട്ടിയാൽ സ്വന്തം അമ്മയെപോലും വിൽക്കുന്ന തിവാരിയെയാണ് എന്നേക്കാൾ വിശ്വസ്തനായി കണക്കാക്കിയിരിക്കുന്നത്.'

'കുറച്ചുവെള്ളം കുടിക്കൂ.'

അമ്മ ഗ്ലാസ് നീട്ടികൊണ്ട് പറഞ്ഞു. അബ്ബ അല്പം മുത്തികുടിച്ചിട്ട് ഗ്ലാസ് വലിച്ചുതറയിലേക്കെറിഞ്ഞു.

'നീ ഗ്ലാസ്സുകൂടി വൃത്തിയാക്കിവയ്ക്കില്ല.'

അബ്ബ നിറവും ഉയരവും വിരിഞ്ഞചുമലുകളും ചെറിയ കണ്ണുകളും ഉന്തിയ മൂക്കും ഉള്ള ഒരാളായിരുന്നു. അദ്ദേഹത്തിന് സംയമനം നഷ്ടപ്പെടുമ്പോഴൊക്കെ അദ്ദേഹം നെഞ്ചുതള്ളി നിവർന്നുനിന്നു. അപ്പോഴദ്ദേഹത്തിന് ഉള്ളതിനേക്കാൾ കൂടുതൽ ഉയരം തോന്നിച്ചു.

അദ്ദേഹത്തിന്റെ നാസാരന്ധ്രങ്ങൾ കോപത്താൽ ജ്വലിച്ചു. അദ്ദേഹത്തിന്റെ നെറ്റിത്തടം ചുളിഞ്ഞു. ദാദി മുറിയിലേക്ക് കടന്നുവന്നു. അവരുടെ വെളുത്ത സാരിത്തലപ്പുകൊണ്ട് അവർ തല മൂടിയിരുന്നു. അവർ നേരെ അബ്ബയുടെ അടുത്തേക്ക് വന്ന് അവരുടെ കൈ അദ്ദേഹത്തിന്റെ തലയിൽ സൗമ്യമായിവച്ചുകൊണ്ടു പറഞ്ഞു, 'മോനേ, ഓഫീസിൽ എന്തുസംഭവിച്ചാലും നീ നിന്റെ ഭാര്യയോട് ദേഷ്യപ്പെടരുത്. നമ്മുടെ വിശുദ്ധപ്രവാചകൻ, സമാധാനം അദ്ദേഹത്തിനുണ്ടാകട്ടെ, പെണ്ണുങ്ങളെ ബഹുമാനിക്കണമെന്ന് നമ്മളോട് പറഞ്ഞിട്ടുണ്ട്. പാവം ഹമീദ. അവൾ ദിവസം മുഴുവൻ അവളുടെ കുടുംബം നോക്കി കഴിയുകയാണ്.

അബ്ബ ഒന്നുംപറഞ്ഞില്ല. അദ്ദേഹം അപ്പോൾ കണ്ണുകൾ അടച്ചു. ബാപ്പുമ്മ അദ്ദേഹത്തെ ശാന്തനാക്കാൻ തലമുടി തലോടിക്കൊണ്ടിരുന്നു. അപ്പോൾ ഡോർബെൽ മുഴങ്ങി. റാംചന്ദ്ര ഉപാധ്യായ, പോലീസ് ക്വാർട്ടേഴ്സിലെ ഒരു സീനിയർ അക്കൗണ്ടന്റ് വാതിൽക്കൽ നിൽക്കുന്നു. അബ്ബ ഇരുപത്തെട്ടുവർഷം മുൻപ് പോലീസ് വകുപ്പിൽചേർന്ന മുതൽ അബ്ബയുടെ മാർഗ്ഗദർശി ആയിരുന്നതുകൊണ്ട് അദ്ദേഹത്തിന് കുടുംബത്തെ നന്നായി അറിയാമായിരുന്നു. അദ്ദേഹം നേരെ കയറി വന്നു. അബ്ബ എഴുന്നേറ്റു.

'റഷീദ് വരൂ, നമുക്ക് ഓഫിസിലേക്കു പോകാം. ബഡേസാഹബ് എന്നെ അയച്ചിരിക്കുകയാണ്. നിങ്ങളെ കൂട്ടിക്കൊണ്ടുചെല്ലാൻ. റാംമാമൻ അധികാരത്തോടെയും വാത്സല്യത്തോടെയും സംസാരിച്ചു. ബഡേസാഹബ് ആ ഇന്റലിജൻസ് ഓഫീസറെ നല്ലവണ്ണം ശകാരിച്ചു.' അബ്ബയും അദ്ദേഹത്തിന്റെ സഹപ്രവർത്തകരും ബീഹാർ ഡി.ജി. പി.യെ ബഡേസാഹബ് എന്നാണ് വിളിക്കുന്നത് എന്ന് ആരിഫിനറിയാമായിരുന്നു.

അദ്ദേഹത്തോട് പറ്റില്ലെന്ന് അബ്ബ പറയില്ലെന്ന് ആരിഫിന് അറിയാം. തെല്ലൊരു അനുനയിപ്പിക്കലിനുശേഷം അബ്ബ റാംമാമനോടൊപ്പം ഓഫീസിലേക്ക് മടങ്ങിപോയി.

തന്റെ മുറിയിലെത്തിയപ്പോൾ അബ്ബയോട് കാശിന്റെ കാര്യം എങ്ങനെയാണ് പറയുക എന്നത് ആരിഫിനെ അലട്ടി. അബ്ബ സുഹൃത്തുക്കളുടെ കൈയിൽനിന്ന് കടംവാങ്ങുമായിരിക്കുമെന്ന് അവനറിയാം. എങ്ങനെയായാലും അടുത്ത കുറച്ചുമാസങ്ങളിൽ ഈ അധിക ചിലവ്, കരുതലോടെ സന്തുലനംചെയ്തിരുന്ന പ്രതിമാസ ബജറ്റിന്റെ താളംതെറ്റിക്കും. അവർ ടൈംസ് ഓഫ് ഇന്ത്യയുടെയും ഇന്ത്യാടുഡേയുടെയും വരിസംഖ്യ നിർത്തുകയും ഒരു ലിറ്റർ പാലിനുപകരം അര ലിറ്റർ വാങ്ങുകയും ചെയ്യും. അടിക്കടി ഉരുളക്കിഴങ്ങുകറി ഉണ്ടാക്കേണ്ടതായും വരും.

ഈ പണം കൊടുത്തുതീർക്കുന്നതുവരെ മീനും ആട്ടിറച്ചിയും കോഴിയും അടുക്കളയിൽനിന്ന് അപ്രത്യക്ഷമാകും. സ്വയംതോന്നുന്ന വെറുപ്പിനെ അതിജീവിക്കാൻ ആരിഫിന് തന്നോടുതന്നെ ഒന്ന് ആക്രോശിക്കണമായിരുന്നു.

'എന്തെങ്കിലും പ്രശ്നമുണ്ടോ ചേട്ടാ?' ആരിഫിന്റെ മനോവേദന നിറഞ്ഞ മുഖംകണ്ട് സക്കീർ ചോദിച്ചു.

ആരിഫ് അവനോട് സകല കഥയും പറഞ്ഞു.

'എന്ത്? നിങ്ങൾ അബ്ബയോട് പറഞ്ഞോ?'

'ഇല്ല, ഞാൻ അദ്ദേഹത്തോട് നാളെ പറയും.'

'അസ്വസ്ഥനാകാതെ ചേട്ടാ, കുറച്ചുനേരം വിശ്രമിച്ചിട്ട് വീണ്ടും കണ്ടെത്താൻ ശ്രമിക്കാം. ഞാൻ പബ്ലിക് കാൾ ഓഫീസിൽപോയി ബാങ്കിലേക്ക് വിളിച്ച് നിങ്ങൾ അവിടെയെവിടെയെങ്കിലും പണം വച്ചിട്ടുണ്ടോ എന്നു ചോദിക്കാം. എന്റെ സുഹൃത്തിന്റെ കസിൻ ആ ബ്രാഞ്ചിൽ ഒരു ക്ലർക്കാണ്.'

സക്കീർ പെട്ടെന്നുതന്നെ പുറപ്പെട്ടു. ആരിഫ് അവന്റെ ഷർട്ടൂരിയിട്ട് കട്ടിലിൽക്കിടന്ന് കണ്ണുകളടച്ചു. പുറത്ത് ഉമ്മ ഏതോ സ്ത്രീയെ സ്വാഗതം ചെയ്യുന്നത് അവൻ കേട്ടു.

'വരൂ സഹോദരി.'

മിനിട്ടുകൾക്കകം ഉമ്മ അവനെ വിളിച്ചു. 'മോനെ ആരിഫ്.'

വീട്ടിൽ ആര് പുതിയ അതിഥിയായി എത്തിയാലും തന്റെ മക്കളെ വിളിച്ച് പരിചയപ്പെടുത്തി കൊടുക്കുന്നത് ഉമ്മയ്ക്ക് പതിവുള്ളതാണ്. ആരിഫിനെ പരിചയപ്പെടുത്തുന്നത് സിവിൽസർവീസ് പരീക്ഷയ്ക്ക് തയ്യാറെടുക്കുന്ന മൂത്തമകനായിട്ടാണ്. പരിചയപ്പെടുത്തൽ ചടങ്ങ് അരങ്ങേറുമ്പോൾ അവന്റെ ഉമ്മയുടെ മുഖം മാതൃത്വത്തിന്റെ അഭിമാനത്താൽ പ്രകാശിക്കും.

ആരെയും പരിചയപ്പെടുവാനുള്ള മാനസികാവസ്ഥ ഇല്ലാത്തതിനാൽ അവൻ ഉറക്കംനടിച്ചു കിടന്നു. പക്ഷേ, കാലടിശബ്ദം അടുത്തടുത്തുവരുന്നതായി കേട്ടപ്പോൾ അവൻ ചാടി എഴുന്നേറ്റു.

അവൻ വേഗത്തിൽ ഷർട്ടെടുത്തിട്ട് അതിന്റെ ബട്ടണുകളിടുമ്പോഴേക്കും സുമിത്ര അകത്തേക്ക് നടന്നുവന്നു. അവരിവിടെ എന്താണ് ചെയ്യുന്നത്. പണത്തിന്റെ കാര്യത്തിൽ അവൻ തളർന്നിരിക്കുകയല്ലായിരുന്നെങ്കിൽ അവന്റെ ഹൃദയം ആഹ്ലാദത്താൽ തുള്ളിച്ചാടിയേനെ.

'ഇത് സുമിത്ര ആന്റി.' ഉമ്മ പറഞ്ഞു.

ഉമ്മയ്ക്ക് അവർ നേരത്തെ കണ്ടുമുട്ടിയിരിക്കും എന്ന് ഒരു ധാരണയും ഉണ്ടായിരുന്നില്ല.

'ഇവിടെ ഇരിക്കൂ സുമിത്രജി. ആരിഫിനോട് സംസാരിക്കൂ.' ഉമ്മ ഒരു കസേര ചൂണ്ടിക്കാണിച്ചിട്ട് മുറിവിട്ട് പുറത്തുപോയി.

'ഇത് നിന്റെ പുസ്തകവും ഡയറിയുമാണ്. നീ എന്റെ അച്ഛനെ ആശുപത്രിയിലാക്കാൻ സഹായിച്ച അന്ന് എന്റെ കൈയിൽ തന്നതാണ്. ഞാനത് എന്റെ ബാഗിൽവച്ചിട്ട് തിരിച്ചുതരാൻ മറന്നുപോയി. സുമിത്ര 'ദിവാൻ ഇമൊമിൻ' എന്ന പുസ്തകവും അവന്റെ നീലഡയറിയും അവരുടെ തവിട്ടുനിറമുള്ള വലിയ ബാഗിൽനിന്നും പുറത്തെടുത്തുകൊണ്ട് പറഞ്ഞു.

'ആ ബുക്കിനകത്ത് നിനക്കുള്ള ചിലതുണ്ട്.' സുമിത്ര ചിരിച്ചുകൊണ്ട് പറഞ്ഞു.

അതൊരു പ്രേമലേഖനമാണോ? ആരിഫ് ആലോചിച്ചപ്പോൾ അവന് രോമാഞ്ചമുണ്ടായി.

ആരിഫിന് പേജുകൾക്കിടയിൽ എന്തോ നിറച്ചിരിക്കുന്നതുപോലെ അനുഭവപ്പെട്ടു. തന്റെ കണ്ണുകൾ വാതിൽക്കലേക്ക് ശ്രദ്ധിച്ച് അവൻ പുസ്തകം തുറന്നു. അതിനകത്ത് തവിട്ടുനിറത്തിലുള്ള ഒരു കവർ ഉണ്ടായിരുന്നു. അവൻ ജാഗ്രതയോടെ അതിനുള്ളിലേക്ക് നോക്കി. അതിനുള്ളിൽ പണം നിറച്ചുവെച്ചിട്ടുണ്ടായിരുന്നു.

ആരിഫ് അവരെ ആശ്ചര്യത്തോടെ നോക്കി. 'നിനക്ക് കുറച്ച് പണം നഷ്ടമായി എന്ന് ഞാനറിഞ്ഞു. ഞാൻ മൃത്യുഞ്ജയന്റെ വീട്ടിൽ വച്ച് നീ പറയുന്നത് കേട്ടു. അതുകൊണ്ട് ഞാൻ ചിന്തിച്ചു... ഇതൊരു കടമായി കരുതിയാൽ മതി. നീ ഒരു ഐ.എ.എസ്. ഓഫീസറാകുമ്പോൾ തിരിച്ചുതന്നാൽ മതി.

'വളരെ നന്ദിയുണ്ട്. പക്ഷേ, എനിക്കിത് സ്വീകരിക്കാൻ വയ്യ. ക്ഷമിക്കണം.' അവൻ ആ കവർ അവരുടെ നേരെനീട്ടി. അവളുടെ ചിരി മറയുന്നത് അവൻ കണ്ടു.

'ദയവായി അവഹേളിക്കപ്പെട്ടതായി തോന്നാതിരിക്കൂ. ഞാൻ നിങ്ങളെ വേദനിപ്പിക്കാൻ ഉദ്ദേശിച്ചതല്ല.' ആരിഫ് ക്ഷമാപണം നടത്തി.

'സാരമില്ല എനിക്ക് നിന്റെ ധർമ്മസങ്കടം മനസ്സിലാകും. നിന്റെ ആത്മാഭിമാനം എന്നിൽ മതിപ്പുളവാക്കുന്നു. അവൾ വീണ്ടും ചിരിച്ചു. അവളുടെചിരി, നുണക്കുഴിവിടർന്ന ആ ചിരി, ആരിഫിനെ പരവശനാക്കി. പെട്ടെന്ന് അവന് അവളെ ചുംബിക്കാൻ തോന്നി.

ഓർക്കു ആരിഫ്, അവൾ വിവാഹിതയാണ്. നിന്റെ കുടുംബത്തിന്റെ കീർത്തിയെക്കുറിച്ച് ചിന്തിക്കൂ. അവളുടെ പിന്നാലെ നടക്കുന്നതിന്റെ പരിണതഫലത്തെക്കുറിച്ച് ആലോചിക്കൂ. അവന് അവനോടുതന്നെ വെറുപ്പുതോന്നി.

'നീ എന്നോട് എന്തെങ്കിലും പറഞ്ഞുവോ?, സുമിത്ര ചോദിച്ചു.

'ഇല്ല', അവളുടെ കണ്ണിൽ ഒരുനിമിഷം മാത്രം നോക്കിയിട്ട് അവൻ പെട്ടെന്ന് പറഞ്ഞു.

അടുത്തുകാണുമ്പോൾ സുമിത്ര കൂടുതൽ സുന്ദരിയാണ്. ആരിഫ് അവളുടെ പൗഡറിന്റെ മണം ശ്വസിച്ചു. അവളുടെ ചുണ്ടുകൾ നിറഞ്ഞതും അവളുടെ മുലകൾ വലിപ്പമുള്ളതുമാണ്.

'തോബ, തോബ! യാഹ് അള്ളാ, എന്റെ കണ്ണുകളുടെ അപരാധത്തോട് എന്നോട് ക്ഷമിക്കൂ.

സുമിത്ര ഒരു കാസ്സെറ്റ് മേശപ്പുറത്തുനിന്ന് എടുത്തു. 'ഹിറ്റ്സ് ഓഫ് കെ.എൽ. സൈഗാൾ, വോളിയം ഒന്ന്.'

'ഇന്ത്യയ്ക്കുള്ളതിൽവച്ച് ഏറ്റവും മഹാനായ പാട്ടുകാരൻ. എന്റെ അച്ഛൻ കെ.എൽ. സൈഗാളിന്റെ കടുത്ത ആരാധകനാണ്. ഞാൻ

കുട്ടിയായിരിക്കുമ്പോൾ അച്ഛൻ ഗ്രാമഫോണിൽ സൈഗാളിന്റെ പാട്ടുകൾവെയ്ക്കുമായിരുന്നു. ഞാനിപ്പോൾ അദ്ദേഹത്തിന്റെ പ്രിയപ്പെട്ട പാട്ടുകൾ ഓർക്കുന്നു.

'ഗംദിയെ മുസ്തകിൽ', 'മധുകർ ശ്യാംഹമാരെ ചോർ', 'ജബ്ദിൽ ഹിടൂട്ട്ഗയാ.' ഈ കാലത്ത് ആരും സൈഗാൾ സാബിനെ കേൾക്കുന്നില്ല. എന്റെ ഭർത്താവ് പറയും, എന്തൊരു പരിഹാസമാണ് മൂക്കുകൊണ്ട് പാടിയ ഒരു പാട്ട് ഒരാൾ ആസ്വദിക്കുക എന്നുവച്ചാലെന്ന്.'

ആരിഫ് ചിരിച്ചു. പക്ഷേ, അവൻ അശാന്തനായിരുന്നു. അവൻ നഷ്ടപ്പെട്ട പണത്തെക്കുറിച്ച് ഓർത്തുകൊണ്ടിരുന്നു.

'നിങ്ങളുടെ അച്ഛന് എങ്ങനെയുണ്ട്?' അവൻ ചോദിച്ചു.

അദ്ദേഹത്തിന് കുഴപ്പമൊന്നുമില്ല. അദ്ദേഹം ഇപ്പോൾ കതിഹാറിൽ ആണ്. അദ്ദേഹത്തിന്റെ ജീവിതത്തിന് അദ്ദേഹം നിന്നോട് കടപ്പെട്ടിരിക്കുന്നു.

'ദൈവം മാത്രമാണ് രക്ഷിച്ചത്.'

സുമിത്ര ഭിത്തിയിൽ ആണിയടിച്ചു തൂക്കിയിട്ടുള്ള ടെന്നീസ് ബാറ്റിനെ നോക്കി.

'ഓ, നീ ടെന്നീസ് കളിക്കും?' അവൾക്ക് മതിപ്പുളവായതുപോലെ തോന്നിച്ചു.

'ഞാൻ ടെന്നീസ് കളിക്കുമായിരുന്നു. ഇപ്പോഴില്ല.'

'എന്റെ ഭർത്താവ് ടെന്നീസ് കളിക്കും. അദ്ദേഹം ന്യൂ പട്ന ക്ലബ്ബിൽ പോകും.'

അവൾ ആരിഫിനെക്കൊണ്ട് അവന്റെ ഇഷ്ടങ്ങളെയും അനിഷ്ടങ്ങളെയും ആഗ്രഹങ്ങളെയും സ്വപ്നങ്ങളെയും കുറിച്ച് കൂടുതൽ സംസാരിപ്പിച്ചു. ആരിഫ് പറയുമ്പോൾ അവൾ ശ്രദ്ധയോടെ കേട്ടിരുന്നു. സുമിത്രയുടെ ഉച്ചാരണം കുറ്റമറ്റതാണെന്ന് ആരിഫ് നിരീക്ഷിച്ചു. പ്രത്യേകിച്ച് അവൾ ഉറുദു വാക്കുകൾ ഉപയോഗിക്കുമ്പോൾ.

'ആരാണീ സുന്ദരനായ ആൺകുട്ടി?' അവൾ ഒരു ഫോട്ടോ ഫ്രെയിം മേശമേൽനിന്ന് ഉയർത്തികൊണ്ട് ചോദിച്ചു.

'എന്റെ സഹോദരൻ സക്കീർ. അവന് സിനിമയിൽ ഭാഗ്യം പരീക്ഷിക്കാനാണ് ആഗ്രഹം, മാഷാ അള്ളാ.'

അവൾ ഒരു കുടുംബഫോട്ടോയിൽ നോക്കി. ദാദിയും അമ്മയും അബ്ബയും കസേരകളിൽ ഇരിക്കുന്നു. ആരിഫും സക്കീറും അവരുടെ സഹോദരിമാരും പിറകിൽ നിൽക്കുന്നു.

'എന്റെ കുടുംബമാണ്.' ആരിഫ് പറഞ്ഞു.

'നിനക്ക് മൂന്ന് സഹോദരികളുണ്ട്?'

'യെസ്.'

'എല്ലാവരും സുന്ദരികളാണ്.'

ആരിഫ് മറുപടിയായി പുഞ്ചിരിച്ചു.

അമ്മ മടങ്ങിവന്നപ്പോൾ അവർ സംസാരം നിർത്തി.

റാബിയ, അവന്റെ പെങ്ങൾ, അവൾ കോളേജിൽനിന്ന് മടങ്ങിയതേയുള്ളു, അമ്മയുടെ പുറകേ മൂന്ന് കപ്പ് ചായയും ഒരു പ്ലേറ്റിൽ റവഹൽവയും വീട്ടിൽ വറുത്ത തടിച്ച ഉരുളക്കിഴങ്ങ് ചിപ്സുമായി വന്നു.

'നിനക്ക് തിരക്കായിരിക്കും. ഞാൻ നിന്നെ പഠിക്കാൻ അനുവദിക്കട്ടെ.' അതുംപറഞ്ഞ് സുമിത്ര അമ്മയോടൊപ്പം ഇറങ്ങിപ്പോയി.

സുമിത്രയുടെ സാമീപ്യത്തിൽ ആരിഫ് നഷ്ടപ്പെട്ട പണത്തെക്കുറിച്ച് ഒട്ടൊക്കെ മറന്നതായിരുന്നു. പക്ഷേ, അതിപ്പോൾ തിരികെവന്ന് അവനെ വേട്ടയാടാൻ തുടങ്ങി. അവളിൽനിന്ന് ആ കവർ സ്വീകരിച്ചിരുന്നെങ്കിലോ എന്നവൻ സന്ദേഹിച്ചു. പക്ഷേ, എനിക്കതിന് എങ്ങനെ കഴിയും?

അവസാനം അവനത് അമ്മയോട് പറയാൻ തീരുമാനിച്ചു. അവൻ കിടക്കയിൽ നിന്നെഴുന്നേറ്റ് തന്റെ ചെരുപ്പുകൾ പരതി. അവൻ കട്ടിലിന്റെ അടിയിൽ നോക്കുവാൻ കുനിഞ്ഞു. കീഴേ ഒരു വെള്ളത്തൂവാല കിടക്കുന്നതവൻ ശ്രദ്ധിച്ചു. അവൻ അല്പംകൂടി ഏന്തിവലിഞ്ഞ് രണ്ടു വിരലുകൾകൊണ്ട് അതവന്റെ അടുത്തേക്ക് വലിച്ചടുപ്പിച്ചു. അവൻ സന്തോഷംകൊണ്ട് ആക്രോശിച്ചു. തൂവാലക്കകത്ത് റബ്ബർബാൻഡ് ഇട്ടനോട്ടുകെട്ട് ഉണ്ടായിരുന്നു.

സക്കീർ പബ്ലിക് ഫോൺബൂത്തിൽനിന്ന് മടങ്ങിവന്നു വീട്ടിലേക്ക് കയറിയപ്പോൾ ആരിഫ് അലറുന്നതുകേട്ടു. സക്കീർ മുറിക്കുള്ളിലേക്ക് ഓടിച്ചെന്നു.

'എന്തുപറ്റി ചേട്ടാ?'

ആരിഫ് ചുരുട്ടിപിടിച്ച അഞ്ഞൂറുരൂപ നോട്ടുകൾ വീശിക്കാണിച്ചു. സക്കീറിന്റെ മുഖത്ത് പ്രകാശം പറന്നു. അവൻ അവന്റെ മൂത്ത സഹോദരന്റെ അടുത്തേക്കുചെന്ന് അവനെ കെട്ടിപ്പിടിച്ചു.

പിന്നീട് രാത്രിയിൽ, ആരിഫ് ദിവാൻ ഇമോമിൻ കൈയിലെടുത്ത് സുമിത്രയുടെ സ്പർശനത്തെക്കുറിച്ച് ചിന്തിച്ചു. അവൻ പേജ് മറിച്ചപ്പോൾ രണ്ടാമത്തെ പേജിൽ അവന്റെ പേര് ഉറുദുവിൽ എഴുതിയിരിക്കുന്നത് കണ്ട് അവൻ ആശ്ചര്യപ്പെട്ടു. അതവന്റ കൈയക്ഷരം അല്ലായിരുന്നു. അത് അതിനുമുൻപ് അവിടെ ഉണ്ടായിരുന്നില്ല. ഒരു കാലിഗ്രാഫി വിദഗ്ധൻ വരച്ചതുപോലെ ഉണ്ടായിരുന്നു അത്. സുമിത്രയ്ക്ക് ഉറുദു അറിയാമോ എന്നവൻ അത്ഭുതപ്പെട്ടു. എങ്ങനെയാണ് ഒരു മധ്യവർഗ മൈഥിൽ ബ്രാഹ്മണസ്ത്രീ, മുസ്ലിം ഭാഷയെന്ന് മുദ്ര കുത്തിയിരിക്കുന്ന ഒരു ഭാഷ പഠിച്ചിരിക്കുക?

അവൻ അവൾ മറ്റെന്തെങ്കിലും എഴുതിയിട്ടുണ്ടോ എന്ന് നോക്കാൻ ആ പുസ്തകത്തിലൂടെ ഊളിയിട്ടു. അവൻ ചതുരാകൃതിയിൽ മടക്കിയ

ഒരു ചെറിയ കഷണം പേപ്പർ കണ്ടെത്തി. അതു തുറക്കുമ്പോൾ അവന്റെ ഹൃദയമിടിച്ചു. നാല് ഈരടികളുള്ള ഒരു ഉറുദു ഗസലായിരുന്നു അത്.

പ്രഭാതം വിടർന്നു/ ഒരുമുഖം ഒരുനോക്ക് കാണുവാനുള്ള കൊതിയോടെ. നീ വന്നില്ല/ നിന്റെ സൗന്ദര്യം എനിക്ക് നിഷേധിച്ചുകൊണ്ട് എന്റെ ഹൃദയം വേദനിച്ചു/ അത് സംക്ഷോഭത്തിലായി എന്റെ അശാന്തമായ ആത്മാവ്/ ഒരു മാത്രപോലും ശാന്തതകിട്ടിയില്ല. സമയം നിശ്ചലമായി/ നിമിഷങ്ങൾ മണിക്കൂറുകളായി തോന്നിച്ചു ദിവസങ്ങൾക്ക് അതിന്റെ പ്രകാശം നഷ്ടമായി/ പൂക്കളിൽ നിന്നും സുഗന്ധം ഒഴിഞ്ഞുപോയി. എന്റെ ആഗ്രഹം ഒരുപക്ഷേ, സഫലമായേക്കും/ ഞാൻ മരിക്കുന്നതിനുമുൻപ് അല്ലെങ്കിൽ ആസക്തിയേ എനിക്ക് പോയേതീരൂ/ മരണത്തിന്റെ ഒറ്റയടിപ്പാതയിലൂടെ, ആകാശത്തിനപ്പുറത്തേക്ക്.

അവൾ തന്റെ പേരെഴുതി ഒപ്പിട്ടിരുന്നു.

'സബാഷ്.' സുമിത്ര ഒരു ഉറുദു കവയിത്രിയാണെന്നുള്ളത് അവനിൽ മതിപ്പുളവാക്കി. അവളുടെ വാക്കുകളുടെ തെരഞ്ഞെടുപ്പ് അലങ്കാരങ്ങളുടെയും ബിംബങ്ങളുടെയും വിന്യാസം ഗസലിന്റെ റാഡിഫും കാഫിയയും, അവളുടെ കവിതയിലെ എല്ലാം തന്നെ അവന്റെ മനം കവർന്നു. ഉമ്മ അത്താഴത്തിന് അവനെ വിളിക്കുന്നതുവരെ അവൻ അവളുടെ കവിത വീണ്ടുംവീണ്ടും വായിച്ചുകൊണ്ടിരുന്നു.

നാല്

രബീന്ദ്രഭവൻ ഓഡിറ്റോറിയത്തിലെ മൂന്നാമത്തെ നിരയിലെ ഒരു സീറ്റിലിരുന്ന് ആരിഫിന്റെ കണ്ണുകൾ അക്ഷമയോടെ തിരഞ്ഞുകൊണ്ടിരുന്നു. കുറച്ചുമിനിട്ടുകൾക്കുമുൻപേ സുമിത്ര ഹാളിലേക്ക് പ്രവേശിക്കുന്നത് അവൻ കണ്ടിരുന്നു. കോബോൾട്ട് നീലനിറത്തിലുള്ള ഒരു സാരിയും ബ്ലൗസു മണിഞ്ഞ് അവന്റെ സീറ്റിന്റെ അടുത്തുള്ള വാതിലിലൂടെ അവൾ പ്രവേശിച്ചിട്ടുണ്ടായിരുന്നു. പക്ഷേ, ആ ജനക്കൂട്ടത്തിലെവിടെയോ അവനവളെ നഷ്ടപ്പെട്ടു.

ഞാനവളെ യഥാർത്ഥത്തിൽ കണ്ടോ, അതോ ഇതെന്റെ സങ്കല്പിത മിഥ്യയാണോ?

അവൻ ഹാളിന്റെ ശരിയായ വീക്ഷണം കിട്ടാൻവേണ്ടി എഴുന്നേറ്റ് തിരിഞ്ഞുനോക്കി മുഖങ്ങളെ സൂക്ഷ്മമായി നിരീക്ഷിക്കുവാൻ തുടങ്ങി.

'ഇരിക്കൂ സഹോദരാ, നിങ്ങൾ ഞങ്ങളുടെ കാഴ്ച്ചമറയ്ക്കുന്നു'. പുറകിലെ നിരയിൽനിന്ന് ആരോ വിളിച്ചുകൂവി. അവൻ ഉടനെ ഇരുന്നു. ഷേക്സ്പിയറിന്റെ ഹാംലെറ്റ് എന്ന നാടകത്തിന്റെ ഹിന്ദി ആവിഷ്കാരം കാണുവാനായി വന്നവരെക്കൊണ്ട് ആ ഹാൾ തിങ്ങി നിറഞ്ഞിരുന്നു.

സക്കീർ ഡെന്മാർക്കിലെ രാജകുമാരനായി വേഷമിടുന്നു. ആ ഷോ എട്ടാമത്തെ ദിവസമായിട്ടും ഹാളു നിറയെ ആളുകളെ ആകർഷിച്ചു. പട്നയിൽ നാടകരംഗത്ത് അതൊരു അപൂർവസംഭവമാണ്. വർത്തമാനപത്രങ്ങളുടെ സിറ്റി എഡിഷൻ ആ നാടകത്തിന് അനുകൂലമായ നിരൂപണങ്ങൾകൊണ്ട് നിറഞ്ഞു.

കർട്ടൻ ഉയർന്നപ്പോൾ ആരിഫ് തന്റെ ശ്രദ്ധ നാടകത്തിലേക്കു തിരിച്ചു. രാജാവിന്റെ പ്രേതം സ്റ്റേജിൽ പ്രത്യക്ഷപ്പെട്ടു. പുക യന്ത്രങ്ങൾ ഭൂതത്തെപോലെ പേടിപ്പിക്കുന്ന പുകനിറച്ചു. അനന്തരം സക്കീർ ഒരു രാജകീയവേഷത്തിൽ പ്രത്യക്ഷപെട്ടു. ആരിഫ് അത്യുത്സാഹപൂർവം കൈയടിച്ചു. ആരിഫിന്റെ ഇടതുവശത്തിരുന്നയാൾ അസ്ഥാളിപ്പോടെ ആരിഫിനെ നോക്കി. ചമ്മലോടെ അവൻ കൈയടിക്കുന്നത് നിർത്തി.

ആ കളിക്കുശേഷം ആരിഫ് മേക്കപ്പ് മുറിയിലേക്ക് നടന്നു. ഒരു കാവൽക്കാരൻ അവനെ തടയാൻ ശ്രമിച്ചെങ്കിലും അവൻ സക്കീറിന്റെ മൂത്തസഹോദരനാണെന്ന് മനസ്സിലായപ്പോൾ അവനെ മുറിയിലേക്ക് പോകാൻ അനുവദിച്ചു.

ആ നാടകത്തിന്റെ സംവിധായകൻ, ക്ലീൻഷേവ് ചെയ്ത മുപ്പതുകളുടെ തുടക്കത്തിൽ പ്രായമുള്ള സഞ്ജയ് ഉപാദ്ധ്യായ, സക്കീറിനെ അഭിനന്ദിക്കുന്നുണ്ടായിരുന്നു.

'ഓരോ നാടകത്തിനുശേഷവും നീ കൂടുതൽ നന്നാവുന്നുണ്ട്. ഈ വർഷം നീ നാഷണൽ സ്കൂൾ ഓഫ് ഡ്രാമയിൽ നിന്റെ ഭാഗ്യം പരീക്ഷിക്കൂ. എനിക്കുറപ്പാണ് നീ തെരഞ്ഞെടുക്കപ്പെടും.'

അവന്റെ സഹോദരൻ ആ കഥാപാത്രത്തിന് ജീവൻ കൊടുത്തതിൽ ആരിഫിന് അഭിമാനംതോന്നി. സക്കീറിന് അടുത്ത ദിലീപ് കുമാറോ അമിതാഭ്ബച്ചനോ ആകാൻ കഴിയും. സഞ്ജീറിലെ ദേഷ്യക്കാരനായ ചെറുപ്പക്കാരൻ വിജയുടെയും മുഗൾ ഇ അസ്സമിലെ സലിം രാജകുമാരന്റെയും ഖയാമത്സെ ഖയാമത്തകിലെ രാജിന്റെയും വേഷങ്ങൾ സക്കീർ അഭിനയിക്കുന്നത് അവൻ സങ്കല്പിച്ചു.

'നീ നിന്റെ റോളിൽ ഗംഭീരമായി, നീ ബഹുദൂരം മുന്നോട്ടുപോകും!' ആരിഫ് തന്റെ സഹോദരനെ കെട്ടിപ്പിടിച്ചുകൊണ്ട് പറഞ്ഞു.

'നന്ദിചേട്ടാ.' സക്കീർ ഉത്സാഹമില്ലാത്ത ശബ്ദത്തിൽ മറുപടി പറഞ്ഞു.

'എന്തുപറ്റി, നീ ഓക്കേയാണോ? ആരിഫ് ഉത്കണ്ഠയോടെ ചോദിച്ചു.

'ഓ, പേടിക്കാനൊന്നുമില്ല ചേട്ടാ. ഐ ആം പെർഫെക്റ്റ്ലി ഫൈൻ. ഞാൻ കഴിഞ്ഞ നാലുദിവസമായി ശരിക്ക് ഉറങ്ങിയിട്ടില്ല. തളർച്ച തോന്നുന്നു.'

'നീ എന്റെ കൂടെ വീട്ടിലേക്ക് വരുന്നുണ്ടോ.'

'ഇല്ല ചേട്ടാ, എനിക്ക് സഞ്ജയ്സാറുമായി കുറച്ചുകാര്യങ്ങൾ സംസാരിക്കാനുണ്ട്. എന്തായാലും സ്പോൺസേഴ്സ് എന്നെ അവരുടെ കാറിൽ കൊണ്ടുവിടും.'

'ഓക്കേ സക്കീർ, ഇപ്പോൾതന്നെ ഒൻപതേമുക്കാൽ ആയി. ഞാനിപ്പോൾ പുറപ്പെടട്ടെ.'

അവൻ ഓഡിറ്റോറിയത്തിന് പുറത്തിറങ്ങിയപ്പോൾ ആ സ്ഥലംവിട്ട് പുറത്തിറങ്ങുന്ന ജനക്കൂട്ടത്തെ അവൻ അരിച്ചുനോക്കി. അവിടെ അവൾ ഉണ്ടായിരുന്നു. അവൻ അവളുടെ അടുത്തേക്ക് ചെന്നു.

'നമസ്തേ.' അവൻ പറഞ്ഞു. അവന്റെ ശബ്ദം വിറച്ചിരുന്നു.

'നമസ്തേ.' അവൾക്ക് അവനെ അവിടെക്കണ്ടതിൽ ആശ്ചര്യം തോന്നിയില്ല. ഒരുപക്ഷേ, അവൾ അവനെ ഹാളിനകത്ത് കണ്ടിട്ടുണ്ടാകും.

'നിങ്ങൾ ഒറ്റക്കാണോ വന്നത്?' ആരിഫ് അവളോട് ചോദിച്ചു.

'അതെ. അവിടെ ഇന്ന് ഒരു രാപ്പകൽ ക്രിക്കറ്റ് കളിയുണ്ട്. അതുകൊണ്ട് എന്റെ ഭർത്താവ്........' അവളാവാചകം മുഴുമിപ്പിക്കുന്നതിന് മുന്നേ ഒരു ബജാജ് ഓട്ടോ അവരുടെ മുന്നിൽ കരകര ശബ്ദമുണ്ടാക്കി

ക്കൊണ്ട് വന്നുനിന്നു. അതിന്റെ സൈലൻസർ ചീറ്റുകയും പുക ശക്തമായി പുറത്തേക്ക് തള്ളുകയും ചെയ്തിരുന്നു. ഓട്ടോയിൽ രണ്ടു യാത്രക്കാർ ഉണ്ടായിരുന്നു. കുർത്ത ധരിച്ച ഒരു മദ്ധ്യവയസ്കൻ തന്റെ കൈവെള്ളയിൽ പുകയിലയിട്ട് തള്ളവിരലുകൊണ്ട് തിരുമ്മുന്നുണ്ടായിരുന്നു. ഇരുപതുകളുടെ തുടക്കത്തിൽ പ്രായംവരുന്ന മറ്റെയാൾ ഉയർന്ന കോളറുകളുള്ള ഒരു ടിഷർട്ട് ധരിച്ചിരുന്നു.

'നിങ്ങളിലാരെങ്കിലുമൊരാൾ വന്ന് മുന്നിലെ സീറ്റിൽ കയറിയിരിക്കൂ.' ഡ്രൈവർ പറഞ്ഞു.

ആ ചെറുപ്പക്കാരൻ ഓട്ടോയിൽ നിന്നിറങ്ങി ഡ്രൈവറുടെ അരുകിൽ ഞെരിഞ്ഞിരിക്കുന്നതിനിടയിൽ സുമിത്രയെയും ആരിഫിനെയും ഒരു സൂക്ഷ്മനിരീക്ഷണം നടത്തി. ആരിഫ് ആ മധ്യവയസ്ക്കന്റെ അടുത്തേക്ക് നീങ്ങിയിരുന്നു. സുമിത്ര അവനുശേഷം ഇരുന്നു.

ആ ഇരുപത്തിയഞ്ചു മിനിറ്റ് യാത്രയ്ക്കിടയിൽ സുമിത്ര ഒന്നും മിണ്ടിയില്ല. അവൾ ചിന്തയിലാണ്ടു പോകുകയും തുടർച്ചയായി ഞൊട്ടയൊടിക്കുകയും ചെയ്തു. ആരിഫ് അവന്റെ സീറ്റിൽ മരവിച്ചിരുന്നു. നയമോറിൽ ഇറങ്ങുമ്പോൾ ആരിഫ് യാത്രാകൂലി കൊടുക്കുവാനായി നിർബന്ധം പിടിക്കുകയും അത് അവൾ വൈമനസ്യത്തോടെ സമ്മതിക്കുകയുംചെയ്തു. ആരിഫ് സുമിത്രയെ നോക്കിച്ചിരിച്ചു. അവൾ ഭാവങ്ങളൊന്നുമില്ലാതെനിന്നു.

നയാമോറിലെ എല്ലാ കടകളും അടച്ചിരുന്നു. അടുത്തുള്ള ഇലക്ട്രിക് കാലിലെ ഏകാകിയായ ബൾബ് മാത്രം തെളിഞ്ഞിരിക്കാൻ പാടുപെട്ടു. ആരിഫ് ചുറ്റുംനോക്കി. അവിടെയെങ്ങും ഒരു സൈക്കിൾ റിക്ഷപോലുമില്ലെന്ന് കണ്ടെത്തി. റോഡ് വിജനമായിരുന്നു.

'നമുക്കീ സമയം ഏതെങ്കിലും റിക്ഷകിട്ടുമെന്ന് എനിക്ക് തോന്നുന്നില്ല.' ആരിഫ് പറഞ്ഞു.

'ശരി.' അവൾ പറഞ്ഞു. അവർ നടക്കാൻ തുടങ്ങി.

'നാടകം നിങ്ങൾക്ക് ഇഷ്ടപ്പെട്ടോ? ആരിഫ് സംഭാഷണത്തിന് ശ്രമിച്ചു. വഴിയരികിലുള്ള കാട്ടുചെടികളിൽനിന്നുള്ള ചീവീടുകളുടെ ശബ്ദം നിശ്ശബ്ദതയെ അരോചകമായി തുളച്ചുകീറി.

പട്നയിലെ തെരുവിലൂടെ രാത്രി വൈകിനടക്കുന്നത് അപകടസാധ്യതയുള്ളതാണെന്ന് അവന് അറിയാമായിരുന്നു. പ്രത്യേകിച്ച് ഒരുപെണ്ണിന്.

'അത് നന്നായിരുന്നു. സക്കീർ ഒന്നാന്തരം അഭിനയം കാഴ്ചവച്ചു.'

'നിങ്ങൾ തനിയെ വരരുതായിരുന്നു.'

'സത്യത്തിൽ ഒഫീലിയ ആയി അഭിനയിച്ച പെൺകുട്ടി എന്റെയൊരു അകന്ന കസിൻ ആണ്. അവൾ നിർബന്ധിച്ചതുകൊണ്ടാണ് ഞാൻ വന്നത്. ഞാനെന്റെ ഭർത്താവുകൂടി വരണമെന്ന് ആഗ്രഹിച്ചു.

പക്ഷേ, അദ്ദേഹം ഒരു ക്രിക്കറ്റ് കളിപോലും ഒഴിവാക്കാറില്ല.' അവളുടെ ശബ്ദത്തിൽ ഒരു കൈപ്പുരസം പടർന്നുകയറുന്നത് ആരിഫ് തിരിച്ചറിഞ്ഞു. ഭർത്താവുമായുള്ള കൂടിക്കാഴ്ച അവൻ ഓർത്തു. അയാൾ സൗമ്യനായി തോന്നിപ്പിച്ചിരുന്നു. ആരിഫ് വിഷയംമാറ്റാൻ തീരുമാനിച്ചു.

'എവിടെയാണ് നിങ്ങളുടെ കുട്ടികൾ പഠിക്കുന്നത്?'

'എന്റെ മകൻ രാഹുൽ സെന്റ് കാരെൻസ് സ്കൂളിൽ മൂന്നാം ക്ലാസ്സിലാണ്. എന്റെ മോള് പത്താംക്ലാസ്സിൽ ഹസാരിബാഗിലെ ഇന്ദിരാ ഗാന്ധി ബാലികാ വിദ്യാലയത്തിലാണ്.'

'കൊള്ളാം. ഞാൻ നിങ്ങളുടെ ഗസൽ വായിച്ചു. വളരെ നന്നായിട്ടുണ്ട്. നിങ്ങളുടെ ഉറുദു വളരെ നല്ലതാണ്. എങ്ങനെ, എവിടെനിന്നാണ് നിങ്ങളാ ഭാഷ പഠിച്ചെടുത്തത്?'

'ഞാൻ ആ കഥ മറ്റൊരു ദിവസം പറയാം.' അവൾ പറഞ്ഞു.

മഴ ചാറുവാൻ ആരംഭിച്ചപ്പോഴേയ്ക്കും അവർ ഒരു ചെറിയ സൂഫി ദേവാലയത്തിനു മുൻപിലെത്തിചേർന്നു. അവിടെ തണുത്ത കാറ്റ് വീശിക്കൊണ്ടിരുന്നു. സുമിത്ര സാരിത്തുമ്പുവലിച്ച് ചുമലുകൾ മറയ്ക്കുന്നത് ആരിഫ് കണ്ടു. വൈദ്യുതി നിലച്ചസമയമായിരുന്നു. റോഡ് ഇരുട്ടിലാണ്ടുകിടന്നു. പച്ച കുർത്തധരിച്ച വെളുത്തുനീണ്ട താടിയുള്ള ഒരു വൃദ്ധൻ വളഞ്ഞ വരാന്തയിലിരുന്ന് പുകവലിക്കുന്നുണ്ടായിരുന്നു. ഒരു റാന്തൽവിളക്കിൽ നിന്നുള്ള ഓറഞ്ച് വെളിച്ചത്തിൽ അയാളുടെ മുഖംതിളങ്ങി.

സുമിത്ര ദേവാലയത്തിന്റെ മുന്നിൽ നിശ്ചലമായിനിന്ന് കൈകൾ മടക്കി അവളുടെ പ്രണാമം അർപ്പിച്ചു. അവർ ഒരു നൂറുവാര നടക്കുന്നതിനുമുൻപേ ചാറ്റൽമഴ കനത്തുപെരുമഴയായി. *അകാലത്തിലുള്ള ഒക്ടോബർ മഴ. ജലദോഷം പിടിക്കാനുള്ള നിശ്ചയമായ ഒരു കുറുക്കുവഴി.* ആരിഫ് ചിന്തിച്ചുകൊണ്ട് ഒരു സുരക്ഷിത സ്ഥലത്തിനായി ചുറ്റുംനോക്കി. അവരെ ഞെട്ടിച്ചുകൊണ്ട് ഒരു മോട്ടോർസൈക്കിൾ വേഗത്തിൽ കടന്നുപോയി. പക്ഷേ, അതിന്റെ ഹെഡ്‌ലൈറ്റ് രശ്മികൾ മിന്നിയപ്പോഴേയ്ക്ക് ആരിഫ് മുന്നിൽ പന്തലുള്ള ഒരു ഷട്ടറിട്ട കട കണ്ടെത്തി. അവർ അങ്ങോട്ട് ഓടിക്കയറി.

മഴത്തുള്ളികൾ ആസ്ബെസ്റ്റോസ് മേൽക്കൂരയിൽ പെരുമ്പറ കൊട്ടി. അവർക്ക് റോഡിൽ ഒന്നും കാണുവാൻ സാധിച്ചില്ല. അവിടെ ഒരാത്മാവിന്റെ സാന്നിധ്യം പോലുമില്ലായിരുന്നു. ആരിഫിന്റെ വാച്ചിൽ പതിനൊന്നുമണി കാണിച്ചു. അവർക്ക് ആ സുരക്ഷിതസ്ഥലത്തുനിന്ന് ഈ മഴയത്ത് പുറത്തിറങ്ങാൻ കഴിയുമായിരുന്നില്ല. സുമിത്രയെ വ്യക്തമായി കാണാൻ കഴിയുന്നില്ലെങ്കിൽകൂടി അവന് അവളുടെ അസ്വസ്ഥത തിരിച്ചറിയാനായി. ആരെങ്കിലും അവരെ ഈ മഴയത്ത് ഈ രാത്രി

നേരത്ത് കണ്ടാൽ എന്തായിരിക്കും. അപകീർത്തിയെകുറിച്ചുള്ള ഭയം ഉണ്ടായിരുന്നാലും അവന് ഒരു ചെറിയ ഉൾപുളകം അനുഭവപെട്ടു. അവൻ എന്തോ പറയുവാൻ ആഗ്രഹിച്ചു, പക്ഷേ, അതിന് ഈ സമയമോ സ്ഥലമോ അനുയോജ്യമാണോ എന്ന് നിശ്ചയമുണ്ടായിരുന്നില്ല. ആരിഫ് സംസാരിക്കുന്നതുവരെ കുറേ മിനിട്ടുകൾ അവർ നിശ്ശബ്ദരായിരുന്നു.

'എന്തുകൊണ്ടാണ് നിങ്ങൾ എനിക്കൊരു സന്ദേശംപോലും തരാതെ ഹോസ്പിറ്റലിൽനിന്ന് അപ്രത്യക്ഷമായത്?'

'അത് സത്യമല്ല, ആരിഫ്. ഞാൻ എന്റെ കോൺടാക്റ്റ് ഡീറ്റെയിൽസ് വച്ച് നിനക്കൊരു എഴുത്ത് ഏൽപ്പിച്ചിരുന്നു. എന്റെ കസിനെ വിളിച്ചുകൊണ്ടുവരാൻ നീ പോയിക്കഴിഞ്ഞ് അരമണിക്കൂർ കഴിഞ്ഞപ്പോൾ എന്റെ മറ്റൊരു കസിൻ ഹോസ്പിറ്റലിൽവന്നു. അവൻ എന്റെ അമ്മയിൽനിന്നും അച്ഛന്റെ രോഗവിവരം അറിഞ്ഞു. അച്ഛൻ സംസാരിച്ചു തുടങ്ങിയപ്പോൾ ഞാൻ അമ്മയെ വിളിച്ചിരുന്നു.

'അച്ഛനെ കൻകർ ബാഗിലുള്ള പ്രൈവറ്റ് ഹോസ്പിറ്റലിലേയ്ക്ക് വേഗം മാറ്റണമെന്ന് എന്റെ കസിൻ നിർബന്ധിച്ചു!' സുമിത്ര പറഞ്ഞു.

'ഞാൻ നിങ്ങളോടൊരു ചോദ്യം ചോദിക്കട്ടെ?'

'തീർച്ചയായും.' അവൾ പറഞ്ഞു.

തലയ്ക്കു മുകളിൽ വോൾട്ടേജ് കുറഞ്ഞ ഒരു ബൾബ് മിന്നിത്തെളിഞ്ഞ് ജീവൻവച്ചു. ആരിഫിന് അവളുടെ മുഖം കാണാനായി.

'ഞാൻ എന്താണ് നിങ്ങളെ വിളിക്കേണ്ടത്? ആന്റി എന്നു വിളിക്കട്ടെ?'

'വേണ്ട. തീർച്ചയായും വേണ്ട. എനിക്ക് അത്രയ്ക്ക് പ്രായമായിട്ടില്ല.' അവൾ ശുണ്ഠിപിടിച്ച് പറഞ്ഞു.

'നിനക്കെന്നെ സുമിത്ര എന്നു വിളിക്കാം.'

'ഓക്കേ സുമിത്രാജി.' അവൻ അവളുടെ പേര് ഉച്ചരിച്ചപ്പോൾ അവൾ അവന്റെ പിൻകഴുത്തിൽ ചുംബിച്ചപോലെയും നട്ടെല്ലിലൂടെ അനുഭൂതിയുള്ള ഒരു തണുപ്പ് പടർത്തിയതുപോലെയും അവന് തോന്നി.

മഴ കുറഞ്ഞ് ചാറൽമഴയായി മാറി.

'നമുക്ക് നടക്കാം. എനിക്ക് തോന്നുന്നില്ല ഈ മഴ നിൽക്കാൻ പോകുന്നുണ്ടെന്ന്. അവർ റോഡിലേയ്ക്ക് ചുവടുകൾവച്ച ഉടനെ അവരുടെ കാലിനടുത്തുകൂടി ഒരു പാമ്പ് ഇഴയുന്നത് ആരിഫ് കണ്ടു. അവൻ ഒഴിഞ്ഞുമാറി അവളോട് പറയുവാൻ പോയപ്പോഴേയ്ക്കും അവളും അത് കണ്ടു. അവൾ അലറിവിളിച്ച് പുറകോട്ട് തിരിഞ്ഞ് ആരിഫിനെ കടന്നുപിടിച്ച് അവളുടെ കൈകൾകൊണ്ട് അവനെ ചുറ്റിപിടിച്ചു. ആ അമ്പരപ്പിൽ ആരിഫിന് പെട്ടെന്ന് പ്രതികരിക്കാൻ കഴിഞ്ഞില്ല. പിന്നെ

അവൻ സമാശ്വസിപ്പിക്കാനെന്നോണം അവളെ ചുറ്റിപ്പിടിച്ച് അവളുടെ മുടിയുടെ നറുമണം ശക്തിയായി ശ്വസിച്ചു. പാമ്പ് പോയെങ്കിലും സുമിത്ര അവനെ അള്ളിപ്പിടിച്ചു. ആരിഫിന് അവന്റെ തൊലിപൊള്ളുന്നതായി തോന്നി. തന്റെ ശ്വാസകോശത്തിലെ വായുതീർന്നു പോയപോലെ അവൻ ശ്വസിച്ചു. അനന്തകാലത്തോളം അങ്ങനെ നിൽക്കാൻ അവൻ ആഗ്രഹിച്ചു. കുറച്ചു നിമിഷങ്ങൾക്കുശേഷം സുമിത്ര അവനെ സ്വതന്ത്രനാക്കി. അവൾ അവനെ നോക്കിയതേയില്ല.

'ക്ഷമിക്കണം.' അവൾ പറഞ്ഞിട്ട് നടക്കാൻ തുടങ്ങി. ആരിഫ് അവളെ പിന്തുടർന്ന് കുറച്ചുമിനിറ്റുകൾ കഴിഞ്ഞപ്പോൾ സുമിത്ര ശനിയാഴ്ച്ചകളിൽ പ്രാർത്ഥിച്ചിരുന്ന അരയാലിന്റെ അടുത്ത് അവർ എത്തി. ഒരു ഉരുളൻകല്ലുകൾ പാകിയ വഴി റോഡിൽനിന്ന് ശാഖയായി പിരിഞ്ഞ് ആ മരത്തിനടുത്തേക്കും ബാങ്ക് കോളനിയിലേക്കും നീണ്ടുകിടന്നിരുന്നു. റോഡിന്റെ മറ്റേവശത്ത് ഒരു വലിയ കമാനാകൃതിയിലുള്ള പ്രവേശനകവാടം ഉണ്ടായിരുന്നു. അതിൽ ഇങ്ങനെ കല്ലിൽ കൊത്തിവെച്ചിരുന്നു, ഗേറ്റ്നമ്പർ 2, ബീഹാർ മിലിട്ടറി പോലീസ്, 5-ാമത് ബറ്റാലിയൻ, പട്ന 800014. യൂണിഫോമിട്ട ഒരു കോൺസ്റ്റബിൾ ചുവന്ന അലങ്കാരത്തൂവൽവെച്ച പച്ച തൊപ്പിയും ധരിച്ച് കവാടത്തിൽ നിൽക്കുന്നുണ്ടായിരുന്നു. ആ കവാടത്തിനപ്പുറം രണ്ടുനില കെട്ടിടങ്ങളുടെ നീണ്ടനിരയുണ്ടായിരുന്നു.

'നീ, വീട്ടിൽ പൊയ്ക്കൊള്ളൂ. ഇവിടുന്ന് ഞാൻ തനിയെ പോയ്ക്കോളാം.' സുമിത്രപറഞ്ഞു.

'വേണ്ട സുമിത്രജി, എനിക്ക് ഈ സമയത്തു നിങ്ങളെ തനിയെ വിടാൻ പറ്റില്ല.'

'ശരി, നന്ദി.'

അവർ നിശ്ശബ്ദരായി നടന്നു.

'വല്ലപ്പോഴും എന്റെ വീട്ടിലേയ്ക്ക് വരൂ. നമുക്ക് നമ്മുടെ കവിതകൾ പങ്കുവെയ്ക്കാം.' അവളുടെ വീട് കാണാറായപ്പോൾ സുമിത്ര പറഞ്ഞു. അവളുടെ ബാൽക്കണിയിലെ ലൈറ്റ് തെളിഞ്ഞുകിടന്നിരുന്നു. രമേശ് ബാൽക്കണിയിൽ അവളെ കാത്തുനിൽക്കുന്നുണ്ടായിരുന്നു.

'ബൈ.'

'ബൈ, സുമിത്രജി.' ആരിഫ്പറഞ്ഞു.

അവൻ അവളുടെ വീട്ടിൽനിന്ന് അകലെയല്ലാതെയുള്ള ഒരു ആര്യവേപ്പിന്റെ അടുത്തുനിന്നു. സുമിത്ര വീട്ടിലേയ്ക്ക് കയറി പോകുന്നത് അവൻ കണ്ടു. അവൾ കോണിപ്പടികൾ കയറി അവളുടെ ഫ്ളാറ്റിന്റെ ഒന്നാംനിലയിലെ ബാൽക്കണിയിൽ പ്രത്യക്ഷപെട്ടു. അടുത്ത രണ്ടുമിനിട്ടിനുള്ളിൽ അവൾ അവിടെനിന്ന് അവളുടെ ഭർത്താവിനോട് സംസാരിച്ചു. പിന്നെ അവർ വീട്ടിലേയ്ക്ക് കയറി വിളക്കുകൾ അണച്ചു.

അവളുമായി ചിലവിട്ട കഴിഞ്ഞ കുറേ മണിക്കൂറുകൾ ഓർത്തെടുക്കാൻ അവൻ ശ്രമിച്ചു. അവനുമായി തെറ്റായ ഒരു ബന്ധത്തിന് അവൻ അവളെ വശീകരിക്കാൻ പോവുകയാണോ? അവൻ അവളെ കെട്ടിപ്പിടിച്ചപ്പോൾ അവൻ ഉത്തേജിച്ചിരുന്നു. വളരെ വേഗത്തിൽ അവൻ ബഹുദൂരം പിന്നിട്ടിരുന്നു. ഇപ്പോൾ അവൻ അവനെത്തന്നെ നിയന്ത്രിച്ചില്ലെങ്കിൽ അവൻ നാശത്തിലേക്ക് എന്നെന്നേക്കുമായി വഴുതിവീഴും. അവന്റെ മാതാപിതാക്കൾ ഈ ബന്ധം അറിഞ്ഞാൽ എന്തായിരിക്കും അവസ്ഥ? അവൾ ഒരു ഹിന്ദുവാണ്. അതുതന്നെ ഒരു വർഗ്ഗീയലഹളയ്ക്ക് കാരണമായേക്കാം. *എന്തായിരിക്കും അവളുടെ ഭർത്താവ് ഇതറിഞ്ഞാൽ? അയാൾ തീർച്ചയായും തന്നെ കൊല്ലും.*

ആരിഫ് തന്റെ വീടിന്റെ മുൻപിൽനിന്ന് കണ്ണുകളടച്ച് വിശുദ്ധ ഖുറാനിലെ ഒരു സൂക്തം ഉരുവിട്ടു. തന്റെ ആഗ്രഹത്തിന്റെ മൊട്ട് തിന്മയിലേക്ക് പൂവിടുന്നതിനുമുൻപുതന്നെ ഉടച്ചുകളയുവാനും തീരുമാനിച്ചു.

അഞ്ച്

ശക്തമായ കാറ്റും നിലാവുമുള്ള ഗംഗാനദീതീരത്തുനിന്ന് സാരിത്തല പ്പുകൊണ്ട് തലമൂടി കറുത്ത സാരിയുടുത്ത സുമിത്ര അവനെ ആംഗ്യം കാട്ടി വിളിച്ചു. സാരിത്തലപ്പ് ഊർന്നു വീണപ്പോൾ അവളുടെ മുടി ദൃശ്യമായി. അത് ലോഹത്തിൽ നിർമിച്ചപോലെ തിളങ്ങി. എന്തോ വെള്ളത്തിൽ വീഴുന്ന ശബ്ദംകേട്ടപ്പോൾ ആരിഫ് തന്റെ കണ്ണുകൾ സുമിത്രയിൽനിന്നും പറിച്ചെടുത്തു. അപ്പോൾ സക്കീർ മുങ്ങിത്താഴു ന്നത് അവൻ കണ്ടു. അവൻ പുഴയിലേക്കോടിച്ചെന്നു. പക്ഷേ, ദുഃഖാർദ്ര മായ ശബ്ദത്തിൽ സുമിത്ര പാടുന്നത് അവൻ കേട്ടു. അവന് വരികൾ മനസ്സിലായില്ലെങ്കിലും അതിന്റെ സംഗീതം വശ്യമായിരുന്നു. സുമിത്ര ഇപ്പോൾ അവന്റെ മുന്നിലാണുള്ളത്. കൈയില്ലാത്ത ഒരു നിശാവസ്ത്ര മാണ് അവൾ ധരിച്ചിരുന്നത്. അത് അവളുടെ മുലയിടുക്കിനെ സമൃദ്ധ മായി പ്രദർശിപ്പിച്ചു.

അവന്റെ ഉള്ളിൽ ആസക്തി ചുരുളഴിയാൻ തുടങ്ങി. അവന്റെ സഹോദരൻ അലറി നിലവിളിച്ചെങ്കിലും അവൻ അനങ്ങിയില്ല. അവൻ അവന്റെ സഹോദരനെ മരിക്കാൻവിട്ടിട്ട് സുമിത്രയെ തന്റെ കൈകൾ കൊണ്ട് വലിച്ചടുപ്പിച്ചിട്ട് അവളെ തീക്ഷ്ണമായി ചുംബിച്ചു.

തോബ അസ്തകഫർ! തോബ അസ്തകഫർ! തോബ അസ്ത കഫർ! ആരിഫ് ഒരു ഞെട്ടലോടെ ഉണർന്നു. അവൻ അസ്വസ്ഥനായി എഴുന്നേറ്റിരുന്നു. അവന്റെ കാലുകൾ നിലത്തു സ്പർശിച്ചു. അതിന്റെ തണുത്ത നിർവികാരത അവന് അനുഭവപ്പെട്ടു.

അവന്റെ അരുകിൽ തന്റെ സഹോദരൻ ശ്വാസോച്ഛ്വാസം ചെയ്യു ന്നത് ആരിഫിന് കേൾക്കാമായിരുന്നു. എങ്കിലും, സ്വയം ബോധ്യപ്പെടു ത്താൻ അവൻ ലൈറ്റ് തെളിച്ചു സക്കീറിനെ പരിശോധിച്ചു. അവൻ തങ്ങളുടെ കിടക്കയിൽ, തന്റെ അടുത്ത് ഗാഢനിദ്രയിൽ ആണ്. അവന്റെ ഇടത്തെ കാല് കിടക്കയിൽനിന്നും വെളിയിലേക്ക് തൂങ്ങി കിടക്കുന്നു.

കുറച്ചൊന്ന് കുനിഞ്ഞ് ആരിഫ് പതിയെ തന്റെ സഹോദരന്റെ കാല് ഉയർത്തി കിടക്കയിൽവച്ചു. വാത്സല്യപൂർവ്വം അവന്റെ മുടി യിഴകൾക്കിടയിലൂടെ വിരലോടിച്ചു. ജാലകപ്പടിയിൽ തടിച്ച പെൻഗ്വിൻ ക്ലാസിക് പേപ്പർബാക്ക് *അന്നാകരിനീന*യും ഒരു വാട്ടർ ജഗ്ഗും ഇരിപ്പു ണ്ടായിരുന്നു. അവൻ ജഗ്ഗിൽനിന്നും നേരിട്ട് വെള്ളം കുടിച്ചിട്ട് ആ

നോവൽ കൈയിലെടുത്തു. പക്ഷേ, അവനത് തുറന്നു നോക്കാതെ തിരികെവയ്ക്കുകയും ചെയ്തു.

കിടക്കയിലേക്ക് വീണ്ടും കിടന്ന് അവൻ ഉറങ്ങാൻ ശ്രമിച്ചു. പക്ഷേ, അവനതിന് കഴിഞ്ഞില്ല. അതൊരു ദുഃസ്വപ്നമായിരുന്നോ അതോ മറ്റെന്തെങ്കിലുമോ? പലതരം സ്വപ്നങ്ങളെക്കുറിച്ച് ഒരിക്കൽ അവന്റെ മുത്തശ്ശി സൂചിപ്പിച്ചിരുന്നില്ലേ?

'മൂന്നുതരത്തിലുള്ള സ്വപ്നങ്ങൾ ഉണ്ട്.' അവർ പറഞ്ഞിട്ടുണ്ട്. 'ദൈവത്തിൽനിന്നുംവരുന്ന ദിവ്യമായ സ്വപ്നങ്ങൾ അഥവാ ഖ്വബ് ഇറഹ്മാനി, അത് ഭാവിയിൽ നടക്കാൻ പോകുന്ന സംഭവങ്ങളെക്കുറിച്ച് ഒരു ഉൾകാഴ്ച്ച തരുന്നവയാണ്. ഖ്വബ് ഇസൈതാനി അഥവാ പിശാചിന്റെ സ്വപ്നങ്ങൾ. അവ വൃത്തികെട്ട സ്വപ്നങ്ങളും ദുഃസ്വപ്നങ്ങളും ആണ്. പിന്നെ മനഃശാസ്ത്രപരമായ സ്വപ്നങ്ങൾ അല്ലെങ്കിൽ ഖ്വബ് ഇസിഹാനി. നിങ്ങൾ ഉണർന്നിരിക്കുമ്പോൾ ആഴത്തിൽ ചിന്തിച്ചതിന്റെ പ്രതിഫലനങ്ങളാണവ.'

അവന്റേത് ഒരു സാത്താന്റെ സ്വപ്നമായിരുന്നോ എന്ന് ആരിഫ് ആശ്ചര്യപ്പെട്ടു. അതോ ഭാവിയിൽ സംഭവിക്കുന്ന ആപത്തിനെക്കുറിച്ചുള്ള ദുസ്സൂചനയോ? അല്ലെങ്കിൽ അത് സുമിത്രയിൽനിന്ന് അകന്നു നിൽക്കുവാനുള്ള ദൈവീകമായ മുന്നറിയിപ്പോ? അവൻ കണ്ണുകളടച്ച് സുറാഹ് അൽബഖറയിൽനിന്നുള്ള സൂക്തങ്ങൾ ഉരുവിടാൻ തുടങ്ങി. പതിയെ അവൻ നിദ്രയിലേക്ക് വഴുതിപ്പോയി.

അടുത്ത ദിവസം രാവിലെ ആരിഫ് അസ്വസ്ഥനായിരുന്നു. അവൻ തന്റെ ഊഴവുംകാത്ത് കുളിമുറിയുടെ പുറത്തുനിന്നു. ഒരു ശബ്ദത്തോടെ വാതിൽതുറക്കുകയും അവന്റെ സഹോദരി റാബിയ അവളുടെ അരക്കെട്ടോളം നീളമുള്ളമുടി ഒരു ടവൽകൊണ്ട് തുടച്ചുകൊണ്ട് പുറത്തുവരികയുംചെയ്തു. വെള്ളത്തുള്ളികൾ അവളുടെ മുടിയിൽനിന്നും ഇറ്റിറ്റ് അവളുടെ സൽവാർ കമ്മീസിൽ വീഴുന്നുണ്ടായിരുന്നു. അവൻ അകത്തുകയറാൻ തുടങ്ങിയപ്പോഴേക്കും നസ്നീന്റെ ശബ്ദം അവൻ പുറകിൽനിന്നും കേട്ടു.

'ആരിഫിക്കാ എനിക്ക് കുറച്ചുനേരത്തെ സ്കൂളിൽ പോകണം. എന്നെ കുളിമുറി ഉപയോഗിക്കാൻ ദയവായി അനുവദിക്കൂ.'

'ശരി നസ്നീൻ.' ആരിഫ് വാത്സല്യത്തോടെ പ്രതികരിച്ചു.

'കുളിമുറിയിൽനിന്ന് എന്റെ ടൂത്ത്ബ്രുഷും ടൂത്ത്പേസ്റ്റും ഒന്നെടുത്തു തരൂ. ഞാൻ കാത്തുനിന്നു കൊള്ളാം.'

അവന്റെ സഹോദരിക്ക് വഴി കൊടുക്കുവാൻ അവൻ വശത്തേക്ക് മാറി.

പല്ലുതേച്ചുകൊണ്ട് ആരിഫ് അടുത്തുള്ള ബാൽക്കണിയിലേക്ക് ചെന്നു.

'ഇക്കാ.' ഇപ്രാവശ്യം ഹുമയാണ്. പതിനാലുവയസ്സിൽ അവൾക്ക് അവളുടെ പ്രായത്തിൽ കൂടുതൽ ഉയരമുണ്ട്. അവളുടെ ലക്ഷണങ്ങൾ അവളുടെ സഹോദരിമാരോട് സാദൃശ്യമുള്ളതാണെങ്കിലും അവളുടെ നിറം അവരുടെ അത്രയും വെളുത്തിട്ടല്ല.

'ഏസ്സ്, ഹുമാ.'

'എനിക്ക് ഈ അൽജിബ്ര ചെയ്യുവാൻ നിങ്ങടെ സഹായം വേണം.'

'തീർച്ചയായും. ആ പ്രോബ്ലം എന്നെ കാണിക്കൂ.'

ആരിഫ് കണക്ക് വേഗത്തിൽ ചെയ്യും. അവൻ ആ പ്രോബ്ലം അഞ്ചുമിനിറ്റിനുള്ളിൽ ചെയ്തു.

ഹുമ മടങ്ങിപ്പോയ ഉടനെ ദുഃസ്വപ്നം അവനെ അലട്ടാൻ തുടങ്ങി. അവൻ ഉമ്മയോട് സംസാരിച്ചാലോയെന്ന് ചിന്തിച്ച് അവരുടെ മുറിയിലേക്കുപോയി. അവർ വിശുദ്ധഗ്രന്ഥത്തിൽനിന്ന് സൂക്തങ്ങൾ ഉരുവിടുകയായിരുന്നു. പക്ഷേ, അവന്റെ മുത്തശ്ശി ദുഃസ്വപ്നങ്ങളെക്കുറിച്ച് സംസാരിക്കരുതെന്ന് അവനോട് പറഞ്ഞിട്ടുണ്ടായിരുന്നു. അല്ലെങ്കിൽ അതിന്റെ ശക്തി ഇല്ലാതാകുകയില്ല.

അവനൊരു അന്ധവിശ്വാസി ആകുകയാണോ? ഇത് സുമിത്രയെ ആഗ്രഹിക്കുന്നത് തടയുന്നതിനായി ദൈവീകമായി അവന് കിട്ടിയ താക്കീതാണോ?

ഒരു വിവാഹിതയായ പെണ്ണിനെക്കുറിച്ച് ചിന്തിക്കുകപോലും ഒരു തെറ്റായ പ്രവൃത്തിയാണ്. പരസ്ത്രീബന്ധത്തെക്കുറിച്ചുള്ള ചിന്ത പോലും അപരാധമാണെന്നാണ് വിശുദ്ധ ഖുർആൻ പറഞ്ഞിട്ടുള്ളത്.

ശുചിയാകലിനുശേഷം ആരിഫ് തന്റെ മുറിയിലെ ഒരു തടിക്കസേരയിലിരുന്നു വീണ്ടും സുമിത്രയെക്കുറിച്ച് ആലോചിക്കാൻ തുടങ്ങി. അവൻ അവളെ അവസാനമായി കണ്ടതും അവളുടെ നീണ്ട മുടിയുടെ അറ്റം അവളുടെ കൈകൾകൊണ്ട് കോതിമിനുക്കിയതും അവൻ ഓർത്തെടുത്തു.

യാഹ്, അള്ളാ. ഞാൻ എന്താണ് ചെയ്യേണ്ടത്? അവൻ പബ്ലിക് അഡ്മിനിസ്ട്രേഷന്റെ ബുക്ക് അവന്റെ കട്ടിലിനരുകിലെ മേശപ്പുറത്തുനിന്ന് കയ്യിലെടുത്തു.

'എനിക്ക് നിന്നോട് ചില കാര്യങ്ങൾ ചർച്ചചെയ്യാനുണ്ട്. 'പോലീസ് സ്റ്റേഡിയത്തിലെ പ്രഭാതനടത്തം കഴിഞ്ഞു മടങ്ങിവന്ന സക്കീർ, മുറിയിലേക്ക് പ്രവേശിച്ച ഉടനെ ആരിഫ് പറഞ്ഞു.

'എന്താണ് ഇക്കാ?' ആരിഫിന്റെ സ്വരത്തിലെ ഗൗരവംകണ്ട് ആശ്ചര്യപ്പെട്ട് സക്കീർ ചോദിച്ചു.

'മുകളിലെ നിലയിലേക്ക് വരൂ. ടെറസിൽ എത്തിയപ്പോൾ ആരിഫ് തെല്ലൊന്ന് ചുറ്റിനടന്നശേഷം അരമതിലിൽ ഇരുന്നു. സക്കീർ അവന്റെ മുന്നിൽനിലയുറപ്പിച്ചു.

'സക്കീർ, എന്റെ ഇളയസഹോദരനുമായി ഇതു പങ്കുവെയ്ക്കുന്നത് ഉചിതമാണോ എന്നെനിക്കറിയില്ല. 'രണ്ടു കുരുവികൾ ടെറസ്സിലിരുന്ന് ഉല്ലസിക്കുന്നത് നോക്കികൊണ്ട് ആരിഫ് പറഞ്ഞു.

'ഇക്കാ, ഞാൻ നിങ്ങളുടെ സഹോദരനാണ്, പക്ഷേ, നിങ്ങളുടെ സുഹൃത്ത് കൂടിയാണ്.

സക്കീർ പറഞ്ഞിട്ട് അതുറപ്പിച്ചുകൊണ്ട് തന്റെ കൈകൾ ആരിഫിന്റെ ചുമലിൽവെച്ചു.

'നിങ്ങളുടെ രഹസ്യങ്ങൾ എന്നോട് പങ്കുവെയ്ക്കില്ലേ?'

'വിവാഹിതയും കുട്ടികളുള്ളതുമായ ഒരു ഹിന്ദു സ്ത്രീയോട് എനിക്ക് ഭ്രാന്തമായ ഇഷ്ടമാണെന്ന് ഞാൻ പറഞ്ഞാൽ നീ എങ്ങനെയാണ് പ്രതികരിക്കുക?'

'എന്ത്?'

'സത്യമാണ് എന്റെസഹോദരാ.'

'മധ്യവയസ്കയായ ഒരു വിവാഹിതയിൽ നിങ്ങൾ എന്താണ് കണ്ടത്?'

'എനിക്കെന്നെത്തന്നെ നിയന്ത്രിക്കാനാകാത്തവിധം മനോഹരിയാണ് ആസ്ത്രീ. അവളെക്കുറിച്ചുള്ളതെല്ലാം വിശിഷ്ടമാണ്. അവളുടെ ആത്മവിശ്വാസം, അവളുടെ ഇരുത്തംവന്ന പ്രകൃതം, അവൾ സ്വയം സമർത്ഥിക്കുന്ന രീതി, അവൾ സംസാരിക്കുന്ന രീതി, അവളുടെ ചിരി. പക്ഷേ, സത്യം പറഞ്ഞാൽ എനിക്കറിഞ്ഞുകൂടാ എന്താണ് അവളിലേക്ക് എന്നെ ആകർഷിച്ചതെന്ന്. എനിക്ക് മുമ്പൊരിക്കലും ഇങ്ങനെ അനുഭവപ്പെട്ടിട്ടില്ല.'

'എന്റെ പ്രിയപ്പെട്ട വല്യ ഇക്കാ, നിങ്ങൾ കാൽവയ്ക്കുന്ന വഴി വളരെ അപകടംപിടിച്ചതാണ്. ഒരു വിവാഹിതയായ സ്ത്രീ!' സക്കീർ തുടർന്നു.' അതിനുപരിയായി ആ സ്ത്രീ ഒരു ഹിന്ദുവും. ഒരു ഹിന്ദു സ്ത്രീയെ ആഗ്രഹിക്കുന്നതിന്റെ അനന്തരഫലങ്ങളെക്കുറിച്ച് നിങ്ങൾക്ക് മനസ്സിലാകും എന്ന് ഞാൻ കരുതുന്നു.'

'ശരിയാണ്, എനിക്ക് മനസ്സിലാകും. പക്ഷേ, എന്റെ ഹൃദയത്തിന് കഴിയുന്നില്ല.'

'അബ്ബയെക്കുറിച്ച് ചിന്തിക്കൂ. ഉമ്മയെകുറിച്ച് ചിന്തിക്കൂ. അവരിത് കണ്ടുപിടിച്ചാൽ അവർ അപമാനംമൂലം മരിക്കും. ചിന്തിക്കൂ ഇക്കാ. നിങ്ങൾക്കു മാത്രമേ നിങ്ങളുടെ സദാചാരത്തിന്റെ അതിർവരയ്ക്കാൻ കഴിയൂ.'

സക്കീറിന്റെ പക്വത ആരിഫിനെ അത്ഭുതപ്പെടുത്തി. അവൻ തന്നേക്കാൾ ഇളയവനായല്ല പകരം മൂത്തസഹോദരനെപ്പോലെ തോന്നിച്ചു.

'ഞാനെന്താണ് ചെയ്യേണ്ടതെന്ന് പറഞ്ഞു തരൂ.'

'നിങ്ങൾക്ക് ആ സ്ത്രീയുടെകൂടെ ഒരു ഭാവിയില്ല. നിങ്ങൾ ആ പെണ്ണിന്റെ ജീവിതവും അതുപോലെ നിങ്ങളുടെ ജീവിതവും തുലയ്ക്കുകയാവും ചെയ്യുക. അവളെ മറക്കൂ. ഒരിക്കലും ഇനിയവളെ കാണാൻ ശ്രമിക്കരുത്. നിങ്ങൾക്ക് വേണമെങ്കിൽ പട്നയിൽനിന്ന് രണ്ടുമാസം മാറിനിൽക്കൂ.'

'നീ പറഞ്ഞത് ശരിയാണ് സക്കീർ. ഞാനങ്ങനെ ചെയ്യാം.'

'പക്ഷേ, അവൻ ആ വാചകം പൂർത്തിയാക്കുന്നതിനുമുൻപേ എവിടെ നിന്നോ നല്ല ദേഷ്യത്തോടെ ഉമ്മ പ്രത്യക്ഷപ്പെട്ടു.'

'എന്തുതരം സ്വഭാവമാണ് നിങ്ങളുടേത്? പ്രഭാതഭക്ഷണം കഴിക്കുന്നത് ഉച്ചഭക്ഷണസമയത്ത്, ഇപ്പോൾത്തന്നെ ഒൻപതു മണിയായി. താഴേയ്ക്ക് വന്ന് നിങ്ങളുടെ പ്രഭാതഭക്ഷണം കഴിക്കൂ.'

അവർ നിശ്ശബ്ദരായി താഴത്തെ നിലയിലേക്ക് ഉമ്മയെ പിന്തുടർന്നു.

അവന്റെ ഫ്ളാറ്റിന്റെ കവാടത്തിന്റെ മുന്നിൽനിന്ന് ആരിഫ് കുനിഞ്ഞ് തറയിൽനിന്ന് ടൈംസ് ഓഫ് ഇന്ത്യ എടുത്തു. അവന്റെ കണ്ണുകൾ ആ തീയതിയിൽ പതിഞ്ഞു. 31 ആഗസ്റ്റ്, തിങ്കളാഴ്ച.

മെയിൻ എക്സാമിന് നാൽപതുദിവസത്തിൽ താഴെയേ ഉള്ളൂ, ആരിഫ് സ്വയം ഓർമ്മപ്പെടുത്തി.

ആസക്തി

ആറ്

സെപ്റ്റംബർ മാസം മുഴുവൻ ആരിഫ് തന്റെ ചെറിയ പഠനമുറിയിൽ അടച്ചിരുന്ന് ഉണർന്നിരിക്കുന്ന സമയം മുഴുവനും മെയിൻ പരീക്ഷയ്ക്ക് ചിലവഴിച്ചുകൊണ്ടിരുന്നു. കഴിഞ്ഞമാസം ഉമ്മ അബ്ബയെക്കൊണ്ട് ധാന്യങ്ങൾ സൂക്ഷിക്കുവാൻ വാങ്ങിയ വലിയ രണ്ട് സ്റ്റീൽ പാത്രങ്ങൾ അവന്റെ പഠനമുറിയുടെ പുറത്തുള്ള ഇടനാഴിയിൽവച്ചിരുന്നു. ഇഷ്ടിക ഭിത്തി വെട്ടി പുറകുവശത്തേക്ക് ഒരു ജനാലയുണ്ടാക്കാൻ ഒരു മേസ്തിരിയെ ഏർപ്പാടാക്കിയിരുന്നു. ഉമ്മ പഠനമുറി വെള്ളയടിപ്പിക്കുകയും മേശയും കസേരയും പുതിയതായി പോളീഷ് പൂശിക്കുകയും ചെയ്തിരുന്നു.

'ഇതുപോലെ അന്തസ്സുള്ളതും വിഷമം പിടിച്ചതുമായ ഒരു പരീക്ഷയ്ക്ക് തയാറെടുക്കുവാൻ എന്റെ മകന് സ്വകാര്യത ആവശ്യമുണ്ട്.' അബ്ബയോട് അവർ പറയുന്നത് ആരിഫ് കേട്ടിരുന്നു.

സുമിത്രയെ കണ്ടുമുട്ടുമോ എന്നു പേടിച്ച് അവൻ മൃത്യുഞ്ജയന്റെ വീട്ടിലേക്ക് പോകുന്നത് നിർത്തിയിരുന്നു. അവൾ സമീപത്തെങ്ങാനുമുണ്ടെങ്കിൽ അവളിൽനിന്നും അകന്നുനിൽക്കാനാവില്ലെന്ന് അവന് അറിയാമായിരുന്നു. എപ്പോഴൊക്കെ മൃത്യുഞ്ജയ് അവന്റെ സന്ദർശനം കുറഞ്ഞതിനെക്കുറിച്ച് പരാതി പറയുന്നുവോ അപ്പോഴൊക്കെ ആരിഫ് ഓരോ പുതിയ ഒഴിവുകഴിവ് കണ്ടുപിടിക്കും.

സുമിത്ര അവന്റെ മനസ്സിൽ പൊന്തിവന്നുകൊണ്ടിരുന്നു. ആ മഴയുള്ള രാത്രിയിലെ രംഗം അവന്റെ മനസ്സിൽ ഓടിക്കൊണ്ടിരുന്നു. സുമിത്ര അവനെ കെട്ടിപ്പിടിച്ചത് അയവിറക്കുമ്പോഴൊക്കെ അവന് രോമാഞ്ചമുണ്ടായി. ചില സമയങ്ങളിൽ അവന്റെ ബാല്യകാല ആകർഷണമായിരുന്ന ധർഭാംഗയിൽ നിന്നുള്ള സിമ്രാനെക്കുറിച്ചോർത്ത് ഭൂതകാലസ്മരണയിലാണ്ടു. സിമ്രാൻ തന്റെ ഓർമ്മയിൽനിന്ന് അപ്രത്യക്ഷമായപോലെ സുമിത്രയും അപ്രത്യക്ഷമാകുമെന്ന് അവൻ സ്വയം ബോധ്യപ്പെടുത്തി.

ഒടുവിൽ ഒക്ടോബർ വന്നു. താൻ ആ പരീക്ഷയിൽ അസാധാരണമാംവിധം നന്നായി പ്രകടനംനടത്തി എന്ന് ആരിഫിന് തോന്നി. അഭിമുഖപരീക്ഷയ്ക്കുള്ള ക്ഷണംവരുമെന്ന് അവന് ഉറപ്പായിരുന്നു. അടുത്തദിവസംതന്നെ അവൻ അശോക്രാജ്പഥിൽപോയി ഇന്റർവ്യൂവിന് തയ്യാറെടുക്കുവാൻ ആവശ്യമായ പുസ്തകങ്ങൾ വാങ്ങിച്ചു. ഇന്റർവ്യൂവിന് അവനോട് ചോദിക്കുവാൻ സാധ്യതയുള്ള, അവന്റെ

വ്യക്തിപരവും പഠനപരവുമായ പശ്ചാത്തലത്തെക്കുറിച്ചുള്ള വിശദമായ കുറിപ്പുകൾ കൂടി അവൻ തയ്യാറാക്കിവച്ചു.

'ജമൽപുരയിലുള്ള നമ്മുടെ പൈതൃകഭവനത്തിന്റെ ഒരു ഭാഗം മഴയിൽ തകർന്നു. ഭിത്തികളിൽ ഒന്നിന് എത്രയും പെട്ടെന്ന് അറ്റകുറ്റപ്പണി നടത്തണം. നീ അവിടെപ്പോയി ആ നിർമ്മാണപ്പണികൾ നോക്കണമെന്ന് ഞാൻ ആഗ്രഹിക്കുന്നു.' അബ്ബ ആരിഫിനോട് പറഞ്ഞു.

ആരിഫും ഉടനെ ജമാൽപുരയിലേക്ക് പുറപ്പെടുവാൻ ആഗ്രഹിച്ചു. അതുവഴി അവന് സുമിത്രയിൽനിന്ന് അകന്നുനിൽക്കാം. സക്കീറിന്റെ സാങ്കല്പികസിദ്ധാന്തത്തെ ഒന്നു പരീക്ഷിക്കണമെന്നുകൂടി അവന് ആഗ്രഹമുണ്ടായിരുന്നു. ചിലപ്പോൾ അവളിൽനിന്ന് അകന്നുനിൽക്കുന്നത് അവളെ മറക്കാൻ അവനെ സഹായിക്കുമായിരിക്കും. മാത്രമല്ല അവന് അവന്റെ പഠനങ്ങളിൽ ശ്രദ്ധകേന്ദ്രീകരിക്കുകയും ചെയ്യാം.

സിവിൽസർവീസിൽ ചേരുക എന്നുള്ള അവന്റെ പരമമായ സ്വപ്നം വെറും ഒരു കടമ്പ മാത്രം അകലെയാണ്. അവന്റെ കഠിനാധ്വാനവും അവന്റെ കുടുംബത്തിന്റെ സ്വപ്നങ്ങളും ഇപ്പോൾ താറുമാറാക്കാൻ പറ്റില്ല.

'നോക്കു ആരിഫ്, നീനിന്റെ ലക്ഷ്യത്തിന് അടുത്തെത്തിക്കഴിഞ്ഞു. ജമൽപുരയിൽ നിനക്ക് സൗകര്യപ്രദമായി ഇന്റർവ്യൂവിന് പഠിക്കാൻ പറ്റിയ ഇടമുണ്ട്. ഇവിടെ ഈ അതിഥികളുടെ തുടർച്ചയായ സന്ദർശനം നിന്നെ ശല്യപ്പെടുത്തും.' അബ്ബ പറഞ്ഞു.

മൃത്യുഞ്ജയന്റെ അച്ഛൻ ചെയ്തപോലെ നിന്നെ ഒരു നല്ല കോച്ചിങ് ഇൻസ്റ്റിറ്റ്യൂട്ടിൽ വിടാതിരുന്നതിൽ എനിക്ക് ചിലപ്പോൾ കുറ്റബോധം തോന്നും.' ഒരു നെടുവീർപ്പോടെ അദ്ദേഹം കൂട്ടിച്ചേർത്തു.

'അതു പറയരുത് അബ്ബാ, നിങ്ങൾ ഒരുനല്ലപിതാവാണ്.'

~

ഗംഭീരമായ ഗംഗയ്ക്കു മുകളിലൂടെയുള്ള ഗാന്ധിപ്പാലം കുറുകെ കടന്ന് ബസ്സ് ഹാജിപ്പൂരിൽ പ്രവേശിച്ചു. അത് തിരിഞ്ഞ് മുസ്സാഫർപ്പൂരിലേക്ക് പാഞ്ഞു. മുസ്സാഫർപൂരിനും ഹാജിപൂരിനും ഇടയ്ക്ക് റോഡുണ്ടായിരുന്നില്ല. കുഴികളും ഉരുളൻകല്ലുകളും നിറഞ്ഞ ഒരു നീണ്ടപാത മാത്രമേ ഉണ്ടായിരുന്നുള്ളൂ. ഒരു കുതിരവണ്ടി പോലെ ബസ്സ് ചാടിക്കൊണ്ടിരുന്നു. ഒരു കണ്ണടവെച്ച വൃദ്ധനായ മാന്യൻ ബിഹാറിന്റെ മുഖ്യമന്ത്രിയായ ലാലുപ്രസാദ് യാദവിനെ ശപിച്ചു. ഹേമാമാലിനിയുടെ കവിളുകൾപോലെ ബിഹാറിലെ റോഡിനെ നിരപ്പാക്കി എന്ന അവകാശവാദത്തിന് യാദവിനെ പരിഹസിക്കുകയും ചെയ്തു.

ഇടയ്ക്കിടെ ഡ്രൈവർ കൃഷിയിടത്തിലൂടെ ഓടിച്ചു. കൃഷിയിടം നിരപ്പില്ലാത്ത റോഡുകളേക്കാൾ സുഗമമായതായിരുന്നു. ബസ്സ്, വാഹനങ്ങൾക്ക് പോകുവാൻ പുതുതായി കുഴിച്ചുണ്ടാക്കിയ ഒരു വളവിലേക്കിറങ്ങിയപ്പോൾ യാത്രക്കാർക്ക് ഒരു വലിയ കുലുക്കം അനുഭവപ്പെട്ടു. ഒരു ചെറിയപാലം കഴിഞ്ഞുപോയിരുന്നു.

'എല്ലാ കള്ളന്മാരും കൊള്ളക്കാരും അസംബ്ലിയിലും പാർലമെന്ററിയിലുമാണിരിക്കുന്നത്. ആരും ജനങ്ങളെ സംരക്ഷിക്കുന്നില്ല. എല്ലാവരും അവരവരുടെ കീശ നിറയ്ക്കാനുള്ള തിരക്കിലാണ്. ഇപ്പോൾ നമ്മൾ ഒരു കോമാളിയെ മുഖ്യമന്ത്രിയായി തിരഞ്ഞെടുത്തിരിക്കുന്നു.' ആകാരവലിപ്പമുള്ള ഒരു മദ്ധ്യവയസ്കൻ അഭിപ്രായപ്പെട്ടു.

'സ്വാതന്ത്ര്യം കിട്ടിയ കാലംമുതലുള്ള കഴിഞ്ഞകാല സർക്കാരുകൾ ബിഹാറിന്റെ അഭിവൃദ്ധിക്കായി എന്താണ് ചെയ്തിട്ടുള്ളത്? ഇപ്പോഴത്തെ മുഖ്യമന്ത്രി കഴിഞ്ഞ കുറച്ചുവർഷങ്ങളായി മാത്രം ഇവിടെയുള്ളതാണ്. മുൻഭരണത്തിന്റെ തെറ്റുകൾ ഒരു ചെറിയ കാലയളവുകൊണ്ട് അദ്ദേഹത്തിന് മാറ്റുവാൻ പറ്റില്ല.' ആരിഫിന്റെ അടുത്തിരുന്ന ചെറുപ്പക്കാരൻ പ്രതികരിച്ചു.

'ഈ ഉയർന്ന ജാതിക്കാർ എന്നു വിളിക്കപ്പെടുന്നവർക്ക് ഒരു യാദവൻ മുഖ്യമന്ത്രിയായത് ഇപ്പോഴും ദഹിക്കാനുണ്ട്.'

'ഇതു ജാതിയുടെ പ്രശ്നമല്ല. വികസനത്തിന്റെയും നല്ല ഭരണത്തിന്റെയും കാര്യമാണ്.' ആ വയസ്സൻ മറുപടി പറഞ്ഞു.

തർക്കം തുടർന്നു. കൂടുതൽ ആളുകൾ ആ ചർച്ചയിലേക്ക് ചാടിവീണു. ആരിഫ് നിശബ്ദനായി ആ ചൂടുപിടിച്ച സംവാദം ശ്രദ്ധിച്ചു.

മുസ്സാഫർപൂരിലേക്ക് പ്രാവേശിക്കാൻ തുടങ്ങിയപ്പോൾ ഡ്രൈവർ ബ്രേക്ക് ആഞ്ഞുചവിട്ടി. നൂറുകണക്കിന് ആളുകൾ റോഡിൽ കുത്തിയിരുന്ന് മുന്നോട്ടുള്ള റോഡ് തടസ്സപ്പെടുത്തിയിരിക്കുന്നു.' അവർ ആ ചെറുക്കന്റെ കൊലപാതകത്തിനാണ് പ്രതിഷേധിക്കുന്നതെന്നാണ് എനിക്ക് തോന്നുന്നത്.' ബസ്സിലിരുന്ന ആരോ വിളിച്ചുപറഞ്ഞു. പ്രാദേശികപത്രത്തിൽനിന്നും മിക്കവർക്കും ആ വാർത്ത അറിയാമായിരുന്നു. ഒരു ഏഴാംക്ലാസ്സുകാരൻ ചെറുക്കനെ മോചനദ്രവ്യത്തിനായി തട്ടിക്കൊണ്ട് പോയിരുന്നു. ധനികനായ കച്ചവടക്കാരനായ അവന്റെ അച്ഛനോട് തട്ടിക്കൊണ്ടുപോയവർ ഇരുപതുലക്ഷം രൂപ ആവശ്യപ്പെട്ടിരുന്നു. അവർ അയാളോട് പോലീസിനെ വിളിക്കരുതെന്ന് താക്കീതുചെയ്തു. പക്ഷേ, ആ ചെറുക്കന്റെ അച്ഛൻ പോലീസിനെ അറിയിച്ചു. പിറ്റേദിവസംതന്നെ കഴുത്തു കണ്ടിച്ച നിലയിൽ ആ ചെറുക്കനെ മുസാഫാർപൂരിന്റെ സമീപപ്രദേശത്ത് കണ്ടെത്തി.

എല്ലാ യാത്രക്കാരും ജനാലയിലൂടെ പുറത്തേക്കു ചാഞ്ഞ് എന്താണ് സംഭവിക്കുന്നത് എന്നുനോക്കി. ചിലർ ബസ്സിന് പുറത്തിറങ്ങി

മൂരി നിവർത്തി. അവരുടെ മുന്നിൽ ഒരു ബസ്സ് കിടക്കുന്നുണ്ടായിരുന്നു. ഒരു തർക്കം അവർക്ക് കേൾക്കാമായിരുന്നു. മറ്റേ ബസ്സിന്റെ ഡ്രൈവർ പ്രതിഷേധക്കാരോട് മാറുവാൻ ആവശ്യപ്പെടുന്നപോലെ കേട്ടു.

പെട്ടെന്ന് ഗ്ലാസ്സ്പൊട്ടുന്ന ശബ്ദത്തോടെ അവിടെ എന്തോ തകരുന്ന ശബ്ദംകേട്ടു. ആരിഫ് സാധ്യതകളെക്കുറിച്ച് ആലോചിച്ചപ്പോഴേയ്ക്കും ഒരു വലിയ കല്ല് അവന്റെ ബസ്സിന്റെ മുൻപിലത്തെ ചില്ലിൽ പതിച്ചു. ആളുകൾ അവരുടെ ബാഗുകൾ വലിച്ചെടുക്കാൻ ശ്രമിച്ച് മറ്റുള്ളവരെ തള്ളിമാറ്റി ബസ്സിന്റെ പുറത്തുകടക്കാൻ ശ്രമിച്ചു. ആരിഫ് തന്റെ ബോധത്തിലേക്ക് വരുന്നതിനുമുൻപ് അന്ധാളിച്ചു. അവൻ മറ്റുയാത്രക്കാരോടൊപ്പം കലാപകാരികളായ ജനക്കൂട്ടത്തിൽനിന്നും ഓടിമാറാൻ തുടങ്ങി. അവരേതുവഴിയാണ് ഓടുന്നതെന്ന് അവന് ഒരു ധാരണയുമുണ്ടായിരുന്നില്ല. എങ്കിലും ഒരു കൂട്ടത്തോടൊപ്പം നിൽക്കുകയാണ് നല്ലതെന്ന് അവനുതോന്നി. അവസാനം ഏതാണ്ട് നൂറുമീറ്ററുകൾ അകലെയുള്ള ഒരു ചെറിയ ചായക്കടയിൽ അവരെത്തി.

അതിന്റെ ഉടമസ്ഥൻ കട അടയ്ക്കുവാൻ ആലോചിച്ചെങ്കിലും ജനക്കൂട്ടം ബസ്സിന്റെ നേരെയാണ് എന്നുകണ്ട് കുറച്ചുകൂടി കച്ചവടം ചെയ്തു കളയാം എന്ന് ചിന്തിച്ചു. കാഴ്ച എത്തുന്നിടത്തൊന്നും ഒരു കെട്ടിടവും ഉണ്ടായിരുന്നില്ല. പരന്നു കിടക്കുന്ന പ്രദേശത്തിനപ്പുറത്ത് കത്തുന്ന ബസ്സുകളും ആൾക്കൂട്ടത്തെയും കാണാമായിരുന്നു. യാത്രക്കാർ നിശ്ശബ്ദരായി ഭീതിയോടെ ആ കാഴ്ച്ച കണ്ടുനിന്നു. ജനക്കൂട്ടം അവരുടെ അടുത്തേക്ക് വരുവാൻ തുടങ്ങുമ്പോൾതന്നെ ഓടുവാൻ തയ്യാറെടുത്തുനിന്നു. കട്ടിയുള്ള കറുത്തപുക ഒരു ഭൂതത്തെപോലെ അന്തരീക്ഷത്തിൽ പ്രത്യക്ഷപ്പെട്ടു. തീയെരിയുന്ന ശബ്ദവും ജനക്കൂട്ടത്തിന്റെ അലർച്ചയും മാത്രമാണ് കുറേ മിനിറ്റുകളായി അവർ കേട്ടിരുന്ന ശബ്ദം.

അതിശയപ്പെടുത്തികൊണ്ട് അഞ്ചുമിനിറ്റ് കഴിയുംമുൻപേ ഒരു പോലീസ് ജീപ്പ് അവരെ കടന്നുപോയി.

'നിങ്ങൾ പോലീസിനെ വിളിച്ചിരുന്നോ?' ആരോ ചെറുപ്പക്കാരനായ ചായക്കടക്കാരനോട് ചോദിച്ചു.

'ഇവിടെ ഫോൺ ഇല്ല സഹോദരാ. ആരാണ് അവരെ വിളിച്ചതെന്ന് എനിക്കറിയില്ല. പക്ഷേ, അവർ വന്നത് നന്നായി.'

'ലഹള തുടങ്ങുന്നതിനുമുൻപുതന്നെ പോലീസ് ഇങ്ങോട്ട് തിരിച്ചിരുന്നിരിക്കും എന്നാണ് എനിക്ക് തോന്നുന്നത്.' ആരോ അഭിപ്രായപ്പെട്ടു.

പോലീസ് കലാപകാരികളുടെ അടുത്തേക്ക് മുന്നേറിയപ്പോൾ നിശ്ശബ്ദത മുറിഞ്ഞു. ചായക്കടക്കാരൻ ചായയും നാടൻബണ്ണും കൊടുക്കുവാൻ തുടങ്ങി. എങ്ങനെയാണ് തങ്ങളോരോരുത്തരുടെയും യാത്ര

തുടരേണ്ടതെന്ന് യാത്രക്കാർ കൂടിയാലോചിച്ചു. മോത്തിഹാരി-മുസ്സാഫർപൂർ റോഡിൽ ഇപ്പോഴും ജനക്കൂട്ടം ബസ്സുകൾ നശിപ്പിക്കുന്നുവെന്നു വർത്തയുണ്ടെന്ന് ചായക്കടക്കാരൻ മുന്നറിയിപ്പ് നൽകി. മിക്കവാറും ബസ്സുകൾ യാത്ര ഉപേക്ഷിക്കുകയോ അല്ലെങ്കിൽ സീതാമർഹിയിലേക്ക് വഴിമാറിപ്പോവുകയോ ചെയ്തുകൊണ്ടിരുന്നു.

അവന്റെ ബസ്സ് അതുവഴി വരുന്നതു കണ്ടിട്ട് ആരിഫ് അമ്പരന്നുപോയി. ആളുകൾ പരസ്പരവും ചായക്കടക്കാരനോടും അഭിപ്രായം ചോദിച്ചു.

'സീതാമർഹിയിൽനിന്നും നിങ്ങൾക്ക് ഇനായത്ത് നഗറിലേക്ക് ട്രെയിനിൽ പോകാം.' ആരിഫിന്റെ കൂടെയുള്ള യാത്രക്കാരൻ അവനോട് നിർദ്ദേശിച്ചു.

'അതൊരുനല്ല ആശയമാണ്, നന്ദി.' തന്റെ റിസ്റ്റ്വാച്ച് നോക്കിക്കൊണ്ട് ആരിഫ് പറഞ്ഞു. അപ്പോൾ സമയം 12.10 ആയിരുന്നു.

രണ്ടുമണിയോടുകൂടി അവൻ സീതാമർഹിയിലെത്തി. ഭാർഗവ ഹോട്ടലിൽനിന്നും പരിപ്പു ബാത്തും തർക്കാരിയും ബുജിയയും കൂട്ടി ചൂടുള്ള ഊണുകഴിഞ്ഞ് അവൻ തീവണ്ടി സ്റ്റേഷനിലെത്തിയപ്പോൾ തീവണ്ടി ചൂളംവിളിച്ച് പുകതുപ്പിക്കൊണ്ടു നിൽക്കുന്നത് കണ്ടു. അവൻ അതിൽ കയറുവാനായി ഓടി.

രണ്ടുമണിക്കൂറുകൾക്കുശേഷം ദർബംഗാ ഇനായത്ത്നഗർ പാസ്സഞ്ചർ ട്രെയിൻ ചുവന്ന ചുടുകല്ലുകൊണ്ടുതീർത്ത ഒരു കെട്ടിടത്തിന്റെ അടുത്ത് നിർത്തുവാനായി മന്ദഗതിയിലായി. ഇനായത്ത്നഗർ (ഈസ്റ്റ്) എന്ന് കറുത്ത നിറത്തിൽ ഒരു വെള്ള പ്രതലത്തിൽ എഴുതിയിരുന്നു. അക്ഷരങ്ങൾ മങ്ങിയിരുന്നു. നൂറു യാർഡുകൾക്കപ്പുറം ബാഗ്മതിയുടെ വളഞ്ഞുപുളഞ്ഞുള്ള സഞ്ചാരപഥം ആരിഫിന് കാണാമായിരുന്നു. അതിന്റെ താത്കാലികമായി പണിത മുളകൊണ്ടുണ്ടാക്കിയ പാലത്തിലൂടെ എവിടെയുമെത്താൻ ഒരു തിരക്കുമില്ലാതെ ഒരാൾ സാവധാനം തന്റെ സൈക്കിൾ ഓടിച്ചിരുന്നു.

മൂവായിരത്തോളം ആളുകളുള്ള ഇനായത്ത്നഗർ എന്ന ചെറിയ പട്ടണത്തിന്റെ മൂന്നുവശവും ആ നദിയാൽ ചുറ്റപ്പെട്ടിരുന്നു. മഴക്കാലത്ത്, മുളകൊണ്ടുള്ള പാലം വെള്ളപ്പൊക്കത്തിൽ ഒലിച്ചുപോകുമ്പോൾ ആ പട്ടണം ഇന്ത്യയിലുള്ള മറ്റു സ്ഥലങ്ങളിൽനിന്ന് പൂർണ്ണമായും ഒറ്റപ്പെടും. മഴയ്ക്കുശേഷം ആ പാലം വീണ്ടും നിർമ്മിക്കും.

റെയിൽവേ സ്റ്റേഷന് പുറത്ത് കുതിരവണ്ടികൾ നിരന്നിരുന്നു. കുതിരവണ്ടിക്കാർ വിവിധ ഗ്രാമങ്ങളുടെ പേരുകൾ വിളിച്ചുപറഞ്ഞുകൊണ്ടിരുന്നു. ആൾക്കാരുടെയും അവരെ സ്വീകരിക്കാൻ വന്നവരുടെയും ഇടയിലൂടെ കടന്ന് മലരും ജിലേബിയും ബാദുഷയും

വില്ക്കുന്ന കടകൾ ഓരമായി നിൽക്കുന്ന ഒരു ഇഷ്ടികപാകിയ തെരുവിൽ അവൻ എത്തി. അവിടെനിന്നും ഇടത്തോട്ടുതിരിഞ്ഞ് ഒരു ഊടുവഴിയിലേക്ക് കയറി. അതവനെ ക്ലോക്ക്ടവറിനു മുന്നിലുള്ള വിശാലമായ വഴിയിലെത്തിച്ചു. അവൻ ഒരു മരുന്നു കടയിലേക്ക് നടന്നുചെന്നു. അതിനുമുൻപിൽ 'ഹക്കീം സാഹബിന്റെ ചികിത്സാലയം' എന്ന് എഴുതിയ ഒരു ബോർഡുണ്ടായിരുന്നു. നീല അക്ഷരങ്ങൾക്ക് അതിന്റെ തിളക്കം നഷ്ടപ്പെടുകയും ഒരിക്കൽ വെള്ളയായിരുന്ന പശ്ചാത്തലം ചെളിയുടെ നിറമാവുകയും ചെയ്തു. അവന്റെ ഉമ്മയുടെ ഏകസഹോദരൻ ഹക്കിം അജ്മൽഖാൻ, അദ്ദേഹത്തിന്റെ ക്ലിനിക്കിൽ ഒറ്റയ്ക്കിരിക്കുകയായിരുന്നു.

അദ്ദേഹം ഒരു മെലിഞ്ഞുകുറുകിയ, നരച്ചുതുടങ്ങിയ താടിയുള്ള ഒരാളായിരുന്നു. അദ്ദേഹത്തിന്റെ അടുത്തുള്ള അലമാരയിൽ ഒരു ഡസനോ അതിലധികമോ പ്ലാസ്റ്റിക് ഭരണികളുണ്ടായിരുന്നു. ആരിഫ് പെട്ടെന്നു തന്നെ 'സ്വലിൻ' എന്ന് ലേബലൊട്ടിച്ച അതിലൊന്നിനെ തിരിച്ചറിഞ്ഞു. കുട്ടിയായിരിക്കുമ്പോൾ അവനതിൽനിന്നും മധുരമുള്ളതും സുഗന്ധപൂരിതവുമായ ഹെർബൽ ഔഷധഗുളികകൾ മോഷ്ടിക്കാറുണ്ടായിരുന്നു.

'അസ്സാം അലൈക്കും.' ആരിഫ് തന്റെ ബാഗ് തറയിൽ വച്ചുകൊണ്ട് അഭിവാദ്യംചെയ്തു.

'വാ അലൈക്കും അസ്സാം, ഭാൻഞ്ച.' ഹക്കിംസാഹബ് എഴുന്നേറ്റ് തന്റെ മുഖത്ത് തെളിഞ്ഞ വിശാലമായ പുഞ്ചിരിയോടെ തന്റെ അനന്തിരവനെ കെട്ടിപ്പുണർന്നു.

'നമുക്ക് വീട്ടിലേക്ക് പോകാം. നിന്റെ അമ്മായി നിന്നെ കാത്തിരിക്കുന്നു.'

'പക്ഷേ, നിങ്ങളെന്തിനാണ് നിങ്ങളുടെ ക്ലിനിക് ഇത്രനേരത്തെ അടയ്ക്കുന്നത്, മാമാ? നിങ്ങളുടെ രോഗികളുടെ കാര്യമോ?'

'ആരെ, ഭാൻഞ്ച, ഇക്കാലത്ത് രോഗികൾ കഷ്ടിയാണ്. എല്ലാവരും അലോപ്പതി ഡോക്ടറുടെ അടുത്തേയ്ക്ക് ഓടിക്കൊണ്ടിരിക്കുകയാണ്.' ഹക്കിം സാഹബ് ഒന്ന് നിർത്തിയിട്ട് കൂട്ടിച്ചേർത്തു. 'പിന്നെ ഇമാരത്ത് കമ്മിറ്റിയുടെ ഒരു മീറ്റിങ്ങും വൈകുന്നേരം ഉണ്ട്.'

അവന്റെ അമ്മാവൻ, ലാഭേച്ഛയില്ലാത്ത സാമൂഹ്യസംഘടനയും പ്രാദേശിക മുസ്ലിങ്ങളുടെ തർക്കപരിഹാരവേദിയുമായ ഇനായത്ത് നഗർ ഇമാരത്ത് കമ്മിറ്റിയുടെ പ്രസിഡന്റാണെന്ന് ആരിഫിന് അറിയാമായിരുന്നു.

ആരിഫ് കൂടുതലൊന്നും പറയാതെ അവന്റെ അമ്മാവനൊപ്പം നിശ്ശബ്ദനായി നടന്നു.

ഹക്കിം സാഹബിന്റെ വീടിനുമുന്നിൽ ലുങ്കിയും അരകൈയ്യൻ കുർത്തയും ധരിച്ച മൂന്നുപേർ കസേരകളും ബെഞ്ചുകളും ക്രമീകരിച്ചിട്ടുകൊണ്ടിരുന്നു.

'കല്യാണം കഴിച്ച ഒരു മുസ്ലിം സ്ത്രീയെ ഒരു ഹിന്ദു പുരുഷനുമായി കൈയോടെ പിടികൂടിയിരിക്കുന്നു. ഇമാരത്ത് കമ്മിറ്റി ഈ കാര്യത്തിലൊരു തീരുമാനമെടുക്കാൻ പോവുകയാണ്.' ഈ മീറ്റിങ് എന്തിനാണെന്നുള്ള ആരിഫിന്റെ ചോദ്യത്തിന് ഇരുപതുവയസ്സ് കഴിഞ്ഞ ഉയരമുള്ള ഒരുവൻ പ്രതികരിച്ചു.

അൻപതുവയസ്സ് തോന്നിക്കുന്ന ഒരു താടിക്കാരൻ ഹക്കിം സാബിനെ അഭിവാദ്യം ചെയ്തു. അവർ രണ്ടുപേരോടും എന്തോ ചർച്ച ചെയ്യുവാനായി ഇരിക്കുന്നതിനിടയിൽ ഹക്കിംപറഞ്ഞു.' ആരിഫ് ഭാൻഞ്ച, വീടിനുള്ളിലേക്ക് പോകൂ. നിന്റെ അമ്മായിയോട് ഹലോ പറഞ്ഞിട്ട് ഊണുകഴിച്ച് വിശ്രമിക്കൂ.'

'ശരിമാമാ.'

അകത്ത്, ഹക്കിംസാഹബിന്റെ ഒരേ ഒരു മകൾ, നീല സൽവാർ കമ്മീസ് ധരിച്ച് തല അവളുടെ ദുപ്പട്ടകൊണ്ട് മൂടിയിരുന്ന, പതിനഞ്ചു വയസ്സുപ്രായമുള്ള ഫർസാന ആരിഫിനെ ആശംസിച്ചു.' അസ്ലാം അലൈക്കും.' വരാന്തയുടെ മൂലയിൽനിന്നും ഒരു കസേര വലിച്ചുകൊണ്ട് അവൾ അവനോട് ഇരിക്കാൻ പറഞ്ഞു.

ആരിഫ് തന്റെ ബാഗിന്റെ വശത്തുള്ള പോക്കറ്റിന്റെ സിബ് തുറന്ന് അതിനുള്ളിൽനിന്നും ഏറ്റവും പുതിയലക്കം പക്കീസ ആഞ്ചൽ പുറത്തെടുത്തു. അവൻ ആ മാസിക അവൾക്ക് കൈമാറി. അവൾ ശരിക്കും സന്തോഷവതിയായി.

'താങ്ക്യൂ, ഭാൻഞ്ചാൻ.'

അവൾ പതിയെ പറഞ്ഞിട്ട് അകത്തുപോയി ഒരു ഗ്ലാസ് വെള്ളവും രണ്ടു മുട്ടപൊരിച്ചതുമായി തിരിച്ചുവന്നു. അതിന്റെ മഞ്ഞക്കരു കടുത്ത മഞ്ഞനിറത്തിലുള്ളതായിരുന്നു. മുട്ടയിൽ പൊടിച്ച കുരുമുളക് തൂകിയിരുന്നു.

പത്തുമിനിറ്റുകൾക്കുശേഷം ഫർസാനയുടെ അമ്മ, അവന്റെ അമ്മായി മുറികളിലൊന്നിൽനിന്നും പുറത്തുവന്നു. അവന് അനുഗ്രഹാശിസ്സുകൾ നേർന്നുകൊണ്ട് അവർ ഒരു കസേരയിൽ അവന്റെ അടുത്തിരുന്ന് പട്നയിലെ അവന്റെ കുടുംബത്തെക്കുറിച്ച് ആരാഞ്ഞു.

മട്ടൻകുറുമയും പുലാവും അടങ്ങിയ സ്വാദിഷ്ഠമായ ഉച്ചഭക്ഷണത്തിനുശേഷം ആരിഫ് വീടിനുപുറത്തിറങ്ങി. പട്ടണത്തിലുള്ള ആളുകൾ വീടിന്റെ മുന്നിലുള്ള പുൽത്തകിടിയിൽ ഒത്തുകൂടുവാൻ തുടങ്ങിയിരുന്നു.

ഉച്ചയ്ക്കുശേഷമുള്ള പ്രാർത്ഥനയ്ക്കുശേഷം മീറ്റിങ് ആരംഭിച്ചു. ഹക്കിംസാഹബ് നരച്ച കറുത്തനിറമുള്ള ഷെർവാണിയിലേയ്ക്കും

കണങ്കാൽവരെ നീളമുള്ള പൈജാമയിലേയ്ക്കും വേഷംമാറിയിരുന്നു. അദ്ദേഹം സങ്കീർണ്ണമായ കൊത്തുപണികളുള്ള ഒരു തടി കസേരയിൽ ഇരുന്നു. അദ്ദേഹത്തിന്റെ ബാല്യകാലസുഹൃത്തായ ഹരിഹർപ്രസാദ് ശ്രീവാസ്തവ അദ്ദേഹത്തിന്റെ അടുത്തിരുന്നു. പൊക്കമുള്ള മെലിഞ്ഞ് കട്ടി മീശയുള്ള അദ്ദേഹം ആ കമ്മിറ്റിയിലെ പ്രത്യേക ക്ഷണിതാവായിരുന്നു.

മുറ്റത്തിന്റെ അറ്റത്തെ മൂലയിലുള്ള വേപ്പുമരത്തിന്റെ ചുവട്ടിൽ ആരിഫ് നിന്നു. അവന്റെ തൊട്ടുപുറകിലായി ഉമ്മ വഴിയുള്ള അകന്ന ഒരു കസിൻ ബിലാൽ നിന്നിരുന്നു. പൊക്കംകുറഞ്ഞ് കുറ്റിത്താടിയുള്ള ഒരു ചെറുപ്പക്കാരനായിരുന്നു അവൻ. അപ്പോഴേയ്ക്കും നൂറോള മാളുകൾ ആ നടപടി കാണുവാനായി സംഘംചേർന്നിരുന്നു.

പെട്ടെന്ന് കമ്മിറ്റിയിലെ ഇളമുറക്കാരായ അംഗങ്ങൾ ഇരുന്നിരുന്ന ചൗക്കിക്കടിയിൽനിന്നും ഒരു ആട്ടിൻകുട്ടി പ്രത്യക്ഷപെട്ടു. ജനക്കൂട്ടത്തെ കണ്ടുവിറളിപിടിച്ച് ആട്ടിൻകുട്ടി അങ്ങോട്ടും ഇങ്ങോട്ടും ഓടുവാൻ തുടങ്ങി.

'ആരുടെ ആടാണിത്.' ഹക്കിംസാഹബ് അധികാരശബ്ദത്തിൽ ചോദിച്ചു.

ഏതാണ്ട് പത്തുവയസ്സ് പ്രായംവരുന്ന ഒരു ആൺകുട്ടി പേടിച്ചരണ്ട് ആൾക്കൂട്ടത്തിനിടയിൽനിന്നും പുറത്തുവന്നു.

'എടുത്തോണ്ട് പോകൂ.' ആരോ ആക്രോശിച്ചു.

ആൺകുട്ടി പെട്ടെന്നുതന്നെ ആടിന്റെ ചെവിയിൽപിടിച്ച് അതിനെ വലിച്ചുനീക്കി. അപ്പോഴേയ്ക്കും ജനക്കൂട്ടം അവർക്കുവേണ്ട വഴി ഒരുക്കിയിരുന്നു.

ബിലാൽ ആരിഫിനോട് ആ സംഭവത്തെക്കുറിച്ച് വിശദീകരിച്ചു. 'ഈ നാട്ടിലെ ഒരു പ്രൈമറി സ്കൂൾ അദ്ധ്യാപകനായ സഞ്ജയ്കുമാർ ഗുപ്തയ്ക്ക് ഷെയ്ഖ് വാരിസിന്റെ ഭാര്യ ആബിദാ ബീഗവുമായി പ്രേമബന്ധമുണ്ട്. സത്യത്തിൽ അവരുടെ ബന്ധം പട്ടണത്തിൽ കുറേ നാളായി സംസാരവിഷയമായിരുന്നു. പക്ഷേ, ഇപ്പോഴാണ് ആദ്യമായി അവർ ആക്ഷേപകരമായ അവസ്ഥയിൽ ഒരു കരിമ്പിൻതോട്ടത്തിൽ നിന്നും പിടിക്കപ്പെടുന്നത്. മുതിർന്നവർ ഇതൊരു ഹിന്ദുമുസ്ലിം പ്രശ്നമാകുന്നതിനുമുൻപേ പരിഹരിക്കാൻ തീരുമാനിച്ചിരിക്കുകയാണ്.'

എന്തിനായിരിക്കും അവൾ അവളുടെ ഭർത്താവിനെ ചതിച്ചിട്ടുണ്ടാവുക? ആരിഫ് ആശ്ചര്യപ്പെട്ടെങ്കിലും ബിലാലിനോട് അത് ചോദിച്ചില്ല.

അടുത്ത വരാന്തയിൽ ജനക്കൂട്ടത്തിൽനിന്നുള്ള രക്ഷാർത്ഥം താൽകാലികമായുണ്ടാക്കിയ അർദ്ധസുതാര്യമായ കർട്ടനുപുറകിൽ ആബിദാബീഗം കുറച്ചു പെണ്ണുങ്ങളോടൊപ്പം ഒരു ബെഞ്ചിൽ ഇരുന്നിരുന്നു. ശക്തമായൊരു കാറ്റിൽ കർട്ടൻ ഇളകി. ആബിദയുടെ വട്ടമുഖവും

വലിയകണ്ണുകളും മിന്നായംപോലെ ആരിഫ് കണ്ടു. രണ്ടു മദ്ധ്യവയസ്കകളായ സ്ത്രീകൾ അവരുടെ പിന്നിലിരുന്ന് അവരെ ചൂണ്ടി കുശുകുശുക്കുകയും അടക്കിച്ചിരിക്കുകയും ചെയ്യുന്നതും അവൻ കണ്ടു.

'സുമിത്രയ്ക്ക് എന്നോട് ആകർഷണമുണ്ടോ?' ആരിഫ് സ്വയം ചോദിച്ചു. പക്ഷേ, അവന് ഒരു ഉത്തരം ഉണ്ടായിരുന്നില്ല.

വലത്തോട്ട് തിരിഞ്ഞപ്പോൾ സഞ്ജയ് നിശ്ശബ്ദനായി തലകുനിച്ചു നില്കുന്നത് ആരിഫ് കണ്ടു. അയാളുടെ കൈകൾ വിറയ്ക്കുന്നുണ്ടായിരുന്നു. അയാളുടെ അടുത്തായി ഒരു മുണ്ടുടുത്ത അറുപതുകളിലുള്ള വെള്ളകുറ്റിത്താടിവച്ച ഒരു വയസ്സൻ ഉത്കണ്ഠാകുലനായിനിന്നിരുന്നു. ചിലപ്പോൾ സഞ്ജയുടെ അച്ഛനാകാം.

ആബിദയുടെ ഭർത്താവ് ഷെയ്ഖ് വാരിസ് വന്നിട്ടുണ്ടായിരുന്നില്ല.

സഞ്ജയ്ക്ക് എന്തെങ്കിലും പറയുവാനുണ്ടോ എന്ന് ഒരു കമ്മിറ്റി അംഗം ചോദിച്ചു. മറുപടി പറയേണ്ടതിനുപകരം സഞ്ജയ് പൊട്ടിക്കരഞ്ഞു. അവന്റെ തലകുനിഞ്ഞുതന്നെ ഇരുന്നു. അവന്റെ ചുമലുകൾ വിറയ്ക്കുന്നുണ്ടായിരുന്നു.

പെട്ടെന്ന് അവന്റെ അച്ഛൻ തന്റെ ഹവായ്ചെരുപ്പൂരി അവനെ അടിക്കുവാൻതുടങ്ങി.

'അബേ ചൂതിയ, പറയടാ ഇപ്പോൾ നീ എന്താണ് മിണ്ടാതിരിക്കുന്നത്?'

ഹരിഹർപ്രസാദ് ഇടപെട്ടു. 'രാംപ്രസാദ്! ഇതിവിടെ നിർത്തു.' അദ്ദേഹം ആ ചെരുപ്പ് പിടിച്ചുവാങ്ങി. അപ്പോൾ വയസ്സന്റെ കരച്ചിലിനുള്ള ഊഴമായി.' ഈ ചെറുക്കൻ ഞങ്ങളുടെ കുടുംബത്തിന് അപമാനം വരുത്തിവച്ചിരിക്കുന്നു. ഇവൻ ജനിക്കാതെപോയിരുന്നെങ്കിലെന്ന് ഞാൻ ആശിക്കുന്നു.'

'മൊഹതർമ ആബിദാബീഗം, നിങ്ങൾക്കെന്താണ് ഈ ആരോപണത്തെക്കുറിച്ച് പറയാനുള്ളത്?' ക്ലീൻഷേവ് ചെയ്ത് ഉയരമുള്ള വിളറിയ മുഖമുള്ള ഒരാൾ എഴുന്നേറ്റുനിന്ന് സംസാരിച്ചു.

'അതാണ് സെയ്ദ് ഹാഫിസ് അഹമ്മദ് സാഹബ്.' ബിലാൽ തന്റെ വിവരണം തുടർന്നു.

ആബിദബീഗം എഴുന്നേറ്റ് നിൽക്കുന്നത് കർട്ടനിടയിലൂടെ ആരിഫ് കണ്ടു.

'ഞാൻ എന്തെങ്കിലും തെറ്റുചെയ്തിട്ടുണ്ടെങ്കിൽ അള്ളാഹു വിധിന്യായത്തിന്റെ ദിനത്തിൽ എന്നെ ശിക്ഷിച്ചുകൊള്ളും.'

'നിങ്ങൾക്ക് ഞങ്ങളുടെ സമൂഹത്തിൽ ജീവിക്കണമെങ്കിൽ നിങ്ങൾ ഇതിന്റെ സമ്പ്രദായങ്ങളെ പാലിക്കണം.' ഹക്കിംസാഹബ് പറഞ്ഞു. 'നിങ്ങളുടെ പെരുമാറ്റം നമ്മുടെ മതത്തിനും സംസ്കാരത്തിനും എതിരാണ്.'

അവർ മറുപടി പറയുമ്പോൾ ആബിദാബീഗത്തിന്റെ ശബ്ദം തീക്ഷ്ണമായിരുന്നു.' എന്റെ ഭർത്താവ് ഹോസ്പിറ്റലിൽ കിടന്നിരുന്നപ്പോൾ എവിടെയായിരുന്നു നമ്മുടെ സമൂഹം? ഒരു ചെറുപ്പക്കാരനായ വരന് സ്ത്രീധനം കൊടുക്കാൻ ഞങ്ങൾക്ക് പണമില്ലാത്തതുകൊണ്ട് എന്റെ മകൾ അവളേക്കാൾ ഇരട്ടിപ്രായമുള്ള ഒരാളെ വിവാഹം ചെയ്തുപോയപ്പോൾ എവിടെയായിരുന്നു നമ്മുടെ സമൂഹം? സ്ത്രീധനം നമ്മുടെ മതത്തിന് എതിരല്ലേ? ഈ ഇമാരത്ത് കമ്മിറ്റിയിലെ ബഹുമാന്യരായ മെംബർമാരിൽ പലരും അവരുടെ ആൺമക്കളുടെ വിവാഹങ്ങൾക്ക് സ്ത്രീധനം വാങ്ങിയിട്ടുള്ളത് എനിക്കറിയാം. എന്തുകൊണ്ട് ഇമാരത്ത് അവരോട് വിശദീകരണമാവശ്യപ്പെടുവാൻ ഹാജരാകാൻ കല്പിച്ചില്ല. സഞ്ജയ് സാഹിബിന്റെ കാര്യത്തിൽ ഞാൻ അദ്ദേഹത്തെ വലിയ അളവിൽ ബഹുമാനിക്കുന്നു. ഞങ്ങൾ പ്രശ്നത്തിലായപ്പോഴൊക്കെ അദ്ദേഹം ഞങ്ങളെ സഹായിച്ചിട്ടുണ്ട്. ഞാൻ അദ്ദേഹത്തിനുള്ള കടം അദ്ദേഹത്തോട് സൗമ്യമായി പെരുമാറിക്കൊണ്ട് മടക്കികൊടുക്കുവാൻ ശ്രമിക്കുകയാണ്. അത്രേയുള്ളൂ.'

'മിണ്ടാതിരിക്ക്, നാണംകെട്ട സ്ത്രീയെ.' പുക കറപിടിച്ച കറുത്ത താടിയുള്ള ഒരാൾ എഴുന്നേറ്റുനിന്നു. അയാളുടെ ശരീരം ദേഷ്യത്താൽ വിറയ്ക്കുകയും വെട്ടിയൊതുക്കാത്ത അയാളുടെ താടി അയാൾ സംസാരിക്കുമ്പോൾ കാറ്റിലുലയുകയും ചെയ്തു.

'മുഹമ്മദ് നാസിർ അലി സാഹബിന് പെട്ടെന്ന് ദേഷ്യംവരും.' ബിലാൽ ആരിഫിനോട് മന്ത്രിച്ചു.

ഹക്കിം സാഹബ് നാസിർ അലിയെ നിശ്ശബ്ദനാക്കിയിട്ട് ആബിദ ബീഗത്തോടു ചോദിച്ചു. 'നിങ്ങൾ ഞങ്ങളുടെ അടുത്ത് സഹായത്തിന് വന്നിരുന്നോ?'

'ഞാൻ വീടുവീടാന്തരം ഒരു പാത്രവുമായി പിച്ചയെടുക്കണമെന്നാണോ നിങ്ങൾ പ്രതീക്ഷിക്കുന്നത്?'

'മിണ്ടരുത്.' നാസിർ അലി വീണ്ടും എഴുന്നേറ്റ് ആക്രോശിച്ചു.

ഇപ്രാവശ്യം ആബിദ സംസാരംനിർത്തി. അവൾ അവളുടെ മുഖം സാരിയുടെ അയഞ്ഞ അറ്റംകൊണ്ട് മറച്ചു. ജനക്കൂട്ടത്തിന്റെ ഇടയിൽ പ്രകോപിതമായ മുറുമുറുപ്പുണ്ടായി.

എത്ര നാണംകെട്ട സ്ത്രീയാണിത്? ആരിഫ് ആലോചിച്ചു. ഒരു സ്ത്രീയെ പൊതുസ്ഥലത്തുവച്ച് അപമാനിക്കുന്നത് അവന് ഇഷ്ടപ്പെട്ടില്ല. പക്ഷേ, ആബിദ ഇമാരത്ത് കമ്മിറ്റിയെ എതിർക്കുന്ന രീതിയും അവന് പിടിച്ചില്ല. *ചുരുങ്ങിയപക്ഷം അവർ ചെയ്തതിനെക്കുറിച്ച് ഒരു പശ്ചാത്താപമെങ്കിലും കാണിക്കണമായിരുന്നു.*

ഹക്കിം സാഹബ് തിരിഞ്ഞ് ഹരിഹർപ്രസാദിനോട് എന്തോ പിറുപിറുത്തു. കുറച്ച് മുതിർന്ന അംഗങ്ങൾ അവരുടെ കസേരവലിച്ചിട്ട് അവരോടൊപ്പം കൂടി.

'ഷെയ്ഖ്‌വാരിസ് ഒരു ആണത്തമില്ലാത്തവനാണ്. അയാൾക്ക് അയാളുടെ ഭാര്യയുടെമേൽ ഒരു നിയന്ത്രണവുമില്ല. അയാൾക്ക് അവളെ ഭോഗിക്കുവാനും കഴിവില്ല. അതുകൊണ്ടാണ് അവൾ അവളുടെ പൂറ് ഒരു ഹിന്ദുചെറുക്കന് കൊടുത്തത്.' ബിലാൽ ആരിഫിനോട് പറഞ്ഞു. ആരിഫ് അന്ധാളിച്ച് ബിലാലിനെ നോക്കി. പക്ഷേ, ഒന്നും പറഞ്ഞില്ല.

കമ്മിറ്റി അതിന്റെ തീരുമാനം പ്രഖ്യാപിച്ചു. സഞ്ജയ്കുമാർ അയാളുടെ സദാചാര വിരുദ്ധതയ്ക്ക് പരിഹാരം ചെയ്യണം. അയാളോട് അയാളുടെ ചെരുപ്പിൽ തുപ്പുവാനും അത് നക്കുവാനും, കമ്മിറ്റിയോട് ഈ തെറ്റ് ഇനി ആവർത്തിക്കില്ലെന്ന് സത്യം ചെയ്യാനും പറഞ്ഞു. ഇനി അവളുടെ വഴി ശ്രദ്ധിച്ചില്ലെങ്കിൽ കമ്മിറ്റി കർശനനടപടികൾ അവൾക്കെതിരെ എടുക്കുമെന്നൊരു താക്കീത് നൽകി ആബിദയെ വെറുതെ വിട്ടു.

സഞ്ജയ് പൊട്ടിക്കരഞ്ഞു. അവൻ തന്റെ തേഞ്ഞുതീർന്ന ഹവായ്ചെരുപ്പിൽ തുപ്പുവാനായ് കുനിഞ്ഞു. അതിന്റെ നീലനിറത്തിലുള്ള വള്ളികളിലും വെള്ളസോളിലും തേഞ്ഞപാടുകൾ ഉണ്ടായിരുന്നു. അവൻ ചെരുപ്പുകൾ നക്കിയ ഉടനെ ഓക്കാനിച്ചു. വരാന്തയിലെ ബെഞ്ചിൽ ആബിദബീഗം അക്ഷമയോടെ ഇരിക്കുന്നുണ്ടായിരുന്നു.

'ഇപ്പോൾ ഇത്രയും ശിക്ഷമതി.' ഹരിപ്രസാദ് അഭിപ്രായപ്പെട്ടു.

ആരിഫിന് അയാളോട് കഷ്ടംതോന്നി. അവൻ തന്നെയും സുമിത്രയെയും സഞ്ജയുടെയും ആബിദയുടെയും സ്ഥാനത്ത് സങ്കല്പിച്ചപ്പോൾ അവന്റെ നട്ടെല്ലിലൂടെ ഒരു വിറയൽ താഴേയ്ക്കിറങ്ങി. അവൻ അവന്റെ നെറ്റിയിലെ വിയർപ്പുതുള്ളികളെ തുടച്ചുകളഞ്ഞു.

~

അന്നു വൈകുന്നേരം തന്റെ കൂടെ ജമാൽപുരയിലേക്ക് വരാമോയെന്ന് ആരിഫ് അവന്റെ അമ്മായിയോട് ചോദിച്ചു.

'ഫർസാന നിന്റെ കൂടെ പോരും. മാസങ്ങളായി ആപ്പ അവളെ സന്ദർശിക്കുവാൻ ഞങ്ങളോട് പറയുന്നു. ഞങ്ങളെല്ലാവരുംകൂടി പോവുക സാധ്യമല്ല. പക്ഷേ, ഞാൻ ഫർസാനയെ അയയ്ക്കാമെന്ന് ഉറപ്പുകൊടുത്തിരുന്നു.' അവന്റെ അമ്മായി പറഞ്ഞു. അവരും ആരിഫിന്റെ ബാപ്പയുടെ സഹോദരന്റെ ഭാര്യയും സഹോദരിമാരാണ്.

ഇനായത്ത് നഗറിനും ജമൽപുരയ്ക്കുമിടയിലുള്ള ഇരുപത് കിലോമീറ്റർ റോഡിന്റെ കുറേഭാഗം അയഞ്ഞ ഇഷ്ടികപാകിയിരുന്നെങ്കിലും ഭൂരിഭാഗവും മോശംറോഡ്തന്നെ ആയിരുന്നു. ചിലയിടങ്ങളിൽ റോഡ് നിന്നുപോയിരുന്നു. പകരംവീടുകളിൽനിന്ന് റോഡിലേക്ക്

നേരിട്ട് തുറന്നിരിക്കുന്ന ഓടകളിൽനിന്ന് മലിനജലം റോഡിലേക്കൊഴുകി അവിടം ചെളിക്കുണ്ടായി കിടന്നിരുന്നു. ദിവസത്തിൽ രണ്ടു പ്രാവശ്യം ഇനായത്ത്നഗറിൽനിന്നും ജമൽപുരയുടെ അഞ്ചു കിലോമീറ്റർ ഇപ്പുറത്തുള്ള ഷംഷാദ് നഗർവരെ ഒരു മഹേന്ദ്രജീപ്പ് പോയിരുന്നു. ബാക്കിയുള്ള യാത്ര ജനങ്ങൾ നടന്നുപോവുകയോ അല്ലെങ്കിൽ കാളവണ്ടിയിൽ പോവുകയോ ചെയ്തിരുന്നു. യാത്രയുടെ ആദ്യപകുതിയിൽ ജീപ്പിൽ ആളുകളെ ലോറിയിൽ പഞ്ചിച്ചാക്കുകൾ കുത്തിനിറയ്ക്കുന്നപോലെ നിറച്ചിരുന്നു. മുന്നിലത്തെ സീറ്റിൽ രണ്ടുപേർക്കു പകരം നാലുയാത്രക്കാർ, ഡ്രൈവർ തന്റെ സീറ്റിന്റെ പകുതിയിൽ മാത്രം ഇരുന്ന്, അയാളുടെ മറ്റേപകുതി വെളിയിലേക്ക് തള്ളി നിന്നിരുന്നു. അധികമാളുകൾ ജീപ്പിന്റെ പിറകിൽതൂങ്ങിക്കിടന്ന് യാത്രയിൽ മുഴുവൻ ആടിക്കൊണ്ടിരുന്നു. ജീപ്പ് ചെരിഞ്ഞും കുലുങ്ങിയും യാത്രക്കാരെ പിടിച്ചുകുലുക്കിക്കൊണ്ടിരുന്നു.

ആരിഫിനെയും ഫർസാനയെയും ഈ പീഡിപ്പിക്കുന്ന യാത്രയിൽ നിന്നൊഴിവാക്കാൻ ഹക്കിംസാഹബ് ഇനായത്ത്നഗറിൽനിന്നും ജമൽപുരയിലേക്കുള്ള യാത്രയ്ക്ക് ഒരു കാളവണ്ടി വാടകയ്ക്കെടുത്തു.

പക്ഷേ, ഫർസാനയുമായി ഒരു കാളവണ്ടിയിൽ യാത്രചെയ്യുന്നതിന് ആരിഫിന് ഇഷ്ടക്കേടുതോന്നി. എന്തുകൊണ്ടെന്നാൽ ഫർസാനയെ അടുത്തറിയുവാനും അവൻ അവളുമായിട്ടുള്ള കല്യാണത്തിന് സമ്മതിക്കാനുമായുള്ള അവന്റെ അമ്മായിയുടെ പദ്ധതിയാണിതെന്ന് ആരിഫ് സംശയിച്ചു.

അടുത്ത ദിവസം രാവിലെ തന്റെ ചായക്കപ്പുമായി ആരിഫ് വരാന്തയിലിരിക്കുമ്പോൾ ഫർസാനയെക്കുറിച്ച് അവന്റെ അമ്മായി പൊലിപ്പിച്ചുപറഞ്ഞു. 'നിനക്കറിയാമോ ഫാകദനിയപരീക്ഷ അവൾ നന്നായി ചെയ്തു.'

മദ്രസബോർഡ് പരീക്ഷയിൽ ഒരു മേശയ്ക്കും ബെഞ്ചിനും പോലും പാസാകാം. ആരിഫ് ചിന്തിച്ചു.

'അവൾ പാചകത്തിനും തുന്നലിനും ചിത്രത്തുന്നലിനും ഒരു വിദഗ്ദ്ധയാണ്.' അവന്റെ അമ്മായി തുടർന്നു.

ആരിഫിന് രണ്ടു കാര്യങ്ങൾ അറിയാമായിരുന്നു. അവനും സുമിത്രയുമായുള്ള ബന്ധം എവിടെയും എത്താൻ പോകുന്നില്ല. പക്ഷേ, ഹക്കിംസാബിനോടുള്ള അബ്ബയുടെ വാക്കിന് അനുസരിച്ച് അവൻ ഫർസാനയെ കല്യാണംകഴിക്കാൻ പോകുന്നില്ല. ഫർസാന ജനിച്ച ദിവസം ബന്ധുജനങ്ങൾക്കിടയിൽ ഇവൾ തന്റെ മരുമകളാക്കേണ്ടവളാണെന്ന് അബ്ബ പ്രസ്താവിച്ചത് ആരിഫിന് നേരിയ ഓർമ്മയുണ്ടായിരുന്നു. അതിന്റെ ഭാവിയിലെ കുരുക്കിനെക്കുറിച്ചറിയാതെ തന്റെ ബാപ്പയുടെ വിളംബരത്തിന് ആരിഫ് കൈകൊട്ടുകകൂടി ചെയ്തു.

'മാമീ എപ്പോഴാണ് കാളവണ്ടിവരുക?' വിഷയം മാറ്റുവാൻ അവൻ ചോദിച്ചു.

'അത് ഗേറ്റിൽ വന്നുകഴിഞ്ഞു. കാളവണ്ടിക്കാരൻ വാഹർകെട്ടുകയാണ്.'

പെണ്ണുങ്ങൾ തുറന്ന കാളവണ്ടിയിൽ യാത്രചെയ്യുന്നത് വിലക്കിയിരിക്കുന്നതിനാൽ അയാൾ വണ്ടിക്കുമുകളിൽ ഒരു മേലാപ്പ് കെട്ടി. ആ മേലാപ്പ് തങ്ങളെ സൂര്യനിൽനിന്നും സംരക്ഷിക്കുമെന്നതിനാൽ ആരിഫിനും സമാധാനമായി.

വീട്ടിലുണ്ടാക്കിയ മധുരപലഹാരങ്ങളും മറ്റു പലഹാരങ്ങളും ഒരു മുളകൊണ്ടുള്ള കുട്ടയിലാക്കി ആരിഫിന്റെയും ഫർസാനയുടെയും വസ്ത്രങ്ങളും മറ്റു സാധനങ്ങളുമടങ്ങിയ ട്രാവൽബാഗിനൊപ്പം വണ്ടിയുടെ പുറകിൽവച്ചു. ഫർസാന മേലാപ്പിനുള്ളിൽ ഇരുന്നു. അത് മുൻഭാഗമൊഴികെ എല്ലാവശത്തും കട്ടിയുള്ള തുണികൊണ്ടു മൂടിയിരുന്നു. മുൻവശത്ത് പാതി സുതാര്യമായ ഒരു തുണി കർട്ടൻപോലെ തൂക്കിയിരുന്നു. വായുകയറുവാനായി അത് ചരടുകൊണ്ട് കെട്ടിയിരുന്നു. ആരിഫ് തന്റെ ശരീരത്തിന്റെ ഒരു ഭാഗം മേലാപ്പിനകത്തും മറുഭാഗം പുറത്തുമായി ഇരുന്നു.

കാളവണ്ടിക്കാരൻ പുറത്ത് മുൻവശത്തുള്ള തന്റെ സീറ്റിൽ ഇരുന്നു. അയാളുടെ കാലുകൾ തൂങ്ങിക്കിടന്നിരുന്നു. കൈകളിൽ കാളകളുടെ മൂക്കുകയർ പിടിച്ചിരുന്നു. യാക്കൂബ് അലി എന്നായിരുന്നു അയാളുടെ പേര്. നീണ്ടുമെലിഞ്ഞ് ശോഷിച്ച താടിവെച്ച അയാൾ ഹക്കിംസാഹബിന്റെ വീടിനടുത്തുള്ളതായിരുന്നു.

രാവിലെ പത്തുമണിക്ക് ആരംഭിച്ച് ഉച്ചയായപ്പോഴേയ്ക്കും അവർ പാഞ്ച്കുർവയിൽ എത്തിചേർന്നു. നവംബർ മാസത്തിൽ ഇത്രയും ചൂട് അസാധാരണമായിരുന്നു. ആ മേലാപ്പ് കെട്ടിയ വണ്ടിയുടെ ഇരുമ്പഴികളിലൊന്നിൽ ചാരിയിരുന്നു ഫർസാന മയങ്ങുകയും വിയർക്കുകയും ചെയ്തു. വെയിലിനെ ഒഴിവാക്കുവാൻ ആരിഫ് മേലാപ്പിനുള്ളിൽ അഭയംതേടിയെങ്കിലും ഉടനെ ഫർസാനയുടെ അടുത്തിരിക്കുന്നതിന്റെ അപാകതതോന്നി. അവൾ അഴകുള്ളവളും തീക്ഷ്ണമായ മുഖലാവണ്യത്തോടു കൂടിയവളുമായിരുന്നു. അവൾക്ക് അവളുടെ വയസ്സിനേക്കാൾ പ്രായംതോന്നിച്ചു. അവളുടെ കാർകൂന്തൽ അരകെട്ടിനു താഴെ നീണ്ടുകിടന്നു. മേക്കപ്പ് ഇട്ടിരുന്നില്ലെങ്കിലും അവൾ സുന്ദരിയായിരുന്നു. ആരിഫ് ഒരുനിമിഷം അവൻ സമ്മതം മൂളിയാലോ എന്ന് ആശ്ചര്യപ്പെട്ടു. പക്ഷേ, ആ നിമിഷം കടന്നുപോയി.

ഫർസാനയ്ക്ക് അഞ്ചുവയസ്സായിരുന്നപ്പോൾ അവൾ അവന്റെ മേൽ തൂങ്ങിപ്പിടിച്ച് അവനോട് ചോക്ലേറ്റ് വാങ്ങിത്തരുവാൻ ആവശ്യപ്പെട്ടത് അവൻ ഓർത്തു. അതുപോലെ ഭാവിയിലെ ഒരു ഐ.എ.എസ്.

ഓഫീസർക്ക് ഒരു പാതി വിദ്യാഭ്യാസമുള്ള ഒരു നാട്ടുപെണ്ണ് എങ്ങനെ ഭാര്യയാകും എന്നും അവൻ ചിന്തിച്ചു. പക്ഷേ, ആരെയാകും അവസാനം അവൻ വിവാഹം ചെയ്യുക?

പാഞ്ച്കുർവ കഴിഞ്ഞയുടനെ യാക്കൂബ് ഒരു വേപ്പുമരത്തിന്റെ ചുവട്ടിൽ കാളവണ്ടി നിർത്തി ഇനി ഊണുകഴിക്കാമെന്ന് നിർദേശിച്ചു. ഒരു വിളിപ്പാടകലെ ചായയും സമോസയും ധാന്യങ്ങളും പച്ചക്കറികളും മറ്റു നിത്യോപയോഗസാധനങ്ങളും വിൽക്കുന്ന ഓലമേഞ്ഞ കടകൾ ഉണ്ടായിരുന്നു.

'നീ എന്താണ് ഉച്ചഭക്ഷണമായി പൊതിഞ്ഞെടുത്തിട്ടുള്ളത്?' ആരിഫ് ചോദിച്ചു.

'പൊറോട്ടയും ഉരുളക്കിഴങ്ങുഫ്രൈയുംകൂടെ കുൽമറോസ്റ്റും.' ഫർസാന മൃദുവായ സ്വരത്തിൽ പറഞ്ഞു. അവൾ കാളവണ്ടിയുടെ പുറകിൽനിന്ന് മൂന്ന് ടിഫിൻ ബോക്സുകൾ പുറത്തെടുത്തു.

അവൾ കുൽമയുടെ പത്രം തുറന്നപ്പോൾ വെയിലിൽ ഉണക്കി മസാലചേർത്തു കൊത്തിയരിഞ്ഞ ബീഫ് കഴിക്കുന്നത് നല്ലൊരു കാര്യമായി അവന് തോന്നിയില്ല. പട്നയിൽ അവന്റെ വീട്ടിൽ ബീഫ് ഒരിക്കലും പാചകം ചെയ്തിരുന്നില്ല. അവന്റെ ബാപ്പ അവൻ ജനിക്കുന്നതിന് ഒരു വർഷംമുൻപുതന്നെ അടുക്കളയിൽനിന്ന് അത് നിരോധിച്ചിരുന്നു.

'ധാരാളം ഹിന്ദു സുഹൃത്തുക്കൾ നമ്മുടെ വീട്ടിൽ വരുന്നുണ്ട്. നമ്മൾ അവരുടെ വൈകാരികതയെ കണക്കിലെടുക്കണം. എന്തായാലും ആട്ടിറച്ചിയോ, കോഴിയിറച്ചിയോ, കഴിക്കാനുള്ള ഒരു സ്വാതന്ത്ര്യം നമുക്കുണ്ടല്ലോ.' അബ്ബാ പറയുമായിരുന്നു.

ഫർസാന യാക്കൂബിന് കൈമാറാനായി ഒരു പ്ലേറ്റ് അവന്റെ കൈയിൽ കൊടുത്തപ്പോൾ കുൽമയുടെ മണം അവനിൽ മനംപുരട്ടൽ ഉണ്ടാക്കി.' എനിക്ക് ഉരുളക്കിഴങ്ങ് ഫ്രൈയും പൊറോട്ടയും മാത്രംമതി. ഞാൻ കുൽമ കഴിക്കില്ല.' ആരിഫ് തന്റെ തൊണ്ട ശരിയാക്കി നിലത്തു തുപ്പിയിട്ട് ഫർസാനയുടെ നേരേ തിരിഞ്ഞു പറഞ്ഞു.

യാക്കൂബ് സംതൃപ്തിയോടെ തന്റെ പൊറോട്ടയും കുൽമയും ചവയ്ക്കാൻ തുടങ്ങി.

ഉച്ചഭക്ഷണം കഴിഞ്ഞ് അവർ വണ്ടിനിർത്തിയിരിക്കുന്നതിന് ഒരു കല്ലേറ് മാത്രം അകലെയുള്ള തുറന്ന ചായക്കടയിൽനിന്ന് തങ്ങൾക്ക് ഓരോ ചായവാങ്ങിയാലോ എന്ന് യാക്കൂബ് അഭിപ്രായപ്പെട്ടു. ആരിഫിന് ചായ കുടിക്കണമെന്ന് തോന്നിയില്ലെങ്കിലും യാക്കൂബിന് വേണ്ടിവരുമെന്ന് ഊഹിച്ച് അവൻ മൂന്നുകപ്പ് ചായയ്ക്കായി യാക്കൂബിന് ഒരു അഞ്ചുരൂപാനോട്ട് കൊടുത്തു.

'നിങ്ങൾക്കറിയാമോ ആരിഫ് ഭായി, ഇത് ഒരു ഭൂമി ഹാർഗ്രാമമാണ്. എല്ലാവരും പന്ന ജനസംഘികളും ജാതിചിന്തയുള്ളവരുമാണ്. മൂന്ന് മുസ്ലിം വീടുകൾ മാത്രമേ ഈ ഗ്രാമത്തിലുള്ളൂ. ഒരു മാസംമുൻപ് ഒരു പാവം മുസ്ലിമിന്റെ വീട്, അയാളുടെ ബാഗിൽനിന്ന് ബീഫ് പിടിച്ചതിന്റെ പേരിൽ കത്തിച്ചുകളഞ്ഞു. ആ പാവത്തിനെ യുവാക്കളായ ഗ്രാമവാസികൾ വല്ലാതെ അടിച്ചു. അയൽഗ്രാമങ്ങളിലെ മുസ്ലിങ്ങൾ വല്ലാതെ ദേഷ്യാകുലരാവുകയും കാര്യങ്ങൾ ഒരു ലഹളയുടേതുപോലെ ആകുകയും ചെയ്തു.' ചായ കുടിച്ചുകൊണ്ട് യാക്കൂബ് പറഞ്ഞു.

'പിന്നെ എന്തുണ്ടായി?' ആരിഫ് ചോദിച്ചു.

'തെളിവില്ലാത്തതിനാൽ പോലീസ് സംശയാലുക്കളെയെല്ലാം വെറുതെ വിടുകയും പകരം ഈ സ്ഥലത്തുള്ള മുസ്ലിങ്ങളോട് ബീഫ് തിന്നുന്നതിൽനിന്നും പശുക്കളെ അറക്കുന്നതിൽനിന്നും മാറിനിൽക്കുവാൻ പറയുകയും ചെയ്തു. അത് ഈ നാട്ടിലെ നിയമത്തിന് എതിരാണെന്ന് അവർ പറഞ്ഞു.' യാക്കൂബ് വികാരഭരിതനായി. 'ജനങ്ങൾക്ക് അവരുടെ ഭക്ഷണം നിരോധിക്കുന്നത് എന്തുതരം നിയമമാണ്?'

വേപ്പുമരത്തിൽ കെട്ടിയിട്ട കാളകൾ മുളയുടെ പച്ചിലകളും വൈക്കോലും വേഗം വേഗം തിന്നു. തന്റെ സീറ്റിൽ കയറിയിരിക്കുന്നതിന് മുൻപ് യാക്കൂബ് അവയെ അഴിച്ച് നുകത്തിൽകെട്ടി. അവകളെ തന്റെ മുളവടികൊണ്ട് യാക്കൂബ് തളിക്കുമ്പോൾ അവരൊരു വലിയ ജനക്കൂട്ടത്തിന്റെ ശബ്ദംകേട്ടു. അവരുടെ ചുറ്റുമുള്ള അന്തരീക്ഷത്തിൽ 'ജയ് ശ്രീരാം' എന്ന മന്ത്രം പ്രതിദ്ധ്വനിച്ചു. തന്റെ എല്ലാ ശക്തിയുമെടുത്ത് കാളകളെ നിർത്തുന്നതിനായി കടിഞ്ഞാൺ വലിക്കുമ്പോൾ യാക്കൂബിന്റെ മുഖത്ത് ഭയം തത്തിക്കളിക്കുന്നത് ആരിഫ് കണ്ടു.

പൊക്കംകുറഞ്ഞ് ദൃഢഗാത്രനായ ഹാൻഡിൽബാർ മീശവെച്ച ഒരു കറുത്ത മനുഷ്യൻ മുളവടിയിൽകെട്ടിയ ത്രികോണാകൃതിയിലുള്ള ഒരു കാവിക്കൊടിപിടിച്ച് എൺപതോളം ആളുകളുടെ ഒരു ജാഥ നടക്കുന്നു. അവർ ജയ്ശ്രീറാം എന്ന് ഉച്ചത്തിൽ മന്ത്രോച്ചാരണം നടത്തിക്കൊണ്ട് കടന്നുപോകുന്നു. ഭാഗ്യവശാൽ അവർ ആ കാളവണ്ടിയെ കാര്യമായി ശ്രദ്ധിച്ചില്ല. ആ ജാഥ കടന്നുപോവുകയും കാളവണ്ടി മുന്നോട്ടുപോയി തുടങ്ങുകയും ചെയ്തപ്പോൾ ആരിഫ് ചോദിച്ചു.

'അതെന്താണ് യാക്കൂബ്ബായി?'

'ഞാൻ നിങ്ങളോട് നേരത്തെ പറഞ്ഞില്ലേ ഈ ഗ്രാമം മുഴുവൻ ജനസംഘികളാണ്. ഇപ്പോൾ ഒരു മുൻകള്ളക്കടത്തുകാരനും ബി.ജെ.പി. എം.എൽ.എ.യുമായ സുരേഷ്സിങ്, ഹിന്ദുക്കളെ യോജിപ്പിക്കുന്നതിനുവേണ്ടി പ്രഭാത്ഭേരി എന്നൊരു പരിപാടി തുടങ്ങിയിട്ടുണ്ട്. അവർ

പിടിച്ചിരിക്കുന്ന കൊടിയുടെ പേര് റാംധ്വജ് എന്നാണ്, ഭഗവാൻ രാമന്റെ പതാക.

'ശരി, ശരി.' ആരിഫ് തലയാട്ടി.

'ഇനായത്ത്നഗറിലും ചില ഹിന്ദു യുവാക്കൾ ഇത്തരത്തിലുള്ള ജാഥയ്ക്ക് ശ്രമിക്കുകയും അത് ഒരു വർഗ്ഗീയ സംഘർഷാവസ്ഥ ഉണ്ടാക്കുകയും ചെയ്തു. പക്ഷേ, ഇനായത്ത്നഗറിലെ ബോധമുള്ള ഹിന്ദുവായ ഹരിഹർജി അതിൽ ഇടപെട്ടതുകൊണ്ട് ഒന്നും സംഭവിച്ചില്ല. എന്നാലും അദ്ദേഹത്തിന്റെ മകൻ ശശിധർ...' യാക്കൂബ് ലക്കില്ലാതെ പാഞ്ഞുകൊണ്ടിരുന്നെങ്കിലും ആരിഫ് പിന്മാറി. ഉച്ചഭക്ഷണംകൊണ്ട് ഉറക്കം വരുന്നുണ്ടായിരുന്നു.

അവർ ഷംഷദ്നഗറിലേക്ക് പ്രവേശിച്ചപ്പോൾ റോഡിന്റെ നടുവിൽ ഗില്ലിദന്ദ കളിക്കുകയായിരുന്ന കൗമാരക്കാരായ മൂന്ന് ആൺകുട്ടികൾ കളി നിർത്തി റോഡിനരുകിലേക്ക് മാറി.

'നോക്കു, സുൽഫിക്കർ, ഏതോ മണവാട്ടി പോകുന്നു. മണവാളൻ കാളവണ്ടിയുടെ മുന്നിൽ ഇരിക്കുന്നുണ്ട്.' അതിലൊരുവൻ മറ്റുള്ളവരോട് വിളിച്ചുപറഞ്ഞു. അവൻ ആരിഫിനെ ചൂണ്ടി കുലുങ്ങിച്ചിരിച്ചു. പിന്നെ അവർ ആ കാളവണ്ടിയെ പിന്തുടർന്നുകൊണ്ട് പാട്ടുപാടാൻ തുടങ്ങി.

ചുവന്ന പല്ലക്കിൽ സുന്ദരിയും നിഷ്കളങ്കയുമായ മണവാട്ടി,
ഈ ഓമനയായ മണവാട്ടി അവളുടെ നാഥന്റെ പ്രിയപ്പെട്ടവൾ.

ആരിഫ് നാണിച്ചു. ഫർസാനയുടെ കവിളുകൾ നാണത്താൽ ചുവന്നുതുടുക്കുന്നത് അവൻ തന്റെ കൺകോണുകളിലൂടെ കണ്ടു.

'പോടാ തെമ്മാടികളെ.' യാക്കൂബ് കുട്ടികളെ വഴക്കുപറഞ്ഞു. പക്ഷേ, കുട്ടികൾ അതു ഗൗനിക്കാതെ ഗ്രാമത്തിന്റെ അറ്റംവരെ അവരെ അനുഗമിച്ചു. ജമൽപുരയിലെ തന്റെ ബാല്യം ഒരു ചെറുപുഞ്ചിരിയോടെ ആരിഫ് ഓർത്തു. നവവധുവിനെയും വഹിച്ചുകൊണ്ട് ഇത്തരത്തിൽ പോകുന്ന കാളവണ്ടിയുടെ പുറകെ ഇതേ പാട്ടുപാടിക്കൊണ്ട് സക്കീറും അവനും അവന്റെ മറ്റു കൂട്ടുകാരും എല്ലായ്പ്പോഴും ഓടിയിട്ടുണ്ട്.

ജമൽപുരയിലെ ജമാമസ്ജിദിന്റെ മിനാരങ്ങൾ കിഴക്കുദിക്കിൽ ദൂരെ മങ്ങിക്കാണാമായിരുന്നു. ഹസ്രത്ബാബാ പിർ ജമാലുദീൻ ഖാൻ റഹ്മത്തുള്ള അലൈഹിയുടെ ശവകുടീരത്തിന്റെ താഴികക്കുടത്തിലേക്ക് ഈ ദൃശ്യം ഇഴുകിച്ചേർന്നു. അവർ അവരുടെ ലക്ഷ്യസ്ഥാനത്ത് എത്താറായി.

കാളവണ്ടിയുടെ സമീപത്തുകൂടി ഒരു സൈക്കിൾ കടന്നുവന്നു. തന്റെ വലിയുപ്പ അബ്ദുൾ വഹീദ്ഖാനെ കണ്ട് അവൻ അസ്സലാം അലൈക്കുമെന്ന് അഭിവാദ്യം ചെയ്തുകൊണ്ട് ചാടിയിറങ്ങി. അവർ അദ്ദേഹത്തിന്റെ സൈക്കിൾ പിന്തുടർന്നുകൊണ്ട് ഗ്രാമത്തിലേക്ക് പോയി.

വലിയുപ്പയുടെ വീട്ടിൽ ഒരു മയക്കത്തിനും ഒരു ഗ്ലാസ്ചായയ്ക്കും ശേഷം യാക്കൂബ് ഇനായത്ത്നഗറിലേക്കുള്ള ദീർഘമായ മടക്കയാത്ര ആരംഭിച്ചു.

വൈകുന്നേരം ആരിഫ് തന്റെ വലിയുപ്പയോടും കസിൻ മുനീറിനോടും കൂടെ അത്താഴം കഴിക്കാനിരുന്നു. ദീർഘചതുരാകൃതിയിലുള്ള മുറ്റത്ത് അവർ ഇരുന്ന മരത്തട്ടിന്റെ ഇരുവശങ്ങളിലും വൈക്കോലും ചെളിയും വച്ചുണ്ടാക്കിയ നാലു ധാന്യസംഭരണികൾ ഉണ്ടായിരുന്നു. അതിന്റെ മൂലയിൽ പച്ചനിറത്തിലുള്ള ഇരുമ്പ് കൈപമ്പ് ഉണ്ടായിരുന്നു.

'അനിയൻ പറഞ്ഞു നീ മുഗൾ ഇ ആസം കഴിക്കില്ലെന്ന്.' വലിയുപ്പ മാട്ടിറച്ചിക്ക് പകരമായി ഉപയോഗിച്ചിരുന്ന ഒരു കോഡ്ഭാഷയായിരുന്നു അത്.' അതുകൊണ്ട് എനിക്ക് ആട്ടിറച്ചി വാങ്ങാൻ ഷംഷദ്നഗർവരെ പോകേണ്ടിവന്നു.'

ആരിഫിന്റെ ബാപ്പ അദ്ദേഹത്തേക്കാൾ ഇളയതാണെങ്കിലും അയാൾ തന്റെ കഷ്ടപ്പാടുകൾക്കിടയിലും പഠനം പൂർത്തീകരിച്ച് പോലീസ് വകുപ്പിൽ ഒരു ജോലി നേടിയതിനാൽ അബ്ദുൾ വാഹിദ് ഖാന് അയാളെ വലിയ ബഹുമാനമായിരുന്നു.

'അസ്മതി ബാജിയും റഹ്മത്തിയും എന്തു പറയുന്നു?' മട്ടൻകുറുമ കഴിക്കുന്നതിനിടയിൽ വല്യുപ്പയുടെ പെൺമക്കളുടെ വിശേഷങ്ങൾ ആരിഫ് ചോദിച്ചു.

'അസ്മതി ഇപ്പോൾ ഡൽഹിയിലാണ്. അവളുടെ ഭർത്താവ് ഒരു ലൈയ്ത്ത് മിഷ്യൻ വർക്ക്ഷോപ്പ് നടത്തുന്നു. റഹ്മത്തി കഠ്മണ്ഡുവിലാണ്. അവളുടെ ഭർത്താവ് ഒരു ബേക്കറിക്കട തുടങ്ങിയിട്ടുണ്ട്. അവന് നേപ്പാളികളുമായി കുറച്ച്പ്രശ്നങ്ങൾ ഉണ്ടായിരുന്നു. അവർ പറയുന്നത് ഇന്ത്യക്കാർ 'വിദേശി'കളാണെന്നാണ്. അതുകൊണ്ട് അവർക്ക് നേപ്പാളിൽ ജീവിക്കാൻ യാതൊരു അവകാശവുമില്ലത്രേ.' അദ്ദേഹം അത്താഴം കഴിഞ്ഞ് വെള്ളംകുടിച്ച് വലിയൊരു ഏമ്പക്കവും വിട്ടു.

'നിനക്ക് ഭക്ഷണം ഇഷ്ടപ്പെട്ടോ മകനേ?' വരാന്തയിൽ നിന്ന് തന്റെ ഊർന്നുവീഴുന്ന സാരിത്തലപ്പ് കയറ്റിയിടാൻ ശ്രമിക്കുന്നതിനിടയിൽ വലിയുമ്മ സലേഹബീഗം ചോദിച്ചു.

'അതിവിശിഷ്ടം.' ആരിഫ് അറിയിച്ചു. അവന്റെ വലിയുമ്മ ഒരു ചിരിയോടെ പാത്രങ്ങൾ എടുത്തുമാറ്റാൻ തുടങ്ങി.

'മുനീർബായി, നമുക്കൊന്ന് നടക്കാൻ പോകാം.' ആരിഫ് അവന്റെ കസിന്റെ നേരേതിരിഞ്ഞു.

'ശരി', മുനീർ തന്റെ വയർ തടവിക്കൊണ്ട് പറഞ്ഞു. അവർ ഗ്രാമത്തിൽനിന്ന് പുറത്തേക്ക്പോകുന്ന വഴിയിൽ അവർ എത്തി. അന്ന് പൗർണമി ആയിരുന്നു.

'സദാഖത്ത് എന്തുചെയ്യുന്നു?' ജമാൽപുരയിലെ തന്റെ ഒരു ബാല്യകാലസുഹൃത്തിനെക്കുറിച്ച് ആരിഫ് ചോദിച്ചു.

'അവൻ എന്നത്തേയുംപോലെ ഒരു നിർഗുണൻതന്നെ. ഒരു ചാമർ പെൺകുട്ടിയുമായി അവൻ പ്രേമത്തിലാണെന്ന് കേട്ടു. ഒന്നുംപറയണ്ട, പത്തുവയസ്സിൽ വിവാഹിതയായി പന്ത്രണ്ടുവയസ്സിൽ വിധവയായ ചമേലി ഇപ്പോൾ സദാഖത്തിന്റെ കാമുകിയാണ്. പക്ഷേ, ഒരു നല്ല കാര്യമെന്തെന്നാൽ അവനിപ്പോൾ കള്ള് കുടിക്കുന്നത് നിർത്തി.'

'അതൊരു നല്ല വർത്തയല്ലേ?'

'പിന്നെ, ഈ അടുത്തകാലത്താണ് ഒരു പോസ്റ്റർ എഴുതിയതിന്റെ പേരിൽ ഗ്രാമത്തിന്റെ മുതിർന്നവരുമായി അവന് കുറച്ച് പ്രശ്നങ്ങളുണ്ടായത്.'

'പോസ്റ്ററോ?'

'കഴിഞ്ഞ മാസം ഒരു വെള്ളിയാഴ്ച്ച രാവിലെ ജുമാമസ്ജിദിന്റെ എതിർവശമുള്ള പഴയ ബംഗ്ലാവിന്റെ മതിലിൽ ഉർദുവിലെഴുതിയ ഒരു പോസ്റ്റർ കണ്ടെത്തി. അത് ഇപ്രകാരമായിരുന്നു.

'ഹാഷിംഖാൻ - *രംഗീൻമസാജ്* (സ്ത്രീലമ്പടൻ)
സഗീർഖാൻ - *ബേട്ടിചോദ്* (മകളെ ഭോഗിക്കുന്നവൻ)
റയീസ്ഖാൻ - *ചുകൽഖോർ* (പരദൂഷണക്കാരൻ)
സർതാജ്ഖാൻ - *റാൻഡിബാസ്* (കൂട്ടിക്കൊടുപ്പുകാരൻ)
ഷെയ്ഖ്റഹമദ് - ആഗ്ലഗ്വാ (വഴക്കാളി)

ഈ പോസ്റ്റർ സദാഖത്ത് അലിഖാൻ എഴുതിയത്.'

ഇവരെല്ലാം ഗ്രാമത്തിലെ ബഹുമാന്യരും അധികാരമുള്ളവരുമാണ്. ഈ വേണ്ടാതീനത്തെക്കുറിച്ച് ചർച്ചചെയ്യാൻ പള്ളിയുടെ മുന്നിൽ ഒരു യോഗം സംഘടിപ്പിച്ചിരുന്നു. സദാഖത്ത് തന്റെ പങ്കാളിത്തം നിഷേധിച്ചുകൊണ്ട് ഇങ്ങനെ പറഞ്ഞു.

'യഥാർത്ഥത്തിൽ ഞാനാണിത് എഴുതിയതെങ്കിൽ ഈ പോസ്റ്ററിന്റെ അടിയിൽ എന്റെ പേര് എഴുതിവെക്കാൻ ഞാനൊരു വിഡ്ഢിയാണെന്ന് നിങ്ങൾക്ക് തോന്നുന്നുണ്ടോ?'

'ആളുകൾക്കത് ബോധ്യമായില്ല. അവർ സദാഖത്തിനോട് പോസ്റ്ററിലുള്ളത് ഒന്ന് എഴുതുവാൻ പറഞ്ഞു. അവനത് ചെയ്തു. രണ്ട് എഴുത്തും വ്യത്യസ്തമായിരുന്നു. അവൻ കുറ്റവിമുക്തനായി.

'അച്ഛാ'

'പക്ഷേ, ആ പോസ്റ്ററിൽ പറഞ്ഞ കാര്യങ്ങൾ ഒക്കെ മിക്കവാറും വാസ്തവമായിരുന്നു.' മുനീർ അടക്കിച്ചിരിച്ചുകൊണ്ട് പറഞ്ഞുനിർത്തി.

അവർ ഗ്രാമത്തിൽനിന്ന് ഏകദേശം ഒരു കാൽമൈൽദൂരം നടന്നു കഴിഞ്ഞിരുന്നു. രാത്രി പ്രാർത്ഥനയുടെ ബാങ്കുവിളി പള്ളിയിലെ ഉച്ച ഭാഷിണിയിലൂടെ കേട്ടപ്പോൾ മുനീർ തിരിഞ്ഞ് ആരിഫിനോട് ചോദിച്ചു.

'എനിക്ക് പ്രാർത്ഥിക്കാൻ പോണം.'

'ശരി മുനീർഭായി.'

മുനീർ വേഗം പള്ളിയിലേക്ക് നടക്കാൻ ആരംഭിച്ചു. ആരിഫ് തന്റെ കസിന്റെ പിന്നാലെ സാവധാനം നടന്നപ്പോൾ സദാഖത്ത് എതിർദിശ യിൽനിന്ന് നടന്നുവരുന്നത് അവൻ കണ്ടു. അഭിവാദ്യങ്ങൾക്കുശേഷം ആരിഫ്സദാഖത്തിന്റെ ഒപ്പം നടക്കാൻ തുടങ്ങി. സദാഖത്തിന്റെ കൈ യിൽ ഒരു റാന്തൽവിളക്കും ഒരു ലോട്ടയിൽ വെള്ളവും ഉണ്ടായിരുന്നു. അവൻ പാടത്തേക്ക് നടക്കുകയാണെന്ന് ആരിഫ് ഊഹിച്ചു. അവന്റെ ഗ്രാമത്തിൽ പാടത്തേക്കുപോകുക എന്നാൽ വിസർജ്ജിക്കാൻ പോകുക എന്നായിരുന്നു അർത്ഥം.

അവൻ ആരിഫിനോട് പോസ്റ്റർ സംഭവത്തെക്കുറിച്ച് ചോദിച്ചു.

'ആരോടും പറയല്ലേ. ഞാൻ തന്നെയാണ് ആ പോസ്റ്റർ അവിടെ ഒട്ടിച്ചത്. അടുത്ത ഗ്രാമത്തിലെ എന്റെ സുഹൃത്തുക്കളിൽ ഒരുവനെ കൊണ്ടാണ് ഞാനത് എഴുതിച്ചത്.' സദാഖത്ത് ചിരിച്ചുകൊണ്ട് പറഞ്ഞു.

'നീ ഗ്രാമത്തിലെ ഒരു പെൺകുട്ടിയുമായി പ്രണയത്തിലാണെന്ന് കേട്ടല്ലോ?' ആരിഫ് തന്റെ മുൻസഹപാഠിയെ കളിയാക്കി.

സദാഖത്ത് നാണിച്ചു.

'നിനക്കെങ്ങനെ അറിയാം?'

'മാജിക്.' ആരിഫ് ചിരിച്ചു.

'ആരിഫ്ഭായി, നീ എന്റെ ദീർഘകാല സുഹൃത്താണ്. ഞാൻ നിന്നിൽനിന്ന് ഒന്നുംമറയ്ക്കുന്നില്ല. അവളുടെ പേര് ചമേലി എന്നാണ്. അവൾ ഒരു ഹിന്ദു മാത്രമല്ല ഒരു തൊട്ടുകൂടാത്ത ജാതിയിൽപ്പെട്ട വളുമാണ്. ശരിക്ക് പറഞ്ഞാൽ ഒരു ചാമർ. എന്റെ വീട്ടുകാർ ഒരിക്കലും ഈ ബന്ധത്തിന് സമ്മതിക്കില്ല. പക്ഷേ, ഞാനത് വകവെയ്ക്കുന്നില്ല. ഞാനവളെ മാത്രമേ കല്യാണം കഴിക്കൂ.'

'അതുകൊള്ളാം.'

'അതിരിക്കട്ടെ, നീ നിന്നെപറ്റി പറയൂ. ഉറപ്പായും പട്നയിൽ നിന ക്കൊരു ഗേൾഫ്രണ്ട് ഉണ്ടായിരിക്കും, അല്ലേ?' സദാഖത്ത് ചിരിച്ചു കൊണ്ട് ചോദിച്ചു. സുമിത്രയോടുള്ള അവന്റെ ഭ്രമത്തെക്കുറിച്ച് അവനോട് പറയാൻ അവന് അതിയായ ആഗ്രഹംതോന്നി. പക്ഷേ, അവൻ പറഞ്ഞില്ല.

'ഇല്ല, സദാഖത്ത്ഭായി. ഞാൻ നിന്റത്രയും ഭാഗ്യവാനല്ല.'

'ഞാൻ നിന്നെ വിശ്വസിക്കില്ല. നിന്നെപ്പോലെ പൊക്കവും സൗന്ദര്യവുമുള്ള ഒരുവന് ഏതു പെണ്ണിനെയും വശീകരിക്കാൻ എളുപ്പം പറ്റും. പട്നയിലെ പെണ്ണുങ്ങൾ വളരെ പുരോഗമനവാദികളാണെന്ന് ഞാൻ കേട്ടിട്ടുണ്ട്.'

അവർ കർപ്പൂരി ഠാക്കൂർ കനാലിനുമേലുള്ള 'പുലിയ' എന്ന ചെറു പാലത്തിൽ എത്തിയിരുന്നു. 1970-ൽ പണിതതാണെങ്കിലും ഇപ്പോഴും അതിൽ ഒരു തുള്ളിവെള്ളംപോലും ഒഴുകുന്നുണ്ടായിരുന്നില്ല.

'ഞാൻ പത്തുമിനിറ്റിനുള്ളിൽ തിരിച്ചുവരാം.' സദാഖത്ത് വരണ്ട കനാലിലേക്ക് ഇറങ്ങി, ബുട്ടിയാഗച്ചിക്കുനേരെ നടക്കുവാൻ തുടങ്ങി. (ബുട്ടിയാഗച്ചി ആ ഗ്രാമത്തിലെ ഹിന്ദുക്കളെ ദഹിപ്പിക്കാൻവേണ്ടി മാറ്റിയിട്ടിരിക്കുന്ന തുറസ്സായ ഒരു പ്രേതഭൂമി).

രണ്ടുനിമിഷം കഴിയുന്നതിനുമുമ്പേ പൂർണ്ണചന്ദ്രികയിൽ ഒരു സ്ത്രീയുടെ നിഴൽരൂപം എതിർദിശയിൽനിന്നും ബുട്ടിയാഗച്ചിയിലേക്ക് വരുന്നത് ആരിഫ് കണ്ടു.

ഏറെ വർഷങ്ങൾക്കുമുൻപ് ശരീരത്തിൽ നൂറുകണ്ണുകളുള്ള ഒരു ഭൂതത്തെ, രകാശിനെ, അവിടെ കണ്ടതായി അവന്റെ ദാദി പറഞ്ഞിരുന്നു. അതുകൊണ്ടാണ് ആ തോട്ടം ബുട്ടിയാഗചി അഥവാ പ്രേതബാധയുള്ള തോട്ടം എന്ന് അറിയപ്പെടുന്നത്. പക്ഷേ, തന്നെപോലെ വിദ്യാസമ്പന്നനായ ഒരുവൻ ഇമ്മാതിരി പ്രേതകഥകളിൽ വിശ്വസിക്കണമോ?

അപ്പോൾ, അതൊരു പക്ഷേ, ചമേലി ആയിരിക്കുമെന്നവൻ വിചാരിച്ചു. അവൾ കനാലിലിറങ്ങി ബുട്ടിയാഗചി ലക്ഷ്യമാക്കി നടക്കുന്നത് അവൻ കണ്ടു. ആകാംക്ഷാഭരിതനായ അവൻ വേറൊന്നും ആലോചിക്കാതെ കനലിലേക്കിറങ്ങി പുല്ലുപിടിച്ചു കിടക്കുന്നതിനിടയിലൂടെ ബുട്ടിയാഗച്ചിയിലേക്ക് നടന്നു. അവിടെ ഉണ്ടാകാനിടയുള്ള പാമ്പുകളെയും മറ്റു ജന്തുക്കളെയുംകുറിച്ച് ഓർത്തപ്പോൾ അവന്റെ നട്ടെല്ലിലൂടെ ഒരു വിറയൽ പാഞ്ഞിറങ്ങി. ലിച്ചിമരങ്ങളുടെ താഴ്ന്നചില്ലകൾക്കിടയിലൂടെ അവൻ കുനിഞ്ഞുനീങ്ങി. സദാഖത്ത് തോട്ടത്തിലൊരിടത്ത് ഇരിക്കുന്നത് കണ്ടപ്പോൾ അവൻ നിന്നു. അവൻ കൂടുതൽ വ്യക്തമായി കാണുവാനായി കണ്ണുകൂർപ്പിച്ചു. സദാഖത്തിന്റെ റാന്തലിന്റെ വെട്ടത്തിൽ ചമേലി അവന്റെ മടിയിൽ കിടക്കുന്നത് അവൻ കണ്ടു. സദാഖത്തിന്റെ കൈകൾ അവളുടെ ബ്ലൗസിനുള്ളിലേയ്ക്ക് ഊഴ്ന്നിറങ്ങിയപ്പോൾ അവന്റെ കൈയിൽ അടിച്ചുകൊണ്ട് അവൾ പറഞ്ഞു, 'കല്യാണത്തിനുമുൻപേ വേണ്ട.' രാത്രിയുടെ നിശ്ശബ്ദതയിൽ അവരുടെ സംഭാഷണം വ്യക്തമായി കേൾക്കാമായിരുന്നു. സദാഖത്ത് അവളുടെ കവിളിലും ചുണ്ടിലും ചുംബിച്ചു. അവന്റെ കൈകൾ വീണ്ടും അവളുടെ

ബ്ലൗസിനുള്ളിലേയ്ക്ക് അലസമായിറങ്ങി. പക്ഷേ, ഇത്തവണ അവൾ അവനെ പിന്തിരിപ്പിച്ചില്ല. അവളെ തറയിലേയ്ക്ക് തള്ളി അവൻ അവളുടെ മുകളിലേക്ക് കയറി. അവനും സുമിത്രയും ഒരു മാമ്പഴത്തോട്ടത്തിൽ ഇരിക്കുന്നത് ആരിഫ് സങ്കല്പിച്ചു.

'വേണ്ട സദാഖത്ത്' ചമേലി പെട്ടെന്ന് സദാഖത്തിനെ തള്ളിമാറ്റി. സദാഖത്ത് ചിരിക്കുകയായിരുന്നു.

ആരിഫ് യാഥാർത്ഥ്യത്തിലേക്ക് തിരിച്ചുവന്നു. സുമിത്രയെക്കുറിച്ചുള്ള അവന്റെ കാമാതുരമായ ചിന്തകളിൽ അവന് കുറ്റബോധംതോന്നി.

സദാഖത്ത് ചമേലിയുമായി ചെയ്യാൻ ശ്രമിച്ചത് തെറ്റാണ്, ഒരു പാപം. താൻ സുമിത്രയുമായി സങ്കല്പിച്ചതും ഒരു തെറ്റാണ്, ഒരു പാപം.

'ചമേലി, എനിക്കിന്ന് നേരത്തേ പോകണം. എന്റെ സുഹൃത്ത് ആരിഫ് പുലിയയിൽ എന്നെ കാത്തിരിക്കുകയാണ്.'

'പക്ഷേ, നമ്മൾ എന്നാണ് കഠ്മണ്ഡുവിൽ പോകുന്നത്?'

'ഉടനെതന്നെ.' സദാഖത്ത് എഴുന്നേറ്റു.

ആരിഫ് വേഗത്തിൽ ഓടി പുലിയയിൽ തിരിച്ചെത്തി.

~

ജമാൽപുരയിലെ ആളുകൾ നേരത്തേ ഉറങ്ങുന്നവരാണ്. അന്തരീക്ഷം തണുപ്പുള്ളതും ആകാശം തെളിഞ്ഞിരിക്കുന്നതുമായ നവംബർ മാസത്തിൽപോലും ആ ഗ്രാമം എട്ടരയോടുകൂടി ദീർഘനിദ്രയിൽ മുഴുകും. പക്ഷേ, ആരിഫ് ഉണർന്നിരുന്നു. അടുത്തുള്ള പാടങ്ങളിലെ ചീവിടുകളുടെ പാട്ടും ഇടയ്ക്കിടയ്ക്കുള്ള കുറുക്കന്മാരുടെ ഓരിയിടലും ഒഴിച്ചാൽ എല്ലായിടത്തും നിശ്ശബ്ദത ആയിരുന്നു. പോലീസ് കോളനിയിൽ ആരും പതിനൊന്നുമണിക്കുമുൻപ് ഉറങ്ങിയിരുന്നില്ല. അതിനാൽ ആരിഫും വൈകി ഉറങ്ങുന്നത് ശീലമാക്കിയിരുന്നു. അവന്റെ മനസ്സ് സുമിത്രയെത്തേടി ചെന്നു. അവന്റെ ചിന്തകളിൽനിന്ന് സുമിത്രയെ മാച്ചുകളയാൻ തനിക്ക് എപ്പോഴെങ്കിലും സാധിക്കുമോ എന്നവൻ വ്യാകുലപ്പെട്ടു.

ജമൽപുരയിലെ കിടപ്പുമുറികൾ പട്നയിലുള്ള കിടപ്പുമുറികളേക്കാൾ മൂന്നിരട്ടി വലിപ്പമുള്ളതായിരുന്നു. ആയിരത്തിത്തൊള്ളായിരത്തി അറുപതുകളിലെ രീതിയിലുള്ള നാലു പോസ്റ്റർ വീതിയുള്ള സൂക്ഷ്മമായ കൊത്തുപണികളാൽ അലംകൃതമായ കട്ടിൽ, മുറിയുടെ നാലിൽ ഒരു ഭാഗം കൈയടക്കിയിരുന്നു. ആ കട്ടിൽ തന്റെ മകളുടെ കല്യാണത്തിന് ഉമ്മയുടെ ബാപ്പ കല്യാണസമ്മാനമായി ഉമ്മയ്ക്ക് കൊടുത്തതാണെങ്കിലും വർഷങ്ങൾ കഴിഞ്ഞിട്ടും അതിപ്പോഴും ഉറപ്പു

ള്ളതായി തോന്നിച്ചു. ശിഷാംമരത്തിൽതീർത്ത ഒരു പഠനമേശയും കസേരയും ഒരു അലമാരയുംകൂടി ആ മുറിയിൽ ഉണ്ടായിരുന്നു. ഗ്രാമത്തിലെ പ്രധാന പള്ളി കാണത്തക്കവിധത്തിൽ രണ്ടു ജനാലകൾ തുറന്നു കിടന്നിരുന്നു.

തന്റെ ശ്രദ്ധതിരിക്കുവാൻ രസകരമായ എന്തെങ്കിലും വായിക്കുവാൻ കിട്ടുമെന്ന് ആശിച്ച് ആരിഫ് അലമാര തുറന്നു. ഇരട്ടവാലൻ കരണ്ട *ദാസ്താൻ ഇ ആമിർഹംസ, തിൽസം ഇഹോഷ്റൂബ, ആലിഫ് ലൈല* എന്നിവയുടെ പഴയകോപ്പികളുടെകൂടെ പഴയ സ്കൂൾപുസ്തകങ്ങൾക്കിടയിൽ തന്റെ രണ്ടു പഴയഡയറികളും അവൻ കണ്ടെത്തി. കട്ടിലിൽകിടന്നുകൊണ്ട് അവൻ സിമ്രാനെക്കുറിച്ചുള്ള ഡയറി കുറിപ്പുകൾ വായിക്കുവാൻ തുടങ്ങി. ഏകദേശം പത്തുവർഷങ്ങൾക്കുമുൻപ് താൻ സിമ്രാനെ ആദ്യമായി കണ്ടദിവസം അവന് വ്യക്തമായി ഓർത്തെടുക്കാൻ കഴിഞ്ഞു.

~

31 ഒക്ടോബർ 1984.

രാവിലെ ഏകദേശം പതിനൊന്നു മണിക്ക് അബ്ബയുടെ സഹപ്രവർത്തകൻ ശ്രീ മിശ്ര ഞങ്ങളുടെ വീട്ടിലേക്ക് ഓടിവന്നു. അസ്വസ്ഥനായിരുന്ന അദ്ദേഹം ഗദ്ഗദ ശബ്ദത്തിൽ സംസാരിച്ചു. 'ഖാൻ സാഹബ്, ആ ഇരുമ്പുവനിത അന്തരിച്ചു. അബ്ബയുടെ മുഖം വിളറി. അദ്ദേഹം തന്റെ റേഡിയോ എടുക്കുന്നതിനായി പാഞ്ഞു. ഓൾ ഇന്ത്യ റേഡിയോയിലെ വാർത്ത ശ്രീമതി ഗാന്ധിയുടെ മരണം സ്ഥിരീകരിച്ചു.

പ്രധാനമന്ത്രിയുടെ സിഖുകാരായ രണ്ടു അംഗരക്ഷകർ അവരെ വധിച്ചതായി അറിവായി. സിക്കുകാർ അവരുടെ മരണം ആഘോഷിക്കുന്നതായും പ്രാദേശിക ഗുരുദ്വാരകളിൽ മധുരപലഹാരങ്ങൾ വിതരണം ചെയ്യുന്നതായും കിംവദന്തി പരന്നിരുന്നു. ഓപ്പറേഷൻ ബ്ലൂസ്റ്റാറിനുള്ള പ്രതികരണമായിരുന്നു ഇതെന്ന് ആരോ പറയുന്നത് ഞാൻ കേട്ടിരുന്നു.

പ്രധാനമന്ത്രിയുടെ മരണം എനിക്ക്, രണ്ടുപേർ റോഡപകടത്തിൽ മരിച്ചു, സോനെനദിയിൽ ബോട്ട്മറിഞ്ഞ് മൂന്നുപേരെ കാണാതായി തുടങ്ങിയ പത്രവാർത്ത പോലെയായിരുന്നു. നമ്മുടെ ബന്ധുക്കളോ നമ്മുടെ പരിചയക്കാരോ അല്ലാത്ത ആരോ മരിച്ചതിന് ബാപ്പ ഇത്ര മാത്രം വിഷമിക്കുന്നത് എന്തിനെന്ന് എനിക്ക് മനസ്സിലായില്ല.

1 നവംബർ 1984.

സക്കീറും ഞാനും വൈകുന്നേരം കളിസ്ഥലത്തുനിന്നും വീട്ടിലേയ്ക്ക് തിരിച്ചുവന്നു. സാധാരണപോലെ കറന്റ്പോയിട്ടില്ലാത്തതി

നാൽ ഞാൻ സന്തോഷവാനായിരുന്നു. നസ്നീനും റാബിയയും തറയിലിരുന്ന് ലുഡോ കളിക്കുകയായിരുന്നു. എന്നാൽ പുന്നാര കുഞ്ഞു ഹുമ ഒരു കസേരയിൽ ദുഃഖിച്ചിരിക്കുകയായിരുന്നു. ഞാൻ അവളോട് എന്തുപറ്റിയെന്ന് ചോദിച്ചപ്പോൾ നസ്നീനും റാബിയയും അവൾ കുഞ്ഞായതുകൊണ്ട് കളിക്കു കൂട്ടുന്നില്ലെന്ന് പരാതി പറഞ്ഞു. ഞാൻ വല്യേട്ടനാകുവാൻ ആഗ്രഹിച്ചു.

'ങാ, എന്റെ കുഞ്ഞനിയത്തിയെ കളിക്കു കൂട്ടാതിരിക്കാൻ നിങ്ങൾക്കെങ്ങനെ ധൈര്യം വന്നു? ഹുമയോട് നിങ്ങളുടെ കളിയിൽ ചേരാൻ പറയൂ.' കൃത്യമായി അധികാരഭാവത്തോടെ ഞാൻ മറ്റു രണ്ടുപേരോടും ചോദിച്ചു. അവളോടുകൂടെ പങ്കെടുക്കുവാൻ പറയുകയല്ലാതെ അവർക്ക് മറ്റു മാർഗ്ഗങ്ങൾ ഉണ്ടായിരുന്നില്ല.

'തോറ്റാൽ നീ കരയരുത്.' എന്ന് റാബിയ ഹുമയോട് പറയുന്നത് കണ്ട് തന്റെ സഹോദരിമാരോട് എനിക്ക് അതിയായ വാത്സല്യം തോന്നി. ഹുദാ ഇസ്ലാമിക് ഡൈജസ്റ്റ് എന്ന ഉറുദു മാസിക വായിച്ചുകൊണ്ട് ദാദി കട്ടിലിൽ കിടക്കുകയായിരുന്നു. അവരുടെ കണ്ണട അവരുടെ മൂക്കിൻതുമ്പത്തായിരുന്നു. എന്നെ കണ്ടമാത്രയിൽ അവർ ചോദിച്ചു.' എന്റെ കൊച്ചുമോന് എന്തെങ്കിലും കഴിക്കുവാൻ വേണമോ?'

'വേണ്ട ദാദി.' എന്നു പറഞ്ഞുകൊണ്ട് ഞാനവരെ കെട്ടിപ്പിടിച്ചു. എന്റെ നിറുകയിൽ ചുംബിച്ചുകൊണ്ട് ദാദി ചോദിച്ചു, 'നിനക്ക് പ്രിയപ്പെട്ട ഉരുളക്കിഴങ്ങ് പലഹാരമോ ഹൽവായോ ഞാൻ ഉണ്ടാക്കണോ?'

'ഇത് ശരിയല്ല ദാദി, നിങ്ങൾ നിങ്ങളുടെ എല്ലാ സ്നേഹവും എന്റെ സഹോദരനുവേണ്ടി മാറ്റിവെച്ചിരിക്കുന്നു.' എന്ന് സക്കീർ പരാതി പറഞ്ഞു.

'അങ്ങനെയല്ല സക്കീർ' ദാദി ചിരിച്ചുകൊണ്ട് പറഞ്ഞു.'നിനക്കെന്താണ് വേണ്ടതെന്ന് നീ പറഞ്ഞാൽമതി.'

'ഹൽവ!' സക്കീർ ഉടനെ പ്രതികരിച്ചു.

ഞാൻ അകത്തുപോയി ലുങ്കിയും കുർത്തയും ധരിച്ച് വരാന്തയിലേക്ക് വന്നു. അന്തരിച്ച പ്രധാനമന്ത്രിയുടെ വലിയ ചിത്രം പത്രത്തിന്റെ ആദ്യപുറം കൈയടക്കിയിരുന്നു.

'അകത്തേക്ക് വരൂ സാർ.' അബ്ബ പറയുന്നത് ഞാൻ കേട്ടു. ഒരു ജീപ്പ് ഞങ്ങളുടെ വീടിന്റെ മുൻവശത്ത് വന്നിരുന്നു. സർദാർ സ്വർണ്ണ സിങ്ങിനെയും ഭാര്യയെയും സ്വീകരണമുറിയായി ഉപയോഗിച്ചിരുന്ന കിടപ്പുമുറിയിലേക്ക് അബ്ബ ആനയിച്ചു. ബീഹാർ മിലിട്ടറി പൊലീസിലെ ഡെപ്യൂട്ടി കമ്മാണ്ടന്റ് ആയിരുന്ന സ്വർണ്ണസിങ് ബാപ്പയുടെ സീനിയർ ആയിരുന്നു. അദ്ദേഹം ദുഃഖിതനും ആകുലനും ആയി കാണപ്പെട്ടു.

കാപ്പിപ്പൊടി നിറമുള്ള തലപ്പാവ് ധരിച്ച മദ്ധ്യവയസ്കനായ ഒരു സിക്കുകാരനും തവിട്ടുനിറത്തിലുള്ള സാരി ധരിച്ച ഒരു തടിച്ച

സ്ത്രീയുംകൂടി സർദാർ സ്വർണ്ണസിങ്ങിന്റെ പിറകെ അകത്തു പ്രവേശിച്ചു. സാധാരണ സ്റ്റൈലിൽ മുടിവെട്ടിയ പച്ചസൽവാർ കമ്മീസ് ധരിച്ച ഒരു പെൺകുട്ടി അവരെ അനുഗമിച്ചു. അവളെ കണ്ടപ്പോൾ കുറച്ചുസമയം എനിക്ക് വിശ്വസിക്കാൻ കഴിഞ്ഞില്ല. എനിക്കിതുപോലൊരു അനുഭവം ഇതിനുമുൻപ് ഉണ്ടായിട്ടില്ല. ആ പെണ്ണ് ഒരു സുന്ദരിയായിരുന്നു.

'ഖാൻ, ഡോക്ടർ ബൽവീന്ദർ സിങ്ങിനെയും ഭാര്യയെയും മകൾ സിമ്രാനെയും പരിചയപ്പെടൂ. ഡോക്ടർ സാഹബ് എന്റെ ഭാര്യയുടെ കസിനാണ്.' മിസ്റ്റർ സിങ് തന്റെ അളിയനെയും കുടുംബത്തെയും പരിചയപ്പെടുത്തി.

സിമ്രാൻ, സിമ്രാൻ, സിമ്രാൻ.

ഞാൻ അവളുടെ മായാവലയത്തിൽ വീണുപോയെങ്കിലും ആ സംഭാഷണം എന്നിൽ താല്പര്യമുളവാക്കി.

എന്തിനാണ് ഈ സുന്ദരി എന്റെ വീട്ടിൽ വന്നത്?

'ഡോക്ടർ സിങ് ഖത്താൽബാഗിലാണ് താമസിക്കുന്നത്. അവിടെ ചില സിക്കുകാരുടെ കടകൾ നശിപ്പിക്കുകയുണ്ടായി. അതിനാലാണ് അയാൾ ഞങ്ങളുടെ വീട്ടിൽ അഭയംതേടിയെത്തിയത്. അവിടെയും പത്തുപതിനഞ്ചു കോൺസ്റ്റബിൾമാർ ഒത്തുകൂടി സിക്കുകാർക്കെതിരെ മുദ്രാവാക്യങ്ങൾ വിളിക്കുവാൻ തുടങ്ങി. എന്റെ ഭാര്യ ഭയന്നുവിറച്ചു. ഒരു മുസ്ലിം ഓഫീസറിന്റെ വീട്ടിൽ ഞങ്ങൾ സുരക്ഷിതരായിരിക്കുമെന്നു വിചാരിച്ചു.'

'ഡോക്ടർ സാഹബ് ശരിയായ കാര്യംതന്നെയാണ് ചെയ്തത്.' അബ്ബ പറഞ്ഞു.

'ഭായിസാഹബ് ഞങ്ങൾ ഇവിടെയുണ്ടെന്ന് ദയവായി ആരോടും പറയരുത്.' മിസ്സിസ് സിങ് പറഞ്ഞു. അവരുടെ കൈകൾ വിറച്ചിരുന്നു. എനിക്ക് അവരോട് സഹതാപംതോന്നി.

'മേം സാഹബ്, പരിഭ്രമിക്കേണ്ട. പോലീസ്കോളനിയിൽ ഒന്നും സംഭവിക്കില്ല. മരത്തിൽത്തീർത്ത മേശമേൽനിന്ന് റേഡിയോ എടുത്ത് ട്യൂൺ ചെയ്യുവാൻ ശ്രമിക്കുന്നതിനിടയിൽ അബ്ബ പറഞ്ഞു. ഒരുപക്ഷേ, അദ്ദേഹം വീണ്ടും വാർത്തകൾ കേൾക്കാൻ ശ്രമിക്കുകയാകാം.

'സിഖുകാർക്കെതിരായുള്ള കലാപം ഡൽഹിയിൽ അതിരൂക്ഷമായി തുടരുന്നു.' റേഡിയോയിൽനിന്ന് ഒരു ശബ്ദം പുറത്തുവന്നു.

ഞാൻ ചുവരിനഭിമുഖമായി ഇടനാഴിയിൽനിന്ന് ഇടയ്ക്കിടെ മുറിക്കകത്തേക്ക് നോക്കി സിമ്രാന്റെ മുഖത്തിന്റെ ശോഭ കവർന്നെടുത്തു. അവൾ പ്രക്ഷുബ്ധയും സുന്ദരിയുമായി കാണപ്പെട്ടു.

രാത്രി ഒൻപതരയോടെ വൈദ്യുതിനിലയ്ക്കുകയും മുറികളെ ഇരുട്ട് വിഴുങ്ങുകയുംചെയ്തു. ദൂരെനിന്നും ഒരു തോക്കിന്റെ വെടി

യൊച്ച ഞാൻ കേട്ടു. അയല്പക്കത്തെ ഹിന്ദുക്കൾ സിമ്രാനെയും എന്നെയും കുടുംബത്തെയും ആക്രമിക്കാൻ ശ്രമിച്ചാൽ എന്തുചെയ്യും? ഞാൻ പേടിച്ചുവിറച്ചുപോയി. ഞാൻ അഞ്ചുവർഷങ്ങൾക്കുമുമ്പ് ഇനായത്ത്നഗറിലുള്ള സമയത്തെക്കുറിച്ചോർത്തു.

പട്ടണത്തിൽ ദുർഗ്ഗാപൂജ സംഘടിപ്പിച്ചതുമായി ബന്ധപ്പെട്ട് ഹിന്ദുക്കളും മുസ്ലിങ്ങളുംതമ്മിൽ ഒരു ശണ്ഠ നിലനിൽക്കുന്നുണ്ടായിരുന്നു. രാത്രിയിൽ ഹിന്ദുക്കൾ മുസ്ലിംകോളനിയിൽ ആക്രമിക്കാൻ പോകുന്നു എന്നൊരു കിംവദന്തി പരന്നു. ഹിന്ദുക്കൾ ഞങ്ങളെ ആക്രമിച്ചാലോ എന്ന് ഞാനെത്ര മാത്രം ഭയപ്പെട്ടിരുന്നുവെന്ന് എനിക്കിപ്പോഴും ഓർക്കാൻ കഴിയുന്നുണ്ട്. ഇപ്പോഴും എനിക്ക് ആ ഭയം അനുഭവപ്പെടുന്നുണ്ട്.

ഉമ്മ ഒരു റാന്തൽവിളക്കുമായി മുറിയിലേക്കുവന്ന് അത് ഒരു സ്റ്റൂളിൽവച്ചു. ഏകദേശം ആ സമയത്തുതന്നെ വാതിലിൽ ഒരു മുട്ടു കേട്ടു. ഞാൻ പേടിച്ചുവിറച്ച് അബ്ബയെ നോക്കി.

അദ്ദേഹവും പരിഭ്രമിച്ചവനായി കാണപ്പെട്ടു. സിമ്രാൻ അവളുടെ ഉമ്മയെ ഇറുക്കി കെട്ടിപ്പിടിച്ചുകൊണ്ട് കരഞ്ഞു. എന്റെ ഹൃദയമിടിപ്പു കൂടി. അയല്പക്കത്തെ ഹിന്ദുക്കൾക്ക് ഞങ്ങളുടെ അതിഥികളെക്കുറിച്ചുള്ള അറിവ് കിട്ടിയിട്ടുണ്ടെന്ന് ഞാൻ ഉറപ്പിച്ചു.

അബ്ബ എല്ലാവരോടും നിശ്ശബ്ദരായിരിക്കാൻ ആംഗ്യം കാണിച്ചുകൊണ്ട് മുറിക്കു പുറത്തേയ്ക്കുപോയി.

ഞാൻ യാന്ത്രികമായി അബ്ബയെ പിന്തുടർന്നു. ഇടതുകൈയിൽ വിളക്കുംപിടിച്ച് അബ്ബ കണക്കുകൂട്ടലുകളോടെ ചുവടുവച്ചു. അദ്ദേഹം വാതിലിനടുത്തുനിന്ന് പുറത്തെ ശബ്ദങ്ങൾ കേൾക്കാൻ ശ്രമിച്ചതിനുശേഷം വാതിലിന്റെ കുറ്റി തുറന്നു. അംഗരക്ഷകനെപോലെ തോന്നിച്ച തോക്കേന്തിയ ഒരാൾക്കൊപ്പം ക്ലീൻഷേവ് ചെയ്ത ഒരു പൊക്കമുള്ള ചെറുപ്പക്കാരൻ വാതിൽക്കൽ നിന്നിരുന്നു.

'ജയ്ഹിന്ദ്, സർ.' അബ്ബ അദ്ദേഹത്തെ അഭിവാദ്യംചെയ്തു.

'ജയ്ഹിന്ദ്, ഖാൻ, സിങ് സാഹബ് എവിടെയാണ്? അദ്ദേഹത്തെയും കുടുംബത്തെയും എന്റെ വീട്ടിലേക്കു കൂട്ടിക്കൊണ്ടുപോകാനാണ് ഞാൻ വന്നത്. ഞാൻ മുസാഫർപൂരിൽനിന്ന് മടങ്ങിവന്നതേയുള്ളൂ. അപ്പോഴാണ് ഉച്ചകഴിഞ്ഞുണ്ടായ സംഭവം അറിയുന്നത്. ഏതെല്ലാം കോൺസ്റ്റബിൾമാർ ഇതിൽ പങ്കെടുത്തിട്ടുണ്ടോ അവർക്കെതിരെ ഞാൻ കർശനനടപടികൾ സ്വീകരിക്കും.'

അബ്ബ അവരെ വീടിനുള്ളിലേക്ക് കൊണ്ടുവന്നു.

'സിങ് സാഹബ്, ബീഹാർ മിലിട്ടറി പോലീസ് കമാണ്ടർ രൺബീർസിങ് താങ്കളെ കൂടെക്കൊണ്ടുപോകാൻ ഇവിടെ വന്നിട്ടുണ്ട്.'

സിമ്രാൻ എന്റെ വീട്ടിൽ ഏതാനും മണിക്കൂറുകളെ ഉണ്ടായിരുന്നുള്ളൂവെങ്കിലും അവളുടെ സാമീപ്യം അവൾ പോയതിനുശേഷവും

വീട്ടിൽ താങ്ങിനിന്നു. ഞാൻ സിമ്രാനെ സ്വപ്നംകണ്ടു. ഈ പ്രഭാതത്തിൽ എന്റെ ആദ്യകവിത അവൾക്കുവേണ്ടി സമർപ്പിക്കുവാൻ ഞാൻ പ്രചോദിതമായി. (ഡയറിയുടെ അവസാനപുറംകാണുക)

അടുത്ത ഒരു വർഷം ആരിഫ് സിമ്രാനെ പിന്തുടർന്നു. അവളെ ഒരു നോക്കുകാണുവാൻവേണ്ടി അവൻ സിമ്രാന്റെ വീടിനടുത്തുള്ള ചായക്കടയിൽ മണിക്കൂറുകളോളം ഇരുന്നു. അവൻ അവളുടെ സ്കൂളിനു വെളിയിലും കാത്തുനിന്നു. അവൻ ആ സ്ഥലത്തെ ഗുരുദ്വാരയിൽ ഞായറാഴ്ച ദിവസം സന്ദർശിച്ചു. അവളെക്കുറിച്ചുള്ള കവിതകളാൽ അവൻ അവന്റെ ഡയറിനിറച്ചു.

സിമ്രാനോടുള്ള അഭിനിവേശത്തിനപ്പുറം അവളോടൊന്ന് സംസാരിക്കുവാനുള്ള ധൈര്യം സംഭരിക്കാൻ അവനായില്ല. എന്തിന് മൂന്നു വർഷങ്ങൾ അവളെ പിന്തുടർന്നശേഷവും അവളോട് ഒന്ന് ഹലോ പറയുവാൻകൂടി അവന് കഴിഞ്ഞില്ല. ഒരിക്കൽ അവൾക്ക് ഒരു കത്ത് കൈമാറുവാൻ പദ്ധതിയിട്ടെങ്കിലും അവസാനനിമിഷത്തിൽ അവൻ അവന്റെ മനസ്സ് മാറ്റി.

അപ്പോൾ അവന്റെ ബാപ്പയ്ക്ക് പട്നയിലേക്ക് സ്ഥലംമാറ്റമാവുകയും പെട്ടെന്ന് അവർ സ്ഥലംമാറുകയും ചെയ്തു.

പട്നയിൽ വന്നതിനുശേഷവും അവളോടുള്ള അഭിനിവേശത്തിന്റെ പിടിമാസങ്ങളോളം ആരിഫിൽ നിലനിന്നു. നൂറുകണക്കിന് ഗസൽ അവനെഴുതുകയും മുകേഷിന്റെയും മുഹമ്മദ്റാഫിയുടെയും ദുഃഖഗാനങ്ങൾ അവൻ കേൾക്കുകയും ചെയ്തു.

ആറുമാസങ്ങൾക്കുശേഷം ഒരുദിവസം ഒരു മാസികക്കടയിൽ ആരിഫ് സ്പോർട്സ് സ്റ്റാറിന്റെ ഏറ്റവും പുതിയ ലക്കത്തിന്റെ നടുപേജിൽ വിംബിൾഡൺട്രോഫിയുമായി നിൽക്കുന്ന സ്റ്റെഫിഗ്രാഫിന്റെ ചിത്രം കണ്ടു. അഡിഡാസിന്റെ ഒരു വെള്ള ട്രാക്ക്സ്യൂട്ടിൽ അവൾ അവനെ ആശ്ചര്യപ്പെടുത്തി. അവൻ കണ്ടതിൽവച്ച് ഏറ്റവും മനോഹരിയായ ടെന്നീസ് കളിക്കാരി അവളായിരുന്നു.

ആരിഫ് പെട്ടെന്നുതന്നെ താരത്തിളക്കമുള്ള അവിവാഹിതയായ ആ ജർമൻ പെണ്ണുമായി പ്രണയത്തിലായി. സിമ്രാൻ അവന്റെ ദിവാസ്വപ്നങ്ങളുടെ ഭ്രമണപഥത്തിൽനിന്നും പുറത്തായി.

സ്റ്റെഫിയുമായി അവനുണ്ടായ പ്രണയചപലത അവനെ ലോൺ ടെന്നീസിനെ പരിചയപ്പെടുത്തി. അവൾ കളിക്കുന്ന ആ കളികളിക്കുവാൻ അവൻ ആഗ്രഹിച്ചു. സിൻഹ ലൈബ്രറിയിൽനിന്നും ബുക്കുകൾ കടമെടുത്ത് അവൻ ടെന്നീസിന്റെ ബാലപാഠങ്ങൾ പഠിക്കുവാൻ ശ്രമിച്ചു. ആ കളിയുടെ സൂക്ഷ്മതലങ്ങൾ പഠിക്കുവാൻവേണ്ടി ടെലി

വിഷനിൽ നിരന്തരം അവൻ കളികണ്ടു. അവൻ ആ കളി കളിച്ചു തുടങ്ങാൻ തീരുമാനിച്ചു.

പതിനേഴാം വയസ്സിൽ മത്സരത്തിൽ പങ്കെടുക്കുന്നവിധത്തിൽ അതിൽ പ്രാവീണ്യം നേടുക എന്നത് അത്ര എളുപ്പമല്ല. ആരിഫിന് അത് അറിയാമെങ്കിലും അവനിലെ തിരുത്താൻ കൂട്ടാക്കാത്ത ശുഭാപ്തിവിശ്വാസി അവൻ അടുത്ത ബോറിസ് ബക്കറോ സ്റ്റീഫൻ എഡ്ബെർഗോ ആകുമെന്നു വിശ്വസിച്ചു. ചില സമയം അവൻ വിംബിൾഡൺ മാച്ചിൽ സ്റ്റെഫിഗ്രാഫിന്റെ മിക്സഡ് ഡബിൾസ് കളിച്ച് വിജയിക്കുന്നതും കളിക്കുശേഷം അവളെ കെട്ടിപ്പിടിച്ച് ചുംബിക്കുന്നതും ദിവാസ്വപ്നംകണ്ടു. അവൻ അവളുടെ ജർമനിയിലെ മാൻ ഹൈയിം, ബാഡൻ വ്യർത്തൻബർഗ് മേൽവിലാസത്തിലേക്ക് അവൾ തന്റെ തൂലികാസുഹൃത്താകുമോ എന്നു ചോദിച്ചുകൊണ്ട് കത്തെഴുതുകകൂടി ചെയ്തു.

തീർച്ചയായും ആരിഫിന് ടെന്നീസ് റാക്കറ്റ് വാങ്ങുവാനുള്ള പണം ഉണ്ടായിരുന്നില്ല. അവൻ ഫ്രെസെർറോഡിലുള്ള ചാമ്പ്ര സ്പോർട്സും ബേക്കർഗഞ്ജ്പോലീസ് സ്റ്റേഷനടുത്തുള്ള കോഹ്ലി സ്പോർട്സും സന്ദർശിച്ചു. നല്ല ഗുണനിലവാരമുള്ള ഒരു റാക്കറ്റിന് ആയിരംരൂപയിൽ അധികംവിലവരും. ജലന്തറിൽ നിർമ്മിക്കുന്ന സ്റ്റീലുകൊണ്ടുള്ള കെ.കെ. റാക്കറ്റിന് മുന്നൂറുരൂപയിൽ കൂടുതലാണ് വില. ഒരു കൊട്ടുവടിപോലുള്ള റാക്കറ്റ് ആണത്. നിരാശനായി അവൻ വീട്ടിലേക്കുമടങ്ങി. അതൊരു അനാവശ്യച്ചെലവായി പരിഗണിക്കുമെന്നുള്ളതുകൊണ്ട് അവൻ തന്റെ അബ്ബയോട് ഒരു റാക്കറ്റിനുള്ള പണം ചോദിക്കുവാൻ ധൈര്യപ്പെട്ടില്ല.

പക്ഷേ, ഭാഗ്യം അവന് അനുകൂലമായിരുന്നു. ബീഹാർ മിലിറ്ററി പോലീസിന്റെ പുതിയ തലവൻ ഈ കളിയിൽ വളരെ താല്പര്യമുള്ള ആളായിരുന്നു. ജോലിയിൽ പ്രവേശിച്ചശേഷം ആദ്യംതന്നെ അദ്ദേഹം ചെയ്തത് പഴയ ചെങ്കൽ കളിസ്ഥലം ശരിപ്പെടുത്തിയെടുക്കുകയാണ്. പോലീസ്കോളനിയിലെ കുട്ടികൾക്കുവേണ്ടി ഒരു ടെന്നീസ് കോച്ചിങ് ക്യാമ്പ് അദ്ദേഹം സംഘടിപ്പിച്ചു. അവനും സക്കീറിനുംവേണ്ടി ടെന്നീസ് റാക്കറ്റുകൾ വാങ്ങുവാൻ അമ്മ അബ്ബയെ പ്രേരിപ്പിച്ചു. ബീഹാറിന്റെ മികച്ച കളിക്കാരിൽ ഒരാളായ ചന്ദ്രഭൂഷൻ ആണ് കുട്ടികളെ പരിശീലിപ്പിക്കുവാൻ വന്നത്. കളിയുടെ അവസാന തന്ത്രങ്ങൾ ആരിഫ് എളുപ്പത്തിൽ വശമാക്കി. സിമ്രാനെ മനസ്സിന്റെ അരികിലേക്ക് മാറ്റി നിർത്തികൊണ്ട് ടെന്നീസ് അവനിൽ ഒരു അഭിനിവേശമായിമാറി.

ഇപ്പോൾ സ്റ്റെഫി സ്ഥിരമായി അവന്റെ സ്വപ്നങ്ങളിൽവന്നു. ചിലപ്പോൾ ചുവന്ന ഷിഫോൺ സാരി ധരിച്ച്, അല്ലെങ്കിൽ പിങ്ക് നിറമുള്ള ഫുൾകൈ സൽവാർസ്യൂട് ധരിച്ച്. ബോറിങ് റോഡിലുള്ള ബുക്ക് എൻ

അമിയിൽനിന്ന് ഇരുപത്തിയഞ്ചുരൂപ പൊന്നുംവില കൊടുത്ത് അവൻ അവളുടെ ഒരു പോസ്റ്റർ വാങ്ങിച്ചു. അവൻ തന്റെ എല്ലാപുസ്തക ങ്ങളിലും എ.കെ. + എസ്.ജി. എന്ന് ആലേഖനം ചെയ്തു.

മൂന്നു വർഷത്തെ അവന്റെ കഠിനപ്രയത്നംകൊണ്ട് ബീഹാർ ജൂനിയർ ടീമിൽ ഒരു സ്ഥാനം ആരിഫ് കരസ്ഥമാക്കി. ആ വർഷം, കൃത്യമായി പറഞ്ഞാൽ 1989-ൽ ജൂനിയർ നാഷണൽ ചാംപ്യൻഷിപ്പ് പട്നയിൽ സംഘടിപ്പിക്കാൻ പോവുകയായിരുന്നു. ജൂനിയർ ടെന്നീ സിലെ ചില പ്രമുഖരായ കളിക്കാർ ലിയാണ്ടർപെയ്സ്, ഗൗരവ്നടേ ക്കർ, അഷ്റഫ് ഇസ്മായിൽ തുടങ്ങിയവർ, നാഷനൽസിൽ കളി ക്കുന്നുണ്ടെന്ന അറിവ് അവനെ ആവേശഭരിതനാക്കി.

ന്യൂപട്ന ക്ലബ്ബിലെ അവന്റെ ആദ്യദിവസമായിരുന്നു അന്ന്.

ക്ലബ്ബിന്റെ ആറ് പുൽകോർട്ടുകളും മരതകപ്പച്ചയിൽ തിളങ്ങി. ആ കാഴ്ച ചേതോഹരമായിരുന്നു. ബീഹാർ ടെന്നീസ് അസ്സോസിയേഷൻ ചെയർമാനോട് ലിയാണ്ടർപെയ്സ് സംസാരിക്കുന്നത് അവൻ കണ്ടു. വർണ്ണശബളമായ ട്രാക്ക്സ്യൂട്ടുകൾ ധരിച്ച അഞ്ചു പെൺകുട്ടികൾ കുറച്ചകലെ നിൽക്കുന്നുണ്ടായിരുന്നു. ക്ലബ്ബിന്റെ കിഴക്കേ അറ്റത്തുള്ള നാലാംനമ്പർ കോർട്ടിലെത്തിയപ്പോൾ അപരിചിതമായ ഒരു അസ്വ സ്ഥത ആരിഫിനെ പിടികൂടി. അവന്റെ ഹൃദയംവേഗത്തിൽ തുടിക്കു കയും വിയർപ്പുകണികകൾ അവന്റെ നെറ്റിയിൽ പ്രത്യക്ഷപ്പെടുകയും ചെയ്തു.

അവന്റെ ആദ്യത്തെ കളി തദ്ദേശിയായ ജഗദ്ശ്രീവാസ്തവയു മായിട്ടായിരുന്നു. ജഗദ് അവനേക്കാൾ കുറച്ചുവർഷം ഇളയതായി തോന്നിച്ചു. ജഗദ് അവനേക്കാൾ തടിച്ചതും പൊക്കംകുറഞ്ഞതുമായ ആളായിരുന്നു.

തന്റെ എതിരാളിയെയും മറ്റുകളിക്കാരെയും ആരിഫ് നോക്കി. എല്ലാവരും ബ്രാൻഡഡ് ടീഷർട്ടുകളും നിക്കറുകളുമാണ് ധരിച്ചിരു ന്നത്. അവന്റെ ആദ്യകളിയിലെ എതിരാളിയടക്കം പുതുകളിക്കാരും മറ്റുപേരുകേട്ട കളിക്കാരുംകൊണ്ടു നടന്നിരുന്നത് ഗ്രാഫൈറ്റോ കാർബ ണോകൊണ്ടുണ്ടാക്കിയ ചട്ടകളുള്ള റാക്കറ്റുകളായിരുന്നു. തന്റെ തടി കൊണ്ടുള്ള സിമോണ്ട് റാക്കറ്റിലേക്കും ബാറ്റയുടെ സിഗ്ഹായിലുള്ള ഫാക്ടറി ഔട്ലെറ്റിൽനിന്നും ഫാക്ടറി സെക്കൻഡ്സ് ആയി വാങ്ങിയ വിലകുറഞ്ഞ പവർബ്രാൻഡ് ഷൂസിലേക്കും തന്റെ അളവിൽകൂടിയ വ്യാജ നൈക്കിടി ഷർട്ടിലേയ്ക്കും ആരിഫ് നോക്കി. കാണികൾ പോലും നന്നായി വേഷംധരിച്ചവരായിരുന്നു. ആരിഫിന് താൻ ഒരു ഒറ്റമരത്തിൽ കുരങ്ങായി തോന്നി. അപമാനംകൊണ്ടും പിരിമുറുക്ക ത്താലും ആദ്യകളി ആരംഭിക്കുന്നതിനുമുൻപേ അവൻ മത്സരത്തിൽ തോറ്റു. കളിക്കിടയിൽ ഡബിൾഫോൾട്ടുകൾ അവൻ നിരന്തരമായി

ചെയ്തുകൊണ്ടിരുന്നു. സർവീസുകൾക്ക് അവന്റെ മറുപടി തീരെ ദുർബലമായിരുന്നതിനാൽ എതിരാളിക്ക് അവനെ നിഷ്പ്രയാസം കീഴടക്കാൻ സാധിച്ചു. അവനെ പ്രോത്സാഹിപ്പിക്കുന്നതിനായി കളിയിലുടനീളം സക്കീർ ഒച്ചവെച്ചുകൊണ്ടിരുന്നു. പക്ഷേ, അത് ആരിഫിനെ സഹായിച്ചില്ല എന്നുമാത്രമല്ല എതിരാളിക്ക് അനുകൂലമായി 61, 60, എന്ന നിലയിൽ കളി അവസാനിച്ചു.

മത്സരത്തിനുശേഷം ആരിഫിന്റെ ഹൃദയം തകർന്നുപോയി. ഇനി മേലിൽ ന്യൂപട്ന ക്ലബ്ബിൽ പോകുകയില്ല എന്ന് അവൻ ശപഥം ചെയ്തു. അവൻ ടെന്നീസ് കളിക്കുന്നത് നിർത്തി. റാക്കറ്റുകൾ ചുമരിൽ തൂങ്ങിക്കിടക്കുവാൻ തുടങ്ങി. മീനാകുമാരിയുടെ ഒരു ബ്ലാക്ക് ആൻഡ് വൈറ്റ് പോസ്റ്റർ സ്റ്റെഫിഗ്രാഫിന്റെ സ്ഥാനം ഏറ്റെടുത്തു. സ്റ്റെഫിഗ്രാഫ് അവളുടെ മുഖമുദ്രയായ ഫോർ ഹാൻഡ് ഹിറ്റിങ് ചെയ്തപ്പോഴും ട്രോഫികൾ ഉയർത്തിയപ്പോഴും അഭിമുഖം നല്കിയപ്പോഴും അവളുടെ ദശലക്ഷക്കണക്കിന് ആരാധകരോടൊപ്പം അവനും അത് ടെലിവിഷനിൽ കണ്ടുകൊണ്ടിരുന്നു. അങ്ങനെയുള്ള അവസരങ്ങളിൽ സ്റ്റെഫിയെയും ടെന്നീസിനെയും കുറിച്ചുള്ള ആഗ്രഹത്താൽ അവന്റെ ഉള്ളം നിറഞ്ഞു.

സിമ്രാനെ അവൻ മറന്നതുപോലെ സുമിത്രയെയും അവൻ മറക്കും. അവന് അതിനുവേണ്ടി ഇതിൽനിന്നും ഒരു മാറ്റം മാത്രംമതി, ഉറക്കത്തിലേക്ക് വീഴുന്നതിനിടയിൽ അവൻ അവനെ ബോധ്യപ്പെടുത്തി. അവന്റെ സ്വപ്നങ്ങളിൽ സുമിത്ര വീണ്ടും നിറഞ്ഞു.

ഏഴ്

ഭിത്തിയുടെ നിർമ്മാണം അവസാനഘട്ടത്തിലായിരുന്നു. കൈയിൽ ബീഹാറിന്റെ ചരിത്രപുസ്തകവും മനസ്സിൽ സുന്ദരിയായ സുമിത്രയുമായി, പണി നടക്കുന്നിടത്ത് ഒരു ചൂരൽകസേരയിൽ ആരിഫ് ഇരുന്നു.

'മുനീർഭായി, നമ്മുടെ ഗ്രാമത്തിലെ നദിയിൽ ഒരു നദിപിശാചിനെ കാണാറുണ്ടെന്ന് കല്ലാശാരി പറഞ്ഞല്ലോ, അത് ശരിയാണോ?'

സുമിത്രയിൽനിന്ന് തന്റെ ശ്രദ്ധതിരിക്കാൻ ആരിഫ്, മുനീറിനോട് ചോദിച്ചു.

മുനീർ, ഒരു കെറ്റിൽ നിറയെ ചായയും ഏതാനും ചെറിയ മൺകപ്പുകളുമായി അങ്ങോട്ട് വന്നിട്ടേ ഉണ്ടായിരുന്നുള്ളൂ. അവൻ അതൊക്കെ ഒരു ബെഞ്ചിന്റെ മേലെവെച്ചു.

'അതെ, അത് സത്യമാണ് ' ഒരു മൺകപ്പുനിറയെ ചായ ആരിഫിന് കൊടുത്തുകൊണ്ട് മുനീർ പറഞ്ഞു. മുനീർ അവനുവേണ്ടി മറ്റൊരു മൺകപ്പിൽ ചായ നിറച്ചു, ആരിഫിന്റെ അടുത്തുള്ള ഒരു കസേരയിൽ വന്നിരുന്നു. കല്ലാശാരിയോടും മറ്റു പണിക്കാരോടും വന്ന് ചായ കുടിക്കാൻ അവൻ ആംഗ്യംകാണിച്ചു.

'ഇപ്പോൾ നദിപിശാച് ഉള്ളതാണെന്ന് ആരിഫ്ഭായി വിശ്വസിക്കും' അപ്പോൾ അങ്ങോട്ട് നടന്നുവന്ന് തന്റെ ചായ ഒരു മൺകപ്പിൽ പകർത്തുന്നതിനിടയിൽ കല്ലാശാരി പറഞ്ഞു. അവന് ഇരുപതുകളുടെ തുടക്കത്തിൽ ആയിരുന്നു പ്രായം.

'ഞാൻ നദിപിശാചിൽ വിശ്വസിക്കുന്നില്ല. അതൊരു അന്ധവിശ്വാസം മാത്രമാണ്.' ആരിഫ് അതുപറഞ്ഞുകൊണ്ട് തന്റെ ഇരിപ്പടത്തിൽനിന്നും എഴുന്നേറ്റ്, ഒരു അമ്പതുവയസ്സ് കഴിഞ്ഞ, നീണ്ടു മെലിഞ്ഞ മറ്റൊരു പണിക്കാരനിരുന്നു ശബ്ദത്തോടെ ചായകുടിക്കുന്ന ബഞ്ചിൽ തന്റെ കൈയിലിരുന്ന പുസ്തകംവെച്ചു.

'ആരിഫ്, ഇതൊരു അന്ധവിശ്വാസമല്ല. നമ്മുടെ ഗ്രാമത്തിലെ പുരുഷന്മാരിൽ പലരും വിവാഹവസ്ത്രങ്ങൾ അണിഞ്ഞ ഒരു സ്ത്രീ നദീതീരത്തുകൂടി അലസമായി നടക്കുന്നത് കണ്ടിട്ടുണ്ട്' മുനീർ ഊന്നിപ്പറഞ്ഞു.

'ശരിക്കും '

'അതെ '

ആരിഫ് അവന്റെ ദാദിയുടെ നദിപിശാചിനെപ്പറ്റി പറഞ്ഞിട്ടുള്ള വാക്കുകൾ ഓർത്തു.' നോക്കൂ, അവർ നദിയിൽ ചാടി ആത്മഹത്യ

ചെയ്തവരുടെ വേർപെട്ട ആത്മാവാണ്. അവർ, അവരെ അസമയത്ത്, അതായത് ഉച്ചക്കോ സൂര്യാസ്തമയത്തിനുശേഷമോ, നദിയുടെ അരുകിൽ കാണുന്നവരെ കൊല്ലുവാൻ ശ്രമിക്കും. അവർ മരിച്ചതിനാൽ അവർക്കൊരു കൂട്ടിന് വേണ്ടിയാണത്.'

'പറയൂ, ആരാണ് നദിപിശാചിനെ കണ്ടിട്ടുള്ളത്?'

'ഹസ്രത്ത്ഖാൻ ആണ് കുറച്ചുമാസങ്ങൾക്കുമുൻപ് ആദ്യമായി കണ്ടത്. അയാൾ ഒരു സായാഹ്നസവാരിക്ക് പോയതായിരുന്നു. അപ്പോൾ നിറമുള്ള സാരിയുടുത്ത ഒരു സുന്ദരിയായ സ്ത്രീയെ കണ്ടു. അയാൾ നടത്തംനിർത്തി അവളോട് ആരാണ് അവൾ എന്ന് ചോദിച്ചു. അവൾ മറുപടി പറയാതെ, അയാളുടെ കണ്ണുകളിലേക്ക് ഉറ്റുനോക്കി, ഒരുതരം മരവിച്ചനോട്ടം. അവളുടെ മുഖം വികാരരഹിതമായിരുന്നു. അയാൾക്ക് ഒരു വിറയൽ അനുഭവപ്പെട്ടു. അയാൾ നീണ്ട ചുവടുകൾ വെച്ച് ഗ്രാമത്തിലേക്കു നടന്നു. രണ്ടുമിനിറ്റ് കഴിഞ്ഞപ്പോൾ തന്റെ തോളത്തുകിടന്ന തോർത്ത് നഷ്ടപ്പെട്ടതായി അയാൾ കണ്ടു. അയാൾ പുറംതിരിഞ്ഞപ്പോൾ ഏതാനും യാർഡ് ദൂരെ അത് കിടക്കുന്നത് കണ്ടു'

'എന്നിട്ട്?'

അത് തന്റെ ചുമലിൽനിന്ന് ഊർന്നുപോയതാണെന്ന് ഹസ്രത് ഖാൻ കരുതി. അയാൾ പുറകോട്ടുചെന്ന് അതെടുത്തു. പക്ഷേ, അയാൾ രണ്ടടിവെക്കുന്നതിനുമുമ്പ് ആ തോർത്ത് വീണ്ടും അപ്രത്യക്ഷമായി. അയാൾ അത് കണ്ടെത്താൻ ചുറ്റും തിരഞ്ഞെങ്കിലും എവിടെയും അത് കണ്ടെത്താനായില്ല. എന്തോ ഒരു അസ്വാഭാവികത തോന്നിയ അയാൾ ധൃതിയിൽ നടക്കാൻ തുടങ്ങി.

അയാൾ ഗ്രാമത്തിന്റെ പ്രാന്തപ്രദേശത്ത് എത്തിയപ്പോൾ വഴിയരികിലെ ഒരു ചെറിയ അത്തിമരത്തിൽ തന്റെ തോർത്ത് തൂങ്ങികിടക്കുന്നത് കണ്ടു. അയാൾ അതെടുക്കാൻ എത്തിച്ചെങ്കിലും, പക്ഷേ, അയാൾ സ്വയംനിയന്ത്രിച്ചു. എങ്ങനെയാണ് തന്റെ തോർത്ത് ഇവിടെ വന്നത്? തന്റെ അരുകിൽ ആരോ നിൽക്കുന്നതായി അയാൾക്ക് ബോധ്യം വന്നപ്പോൾ ആ തോർത്ത് എടുക്കണോ വേണ്ടയോ എന്നയാൾ ശങ്കിച്ചു. അയാൾ തിരിഞ്ഞപ്പോൾ അതേ സ്ത്രീ ഏതാനും യാർഡ് അകലെ നിൽക്കുന്നതായി കണ്ടു. അവളുടെ മുഖത്ത് അപ്പോഴും ഒരു ഭാവങ്ങളും ഉണ്ടായിരുന്നില്ല. പേടിച്ചുവിറച്ചു തനിക്ക് ആവുന്നിടത്തോളം വേഗത്തിൽ അയാൾ ഓടുവാൻ തുടങ്ങി. അയാൾ ഷോയിബ്ഖാന്റെ ബംഗ്ലാവിലെത്തി കുഴഞ്ഞു വീണു.'

'ഹസ്രത്ഖാനെ വിശ്വസിക്കാൻ കൊള്ളില്ലന്ന് നിങ്ങൾക്ക് നന്നായി അറിയാമല്ലോ, മുനീർ ഭായി. അയാൾ ഈ പ്രേതകഥ മെനഞ്ഞൊണ്ടാക്കിയതാണ് എന്നെനിക്കുറപ്പാണ്.'

'ശരി, ഞാനിപ്പോൾ നിങ്ങൾ ഉറപ്പായും വിശ്വസിക്കുന്ന ഒരാളുടെ അനുഭവം പങ്കുവെക്കാൻ പോവുകയാണ്'

'നമുക്ക് നോക്കാം'

'കഴിഞ്ഞ ആഴ്ച മൗലവി മുർതുസ, അറുപത്തഞ്ചു വയസ്സുള്ള പ്രായമുള്ള അദ്ദേഹം ജമാമസ്ജിദ്‌ലെ ഇമാം ആണ്, അയൽപക്കത്തെ ഗ്രാമത്തിൽനിന്ന് മടങ്ങിവരുകയായിരുന്നു. സൂര്യൻ അസ്തമിച്ചിരുന്നു. സായാഹ്ന പ്രാർത്ഥനയുടെ സമയമായിരുന്നു അത്. അദ്ദേഹം പുഴക്കരയിൽ നിസ്കരിക്കാൻ തീരുമാനിച്ചു. പുഴയിൽ വുളുവെടുത്തിട്ട് അദ്ദേഹം മണലിൽ തന്റെ തോർത്ത് വിരിച്ച് പ്രാർത്ഥിക്കാനായിനിന്നു. പ്രാർത്ഥന കഴിഞ്ഞു തന്റെ തോർത്ത് എടുക്കുവാനായി അദ്ദേഹം കുനിഞ്ഞപ്പോൾ ചിരിച്ചുകൊണ്ട് നിൽക്കുന്ന അവളെ അദ്ദേഹം കണ്ടു. അയൽഗ്രാമത്തിലെ ഒരു രജപുത്രനവവധു പുഴയിൽ ചാടിയിരുന്നു എന്നയാൾ ഗ്രാമത്തിൽനിന്ന് കേട്ടിരുന്നു. ഇപ്പോൾ ഇവിടെ അവൾ മണവാട്ടിയുടെ വസ്ത്രങ്ങൾ അണിഞ്ഞു സ്വർണാഭരണങ്ങളാൽ അലംകൃതയായി നില്ക്കുന്നു. അദ്ദേഹം വിശുദ്ധ ഖുറാനിൽ നിന്നുള്ള ആയത് ഉൽകുർസി ഉരുവിട്ടുകൊണ്ട് അപ്പോൾതന്നെ ഓടുവാൻ തുടങ്ങി. ഗ്രാമത്തിൽ എത്തിയതിനുശേഷമേ അദ്ദേഹം നിർത്തിയുള്ളു.'

'മൗലവി സാഹബ് നുണ പറയുമെന്ന് ഞാൻ പറയുന്നില്ല. പക്ഷേ, എനിക്ക് തോന്നുന്നത് അദ്ദേഹം ഏതോ സാധാരണ സ്ത്രീയെ ഒരു നദിപിശാച് ആയി തെറ്റിദ്ധരിച്ചിരിക്കാം എന്നാണ്' ആരിഫ് വാദിച്ചു.

'നീ ഒരു നദിപിശാചിനെ നിന്റെ സ്വന്തം കണ്ണുകൾകൊണ്ട് കാണാതെ വിശ്വസിക്കില്ല എന്നെനിക്കറിയാം.' മുനീർ തെല്ല് അസ്വസ്ഥതയോടെ പറഞ്ഞു.

'അതൊരു നല്ല ആശയമാണല്ലോ! നമുക്ക് നദിയിലേക്ക് പോകാം. എനിക്ക് ആ നദിപിശാചിനെ നേരിൽ കണ്ടാൽ കൊള്ളാം.'

'നീ പിശാചുക്കളെയും ജിന്നുകളെയും കളിയാക്കരുത്.'

'അതായത് നീ എന്റെകൂടെ വരുന്നില്ല എന്നാണോ?'

'നീ നിർബന്ധിച്ചാൽ, ഞാൻ നിന്റെ കൂടെ വരാം.'

അവർ നദിയിലേക്ക് യാത്രതിരിച്ചപ്പോൾ രാവിലെ പത്തുമണി ആയിരുന്നു.

ചെളിനിറഞ്ഞ മൺപാതയിലൂടെ നടക്കുമ്പോൾ, ഉപയോഗശൂന്യമായ ഒരു വൈദ്യുതിക്കാലിൽ ആരിഫ്, കൈകൊണ്ട് എഴുതിയ ഒരു പോസ്റ്റർകണ്ടു. വഴിപോക്കർക്ക് നദിപിശാചിനെക്കുറിച്ച് അത് മുന്നറിയിപ്പ് നൽകിയിരുന്നു. ഒരു രജപുത്രനവവധു പുഴയിൽചാടി ആത്മഹത്യ ചെയ്തിട്ടുണ്ടെന്നും അവൾ നദിപിശാച് ആയിമാറിയെന്നും അതുകൊണ്ട് സൂര്യാസ്തമയത്തിനുശേഷം ഒറ്റയ്ക്ക് പുഴക്കരയിൽ

പോകരുതെന്നും അതിൽ ഉപദേശിച്ചിരുന്നു. ഗ്രാമത്തിൽ എല്ലായിടത്തും വൈദ്യുതിക്കാലുകൾ കാണാം. പക്ഷേ, വൈദ്യുതി മാത്രമില്ല.

ആരിഫും മുനീറും, മണ്ണുകൊണ്ട് തീർത്തഭിത്തിയുള്ള ഓട് ഇട്ട വീടുകളും, മേഞ്ഞകുടിലുകളും നടന്നുകഴിഞ്ഞു ഷോയിബ്ഖാന്റെ ബംഗ്ലാവിൽ എത്തി. നീലംചെടി കർഷകനായിരുന്ന ഒരു ഇംഗ്ലീഷുകാരൻ ഏകദേശം നൂറ്റി അൻപത് വർഷങ്ങൾക്കുമുമ്പ് പണിതതാണ് അത്. 1930-ൽ ഇന്ത്യ വിടുമ്പോൾ അദ്ദേഹം അത് ആ ഗ്രാമത്തിൽ ഉള്ള ഏകസുഹൃത്തിന് കൈമാറി. ഷോയിബ്ഖാന്റെ പിതാവ് ആയിരുന്നു ആ സുഹൃത്ത്.

അവർ ജമാൽപുരയെയും അടുത്തുള്ള ഗ്രാമങ്ങളെയും ചുറ്റിയുള്ള ചെളിയുടെയും മണലിന്റെയും അതിർവരമ്പ് കയറി. അവർ താഴേയ്ക്ക് ഇറങ്ങുമ്പോൾ, ആരിഫ് മൂത്രമൊഴിക്കാൻപറ്റിയ ഒരിടംതേടി. മൂത്രമൊഴിച്ചുകൊണ്ടിരുന്നപ്പോൾ അവൻ ഒരു മൺകട്ട തിരക്കുകയും അല്ലെങ്കിൽ ഒരു കുളത്തെ തേടുകയുംചെയ്തു. അവൻ തന്റെ ലിംഗാഗ്രത്തിൽ ഒരു മൺകട്ട തൊടുവിച്ച് അതിൽ മൂത്രത്തുള്ളികളെ വലിച്ചെടുത്ത് ദൂരേക്ക് എറിഞ്ഞു.

'ആരിഫ്, നീ മൂത്രം ഒഴിക്കുന്നതിനുമുമ്പ് എപ്പോഴും നോക്കണം. നോക്കൂ, നീ ഇപ്പോൾ ചാരത്തിന്റെ മേലെ ആണ് മൂത്രം ഒഴിച്ചത്. എല്ലുകളും ചാരവും ജിന്നുകളുടെ ഭക്ഷണമാണ്. ഇത് അവരെ ദേഷ്യം പിടിപ്പിക്കാം' മുനീർ പ്രസ്താവിച്ചു. ആരിഫ് ചിരിച്ചുകൊണ്ട് തല കുലുക്കി. പക്ഷേ, ഒന്നുംപറഞ്ഞില്ല.

അന്തരീക്ഷം തണുത്തിരുന്നിട്ടും അവർ നദിയിലേക്ക് ചാടി. അവർ തനിച്ചായിരുന്നില്ല. നാലഞ്ചു മീൻപിടുത്തക്കാർ നദിയിലേക്കു അവരുടെ വലകൾ എറിയുകയും രണ്ട് കർഷകർ നദിക്ക് അക്കരെയുള്ള അവരുടെ കരിമ്പിൻ തോട്ടത്തിൽ മേൽനോട്ടം വഹിക്കുകയും ചെയ്തിരുന്നു. മണിക്കൂറുകളോളം അവർ നദിയിൽ കളിച്ചുല്ലസിച്ചു.

ആ വൈകുന്നേരം ആരിഫ് പനിയും കുളിരുംകൊണ്ട് അസുഖം പിടിച്ചു. അവൻ തുടർച്ചയായി ഞെട്ടുകയും വിറക്കുകയും ചെയ്തു. കംബൗണ്ടർ ഹനീഫിനെ വിളിച്ചു. അയാൾ ഒരു റിട്ടയേർഡ് ആർമിക്കാരനാണ്. അയാൾക്ക് മിലിട്ടറി ഹോസ്പിറ്റലുകളിൽ ജോലി ചെയ്തുള്ള പരിചയം ഉണ്ടായിരുന്നു. ഗ്രാമത്തിലെ ഏറ്റവും അധികം വിദ്യാഭാസയോഗ്യതയുള്ള ചികിത്സകനും അയാളായിരുന്നു. വിറയൽ വിട്ടുമാറാൻ മടി കാണിച്ചു. നദിയിലേക്കു പോയതറിഞ്ഞപ്പോൾ അവന്റെ അങ്കിൾ മുനീറിനോട് അവന്റെ ശ്രദ്ധക്കുറവിന്റെ പേരിൽ ദേഷ്യപ്പെട്ടു.

'ആരിഫിനെ നദിപിശാച് ബാധിച്ചിട്ടുണ്ട്' ആരിഫിന്റെ അമ്മായി അഭിപ്രായപ്പെട്ടു. അവരുടെ ഉപദേശത്താൽ, ബഡ്കെ ബാബ ജമാമസ്ജിദിലെ ഇമാമിനെ വിളിച്ചു. അയാൾ വിശുദ്ധ പുസ്തകത്തിൽ

നിന്നും സൂക്തങ്ങൾ ഉരുവിട്ടു ആരിഫിനെ ഊതി ആശീർവദിച്ചു. അയാളുടെ ശ്വാസത്തിന് തീക്ഷ്ണമായ ഉള്ളിയുടെ ഗന്ധമായിരുന്നു.

മറ്റൊന്നും സംഭവിക്കാതെ ആ രാത്രി മുഴുവൻ ആരിഫ് ഉറങ്ങി. പക്ഷേ, രാവിലെ വിറയൽ തിരികെവരുകയും അത് ശമിക്കാതിരിക്കുകയും ചെയ്തു. അവനെ പുതപ്പിക്കാൻ രണ്ടുകമ്പിളിയും ഒരു പുതപ്പും ആവശ്യമായി വന്നു. വിറകു കത്തിച്ചുകൊണ്ടേ ഇരുന്നു. ഒരിക്കൽകൂടി ഹനീഫിനെ വിളിച്ചു. രണ്ട് ദിവസത്തിനുള്ളിൽ ആരിഫ് സുഖപ്പെടുമെന്ന് എല്ലാവരോടും അദ്ദേഹം ഉറപ്പുകൊടുത്തു.

മരുന്നുകൾ കഴിച്ചശേഷം ആരിഫ് വീണ്ടും ഉറങ്ങി. അവൻ സുമിത്രയെ മുടികൾ പിന്നിക്കെട്ടിയ ഒരു പതിനാറുകാരി പെൺകുട്ടിയായി സ്വപ്നംകണ്ടു. പക്ഷേ, അപ്പോഴും അവൾ സാരി ഉടുത്തിരുന്നു. ആരിഫ് അവളെ ഉറക്കെവിളിച്ചെങ്കിലും അവൾ പ്രതികരിച്ചില്ല.

അവൻ ഉണർന്നപ്പോൾ വീണ്ടും അവൻ വിറയ്ക്കാൻ തുടങ്ങി. ബാഡ്കെ ബാബ അവനെ ഇനായത് നഗറിലെ ഡോക്ടറുടെ അടുത്ത് കൊണ്ടുചെല്ലാൻ ആഗ്രഹിച്ചെങ്കിലും കുത്തിനിറച്ച ഒരു ജീപ്പിൽ യാത്ര ചെയ്യാനുള്ള ഒരവസ്ഥയിലായിരുന്നില്ല ആരിഫ്.

പലരും ആരിഫിനെ കാണുവാൻ എത്തി. സന്ദർശകരുടെ കൂട്ടത്തിൽ അയൽക്കാരും ഉണ്ടായിരുന്നു. നഗ്മ, ഒരിക്കൽ ചന്ദ്രന്റെ മുഖം ഉണ്ടായിരുന്നവൾ; ഇപ്പോൾ എല്ലൊട്ടിയ മുഖമുള്ളവൾ. അവൾ അഞ്ചു കുട്ടികളുള്ള മധ്യവയസ്കനായ ഒരു വിഭാര്യനെയാണ് കല്യാണം കഴിച്ചത്. ഒരിക്കൽ കുട്ടികളെ പീഡിപ്പിക്കുന്നവനായിരുന്ന, ഇപ്പോൾ താടിക്കാരനും വലതുകൈയിൽ പ്രാർത്ഥനാമാലയുമായി നടക്കുന്ന സാഹബ്ഖാൻ, ഒരിക്കൽ ഒരു ദരിദ്രനായ അനാഥനും ഇപ്പോൾ ഡൽഹിയിലെ ഒരു വിജയിയായ വ്യവസായിയുമായ മൂസാറാസ, ആരിഫ് അസ്മദാദി എന്നുവിളിക്കുന്ന അസ്മബീഗം എന്ന വയസ്സായ സ്ത്രീ. ഇത് മറ്റൊന്നുമല്ല, ജർവാ ജെറിയതന്നെയാണെന്ന് അസ്മബീഗം സലേഹബീഗത്തോട് പറഞ്ഞു.

'ദുൽഹൻ! നീ പെട്ടെന്ന് ബസോമുത്തശ്ശിയെ വിളിക്കൂ. അവർക്ക് ജർവാ ജെറിയയെ ഓടിക്കാനുള്ള മന്ത്രവാദവും കർമ്മങ്ങളും അറിയാം. ഇൻശാല്ലാഹ്! അവൻ നാളെത്തന്നെ സുഖപ്പെടും' അസ്മബീഗം നിർബന്ധിച്ചു.

സലേഹബീഗം ഉടനെതന്നെ ബസോ മുത്തശ്ശിയെ കൂട്ടിക്കൊണ്ട് വരുവാൻ മുനീറിനെ അയച്ചു. ഇത് മുസ്ലിമിന് നിരക്കാത്ത ആചാരങ്ങളാണെന്നു വിശ്വസിച്ചിരുന്ന അബ്ദുൾവഹീദ്ഖാൻ അപ്പോൾ വീട്ടിൽ ഉണ്ടായിരുന്നില്ല. ഉണ്ടായിരുന്നെങ്കിൽ അയാൾ ഇത് അനുവദിക്കില്ലായിരുന്നു.

ബസോമുത്തശ്ശി, വെള്ളിപോലെവെളുത്തതലമുടിയുള്ള ഒരു ദുർബലയായ സ്ത്രീയായിരുന്നു. ഗ്രാമത്തിലെ എല്ലാവർക്കും അവർ മുത്തശ്ശിയായിരുന്നു. ആറുവയസ്സുകാരൻ മുതൽ അറുപത് വയസ്സുകാരൻവരെ അവരെ മുത്തശ്ശി എന്നു വിളിച്ചു. അറുപത് വർഷത്തിലേറെയായി അവർ ഈ ഗ്രാമത്തിൽ താമസിക്കുന്നു. അവരുടെ മകളുടെയും മരുമകന്റെയും കൂടെ ഇവിടേക്ക് താമസം മാറ്റിയതായിരുന്നു അവർ. മകളും മരുമകനും നേരത്തെതന്നെ മരിച്ചുപോയി. അവർക്ക് പേരക്കുട്ടികൾ ഉണ്ടായിരുന്നില്ല. ദൂരെ, ഗ്രാമം അവസാനിക്കുന്ന ഒരിടത്തു ഒരു ഓലമേഞ്ഞ കുടിലിലാണ് അവർ ഒറ്റയ്ക്ക് താമസിച്ചിരുന്നത്. അവർ ജീവിക്കുന്നത് ഗ്രാമീണരുടെ കാരുണ്യപ്രവൃത്തികൾ മൂലമാണ്. ആ ഗ്രാമത്തിലെ പലരും ബസോമുത്തശ്ശിക്ക് മന്ത്രവാദം അറിയാമെന്നു വിശ്വസിച്ചിരുന്നു. ഗ്രാമത്തിലെ ചില പെണ്ണുങ്ങൾ അവരെ ദുർമന്ത്രവാദത്തിൽ മുഴുകുന്നതിന്റെ പേരിൽ കുറ്റപ്പെടുത്തുമായിരുന്നു.

ബസോമുത്തശ്ശി ഒരു മുളവടി ഊന്നി ആരിഫിന്റെ അങ്കിളിന്റെ വീട്ടിലേക്ക് കടന്നുവന്നു. അവരുടെ നെറ്റിയുടെ നടുവിലുള്ള കറുത്ത വലിയ മറുക്, അവരുടെ വെളുത്ത ഖാദിസാരിയേക്കാൾ മികവുറ്റ് നിന്നിരുന്നു.

ജർവാജെറിയക്ക് പറന്നകന്നു പോകുവാൻ തുറസായ സ്ഥലം വേണ്ടതിനാൽ, കുശലാന്വേഷണത്തിനുശേഷം അവർ ആരിഫിനെ തുറന്ന ഇടത്തേക്ക് കൊണ്ടുവരാൻ സലേഹബീഗത്തോട് ആവശ്യപ്പെട്ടു. അവർ അനുഷ്ഠാനത്തിന് തയ്യാറായി. അത് തുടങ്ങിയിരുന്നത് ഒരു കഥപറച്ചിലോടെ ആയിരുന്നു.

ഒരിക്കൽ ഒരു ഗ്രാമത്തിൽ ഒരു സുന്ദരിയായ വിധവ തന്റെ ഏകമകനുമായി പാർത്തിരുന്നു. അവരുടെ മകൻ വലിയ വികൃതിയായിരുന്നു. ഒരു ദിവസം ദേഷ്യത്താൽ ആ വിധവ ഒരു വടികൊണ്ട് മകന്റെ തലയ്ക്കടിച്ചു. അവന്റെ തലയിൽനിന്നും രക്തം ഒഴുകുവാൻ തുടങ്ങി. അമ്മയുടെ പ്രവൃത്തിയിൽ ദേഷ്യംപിടിച്ച് അവൻ വീടുവിട്ട് നഗരത്തിലേക്ക് പോകുകയും അവിടെ മക്കളില്ലാത്ത ധനികരായ ദമ്പതികൾ അവനെ ദത്തെടുക്കുകയും ചെയ്തു. പന്ത്രണ്ടുവർഷങ്ങൾ കടന്നുപോയി. തന്റെ വളർത്തു മാതാപിതാക്കളുടെ മരണശേഷം ആ കുട്ടിക്ക് അവരുടെ എല്ലാ സ്വത്തുക്കളും കച്ചോടവും പാരമ്പര്യമായി കിട്ടി. ഒരുദിവസം അവൻ കച്ചവടത്തിനായുള്ള യാത്രയിൽ ഒരു ഗ്രാമത്തിലൂടെ കടന്നുപോയി. അവന് ആ സ്ഥലം പരിചിതമായി തോന്നുകയും അവിടെ കുറച്ചുദിവസങ്ങൾ തങ്ങുവാൻ തീരുമാനിക്കുകയും ചെയ്തു. ഒരു വൈകുന്നേരം അവൻ അവന്റെ അമ്മയെ കണ്ടെങ്കിലും അവരെ തിരിച്ചറിയുവാൻ കഴിഞ്ഞില്ല. ഓർമ്മകൾ പന്ത്രണ്ടുവർഷത്തിനുള്ളിൽ ഏറെ മങ്ങിയിരുന്നു. അവൻ അവളുമായി പ്രണയത്തിലായി. ആ

വിധവയും അവനിൽ അനുരക്തയാവുകയും അവർ വിവാഹിതരാവുകയും ചെയ്തു. അവരുടെ വിവാഹം കഴിഞ്ഞ ഉടൻ ആ വിധവ ഗർഭിണിയായി.

ഒരു ദിവസം രാവിലെ തന്റെ ഭർത്താവിന്റെ തലയിൽ ഉഴിഞ്ഞുകൊണ്ടിരുന്നപ്പോൾ അവൾ ഒരു ആഴത്തിലുള്ള മുറിവിന്റെ പാടു കണ്ടു. അവൾ അവനോട് അതിനെക്കുറിച്ച് ചോദിച്ചപ്പോൾ അവൻ കുട്ടിയായിരുന്നപ്പോൾ അവന്റെ അമ്മ ഒരു വടികൊണ്ട് അടിച്ചതും ആറോ ഏഴോ വയസ്സു പ്രായമുള്ളപ്പോൾ അവൻ ഗ്രാമംവിട്ട് ഓടിപ്പോയതും പറഞ്ഞു. അവന് അവന്റെ ഗ്രാമത്തിന്റെ പേരോ അമ്മയുടെ മുഖമോ ഓർമ്മിക്കാൻ പറ്റുന്നുണ്ടായിരുന്നില്ല. പക്ഷേ, ആ സ്ത്രീ അവന്റെ മുഖത്തുനോക്കുകയും എന്തുകൊണ്ടാണ് അവന്റെ മുഖം തന്റെ ആദ്യഭർത്താവിന്റെ മുഖത്തോട് നല്ല സാമ്യമുണ്ടായിരുന്നതെന്ന് മനസ്സിലാവുകയും ചെയ്തു.

തങ്ങൾ അമ്മയും മകനും ആയിരുന്നെന്ന് തിരിച്ചറിഞ്ഞപ്പോൾ അവർ അപമാനിതരും ദുഃഖിതരും ആവുകയും ആത്മഹത്യചെയ്യാൻ തീരുമാനിക്കുകയുംചെയ്തു. അവർ ഒരു ചിതയൊരുക്കി അതിലേക്ക് ചാടി. അവരുടെ ആത്മാക്കൾക്ക് ശാന്തികിട്ടിയില്ല. അവൻ ജർവയും അവർ ജരിയയുമായി. ഇപ്പോൾ അവർ ആളുകളിൽ പ്രവേശിച്ച് അവരിൽ വിറയൽ ഉണ്ടാക്കി ആളുകളെ ശല്യപ്പെടുത്തികൊണ്ടിരിക്കുന്നു. എപ്പോഴൊക്കെ അവരുടെ നാണംകെട്ട രഹസ്യബന്ധത്തെക്കുറിച്ചുള്ള കഥ അവർ ബാധിച്ചിരിക്കുന്നവരുടെ മുൻപിൽ ആവർത്തിക്കുന്നുവോ അപ്പോൾ അവർ ഓടി പൊയ്ക്കളയും.

'ഓ, ജർവ, ജെറിയ നിങ്ങൾക്ക് നാണമുണ്ടെങ്കിൽ ഇവിടെനിന്ന് ദൂരെപോവുക. നിങ്ങൾ പോയില്ലെങ്കിൽ നിങ്ങളുടെ പാപപങ്കിലമായ ബന്ധത്തതിന്റെ കഥ ഞാനിനിയും ആവർത്തിക്കും.' ബാസോമുത്തശ്ശി ആരിഫിന്റെ കണ്ണുകളിൽ നോക്കി ഉച്ചത്തിലാണ് സംസാരിച്ചത്. അവർ അവരുടെ അനുഷ്ഠാനങ്ങൾ അവസാനിപ്പിച്ചപ്പോൾ സലേഹബീഗം ഒരു രണ്ടുരൂപ നോട്ടെടുത്ത് അവരുടെ കൈയിൽ അമർത്തിവെച്ചു കൊടുത്തു. കുറച്ചുനിമിഷം കഴിഞ്ഞപ്പോൾ അബ്ദുൾ വഹീദ്ഖാൻ പ്രവേശിച്ചു. ബാസോമുത്തശ്ശി എന്തിനാണ് അവിടെ വന്നതെന്ന് അയാൾക്ക് മനസ്സിലായി.

സലേഹബീഗത്തിന് നേരെതിരിഞ്ഞ് അയാൾ അലറി. 'പൊട്ടിപ്പെണ്ണ്. ഞാൻ നിന്നോട് വീണ്ടും പറയുന്നു നീ പഴയ ആചാരത്തിൽ നിന്ന് മാറിനിൽക്കുക. ഇത്രയും പനിയുള്ളപ്പോൾ ആരിഫിനെ നീ എങ്ങനെ തുറസ്സായ സ്ഥലത്തിരുത്തി? ബാസോമുത്തശ്ശി പതിയെ ആ വീട്ടിൽനിന്നും പുറത്തുകടന്നു. സലേഹബീഗം ഒന്നുംമിണ്ടാതെ

താഴേയ്ക്ക് നോക്കി. മുനീർ അവന്റെ ഉച്ചപ്രാർത്ഥനയ്ക്കുവേണ്ടി സ്ഥലംവിട്ടിരുന്നു.

ആരിഫ് ആ കഥ പൂർണ്ണശ്രദ്ധയോടെ കേട്ടിരുന്നു. അവൻ ആ വിചിത്രചികിത്സ ആസ്വദിക്കുകയും ചെയ്തു. തന്റെ വല്യച്ഛനെസമാധാനിപ്പിക്കുവാനായി അവൻ പറഞ്ഞു, 'ശരിക്കും എനിക്കിപ്പോൾ ആശ്വാസം തോന്നുന്നുണ്ട്.'

~

ആയിരക്കണക്കിന് കർസേവകരും ഹിന്ദുവർഗീയവാദി പാർട്ടികളുടെ അംഗങ്ങളും ശിലാപൂജ നടത്തുവാൻ ഒത്തുകൂടിയിരിക്കുന്നു. എന്ത് വിലകൊടുത്തും ബാബ്റി മസ്ജിദ് സംരക്ഷിക്കുമെന്ന് സുപ്രീംകോടതിയിൽ ഉറപ്പുനൽകി. അടുത്തുള്ള ജില്ലകളിലും സംഘർഷാവസ്ഥ നിലനിൽക്കുന്നു. ഭാരതീയ ജനതപാർട്ടിയുടെ പല നേതാക്കളും അയോദ്ധ്യയിൽ സന്നിഹിതരാണ്.

പള്ളിയുടെ മുന്നിലിരുന്ന് മുനീർ സംസ്ഥാനത്തെ ഏറ്റവും ജനപ്രിയമായ ഉറുദുപത്രം 'ഖാമി മിസാജ്' ഉച്ചത്തിൽ വായിക്കുകയായിരുന്നു. ഒരു ഡസനോ അതിലധികമോ ആളുകൾ അവന്റെ വായന ശ്രദ്ധയോടെ കേട്ടുകൊണ്ടിരുന്നു. 1992 ഡിസംബർ ആറാംതീയതിയിലെ ഉച്ചകഴിഞ്ഞ സമയമായിരുന്നു അപ്പോൾ.

ആരിഫ് ഏറെ സുഖംപ്രാപിച്ചിരുന്നെങ്കിലും ക്ഷീണിതനായിരുന്നു. കട്ടിലിന്റെ പടിയിൽ താങ്ങിക്കൊണ്ട് അവൻ ജനാലയിലൂടെ പുറത്തേക്കുനോക്കി. പള്ളിമുറ്റത്തെ വ്യവഹാരങ്ങൾ അവന് കാണാനും കേൾക്കാനും പറ്റുമായിരുന്നു. ഏതാനും മിനിറ്റുകൾക്കപ്പുറം ഗ്രാമത്തിൽ ചെറിയ ഒരു പലചരക്കുകട നടത്തുന്ന സജ്ജാദ് ഹുസൈൻ എന്ന ശൂരനായ ആൾ ഉറച്ചകാൽ വെപ്പുകളോടെ ആ കൂട്ടത്തിലേക്ക് വരുന്നത് ആരിഫ് കണ്ടു. വിളംബരംചെയ്യുന്നതിനുമുൻപ് അയാൾ ഒന്നലറി.' ബാബ്റിമസ്ജിദ് തകർക്കപ്പെട്ടിരിക്കുന്നു. ഹിന്ദുക്കൾ അതിനെ തവിടുപൊടിയാക്കി. 'ഇന്നലല്ലാഹിവാ ഇന്ന ഇലാഹിറജീം.' ബാഡ്ക്കെബാബ ഉച്ചത്തിൽ ഉരുവിട്ടു.

ദേഷ്യം പുറത്തുവന്നു തുടങ്ങി. ആരിഫ് നടുങ്ങി. ഇന്ത്യപോലുള്ള ഒരു മതേതര രാജ്യത്ത് ഇത് സംഭവിക്കുമെന്ന് അവൻ ഒരിക്കലും സങ്കല്പിച്ചില്ല. ഉത്തർപ്രദേശിലെ മുഖ്യമന്ത്രി കല്യാൺസിങ്, എന്ത് വിലകൊടുത്തും ബാബ്റിമസ്ജിദ് സംരക്ഷിക്കുമെന്ന് സുപ്രീംകോടതിയിൽ സത്യവാങ്മൂലം ചെയ്തതായി അവൻ ഇന്നലെ റേഡിയോയിൽ കേട്ടിരുന്നു.

'എല്ലാ ഹിന്ദുക്കളും ജനസംഘികളാണ്. കോൺഗ്രസ് പ്രധാനമന്ത്രി ഒരു ബി.ജെ.പി. ഏജന്റും സംഘപരിവാറിൽ ഒരു രഹസ്യ അംഗവുമാണ്.' ചെറിയ മീശവച്ച ഉയരംകൂടിയ റഹ്മാൻ അലറി. വൈകുന്നേരത്തെ പ്രാർത്ഥനയ്ക്കുശേഷം ജമാമസ്ജിദിലെ ഇമാം ഒരു മതപ്രസംഗം നടത്തുന്നത് ആരിഫ് ഉച്ചഭാഷിണിയിലൂടെ കേട്ടു.' നമ്മൾ മുസ്ലിങ്ങൾ നമ്മുടെ പാരമ്പര്യത്തെ ഉപേക്ഷിച്ചു, വിശുദ്ധ ഖുറാനെയും ഹദീദ്നേയും മറന്നു. അതുകൊണ്ട് എല്ലായിടത്തും നമ്മൾ അപമാനിതരായിക്കൊണ്ടിരിക്കുന്നു. ഒരുകാലത്ത് മുസ്ലിങ്ങൾ തുർക്കി മുതൽ അൽ അൻസുലാസുവരെ ഭരിച്ചിരുന്നു. പ്രശസ്തനായ കവി അല്ലാമാ ഇക്ബാൽ പറഞ്ഞതുപോലെ

മരുഭൂമികൾ വെറും മരുഭൂമികൾ മാത്രമാണ്,
നാം അവയുടെ വ്യാപ്തി അറിഞ്ഞിട്ടില്ല.

നമ്മൾ ഇരുട്ടിന്റെ മഹാസമുദ്രത്തിലേക്ക്
നമ്മുടെ കുതിരപ്പുറത്തു സവാരിചെയ്യുന്നു.'

ഈയിടെയായി മുസ്ലിങ്ങൾ അവിശ്വാസികളെപോലെ പെരുമാറാൻ തുടങ്ങിയിരിക്കുന്നു. ഇമാം തുടർന്നു.

ആരിഫിന്റെ ചിന്തകൾ അലഞ്ഞുനടക്കുവാൻ തുടങ്ങി. അവന് ആ മതപ്രഭാഷണത്തിൽ ശ്രദ്ധചെലുത്തുവാൻ കഴിഞ്ഞില്ല. ഭയാനകമായ എന്തോ ആ ഗ്രാമത്തിൽ സംഭവിക്കുവാൻ പോവുകയാണെന്ന് അവൻ പേടിച്ചു. പ്രാർത്ഥനയ്ക്കുശേഷം മുസ്ലിംപുരുഷന്മാരുടെ ഒരു യോഗം പള്ളിമുറ്റത്ത് സംഘടിപ്പിച്ചു. ഒരു കമ്പിളിപ്പുതപ്പ് പുതച്ച് ആരിഫും സന്നിഹിതനായിരുന്നു. അവൻ സദാഖത്തിനും മുനീറിനുമൊപ്പം ഒരു പീഠത്തിലിരുന്നു.

'ബാബ്റിമസ്ജിദിനുണ്ടായ പീഡനാനുഭവത്തിന് പ്രതികാരമായി നമ്മൾ ഈ ഗ്രാമത്തിലുള്ള ഒരേ ഒരമ്പലം തകർക്കും.' റഹ്മാൻ ഇടിമുഴക്കംപോലെ പറഞ്ഞു.

'നമ്മുടെ ഗ്രാമത്തിൽ ഹിന്ദുക്കളും മുസ്ലിങ്ങളും തമ്മിൽ ഒരു വിദ്വേഷവും ഇല്ല. ദൂരെ എവിടെയോ ഉള്ള ആരുടെയോ കുറ്റത്തിന് എന്തിനാണ് നമ്മുടെ നാട്ടിലെ ഹിന്ദുക്കളെ ശിക്ഷിക്കുന്നത്? ബഡ്കെബാബയുടെ ബാല്യകാല സുഹൃത്തായ അലി അഹമ്മദ്ഖാൻ പതിഞ്ഞ ശബ്ദത്തിൽ സംസാരിച്ചു.

'അലിബായ് പറഞ്ഞത് ശരിയാണ്.' ബഡ്കെബാബ അദ്ദേഹത്തെ പിന്താങ്ങി.

'അലി അഹമ്മദ്ചാച്ചയും വഹീദ് അങ്കിളും പറഞ്ഞത് ശരിയാണെന്നാണ് എനിക്കു തോന്നുന്നത്.' സദാഖത്തിന്റെ തലയുടെ പിറകിൽ ചൊറിഞ്ഞുകൊണ്ട് പറഞ്ഞു.

കുറച്ച് വിയോജിപ്പുള്ള ദൃഷ്ടികൾ അവന്റെനേരെ തിരിഞ്ഞു.

'നിന്റെ ബാപ്പ റസാഖ് ഖലീഫ ഇവിടെ ഇരിപ്പുണ്ട്. നീ പ്രധാനപ്പെട്ട കാര്യങ്ങളിൽ ഇടപെടേണ്ടതില്ല. എന്തായാലും ഒരു കുടിയന്റെ ഉപദേശം ഞങ്ങൾക്ക് വേണ്ട.' റഹ്മാൻ അധികാരസ്വരത്തിൽ പറഞ്ഞു.

'സൂക്ഷിച്ചു സംസാരിക്കൂ റഹ്മാൻചാച്ചാ. ഞാൻ ഇപ്പോൾ കുടിക്കാറില്ല. എന്നെക്കൊണ്ടൊന്നും പറയിപ്പിക്കരുത്. എനിക്കറിയാം നിങ്ങളുടെ സ്വഭാവം. നമ്മുടെ ഗ്രാമത്തിലെ ആശാരിയുടെ വീട്ടിലെ നിത്യസന്ദർശകനല്ലേ നിങ്ങൾ, അയാളുടെ സുന്ദരിയായ ഭാര്യയെ കാണാൻ? സദാഖത്ത് അധിക്ഷേപിച്ചു.

'മിണ്ടാതിരിക്കൂ മണ്ടാ.' റസാഖ് ഖലീഫ, അദ്ദേഹം ഒരു മുൻ ഗുസ്തിക്കാരനും റുസ്തം ഇചംപാരൻ എന്ന പദവിനേടിയ ആളുമാണ്, തന്റെ മകനോട് ആക്രോശിച്ചു.

സദാഖത്ത് ദേഷ്യത്തോടെ ആ യോഗം വിട്ടുപോയി.

'നമ്മൾ ഇപ്പോൾ ചെയ്യാനായി പദ്ധതി ഇടുന്നത് ഒരു ശരിയായ കാര്യമല്ല.' ആരിഫ് തെല്ല് ശങ്കയോടെ പറഞ്ഞു.

'ആരിഫ്ബേട്ടാ നിനക്ക് ഈ താഴ്ന്ന ജാതിക്കാരായ ഹിന്ദുക്കളെക്കുറിച്ചറിയില്ല. അവർ ഭൂമിയാർ എം.എൽ.എ. സുരേഷ്സിങ്ങിനെ പിന്തുണയ്ക്കുന്നവരാണ്. അവരെ ഒരു ശരിയായ പാഠം പഠിപ്പിക്കണം.' റഹ്മാൻ അലിപറഞ്ഞു.

നോനിയതോല എന്ന ആ ഗ്രാമത്തിലെ ഒരേയൊരമ്പലം നിലംപരിശാക്കുവാൻ രണ്ടുമണിക്കൂർ നീണ്ടുനിന്ന ആ യോഗത്തിന്റെ അവസാനം തീരുമാനമായി. അലി അഹമ്മദ്ഖാനെപ്പോലെയും ബഡ്കെബാബയെപ്പോലെയുമുള്ള കുറച്ചു വിവേകമതികൾ ആ ആശയത്തെ എതിർത്തെങ്കിലും ബഹളക്കാരായ ഭൂരിപക്ഷം അവരുടെ എതിർപ്പിനെ തല്ലിക്കെടുത്തി. ഈ തെറ്റായ പദ്ധതിയിൽ പങ്കാളിയാകുന്നതിലുള്ള എതിർപ്പുമൂലം ബഡ്കെബാബ ദേഷ്യത്തോടെ പുറത്തേക്കുപോയി.

ഉറക്കം ആരിഫിൽനിന്ന് അകന്നുനിന്നു. ആ ഗ്രാമീണരെ തടസ്സപ്പെടുത്താൻ താൻ എന്തെങ്കിലും ചെയ്യണമെന്ന് ആരിഫിന് തോന്നി. അവൻ ബഡ്കെബാബയെക്കുറിച്ചോർത്തെങ്കിലും അയാൾ അവനോട് ഒന്നും ചർച്ച ചെയ്തിരുന്നില്ല. അപ്പോൾ അവൻ അവന്റെ സുഹൃത്ത് സദാഖത്തിനെക്കുറിച്ച് ചിന്തിച്ചുകൊണ്ട് കിടക്കവിട്ട് എഴുന്നേറ്റ് ശബ്ദമുണ്ടാക്കാതെ വാതിൽതുറന്ന് റോട്ടിലേക്കിറങ്ങി. റോഡ് വിജനമായിരുന്നു. ആരിഫ് സദാഖത്തിന്റെ വീട്ടിലേക്ക് നടന്നു. കുറച്ചുദൂരം നടന്നപ്പോൾ പ്രവർത്തനരഹിതമായ ഒരു ഇലക്ട്രിക് പോസ്റ്റിന്റെ അടുത്ത് ഒരു നിഴൽരൂപം ബീഡി വലിച്ചിരിക്കുന്നത് അവൻ കണ്ടു.

'ആരിഫ്ബായ്, നീ ഇത്രയും വൈകി എവിടെ പോകുന്നു?' സദാഖത്ത് തന്റെ ബീഡി തുറന്ന ഓടയിലേക്കെറിഞ്ഞുകൊണ്ട് ആശ്ചര്യത്തോടെ ചോദിച്ചു.

'ഞാൻ നിന്നെ കാണാൻ വന്നതാണ്. അമ്പലം തകർക്കാനുള്ള നാട്ടുകാരുടെ പദ്ധതി തെറ്റാണെന്ന് മാത്രമല്ല അപകടകരവുമാണ്.' ആരിഫ് തന്റെ ശബ്ദംതാഴ്ത്തി പറഞ്ഞു.

'ആരിഫ്ബായ്, നീ പോയികിടന്നുറങ്ങൂ. അതിനെക്കുറിച്ച് വേവലാതിപ്പെടേണ്ട. അതു തടയുന്നതിന് എനിക്കൊരു പദ്ധതിയുണ്ട്.' സദാഖത്ത് മറുപടി പറഞ്ഞു.

'ശരിക്കും?'

'തീർച്ചയായും.'

ആ രാത്രിയിൽ രണ്ടു സംഭവങ്ങൾ നടന്നു. സദാഖത്ത് ചമേലിയുമായി ഒളിച്ചോടി. ഒരു പോലീസ് സംഘം നോനിയതോലയിൽവന്ന് അമ്പലത്തിന് സമീപം ക്യാമ്പ് ചെയ്തു. അമ്പലം തകർക്കാനുള്ള പദ്ധതി പരാജയപ്പെടുന്നതിൽ ആരിഫിന് ആശ്വാസംതോന്നി.

അടുത്ത പത്തുദിനങ്ങളിൽ പോലീസ് ആ ഗ്രാമത്തിൽ തങ്ങി. കാര്യങ്ങൾ പതിയെ സാധാരണഗതിയിലായി തുടങ്ങി. നാട്ടുകാരുടെ കോപം ഒട്ടൊക്കെ കെട്ടടങ്ങി. പലരുടെയും മനസ്സുമാറുകയും അമ്പലം തകർക്കുന്നത് ശരിയായ കാര്യമല്ലെന്ന് തോന്നുകയും ചെയ്തു. രണ്ടു ദിവസംകൂടി കഴിഞ്ഞപ്പോൾ പോലീസ് ഗ്രാമം വിട്ടു.

കാര്യങ്ങളൊക്കെ ഒന്ന് കെട്ടടങ്ങിയപ്പോൾ അതുകഴിഞ്ഞുള്ള ഞായറാഴ്ച ആ ഗ്രാമത്തിന്റെ ഓരോ മൂലയിലും ഒരു വാർത്ത പടർന്നു. നോനിയകൾ അടുത്തുള്ള ഹിന്ദുഭൂരിപക്ഷമുള്ള ഗ്രാമങ്ങളിൽ ചെയ്തതുപോലെ ബാബ്റിമസ്ജിദ് തകർത്തതിന്റെ ആഘോഷമായി ഒരു കൊടിയേന്തിയ ജാഥ നടത്തുവാൻ പോകുന്നു. അത്തരം ഒരു ജാഥ ആ ഗ്രാമത്തിൽ നടത്തുവാൻ അവർക്ക് ധൈര്യം ഉണ്ടായിരുന്നില്ല. അതുകൊണ്ട് അവരുടെ സ്ഥലത്ത് അവർ നടത്തുവാൻ തീരുമാനിച്ചു. ആളുകൾ മുളവടിയും പിക്കാസുകളും കുന്തങ്ങളുമായി ജുമമസ്ജിദിന്റെ മുൻപിൽ ഒത്തുകൂടുവാൻ തുടങ്ങി. ഒരു ധാന്യകച്ചവടക്കാരനും മുൻകാലത്തെ കൊള്ളപലിശക്കാരനുമായ ഷെയ്ഖ്ഹമീദ് അലി ആദ്യത്തെ മുദ്രാവാക്യം വിളിച്ചു. 'നാരാ ഇതക്ബീർ.... അള്ളാഹു അക്ബർ.'

അൻപതു പേരോളമുള്ള ജനക്കൂട്ടം പള്ളിയുടെ കിഴക്ക്, ഏകദേശം അരക്കിലോമീറ്റർ അകലെയുള്ള നോനിയതോലയിലേക്ക് മാർച്ച് നടത്തി. ആരിഫ് ചില മുസ്ലിം ആണുങ്ങളോട് സംസാരിക്കാൻ ശ്രമിച്ചെങ്കിലും അവർ അവനെ അരികിലേക്ക് തള്ളിമാറ്റി. ആ ജനക്കൂട്ടത്തെ നയിച്ചിരുന്ന ആൾ നന്നായി മദ്യപിച്ചിരുന്നു. അള്ളാഹുവിന്റെ നാമത്തിൽ തന്റെ ജീവിതം ബലികഴിക്കുന്നുവെന്ന് പ്രതിജ്ഞചെയ്ത അയാൾ മുറിഞ്ഞവാക്കുകളാൽ ആണ് സംസാരിച്ചിരുന്നത്. ഓരോ അസ്പഷ്ടമായ അയഞ്ഞ വാചകങ്ങൾക്കുശേഷവും അയാൾ നാരാ ഇതക്ബീർ എന്ന് അലറിവിളിച്ചു. നോനിയതോലയിലേക്കുള്ള ദിശ

യിൽ നീങ്ങുന്നതിനിടയിൽ ആളുകൾ അതിന് അള്ളാഹു അക്ബർ എന്ന് പ്രതിവചിച്ചു.

നിസ്സഹായനായ ആരിഫിന് എന്താണ് ചെയ്യേണ്ടത് എന്ന് അറിയാമായിരുന്നില്ല. *ബഡ്കെബാബ ഇവിടെ ഉണ്ടായിരുന്നെങ്കിൽ അദ്ദേഹം എന്തെങ്കിലും ചെയ്യുമായിരുന്നു* എന്ന് അവൻ ചിന്തിച്ചു. തന്റെ കുടുംബവുമായി ബഡ്കെബാബ ഒരു ശവസംസ്കാരച്ചടങ്ങിൽ പങ്കെടുക്കുവാനായി അടുത്ത ഗ്രാമത്തിലേക്ക് പോയിരുന്നു. ആരിഫും ഫർസാനയും ജമാൽപ്പുരയിൽത്തന്നെനിന്നു.

വേറെ ഒരാൾ കൂടിയുണ്ട് എനിക്ക് സഹായം ചോദിക്കാൻ ആരിഫ് ആലോചിച്ചു.

ആരിഫ് അലി അഹമ്മദ്ഖാന്റെ കൂടെ നോനിയതോലയിലെത്തിയപ്പോഴേക്കും മുസ്ലിങ്ങളും നോനിയക്കാരായ ഒരു ചെറിയകൂട്ടം ഹിന്ദുയുവാക്കളുമായി തർക്കം ആരംഭിച്ചിരുന്നു. ഒരു ചെറിയ കുങ്കുമക്കൊടി ഓലമേഞ്ഞ കെട്ടിടത്തിന് അടുത്തുനാട്ടിയിരിക്കുന്നത് ആരിഫ് ശ്രദ്ധിച്ചു. അയൽവക്കത്തെ ഒരു വീടിന്റെ ഭിത്തിയിൽ സുരേഷ് കുമാർ എം.എൽ.എ.യുടെ കൈകൂപ്പി ചിരിച്ചുകൊണ്ട് നിൽക്കുന്ന ഒരു പോസ്റ്റർ പതിച്ചിരുന്നു. 'ഭാരതീയ ജനതാപാർട്ടിക്ക് വോട്ടുചെയ്യുക.'

അലി അഹമ്മദ്ഖാൻ ഇടപെടാൻ ഒരു ശ്രമംനടത്തിയെങ്കിലും കലാപകാരികളായ ജനക്കൂട്ടം അദ്ദേഹത്തെ സംസാരിക്കാൻ അനുവദിച്ചില്ല. അവർ മദ്യപിക്കാതിരിക്കുമ്പോൾ പള്ളിയിൽവെച്ച് അദ്ദേഹത്തെ കേൾക്കുമായിരിക്കും. പക്ഷേ, അവരുടെ മനസ്സിൽ പ്രതികാരം നിറഞ്ഞിരിക്കുന്ന ഇപ്പോൾ അവർ അതിന് തയ്യാറല്ല.

തർക്കം മൂർച്ഛിച്ചപ്പോൾ പെട്ടെന്നാരോ ഒരു വീടിനടുത്തേക്കുചെന്ന് അതിന് തീയിട്ടു. തീ കണ്ട് മുസ്ലിങ്ങൾ ഹിന്ദുക്കളുമായി അടിപിടി നടത്തിയെങ്കിലും അവർ എണ്ണത്തിൽ നന്നേ കുറവായിരുന്നു. തീ പടർന്നപ്പോൾ പലരും ലഹളയിൽനിന്നു വിട്ട് തങ്ങളുടെ കുടുംബങ്ങളിലേക്കും വീടുകളിലേക്കും ഓടിപ്പോയി. പലർക്കും നന്നായി അടികിട്ടി.

ആണുങ്ങളും പെണ്ണുങ്ങളും കുട്ടികളും അലറിക്കരയുന്നത് ആരിഫ് കേട്ടു. അവർ ചുറ്റും ഓടിനടന്ന് തങ്ങൾക്ക് പ്രിയപ്പെട്ടവരെയോ അല്ലെങ്കിൽ തങ്ങളുടെ പ്രിയപ്പെട്ട വസ്തുക്കളെയോ രക്ഷിക്കുന്നത് അവൻ കണ്ടു.

തീ പടർന്നപ്പോൾ മുസ്ലിംജനക്കൂട്ടം പിരിഞ്ഞുപോകുവാൻ തുടങ്ങി. അലി അഹമ്മദ്ഖാൻ ആരിഫിനെ അവന്റെ എതിർപ്പുകളെ വകവെക്കാതെ വലിച്ചുമാറ്റി.

'നീ എന്തുചെയ്യാൻ പോവുകയാണ്? നീ കൊല്ലപ്പെടും. നിനക്ക് അവരെ രക്ഷിക്കുവാൻ ഇപ്പോൾ ഒന്നുംചെയ്യാൻ കഴിയുകയില്ല. കാര്യ

ങ്ങൾ വളരെയധികം അതിക്രമിച്ചിരിക്കുന്നു. അലി അഹമ്മദ്ഖാൻ തീയുടെ അലർച്ചയ്ക്കുമീതെ അലറുകയും പരിഭ്രമിക്കുകയും ചെയ്തു.

ഒന്നോ രണ്ടോ മണിക്കൂറിനുള്ളിൽ നോനിയതോലയിലെ എല്ലാ വീടുകളും അഗ്നിക്കിരയായി. ആകാശം പുകനിറഞ്ഞതും കറുത്ത തുമായി.

താൻ സാക്ഷിയായ മൃഗീയതയിൽ ദുഃഖിതനായി ആരിഫ് അവന്റെ അങ്കിളിന്റെ വീട്ടിൽ ഒരു കസേരയിൽ നിശ്ശബ്ദനായി ഇരുന്നു. തനിക്ക് അത്താഴം വേണ്ടെന്നു അവൻ ഫർസാനയോട് പറഞ്ഞിരുന്നു. അവൻ ഇതിന്റെ അനന്തരഫലത്തെക്കുറിച്ചു വ്യാകുലപ്പെട്ടു. പോലീസ് മുസ്ലി ങ്ങൾക്ക് എതിരെ കർശനമായ നടപടി എടുക്കുമെന്ന് അവന് അറിയാ മായിരുന്നു. അവനെപ്പോലും ശിക്ഷിച്ചേക്കാം. ഈ സംഭവങ്ങൾ എല്ലാം നടക്കുമ്പോൾ ഗ്രാമത്തിൽ ഇല്ലാതിരുന്ന ബാഡ്കെബാബയെപ്പോലും ഒഴിവാക്കില്ല. അടുത്തുള്ള ഗ്രാമത്തിലെ ഹിന്ദുക്കൾ വരുംദിവസങ്ങളിൽ അവരെ ആക്രമിക്കാനുള്ള സാധ്യതയും ഉണ്ട്.

മൂന്നുപേർ തീയിൽപ്പെട്ടു മരിച്ചതായി, ആരിഫ് രാവിലെ അറിഞ്ഞു. ഒരു വൃദ്ധൻ തന്റെ വീടിനെ രക്ഷിക്കാൻ ശ്രമിക്കുന്നതിനിടയിൽ തീയി ലേക്ക് വീണു മരിച്ചു. ജനക്കൂട്ടം തല്ലിയ ഒരു ഇരുപതുകാരൻ അബോ ധാവസ്ഥയിൽ കിടക്കുമ്പോൾ പൊള്ളൽ ഏറ്റു. കടുത്തപുകയുടെ തീ പടർന്നപ്പോൾ വാതിൽ കണ്ടുപിടിക്കാൻ കഴിയാത്ത പാതി അന്ധയായ ഒരു സ്ത്രീ ശ്വാസംമുട്ടി മരിച്ചു.

തുടക്കത്തിൽ, ഈ കലാപത്തിന് ഉത്തരവാദികളായ കുറച്ചു ആണുങ്ങൾ തങ്ങൾ പഠാൻമാരാണെന്നും കലാപഭൂമിയിൽനിന്നും ഓടിപ്പോയി തങ്ങൾ തങ്ങളുടെ ജാതിക്കാർക്ക് അപമാനംവരുത്തി ല്ലെന്നു വീമ്പ് പറഞ്ഞു. ജമാമസ്ജിദിന്റെ ഇമാം ആരും ഗ്രാമംവിട്ടു പോകരുതെന്നു വിളംബരംചെയ്തു.

വൈകുന്നേരം ജമാമസ്ജിദിൽ നിന്നും അസാൻവിളി ഉണ്ടായില്ല. സ്ഥിതിഗതികൾ വിലയിരുത്താൻ ആരിഫ് തെരുവിലേക്ക് ഇറങ്ങി. ഒരു ജീവിപോലും കണ്ണിൽപ്പെട്ടില്ല. അപ്പോൾ വേഗത്തിൽ നടന്നുവരുന്ന, ഓടുകതന്നെയായിരുന്നു അയാൾ, ബാഡ്കെബാബയുടെ തോട്ട ത്തിലെ പണിക്കാരൻ ചുട്ടാൻമിയാനെ അവൻ കണ്ടു. ആരിഫിനെ കണ്ടപ്പോൾ അയാൾ ഒന്നുനിന്നു.

'ആരിഫ് ബാബു, ഒരു മുസ്ലിംപോലും ഈ ഗ്രാമത്തിൽ അവശേ ഷിക്കുന്നില്ല. സുരക്ഷിതമായ ഒരിടത്തേക്ക് ഓടിപോകൂ. ഹിന്ദുക്കളും പോലീസും ഏതുനിമിഷവും വരാം.'

താനൊരു തികഞ്ഞ പഠാൻ ആണ്; ഓടിപ്പോകുവാൻ പോകുന്നില്ല. ആരിഫ് വിചാരിച്ചു.

റോഡിൽ ഒറ്റയ്ക്ക് നിൽക്കുമ്പോൾ ആരിഫ് തന്റെ വാച്ചിൽ നോക്കി. ഏകദേശം അഞ്ചുമണിയായിട്ടുണ്ട്. ബാഡ്കെബാബ ഇതുവരെ മടങ്ങിവന്നിട്ടില്ല. ആരിഫ് വീടിനകത്തേക്ക് തിരിച്ചുചെന്ന് ഫർസാനയോട് സ്ഥിതിവിവരങ്ങൾ തനിക്കു കഴിയുന്നത്ര ചുരുക്കി വിവരിച്ചു.

കുറച്ചുമിനിട്ടുകൾക്കുശേഷം അവർ തെല്ലകലെനിന്ന് 'ജയ് ശ്രീറാം' എന്നു വിളിക്കുന്നതുകേട്ടു.

'ഹിന്ദുക്കളുടെ ജനക്കൂട്ടം വരുന്നതുപോലെയുണ്ട്. നമുക്ക് ഉടനെ തന്നെ ഈ ഗ്രാമംവിട്ടു പോകണം.' അവൻ ഫർസാനയോട് പറഞ്ഞു.

ഫർസാന കരയുവാൻ തുടങ്ങി.

'ഞാൻ ഇവിടെയുണ്ട്. നീ പരിഭ്രമിക്കേണ്ട' ആരിഫ് അവളെ സമാശ്വസിപ്പിച്ചുകൊണ്ട് അവളുടെ തലയിൽ കൈവച്ചു. പക്ഷേ, ഉള്ളിൽ അവൻ വിറക്കുന്നുണ്ടായിരുന്നു.

ജപിക്കുന്നതിന്റെ ശബ്ദം ഉച്ചത്തിലായി. എന്തുചെയ്യണം എന്നറിയാതെ ആരിഫ് പരിഭ്രമിച്ചു. പിന്നെ അവൻ വാതിലിന്റെ പുറത്തേക്ക് ഓടി വാതിൽപുറത്തുനിന്നും പൂട്ടി, ഒരു ജനാലയിലൂടെ അകത്തേക്ക് മടങ്ങിവന്നു. ഫർസാനയും അവനും ചേർന്ന് എല്ലാ ജനാലകളും അകത്തുനിന്നും കുറ്റിയിട്ടു.

മറ്റു ഗ്രാമവാസികളെപ്പോലെ തങ്ങളും ഓടിപ്പോയിട്ട് ഉണ്ടാകും എന്ന് ആ ജനക്കൂട്ടം കരുതുമെന്നു അവൻ പ്രതീക്ഷിച്ചു.

ഉടനെ ഒരു ആയിരംകാലടികളുടെ പ്രകമ്പനംപോലത്തെ ശബ്ദം വീടിനുവെളിയിൽ അവർ കേട്ടു. ഒരു ജീപ്പ് വന്നുനിന്നു. ആരോ നിർദേശങ്ങൾ ആക്രോശിച്ചുകൊണ്ടിരുന്നു. ദ്രുതഗതിയിലുള്ള ഹൃദയമിടുപ്പോടെ അവൻ പ്രധാനവാതിലിലേക്ക് നീളുന്ന ഇടനാഴിയിലെ ജനാലയുടെ അടുത്തുചെന്നു. നൂറിലധികം ആളുകൾ, മിക്കവരുടെയും കൈയിൽ പിക്കാസോ, വാളോ ഉണ്ടായിരുന്നു, പള്ളിമുറ്റത്ത് നിൽക്കുന്നത് അവൻ ജനൽപാളിയിലെ വിടവിലൂടെ കണ്ടു. റൈഫിളുകളും കൈത്തോക്കുമായി അരഡസൻ പോലീസുകാരും അവിടെ ഉണ്ടായിരുന്നു. ലുങ്കിയുടുത്ത ഉയരംകുറഞ്ഞ ഒരു കറുത്ത മനുഷ്യൻ കൈയ്യിൽ ഒരു പെട്രോമാക്സ് പിടിച്ചുകൊണ്ട് നിന്നിരുന്നു. ഒരു വെളുത്ത ഖാദി വസ്ത്രധാരിയായ വ്യക്തി പോലീസ് ഓഫീസറോട് സംസാരിച്ചുകൊണ്ട് നിൽക്കുന്നു, പോലീസ് ഓഫീസർ അയാളെ വിദ്യക്ജി എന്നു വിളിച്ചാണ് സംസാരിക്കുന്നത്. ആ പോസ്റ്ററിൽ കണ്ട ഓർമ്മയിൽ നിന്നും ആരിഫ് അയാളെ എം.എൽ.എ. സുരേഷ്സിങ് ആണെന്നു തിരിച്ചറിഞ്ഞു.

'പഠാൻമാരെ ഒരു പാഠം പഠിപ്പിക്കണം. വർഷങ്ങളായി അവരുടെ ഉപദ്രവം നമ്മൾ സഹിക്കുന്നു. ഒരൊറ്റ ഒരുത്തനെയും ഒഴിവാക്കരുത്.'

'വേണ്ട വേണ്ട വിദ്യക്ജി, എന്റെ ജോലി പോകും' പോലീസ് ഓഫീസർ അയാളോട് അപേക്ഷിച്ചുകൊണ്ടിരുന്നു.

'ജയ്ശ്രീറാം' ജനക്കൂട്ടം അട്ടഹസിച്ചു. അവരുടെ ശബ്ദം ശൂന്യമായ ആ വീട്ടിൽ മാറ്റൊലി കൊണ്ടു. ഒരു ഭയം ആരിഫിനെ പിടികൂടി.

'ഫർസാന, ഇവിടെനിന്നും നമുക്ക് ഇപ്പോൾതന്നെ ഓടി രക്ഷപ്പെടണം, ടോർച്ച് എവിടെയാണെന്ന് നോക്കിയെടുക്കൂ.'

ഫർസാന അവളുടെ സ്വെറ്റർ ധരിച്ചു. അവൾ വിറയ്ക്കുന്നുണ്ടായിരുന്നു. ആരിഫ് തന്റെ ജാക്കറ്റ് എടുത്തിട്ടു. അവൻ സോക്സുകൾ ദൂരെ എറിഞ്ഞു തന്റെ കാൽപാദങ്ങൾ ഷൂസ്സിനുള്ളിൽ തിരുകിക്കേറ്റി. വാതിലിൽ ഒരു മുട്ടുകേട്ടു. ഉടനെതന്നെ അത് ശക്തമായ ഇടിയായി മാറി. അവർ അത് തല്ലിപ്പൊളിക്കാൻ ശ്രമിക്കുകയാണ്. ഭയം അവന്റെ ശരീരം മുഴുവൻ ഇഴഞ്ഞു. ആ ശൈത്യകാലത്തെ തണുപ്പിനെ അവഗണിച്ചുകൊണ്ട് അവന്റെ നെറ്റിത്തടത്തിൽ വിയർപ്പുതുള്ളികൾ പ്രത്യക്ഷപ്പെട്ടു.

ഫർസാനയുടെ കൈപിടിച്ചുകൊണ്ട് ആരിഫ് മന്ത്രിച്ചു.' പരിഭ്രമിക്കാതെയിരിക്കൂ, ഫർസാന. ഞാൻ പറയുന്നതുപോലെ ചെയ്യൂ.'

അവൻ വീടിന്റെ പിന്നാമ്പുറത്തേക്ക് തുറക്കുന്ന ജനാലയിൽ കയറുവാൻ ഫർസാനയെ സഹായിച്ചു. അവൾ ജനൽപടിയിൽ കയറി ഇരുന്നു. അവനും ജനൽപടിയിൽ കയറി. ആരിഫ് ആദ്യം പുറത്തേക്കു ചാടി ഒരു മൺതിട്ടയിൽ കാലുകുത്തി. അവൻ ഫർസാനയ്ക്കുനേരെ കൈകൾ നീട്ടി. അവൾ അവന്റെ കൈകളിലേക്ക് ചാടി, അവന്റെ അടുത്തുതന്നെ നിലംപറ്റി. നിശ്ശബ്ദമായി, പെട്ടെന്നുതന്നെ, മരങ്ങളുടെയും കുറ്റിച്ചെടികളുടെയും മറപിടിച്ചു അവർ അടുത്തുള്ള ശ്മശാനം കടന്നു.

അവർക്ക് ആളുകളുടെ നിഴൽരൂപങ്ങൾ റോഡിൽ കാണാമായിരുന്നു. പെട്ടെന്ന് ആൾക്കൂട്ടത്തിലൊരാൾ അവരുടെനേരെ നടന്നുവന്നു. ആരിഫും ഫർസാനയും നിലത്ത് കുനിഞ്ഞിരുന്നു. അവർ ഭയത്താൽ മരവിച്ചുപോയിരുന്നു. പക്ഷേ, അയാൾ റോഡിനരികെ വന്ന് ശ്മശാനത്തിലേക്ക് മൂത്രമൊഴിക്കാനായി തിരിഞ്ഞുനിന്നു. ആരിഫ്, ഫർസാനയെവലിച്ചു തന്നോട് ചേർത്തുപിടിച്ച്, ഇടതൂർന്ന വള്ളിച്ചെടികൾക്കും ഇലച്ചാർത്തുകൾക്കുമിടയിൽ ഒതുങ്ങിക്കൂടിയിരുന്നു. ഒരു പ്രാണി ഫർസാനയുടെ മേത്തേക്കുചാടി. അവൾ നിലവിളിക്കാൻ പോകുന്നതറിഞ്ഞു ആരിഫ് അവളുടെ വായ്പൊത്തി പിടിച്ചു ആ നിലവിളി അടയ്ക്കുകയും അവളെ തന്നോട് കുറെക്കൂടി ചേർക്കുകയുംചെയ്തു. അവൾ അവന്റെ നെഞ്ചിനോട് ചേർന്നുകിടന്നു. അവളുടെ ക്രമംതെറ്റിയുള്ള ശ്വാസോച്ഛ്വാസം അവന് അനുഭവപ്പെട്ടു.

ആ നിമിഷങ്ങൾ അനന്തമാണെന്ന് തോന്നിച്ചു എങ്കിലും അവർ ആ അവസ്ഥയിൽ അരമണിക്കൂറോളം കിടന്നു. അവസാനം റോഡ് വിജനമാണോ എന്ന് ആരിഫ് തല ഉയർത്തിനോക്കി.

'നമ്മൾ ഷംഷദ്നഗറിലേക്ക് പോകുന്നു. ബാപ്പയുടെ ഒരു സുഹൃത്ത് അവിടെ താമസിക്കുന്നുണ്ട്' ആരിഫ് മെല്ലെപറഞ്ഞു. ഫർസാന തല കുലുക്കി.

അവർ ഗ്രാമാതിർത്തിയിൽ എത്തിച്ചേർന്നു. അവിടെ, ഷംഷദ്നഗറിലേക്കുള്ള റോഡിൽ ആളുകൾ പന്തങ്ങളുമായി ജാഗ്രതയോടെ നോക്കിനിൽക്കുന്നത് അവർ കണ്ടു. റോഡിലൂടെ നടക്കുന്നത് ഏറെ അപകടം നിറഞ്ഞതാണ്. പകരം ആരിഫ്, ഫർസാനയെ സോൺബക്യാ നദിക്കരയിലേക്കു നയിച്ചു. സമാന്തരമായി പോകുന്ന റോഡിനും നദിക്കുമിടയിലുള്ള വരമ്പിന്റെ മറപിടിച്ച് അവർ നദിക്കരയിലൂടെ നടന്നു. ഫർസാന അപ്പോൾ ആയത് ഉൽകർസി ഉരുവിടുവാൻ തുടങ്ങി.

നീണ്ട ഒരു മണിക്കൂർ കഴിഞ്ഞപ്പോൾ നാലുകിലോമീറ്ററിൽ ഏറെ വ്യാപിച്ചുകിടക്കുന്ന പേരക്കത്തോട്ടത്തിലേക്ക് അവർ പ്രവേശിച്ചു. ആ തോട്ടത്തിനപ്പുറം ഷംഷദ്നഗറാണ്. അവർ തിങ്ങിനിറഞ്ഞതും സുഗന്ധമുള്ളതുമായ തോട്ടത്തിന്റെ ഉള്ളിലേക്കു കടന്നപ്പോൾ ആരിഫ്ഖുർആനിലെ സൂക്തങ്ങൾ ചൊല്ലുവാൻ തുടങ്ങി. ഇരുട്ട് അവരെ മുഴുവനായി മൂടിയിരുന്നു. ഇടയ്ക്കിടെ വേരുകളിലും കല്ലുകളിലും തട്ടി അവരുടെ കാൽ ഇടറിയിരുന്നു. അവർ ഏകദേശം ആ തോട്ടത്തിന്റെ അവസാനമെത്താറായപ്പോൾ ഒരു ഗർജനശബ്ദംകേട്ടു. 'നിൽക്കൂ.'

അവർ മൂന്നു മുഖംമൂടികൾ ആയിരുന്നു. രണ്ടുപേരുടെ ചുമലിൽ തോക്കുകൾ തൂക്കിയിട്ടിരുന്നു.

'ആരാണ് നിങ്ങൾ?' അവരിലൊരുവൻ ഗർജ്ജിച്ചു.

വാക്കുകൾ തൊണ്ടയിൽ താങ്ങുന്നത് അവൻ അറിഞ്ഞു.

ഇവർ പോലീസിന് വിവരം കൊടുക്കുന്നവർ ആയിരിക്കും. നീണ്ട വലിയ ഒരു സ്റ്റീൽടോർച്ച് കൈയിൽപിടിച്ചിരിക്കുന്ന രണ്ടാമത്തെ മുഖംമൂടി പറഞ്ഞു. മദ്യപിച്ചപോലെ ആടിയാടി അവൻ അവരുടെ അടുത്തേക്കുവന്നു. 'ഞാനീ പെണ്ണിനെ ചോദിക്കും' അവനത് പറഞ്ഞ് ഫർസാനയുടെ കൈയിൽ കയറിപിടിച്ചു. ഫർസാന അലറിക്കൊണ്ട് അവന്റെ പിടിയിൽനിന്നും തന്റെ കൈവിടുവിക്കാനായി കുതറി.

'ഞങ്ങൾ... ഞങ്ങൾ... ഞങ്ങൾ പൊലീസിന് വിവരംകൊടുക്കുന്നവരല്ല.' ആരിഫ് വിക്കിവിക്കി പറഞ്ഞു. 'ദയവായി എന്റെ പെങ്ങളെ വിടൂ' ആരിഫിനെത്തന്നെ അതിശയിപ്പിച്ചുകൊണ്ട് പെട്ടെന്ന് ഒരു ദ്രുതചലനത്താൽ ആരിഫ് ആ മുഖംമൂടിക്കിട്ടൊരു തള്ളുകൊടുത്തു. പക്ഷേ, ആ മദ്യപാനി അവനേക്കാൾ വേഗതയുള്ളവനായിരുന്നു. ആ സ്റ്റീൽ

ടോർച്ച് ആരിഫിന്റെ തലയിൽ ശബ്ദത്തോടെ പതിക്കുകയും അവൻ മണൽനിറഞ്ഞ നിലത്ത് കുഴഞ്ഞുവീഴുകയും ചെയ്തു.

'നോക്കൂ, ഈ പെൺകുട്ടി എത്ര സുന്ദരിയാണെന്ന്! നമുക്ക് ഇവളുമായി നല്ല നേരമ്പോക്കാവാം' ടോർച്ച് ഏന്തിയവൻ തന്റെ മുഖം മൂടി മാറ്റി, മീശപിരിച്ചുകൊണ്ട് പറഞ്ഞു.

'പാടില്ല.' മറ്റു രണ്ടുപേരും ഒരുമിച്ച് മറുപടി പറഞ്ഞു. ബൈരാഗാനിയിലെ കൊള്ളക്കിടയിൽ ഒരു പെണ്ണിനോട് അപമര്യാദയായി പെരുമാറിയതിന് ശംഭുവിനെ ഗഗൻദേവ് ശിക്ഷിച്ചത് നീ മറന്നതു പോലെ തോന്നുന്നു.'

'ഗഗൻദേവ് ഒരു കിറുക്കനാണ്. രാമഭഗവാന്റെ മനുഷ്യാവതാരമാണയാൾ എന്ന് സ്വയം വിചാരിക്കുന്നു. ഷണ്ഡന്മാരെപ്പോലെ നിങ്ങൾ ഇവിടെനിൽക്കൂ, ഞാൻ അവളെ എന്നോടൊപ്പം കൂട്ടുന്നു.' അവൻ ഫർസാനയെ വലിച്ചിഴക്കാൻ തുടങ്ങി. അവൾ തൊഴിക്കുകയും അലറുകയും ചെയ്തു. ആരിഫിന് തലചുറ്റുന്നതായി തോന്നി. അവൻ പെട്ടെന്ന് എന്തെങ്കിലും ചെയ്യേണ്ടതുണ്ട്.

അപ്പോൾ പെട്ടെന്ന് അയാൾ നിലവിളിക്കുകയും ഫർസാനയുടെ കൈവിട്ടു നിലത്തുവീഴുകയും ചെയ്തു.

ആരിഫ് മുഖംമൂടിവച്ച പുതിയ ഒരാളെ കാണുന്നതിനായി കണ്ണു മിഴിച്ചുനോക്കി. ഇതെങ്ങനെ നല്ലതായി? പുതിയതായി വന്നയാൾ രണ്ടാമത്തെ മുഖംമൂടിയെ തൊഴിച്ചു താഴെയിട്ടു.

'ഗഗൻദേവിന്റെ സംഘത്തിന്റെ പേര് നശിപ്പിക്കുവാൻ ഞാൻ ആരെയും അനുവദിക്കില്ല.' അയാൾ ആക്രോശിച്ചു.

ആയപ്പോഴേക്കും ഏകദേശം രണ്ടു ഡസനോളം മുഖംമൂടികൾ അവിടെ ഒത്തുകൂടി.

'ഈ അധമനെ നമ്മുടെ സ്ഥലത്തേക്ക് കൊണ്ടുവരുക. അവന്റെ വിധിയെന്താണെന്നു ഞാൻ അവിടെവച്ച് തീരുമാനിക്കാം.'

മോത്തിഹരിയിലും സമീപജില്ലകളിലുമുള്ള ഏറ്റവും കുപ്രസിദ്ധനായ ഗഗൻദേവ് എന്ന കൊള്ളക്കാരനെക്കുറിച്ചുള്ള ധാരാളം കഥകൾ ആരിഫ് കേട്ടിട്ടുണ്ടായിരുന്നു. കഴിഞ്ഞ അഞ്ചുവർഷങ്ങൾക്കുള്ളിൽ അയാളുടെ കൊള്ളസംഘം നൂറിൽപരം കച്ചവടക്കാരെയും കൊള്ളയടിച്ചിരുന്നു. പക്ഷേ, ഒരിക്കലും പിടിക്കപ്പെട്ടില്ല. ഗഗൻദേവ് ധാർമ്മികതയുള്ള മനുഷ്യനെന്ന് ആരിഫ് കേട്ടിരുന്നു. അയാൾ എപ്പോഴും കൊള്ളമുതലിന്റെ പകുതി, പാവങ്ങൾക്ക് വിതരണം ചെയ്തിരുന്നു. ഒരിക്കലും അയാളുടെ സംഘം സ്ത്രീകളെ ഉപദ്രവിച്ചതായുള്ള കഥകൾ ഇല്ലായിരുന്നു. ഏറെ പ്രസിദ്ധമായ ഒരു കഥ ഒരു പെൺകുട്ടിയെ ബലാത്സംഗംചെയ്ത് സംഘത്തിന്റെ ചിട്ടകളെ ലംഘിച്ചതിന് അയാൾ തന്റെ സംഘത്തിലെ ഒരംഗത്തെ വെടിവെച്ചുകൊന്നതാണ്.

അപ്പോൾ ഇതാണ് ഐതിഹാസികനായ ഗഗൻദേവ്!

ഫർസാന ആരിഫിന്റെ അടുത്തേക്ക് ഇഴഞ്ഞുചെന്ന് അവനെ കെട്ടിപ്പിടിച്ചുകരഞ്ഞു.

ആ ഘോരമായ കൊള്ളസംഘത്തിന്റെ തലവൻ പൊക്കംകുറഞ്ഞു മെലിഞ്ഞ ഒരാളാണെന്നത് ആ സാഹചര്യത്തിലും ആരിഫിനെ ആശ്ച ര്യപ്പെടുത്തി. അയാൾ വെള്ള പാന്റ്സും ഒരു കാക്കിജാക്കറ്റും ധരി ച്ചിരുന്നു. ഒരു ക്രീം കളർമഫ്ളർ അയാൾ തന്റെ കഴുത്തിനുചുറ്റും ചുറ്റി യിരുന്നു. അയാൾ തന്റെ മുഖംമൂടി നീക്കി. ദൂരെനിന്നു നോക്കിയാൽ കാണാൻ സാധിക്കാത്തത്ര നേർത്ത ഒരു മീശയാണ് അയാൾക്ക് ഉണ്ടാ യിരുന്നത്. എന്തുകൊണ്ടാണ് അർദ്ധരാത്രിൽ, അതും ഈ പെൺകുട്ടി യെയുംകൊണ്ട് ഈ തോട്ടത്തിൽ എന്ന് അയാൾ ആരിഫിനോട് ഭോജ്പുരിയിൽ ചോദിച്ചു.

ആരിഫ് തനിക്കുപറ്റുന്നത്ര വേഗത്തിൽ നടന്ന കാര്യങ്ങൾ വിവ രിച്ചു.

ആ കൂട്ടക്കൊലയെ തടുക്കുവാൻ താൻ എത്രമാത്രം ആഗ്രഹിച്ചു വെന്ന് എടുത്തുപറയുവാൻ അവൻ പ്രത്യേകം ശ്രദ്ധിച്ചു. എന്താണെ ങ്കിലും ഇതൊരു ഹിന്ദുസംഘത്തിന്റെ തലവനാണല്ലോ.

ഗഗൻദേവ് ഫർസാനയുടെ നേർക്ക് തിരിഞ്ഞുകൊണ്ട് പറഞ്ഞു,' പേടിക്കേണ്ട, സഹോദരി. നീ സുരക്ഷിതയാണ്.'

ഫർസാന പരിഭ്രാന്തയായി കാണപ്പെട്ടു. അവൾ തന്റെ കൈവിരലു കൾ ആരിഫിന്റെ കൈപ്പടങ്ങളിൽ കോർത്തുപിടിച്ചു.

ഷംഷേദ്നഗറിലേക്കുള്ള വഴി ഗഗൻദേവ് ആരിഫിനോട് പറഞ്ഞു കൊടുത്തു. ആരിഫ് അയാളോട് നന്ദി പറഞ്ഞിട്ട് ഫർസാനയുടെ കൈ പിടിച്ച് എത്രയും വേഗം ഗ്രാമത്തെ ലക്ഷ്യമാക്കി നടന്നു. ഫർസാന എളുപ്പത്തിൽ ബലാത്സംഗം ചെയ്യപ്പെട്ടേക്കാം. തനിക്ക് അത് തടയുവാ നുള്ള കഴിവുമില്ല. അവന് ഒരു സംഘത്തിൽനിന്നും അവളെ രക്ഷിക്കാ നുള്ള പ്രാപ്തിയില്ല. അവർക്ക് സുരക്ഷിതമായ ഒരിടത്ത് എത്രയും വേഗം എത്തിച്ചേരണം.

ഫർസാന വഴിനീളെ കരഞ്ഞുകൊണ്ടിരുന്നു. അവളെ ആശ്വസി പ്പിക്കുവാൻ അവളുടെ പുറത്ത് ആരിഫ് ഇടയ്ക്കിടെ തട്ടികൊണ്ടിരു ന്നെങ്കിലും അവളോടു പറയാൻ വാക്കുകളൊന്നും അവനുണ്ടായി രുന്നില്ല.

~

'അതാണ് ഇല്ലിയാസ് ചാച്ചയുടെ വീട്.'

ഷംഷദ്നഗറിൽ രണ്ടുനിലയുള്ള ഒരു നല്ല വീട് കാണിച്ചുകൊണ്ട് ആരിഫ് പറഞ്ഞു. അവർ ആ വീട്ടിൽ പ്രവേശിച്ച ഉടനെ ഫർസാന, ഇല്ലിയാസിന്റെ ഭാര്യയുടെ കൈകളിൽ വീണ്, രാത്രി മുഴുവൻ നിയന്ത്രണാതീതമായി കരഞ്ഞുകൊണ്ടിരുന്നു. ആ രാത്രി ആ വീട്ടിലാരും ഉറങ്ങിയില്ല.

അടുത്തദിവസം അതിരാവിലെ ഇല്ലിയാസിന്റെ മകൻ, ആരിഫിനും ഫർസാനയ്ക്കും കൂട്ടായി ഒരു പഴയ മഹേന്ദ്ര ജീപ്പിൽ, കുറച്ചുദൂരമുള്ള വഴിയിലൂടെ ഇനയദ്നഗറിലേക്ക് യാത്രചെയ്തു. ഹിന്ദുക്കൾ അധികമുള്ള ഗ്രാമങ്ങളിലൂടെയുള്ള സാധാരണവഴി അപ്പോൾ അത്ര സുരക്ഷിതമായിരുന്നില്ല.

ഇനയദ്നഗറിലെ വിജനമായ വഴിയിലൂടെ ദ്രുതകർമ്മസേനയുടെ ആളുകൾ റോന്ത് ചുറ്റുന്നത് അവർ കണ്ടു. ജമാൽപുരയിലെ കലാപത്തെക്കുറിച്ചുള്ള വാർത്തകൾ ഇവിടെയും എത്തിച്ചേർന്നിരിക്കുന്നു. തോക്കേന്തിയ, യൂണിഫോം ധരിച്ച ഒരാൾ അവരെ നിർത്തിച്ചിട്ട് അവരാരാണ് എന്നും എവിടെനിന്നാണെന്നും ചോദിച്ചു, ആരിഫ് അവനെ അറസ്റ്റുചെയ്തേക്കും എന്നുള്ള ഭയത്താൽ ജമാൽപുരയെപ്പറ്റി പറഞ്ഞില്ല. പകരം തങ്ങൾ ഷംഷദ്നഗറിലെ ഒരു സന്ദർശനത്തിനുശേഷം മടങ്ങുകയാണെന്ന് പറഞ്ഞു. അയാൾ അവരെ പോകുവാൻ അനുവദിച്ചു. ആരിഫിന്റെ നെഞ്ചിലെ പിരിമുറുക്കം അല്പമൊന്ന് അയഞ്ഞു.

അവരെത്തുമ്പോൾ ഹക്കിംസാഹബ് തന്റെ വരാന്തയിലൂടെ ഉലാത്തുകയായിരുന്നു. തറയിൽ ഇരിക്കുകയായിരുന്ന ഫർസാനയുടെ അമ്മ അവരെ കണ്ടപ്പോൾ കരയാൻ തുടങ്ങി.

എട്ട്

പട്നയിൽ എത്തി രാവിലെ ഉണർന്നപ്പോൾ ആരിഫിന് തലക്കനവും മൂക്കടപ്പും അനുഭവപ്പെട്ടു. ഉറക്കമില്ലാത്ത ഒരു രാത്രിക്കുശേഷമായിരുന്നു അത്. ബാൽക്കണിയിൽനിന്ന്, അവൻ നെറ്റിയിലും നാസാരന്ധ്രങ്ങളിലും വിക്സ് പുരട്ടി. അവൻ ഒന്ന് ദീർഘശ്വാസം വലിച്ചു. മരുന്നിന്റെ നീറ്റലിൽ നിന്നും തെല്ല് ആവേശം കിട്ടി.

തലേന്ന് രാത്രി നോനിയയിലെ കത്തുന്ന വീടുകളെക്കുറിച്ച് അവൻ ഏറെ ദുഃസ്വപ്നങ്ങൾ കണ്ടു. അവന് പേരയ്ക്കത്തോട്ടത്തിലെ ഭയാനകമായ രാത്രിയെക്കുറിച്ചു ചിന്തിക്കാതിരിക്കാൻ കഴിഞ്ഞില്ല. ഗഗൻദേവനില്ലായിരുന്നെങ്കിൽ എന്താകുമായിരുന്നു? ആ കുടിയനായ കൊള്ളക്കാരൻ ഫർസാനയെയുംകൊണ്ട് അവന്റെ വഴിക്കുപോയിരുന്നെങ്കിൽ എന്തുപറ്റുമായിരുന്നു? അതിൽനിന്നു വ്യതിചലിക്കുവാൻ അവൻ തന്റെ ഐ.എ.എസ്. ഇന്റർവ്യൂവിനെക്കുറിച്ചു ചിന്തിച്ചു. അസുഖവും പിന്നെ വർഗ്ഗീയലഹളയും കാരണം കഴിഞ്ഞ കുറച്ചു ആഴ്ച്ചകളായി അവന്റെ പഠനം നന്നായി നടക്കുന്നുണ്ടായിരുന്നില്ല.

സൂര്യൻ ഒരു ദിവസത്തിലെ അതിന്റെ നീണ്ടയാത്രയ്ക്കായി ചക്രവാളത്തിൽ ഒരുങ്ങിക്കഴിഞ്ഞു. അവന്റെ കെട്ടിടത്തിന്റെ മുന്നിലെവഴി വിജനമാണ്. ബലഹീനനും വയസ്സനുമായ ഒരു താടിക്കാരൻ യാചകൻ വരാന്തയുടെ പടികളിൽ നിൽക്കുന്നുണ്ട്.

'നിന്നെ ആരാടാ ഈ ക്യാമ്പ് ഏരിയയിൽ കടന്നുവരാൻ അനുവദിച്ചത്? കടന്നുപോടാ, അല്ലെങ്കിൽ...'

കുടവയറനായ മിസ്റ്റർ പ്രതാപ്സിങ് തന്റെ ഫ്ളാറ്റിൽനിന്നും ഇറങ്ങിവന്ന് ആ യാചകനോട് അലറി.

യാചകൻ തനിക്ക് എന്തെങ്കിലും തിന്നുവാൻ തരുവാൻ അപേക്ഷിച്ചു. സിങ് ഭീഷണിപ്പെടുത്തുന്ന രീതിയിൽ തന്റെ കൈ ഉയർത്തി. യാചകൻ പേടിച്ചു പിൻവാങ്ങി. രണ്ടുചുവട് പിറകോട്ടുവച്ചപ്പോൾ അയാളുടെ കാലിടറി. അയാൾ പടിയിൽ തെന്നിവീണു.

എന്തൊരു ഹൃദയമില്ലാത്ത മനുഷ്യനാണ് അയാൾ, ആരിഫ് വിചാരിച്ചു. മിസ്റ്റർ സിങ് ബീഹാർ മിലിട്ടറി പൊലീസിലെ ഒരു ഇൻസ്പെക്ടർ ആണ്. അയാളുടെ ഓർഡർലിയുടെ ഭാര്യയുമായി അയാൾക്കുള്ള പ്രേമബന്ധം കോളനിയിൽ ഗോസ്സിപ്പിനുള്ള വകയാണ്. തന്റെ ഭാര്യയെ അയാളോടൊപ്പം ശയിക്കാൻവിടുന്നതിന് ഓർഡർലിക്ക് ഒരു പശ്ചാത്താപവും ഇല്ലെന്ന് ആരിഫ് കേട്ടിരുന്നു.

ആരിഫ് അവന്റെ വീട്ടിനുള്ളിലേക്കുചെന്ന് ആ യാചകന് കുറച്ചു ഭക്ഷണം എടുത്തുകൊണ്ടുവന്നു. പക്ഷേ, അപ്പോഴേക്കും ആ യാചകൻ പോയിരുന്നു. മിസ്റ്റർ സിങ് കെട്ടിടത്തിന്റെ മുന്നിൽനിന്ന് പുതുതായി നിയമിച്ച രണ്ടുപേർക്കുള്ള നിർദ്ദേശങ്ങൾ ആക്രോശിച്ചുകൊണ്ടിരുന്നു. മിസ്റ്റർ സിങ്ങിന്റെ മുഖത്ത് തുപ്പാൻ ആരിഫിന് തോന്നി.

'ഞാൻ എന്തിനു മിസ്റ്റർ സിങ്ങിനെ വെറുക്കുന്നു?' അവൻ അത്ഭുതപ്പെട്ടു. *അയാൾ ആ ഭിക്ഷക്കാരനോട് അപമര്യാദയായി പെരുമാറിയതുകൊണ്ടോ അല്ലെങ്കിൽ അയാൾ മറ്റൊരാളുടെ ഭാര്യയുമായി ശയിക്കുന്നതുകൊണ്ടോ? മിസ്റ്റർ രമേശ്കുമാറിന്റെ ഭാര്യയുമായി താനും അതുതന്നെ ചെയ്യാനല്ലേ ശ്രമിച്ചത്? ഞാൻ എങ്ങനെ മിസ്റ്റർ സിങ്ങിൽ നിന്നും വ്യത്യസ്തനാകും!*

പക്ഷേ, അവൻ ഒരിക്കലും സുമിത്രയെ സ്പർശിച്ചിരുന്നില്ല. കഴിഞ്ഞ കുറെ ആഴ്ചകളായി താൻ ഇത്രമാത്രം അനുഭവിച്ചിട്ടും സുമിത്ര തന്റെ ചിന്തകളിൽനിന്നും വിട്ടുപോകാത്തത് അവനെ ആശ്ചര്യപ്പെടുത്തി. അവളെ കണ്ടിട്ട് വർഷങ്ങളായി എന്ന് അവനുതോന്നി. രണ്ടുമാസത്തെ പട്നയിൽ നിന്നുള്ള മാറിനില്പ് അവന് അവളോടുള്ള അഭിനിവേശം കുറയ്ക്കാൻ തെല്ലും സഹായിച്ചില്ല. നേരെമറിച്ച് അവളുടെ അഭാവം അവനെ വല്ലാതെ വീർപ്പുമുട്ടിച്ചു.

അന്നത്തെ ദിനപത്രം കസേരയിൽ നിന്നെടുത്തപ്പോൾ അതൊരു ശനിയാഴ്ച ആണ് എന്നവൻ തിരിച്ചറിഞ്ഞു. സുമിത്ര അരയാൽ മരത്തെ ആരാധിക്കുന്ന ദിവസം. പക്ഷേ, അത് ഈ ശനിയാഴ്ച അല്ല.

തലേദിവസം മൃത്യുഞ്ജയന്റെ വീട്ടിൽ സുമിത്രയുടെ മകൻ രാഹുലിനെ ആരിഫ് കണ്ടിരുന്നു. അവൻ വളരെ വിവേകപൂർവ്വം സുമിത്രയെക്കുറിച്ചു തിരക്കി. അവന്റെ അമ്മ, അവരുടെ ചേടത്തിയമ്മയെ കാണാൻ ബോംബെയ്ക്ക് പോയിരിക്കുകയാണെന്നു രാഹുൽ അവനോട് പറഞ്ഞു.

തന്റെ പഠനമുറിയിലേക്ക് മടങ്ങിവന്ന് ആരിഫ് *സിവിൽ സർവീസ് ഇന്റർവ്യൂ: എങ്ങനെ എക്സ്സെലന്റ് ആകാം* എന്ന പുസ്തകം എടുത്ത് അതിൽ ശ്രദ്ധപതിപ്പിക്കാൻ ശ്രമിച്ചു.

~

ആയിരത്തിത്തൊള്ളായിരത്തിത്തൊണ്ണൂറ്റിമൂന്നിലെ ശൈത്യകാലത്തെ ഒരു തണുത്ത പ്രഭാതത്തിൽ ആരിഫിന്റെ വീട്ടിൽ ആഘോഷത്തിന്റെ അന്തരീക്ഷമായിരുന്നു.

'വെറും രണ്ടുപ്രാവശ്യത്തെ ശ്രമത്താൽ അവൻ രണ്ടാമത്തെ കടമ്പയും കടന്നിരിക്കുന്നു. അതൊരു ചെറിയ അഭ്യാസമല്ല. സാധാരണ

മിക്കവാറും ചെയ്യുന്നപോലെ അവൻ ട്യൂഷനൊന്നും പോയിട്ടില്ല. എന്റെ മകൻ ഇന്റർവ്യൂ മറികടക്കും എന്നെനിക്ക് ഉറപ്പുണ്ട്.' അബ്ബ അയൽക്കാരനായ മിസ്റ്റർ വർമയോട് തന്നെ പുകഴ്ത്തി സംസാരിക്കുന്നത് ആരിഫ് കേട്ടു.

ആരിഫിന് അതിയായ സന്തോഷം തോന്നിയെങ്കിലും പക്ഷേ, അബ്ബയുടെ അവനിലുള്ള ഉറച്ചവിശ്വാസം അവനെ ഭയപ്പെടുത്തി. ഞാൻ തിരഞ്ഞെടുക്കപ്പെട്ടില്ലെങ്കിൽ എന്ത് സംഭവിക്കും?

മൃത്യുഞ്ജയനും മെയിൻപരീക്ഷ പാസ്സായിരുന്നു. അതുകൊണ്ട് അവർ കൂടുതൽ തവണ ഒന്നിച്ചിരുന്ന് പഠിച്ചുതുടങ്ങി. എല്ലാ ശനിയാഴ്ചകളിലും അവർ പരസ്പരം മോക് ഇന്റർവ്യൂ നടത്തി.

അങ്ങനത്തെ ഒരുദിവസം ആരിഫ് മൃത്യുഞ്ജയന്റെ വീട്ടിൽനിന്നും വരുമ്പോൾ രമേശ് കുമാർ അയാളുടെ കാറിന്റെ ബൂട്ടിൽനിന്നും ഒരു വലിയ കാർഡ്ബോർഡുപെട്ടി വലിച്ചെടുക്കുന്നത് അവൻ കണ്ടു. അത് ഒരാൾക്ക് പൊക്കാവുന്നതിലും അധികം ഭാരമുള്ളതായിരുന്നു.

'ഞാൻ സഹായിക്കട്ടെ?' ആരിഫ് ചോദിച്ചു.

'തീർച്ചയായും. നന്ദി.'

രമേശ്കുമാർ അയാളുടെ വീടിന്റെ ബെല്ലടിച്ചപ്പോൾ പതിനേഴോ പതിനെട്ടോ വയസ്സ് പ്രായമുള്ള ഒരു പെൺകുട്ടി വാതിൽതുറന്നു. ആരിഫ് ഏതാനും നിമിഷം അവളെ നോക്കി. അവൾക്ക് സുമിത്രയുടെ നല്ല ഛായയുണ്ടായിരുന്നു. പക്ഷേ, അവൾ ചെറുപ്പവും ഉയരമുള്ളവളും വെളുത്തവളുമായിരുന്നു.

'പ്രണാമം ഭയ്യാ.' അതു പറഞ്ഞു അവൾ അവർക്ക് വീടിനകത്തേക്ക് കയറുവാനായി അരികുപറ്റിനിന്നു.

ആരിഫ് മറുപടിയായി തലകുനിച്ചു.

'ഇത് എന്റെ മകൾ കവിത. ഇവൾ ഹസാരിബാഗിലെ ഇന്ദിരാഗാന്ധി ബാലികാവിദ്യാലയത്തിൽ പഠിക്കുന്നു.' അവർ കാർഡ്ബോർഡ്പെട്ടി തറയിൽ മെല്ലെവയ്ക്കുന്നതിനിടയിൽ രമേശ്കുമാർ പറഞ്ഞു. ബാൽക്കണിയുടെ ഇരുമ്പഴികൾക്കടുത്ത് ഒരു ഡസനിൽ ഏറെ ജമന്തിയുടെയും റോസിന്റെയും പൂച്ചട്ടികൾ വച്ചിരുന്നു.

'കൊള്ളാം.' ആരിഫ് പറഞ്ഞു. 'ശരി, അങ്കിൾ. ഞാൻ ഇറങ്ങുന്നു.'

'നിൽക്കൂ, ആരിഫ്. ഒരു കപ്പ് ചായ കുടിച്ചിട്ട് പോകാം' രമേശ് കുമാർ അതുപറഞ്ഞിട്ട് ഒരു ചുവന്ന പ്ലാസ്റ്റിക് കസേര അവനുവേണ്ടി വലിച്ചിട്ടു.

അയാൾ അകത്തേക്ക് പോകുമ്പോൾ ആരിഫ് ആ കസേരയിൽ ഇരുന്നു. പത്തുമിനിട്ടു കഴിഞ്ഞപ്പോൾ രമേശ്കുമാർ രണ്ടുകപ്പ് ചായയും ഒരു വെളുത്ത ചൈനാപ്ലേറ്റിൽ വീട്ടിലുണ്ടാക്കിയ ഉരുളക്കിഴങ്ങ് ഉപ്പേരിയുമായി തിരിച്ചുവന്നു.

അടുത്തമുറിയിൽനിന്നും ടെലിഫോൺ ബെല്ലടി കേട്ടു. കവിത ഫോണെടുത്തു 'ഹലോ' എന്ന് പറയുന്നത് ആരിഫ് കേട്ടു.

അപ്പോൾ നിന്റെ ഇന്റർവ്യൂവിനുള്ള തയ്യാറെടുപ്പുകൾ എങ്ങനെ പോകുന്നു? രമേശ്കുമാർ ആ ചോദ്യം പൂർത്തിയാക്കുന്നതിന് മുൻപേ അടുത്ത മുറിയിൽനിന്ന് കവിതയുടെ കരച്ചിൽകേട്ടു. രമേശ്കുമാർ ആ മുറിയിലേക്ക് ഓടിപ്പോയി. ആരിഫും അയാളെ പിൻതുടർന്നു. രമേശ് കുമാർ ഫോണിന്റെ റിസീവർ എടുത്തു. ഫോണിന്റെ മറുവശത്തെ ആൾ എന്തോ സംസാരിച്ചപ്പോൾ അയാളുടെ ഭാവങ്ങൾ തീവ്രമായി. അപ്പോഴും കവിത വിതുമ്പിക്കൊണ്ടിരുന്നു.

രമേശ്കുമാർ ഫോൺവെച്ചപ്പോൾ തെല്ല് വൈമുഖ്യത്തോടെ 'എന്തെങ്കിലും പ്രശ്നമുണ്ടോ' എന്ന് ആരിഫ് ചോദിച്ചു.

'ബോംബെയിൽ ഹിന്ദു-മുസ്ലിം വർഗീയലഹള നടക്കുന്നു. സുമിത്ര അവിടെയാണ്. അവൾ രാവിലെ മാർക്കറ്റിൽ പോയിട്ട് ഇതുവരെ മടങ്ങി വന്നിട്ടില്ല. നഗരത്തിൽ കർഫ്യൂവും ഷൂട്ട് അറ്റ്സൈറ്റും പ്രഖ്യാപിച്ചിരിക്കുകയാണ്. ആർക്കും അറിയില്ല അവൾ എവിയെയാണെന്ന്.'

ആരിഫിന് എങ്ങനെ പ്രതികരിക്കണമെന്ന് അറിയില്ലായിരുന്നു. തന്റെ വൈകാരികതയെ അടക്കി, അവൻ രമേശ്കുമാറിന്റെയും കവിതയുടെയും കൂടെയിരുന്ന് അടുത്ത രണ്ടുമണിക്കൂർ അവരെ സമാശ്വസിപ്പിച്ചുകൊണ്ടിരുന്നു. എന്നിട്ട് വ്യഗ്രമനസ്സോടെ അവൻ തന്റെ വീട്ടിലേക്കുമടങ്ങി.

ആ രാത്രി ആരിഫിന് ഉറങ്ങാൻ കഴിഞ്ഞില്ല. അവൻ തന്റെ ടെറസ്സിലൂടെ നടക്കുകയും സുമിത്രക്കായി പ്രാർത്ഥിക്കുകയും ചെയ്തു.

നേരംപുലർന്നപ്പോൾ തന്നെ ആരിഫ് അടുത്തുള്ള ഒരു പബ്ലിക് ബൂത്തിൽ ചെന്ന് രമേശ്കുമാറിനെ വിളിച്ചു.

സുമിത്ര മടങ്ങിവന്നിരുന്നു. വർഗ്ഗീയലഹളക്കാർ കൊല്ലാതെ അവളെ എങ്ങനെയാണ് ഒരു മുസ്ലിം പുരുഷൻ രക്ഷിച്ചതെന്ന് രമേശ് കുമാർ വിശദീകരിച്ചു. അയാൾ അയാളുടെ ഭാര്യയെ കൂട്ടിക്കൊണ്ടു വരുവാൻ ബോംബേക്ക് പോവുകയാണ്.

ആരിഫ് പബ്ലിക്ബൂത്ത് ഉടമയ്ക്ക് പണംകൊടുത്തിട്ട് പുറത്തിറങ്ങി. അവന് തെല്ല് ആശ്വാസംതോന്നി. ശിവക്ഷേത്രം പിന്നിട്ടപ്പോൾ അടഞ്ഞുകിടക്കുന്ന ഒരു പലചരക്ക് കടയുടെമുൻപിൽ അവൻ നിന്നു. അവിടെ മെലിഞ്ഞ ഒരു ഭിക്ഷക്കാരൻ അലുമിനിയം പാത്രവുമായി ഇരുന്നിരുന്നു. തന്റെ പോക്കറ്റിലുള്ള പണം മുഴുവനെടുത്ത് അവൻ ആ ഭിക്ഷാപാത്രത്തിലിട്ടു. ആ ഭിക്ഷക്കാരൻ ആരിഫിനെ സമൃദ്ധമായി ആശീർവദിച്ചു.

ആശ്വാസത്തോടെ, കിഷോർകുമാറിന്റെ പഴയൊരു പാട്ട് മൂളി ആരിഫ് നടന്നകന്നു.

എനിക്കറിയില്ല ഞാൻ നിന്നെ എത്രമാത്രം പ്രണയിക്കുന്നുണ്ടെന്ന്,

പക്ഷേ, എനിക്കറിയാം, എനിക്ക് നീയില്ലാതെ ജീവിക്കാനാവില്ലെന്ന്.

മൂന്നു ദിവസങ്ങൾക്കുശേഷം, സുമിത്രയെ പട്നയിലേക്ക് തിരിച്ചു കൊണ്ടുവന്നു എന്ന് അവൻ മൃത്യുഞ്ജയനിൽനിന്ന് കേട്ടപ്പോൾ പക്ഷേ, ആരിഫ് അവരുടെ വീട്ടിലേക്ക് പോയില്ല. അവൻ മൃത്യുഞ്ജയുടെ വീട് സന്ദർശിക്കുന്നതും നിർത്തി. സുമിത്ര വിവാഹിതയാണെന്ന് അവൻ സ്വയം ഓർമ്മപ്പെടുത്തി.

ഒൻപത്

സുമിത്രയിൽനിന്നും സ്വയം അകന്നുനിൽക്കുന്നത് ആരിഫിന് പീഡനമായി അനുഭവപ്പെട്ടു. ഏതാനും മാസങ്ങൾ നൂറ്റാണ്ടുകളായി തോന്നി. സിവിൽസർവീസ് പരീക്ഷയുടെ ഫലം കാത്തിരിക്കുന്നതും ഏറെ ബുദ്ധിമുട്ടുണ്ടാക്കുന്ന കാര്യമായിരുന്നു.

ചുരുട്ടിയ വർത്തമാനപത്രം ഒരു ചെറിയകഷണം ചാക്കുനൂലുകൊണ്ട് കെട്ടി 'പടാ' എന്ന ശബ്ദത്തോടെ അവന്റെ ബാൽക്കണിയിൽ വന്നു വീണു. മിടിക്കുന്ന ഹൃദയത്തോടെ അവൻ ആ പത്രത്തിന്റെ ചുരുൾ നിവർത്തി. മൃത്യുഞ്ജയന്റെ പേര് അതിൽ ഉണ്ടായിരുന്നില്ല. വിറയ്ക്കുന്ന ചൂണ്ടുവിരൽകൊണ്ട് പലപ്രാവശ്യം അവൻ ആ പത്രത്തിൽ പരതി. അവനും ആ ഇന്റർവ്യൂവിൽ കടന്നുകൂടിയിട്ടില്ല.

പരാജയത്തിലുള്ള കുണ്ഠിതത്താൽ അടുത്ത പത്തുനാളോളവും തന്റെ കിടപ്പുമുറിയിൽ നിന്നിറങ്ങുവാൻ ആരിഫ് വിസമ്മതിച്ചു. താൻ ഒരിക്കലും വിജയിക്കില്ലന്ന് അവനു തോന്നി. തന്റെ പേരിന്റെകൂടെ ഐ.എ.എസ്. എന്ന അക്ഷരങ്ങൾ താൻ ഒരിക്കലും കാണുവാൻ പോകുന്നില്ല.

ആരിഫിന്റെ പ്രതീക്ഷയ്ക്ക് വിപരീതമായി, അബ്ബ തളർന്നു പോയില്ല. സത്യത്തിൽ അദ്ദേഹം സ്വാഭാവികമായി പെരുമാറുകയും ആരിഫിനെ ആശ്വസിപ്പിക്കുകയും ചെയ്തു. അവന്റെ വിജയിക്കാത്ത ശ്രമത്തിൽ കുണ്ഠിതപ്പെടേണ്ടെന്ന് അദ്ദേഹം അവനോട് പറഞ്ഞു.

പതിനൊന്നാംനാൾ അബ്ബ അവന്റെ മുറിയിൽവന്ന് ഒരു കസേര വലിച്ചിട്ട് അവന്റെ അടുത്തിരുന്നു, അദ്ദേഹത്തിന്റെ കൈ ആരിഫിന്റെ തലയിൽവച്ചു.

'നീ നിന്റെ സിവിൽസർവീസ് ഫലത്തിൽ സന്തോഷവാനല്ല എന്ന് എനിക്കറിയാം. പക്ഷേ, എന്റെ മോനേ, നിനക്ക് നിന്നിലുള്ള വിശ്വാസം കൈവിടരുത്.'

ആരിഫ് അവന്റെ പിതാവിന്റെ മുഖത്തുനോക്കി പതിയെ പുഞ്ചിരിച്ചു. അബ്ബ ഒരു ചിരി മറുപടിയായി കൊടുത്തിട്ട് അസീം ഡേഹ്‌വിയുടെ പ്രശസ്തമായ ഉറുദു ഈരടികൾ ഉദ്ധരിച്ചു.

യോദ്ധാവ് കയറിയ കുതിരകൾ മാത്രമേ യുദ്ധഭൂമിയിൽ വീഴാറുള്ളു.

മുട്ടിൽ ഇഴയുന്ന ഒരു കുട്ടിയെങ്ങനെയാണ് വീഴുക?

'നീ വീണ്ടും ശ്രമിക്കണം. നിന്റെ ആഗ്രഹം കൈവെടിയരുത്. അബ്ബ അതുപറഞ്ഞിട്ട് അന്നത്തെ പത്രം പുറത്തെടുത്തു.' ഈ വർഷത്തെ സിവിൽസർവീസ് പരീക്ഷയ്ക്കുള്ള പരസ്യംവന്നിട്ടുണ്ട്. നീ വീണ്ടും അപേക്ഷിക്കൂ. ഇത്തവണ നീ ഇത് മറികടക്കുമെന്ന് എനിക്കുറപ്പുണ്ട്.'

ബാപ്പയുടെ ചെറുസംഭാഷണം അവനിൽ മാന്ത്രികമായ ചലനം സൃഷ്ടിച്ചു. അവൻ തന്റെ നൈരാശ്യത്തെ മനസ്സിന്റെ പിന്നിലേക്ക് തള്ളി അടുത്തവട്ടം പരീക്ഷയ്ക്കുള്ള പദ്ധതികൾ തുടങ്ങി.

ഒരു ശനിയാഴ്ച, മൃത്യുഞ്ജയ് അതിരാവിലെ അവന്റെ വീട്ടിൽ വന്നു. തവിട്ടുനിറത്തിലുള്ള ഒരു കവർ അവൻ കയ്യിൽപിടിച്ചിരുന്നു.

'പ്രിലിംസ് ഫോം. ഇതുവാങ്ങുവാൻ ഞാൻ അശോക് രാജ്പഥിൽ പോയിരുന്നു. ഞാൻ നിനക്കുംകൂടി ഒന്നു വാങ്ങിച്ചു.' മൃത്യുഞ്ജയ് ആരിഫിന്റെ കിടക്കയിൽ ഇരുന്നുകൊണ്ട് പറഞ്ഞു.

'നന്ദി, എന്റെ കൂട്ടുകാരാ.'

'മാത്രമല്ല, നമുക്ക് ഈ വർഷത്തെ പരീക്ഷക്ക് ചില പുതിയ നയങ്ങൾ പ്രാവർത്തികമാക്കണം.'

'എനിക്കും കുറച്ചു പുതിയ ആശയങ്ങൾ ഉണ്ട്. പ്രത്യേകിച്ചു ജനറൽ സ്റ്റഡീസ്പേപ്പറുകളിൽ. നമ്മൾ സയൻസിന്റെയും ടെക്നോളജിയുടെയും വിഭാഗത്തിൽ കൂടുതൽ ശ്രദ്ധിക്കുകയാണെങ്കിൽ നമുക്ക് സാധിക്കും...'

അപ്പോൾ ദാദി (ബാപ്പുമ്മ) മുറിയിലേക്ക് കടന്നുവന്നു. മൃത്യുഞ്ജയ് എഴുന്നേറ്റ് അവരുടെ കാൽപാദങ്ങളിൽ തൊട്ടു.

'അള്ളാഹു നിന്നെ അനുഗ്രഹിക്കട്ടെ, എന്റെ മോനേ' ദാദി പറഞ്ഞു.

'ഞാൻ നിനക്കുവേണ്ടി ഹൽവ ഉണ്ടാക്കാൻ പോകുന്നു, മൃത്യുഞ്ജ' ദാദിക്ക് അവന്റെ പേര് മുഴുവൻ ഉച്ചരിക്കാൻ കഴിയില്ല. അതുകൊണ്ട് അവർ ഇപ്പോഴും അവനെ മൃത്യുഞ്ജ എന്നു വിളിക്കും. അവന്റെ പേര് അവർ അങ്ങനെ വിളിക്കുന്നത് മൃത്യുഞ്ജയ് ഇഷ്ടപ്പെട്ടിരുന്നു.

'വേണ്ട ദാദി. എനിക്ക് ഇപ്പോൾതന്നെ പോകണം. അടുത്ത പ്രാവശ്യമാകട്ടെ എന്റെ പ്രിയപ്പെട്ട ചെനെകാ ഹൽവ' മൃത്യുഞ്ജയ് പറഞ്ഞു. ദാദിയുടെ കാൽപാദങ്ങളിൽ ഒരിക്കൽകൂടി തൊട്ടിട്ട് അവൻ അവന്റെ വീട്ടിലേക്കുപോയി.

ആരിഫ്, ബാൽക്കണിയിൽനിന്ന് മൃത്യുഞ്ജയുടെസ്കൂട്ടർ സ്റ്റാർട്ട് ചെയ്യുവാനുള്ള അവന്റെ കഷ്ടപ്പാട് കണ്ടു. ഒരു ഡസൻ കിക്കുകൾക്കുശേഷം പുകയുടെ കറുത്തവര പുറത്തേക്കു തള്ളിക്കൊണ്ട് മൃത്യുഞ്ജയുടെ ബജാജ് സൂപ്പർ ചുമച്ചുകൊണ്ട് ജീവൻവച്ചു.

മുറിയിലേക്ക് തിരിച്ചുവന്ന് ആരിഫ് ഭിത്തിയിലെ ക്ലോക്കിൽ നോക്കി. ആപ്ലിക്കേഷൻ ഫീസിനുള്ള ബാങ്ക്ഡ്രാഫ്റ്റ് എടുക്കണമെങ്കിൽ അവൻ ധൃതിപിടിക്കണമായിരുന്നു.

അവൻ സ്റ്റേറ്റ്ബാങ്ക് ഓഫ് ഇന്ത്യയുടെ സർവീസ് കൗണ്ടറിൽ എത്തിയപ്പോഴേക്കും, തടികൊണ്ടുള്ള ക്ലോസ്ഡ് സൈൻ അവിടെ വച്ചു കഴിഞ്ഞിരുന്നു. ആരിഫ് കൗണ്ടറിൽ ഉള്ള ആളെ പ്രതീക്ഷയോടെ നോക്കി.

'നിങ്ങൾക്ക് അറിയില്ലേ ശനിയാഴ്ചകളിലെ പ്രവർത്തനസമയം പന്ത്രണ്ട്മുപ്പത് വരെയെ ഉള്ളുവെന്ന്?' നീരസത്താൽ തന്റെ മൂക്ക് ചുളിച്ചുകൊണ്ട് അയാൾ പറഞ്ഞു.

ആരിഫ് പോകുവാൻ തുടങ്ങുമ്പോൾ രമേശ്കുമാർ തന്റെ വഴിയെ വരുന്നത് അവൻ കണ്ടു. അവൻ കൗണ്ടറിൽ നിൽക്കുന്നത് അയാൾ കണ്ടിരിക്കാം.

'നിനക്ക് ബാങ്കിൽ എന്തെങ്കിലും ചെയ്യാനുണ്ടോ?' രമേശ്കുമാർ ചോദിച്ചു.

'ഉണ്ട് അങ്കിൾ. എനിക്കൊരു ഡിമാൻഡ് ഡ്രാഫ്റ്റ് എടുക്കണം.'

'ശ്രീവാസ്തവാ' അയാൾ കൗണ്ടറിന്റെ പുറകിൽനിൽക്കുന്ന മനുഷ്യന്റെ നേരെതിരിഞ്ഞു.' ഒരു ഡിമാൻഡ് ഡ്രാഫ്റ്റ് തയ്യാറാക്കൂ. ഇൻ ഫേവർ ഓഫ്...'

'യൂണിയൻ പബ്ലിക്സർവീസ് കമ്മീഷൻ' ആരിഫ് പറഞ്ഞു.' ഇതാ വിശദവിവരങ്ങൾ' അവൻ തന്റെ പോക്കറ്റിൽനിന്നും ഒരു കഷണം പേപ്പർ പുറത്തെടുത്ത് രമേശ്കുമാറിന് കൈമാറി.

'ക്യാഷ് ആൾ റെഡിക്ലോസ് ചെയ്തു, സർ.' അസ്വസ്ഥനായി ശ്രീവസ്താവ പറഞ്ഞു.

'അത് പ്രശ്നമില്ല. എന്റെ സേവിങ് അക്കൗണ്ടിൽനിന്നും ഒരു ട്രാൻസ്ഫർ എൻട്രി കൊടുക്കൂ. തയ്യാറാക്കി കഴിയുമ്പോൾ ഡ്രാഫ്റ്റ് എന്റെ ക്യാബിനിലേക്ക് കൊടുത്തുവിടൂ.' രമേശ്കുമാർ പറഞ്ഞിട്ട് ആ കടലാസ് കഷണം അയാളുടെ മേശപ്പുറത്തുവച്ചു. അതിനുശേഷം ആരിഫിന്റെ നേരെതിരിഞ്ഞുകൊണ്ട് അയാൾ പറഞ്ഞു, 'നീ എന്നൊപ്പം വരൂ.'

അത് തടിയും ചില്ലുംകൊണ്ടുണ്ടാക്കിയ ഒരു ചെറിയ ക്യാബിൻ ആയിരുന്നു. കറുത്ത കറങ്ങുന്ന ഒരു കസേര രമേശ്കുമാറിനും സന്ദർശകർക്കായി കുഷ്യനിട്ട രണ്ട് കസേരകളും ഉണ്ടായിരുന്നു. പത്തുമിനിറ്റുകൾ കഴിഞ്ഞു പ്യൂൺ ഡിമാൻഡ് ഡ്രാഫ്റ്റുമായി വരുന്നതുവരെ രമേശ്കുമാർ ആരിഫിന്റെ മാതാപിതാക്കളെക്കുറിച്ചും സഹോദരങ്ങളെക്കുറിച്ചും ചോദിച്ചുകൊണ്ടിരുന്നു.

ആരിഫ് ഇറങ്ങുവാൻ തുടങ്ങുമ്പോൾ രമേശ്കുമാർ അയാളുടെ മേശമേൽ തവിട്ടുനിറമുള്ള ഒരു ചണസഞ്ചി എടുത്തുവച്ചു.

'ആരിഫ് നിനക്ക് ബുദ്ധിമുട്ടില്ലെങ്കിൽ, ഈ ബാഗ് എന്റെ ഭാര്യക്ക് കൊണ്ടുകൊടുക്കാമോ? ഞാൻ ഒരു കല്യാണത്തിന് ഖാഗരിക്ക് പോകുന്നു. എനിക്ക് വീടുവരെ പോകുവാനുള്ള സമയമില്ല'

'തീർച്ചയായും, അങ്കിൾ.' ആരിഫ് പറഞ്ഞു.

അവൻ അത് സമ്മതിച്ചതിന് സ്വയംപഴിച്ചു. എങ്കിലും മാസങ്ങൾക്കുശേഷം സുമിത്രയെ കണ്ടുമുട്ടാനുള്ള സാധ്യതയിൽ അവൻ ആവേശഭരിതനും ആയിരുന്നു.

~

ആരിഫ് സുമിത്രയുടെ വീടിന്റെ ബെല്ലടിക്കാൻ തുടങ്ങുമ്പോൾ അവളുടെ ദേഷ്യത്തോടെയുള്ള ശബ്ദം അവൻ കേട്ടു.

'രമേശിന് അയാളുടെ സഹോദരിയാണ് പ്രധാനം. ഈ വീട്ടിൽവന്ന കാലം മുതൽ ഞാനത് കാണുന്നു. ഇപ്പോഴും അയാളുടെ സഹോദരി ഞങ്ങളുടെ ജീവിതത്തിൽ ഇടപെട്ടുകൊണ്ടിരിക്കുന്നു...'

സുമിത്ര ആരോടോ ടെലിഫോണിൽ സംസാരിക്കുന്നപോലെ തോന്നി.

ആരിഫ് ആ ബാഗ് തന്റെ ചുമലിൽതൂക്കി ഇരുപത് മിനിറ്റോളം കാത്തുനിന്നു. പക്ഷേ, അപ്പോഴും സുമിത്ര ഫോൺ വിച്ഛേദിച്ചില്ല.

'പക്ഷേ, എനിക്ക് ആ കൊടിച്ചിപ്പട്ടിയെ നന്നായിട്ട് അറിയാം. എനിക്കറിയാം എങ്ങനെ നേരിടണമെന്ന്...' അവൻ ബെല്ലമർത്തുമ്പോൾ അവൾ പറയുന്നത് അവൻ കേട്ടു.

കുറച്ചുനിമിഷങ്ങൾക്കുശേഷം സുമിത്ര വാതിൽതുറന്നു. അവളുടെ മുഖത്ത് പിരിമുറുക്കം ഉണ്ടായിരുന്നു. പക്ഷേ, ആരിഫിനെ കണ്ടയുടനെ ഒരു വിടർന്നചിരി അവളുടെ അസ്വസ്ഥതയെ തുടച്ചുനീക്കി. അവൾ ഒരു ഷിഫോൺസാരിയും അതിനുചേർന്ന ഒരു സ്ലീവ്ലെസ്സ് ബ്ലൗസും ആണ് ധരിച്ചിരുന്നത്. അവളുടെ അലസമായ തലമുടി അവളുടെ ചുമലിലേക്ക് വീണുകിടന്നിരുന്നു. ശ്വാസമെടുക്കുംവിധം സുന്ദരിയായി അവൾ തോന്നിച്ചു. ആരിഫ് അവളിൽനിന്നും ദൃഷ്ടിതിരിക്കുവാൻ ശ്രമിച്ചു എങ്കിലും അവനതിന് കഴിഞ്ഞില്ല. അവന്റെ ഹൃദയം തുടിക്കുകയും അവന് അവന്റെ മേലുള്ള നിയന്ത്രണം നഷ്ടപ്പെടുകയും ചെയ്തു.

'ഈ ബാഗ് നിങ്ങൾക്ക് തരുവാൻ രമേശ് അങ്കിൾ പറഞ്ഞു.' അങ്കിൾ എന്നുപറയുന്നതിനുമുമ്പ് അവൻ തെല്ല് ശങ്കിച്ചു.

എങ്ങനെയാണ് ഒരാളുടെ ഭാര്യയെ ഞാൻ ആഗ്രഹിക്കുമ്പോൾ അയാളെ അങ്കിൾ എന്ന് എനിക്ക് വിളിക്കാനാവുക?

'അകത്തേക്ക് വരൂ, ആരിഫ്', അവൾ ഊഷ്മളതയോടെ പറഞ്ഞു. അവളുടെ ഫ്ളാറ്റിലേക്ക് പ്രവേശിക്കുന്നതിനുമുമ്പ് ആരിഫ് തന്റെ ചെരുപ്പിന്റെ സ്ട്രാപ്പ് അഴിക്കാൻ കുനിഞ്ഞു. അവൾ, അവളുടെ ഇടതു വശത്തുള്ള വാതിൽതള്ളി തുറന്ന് അവളുടെ സ്വീകരണമുറിയിലേക്ക് അവനെ അനുഗമിച്ചു.

'നിങ്ങളുടെ ചെരുപ്പ് അഴിക്കേണ്ട ആവശ്യമുണ്ടായിരുന്നില്ല.' അവൾ പറഞ്ഞു. ഒന്നുംപറയാത്ത ആരിഫ് ചിരിച്ചു.

ഭിത്തിയിൽ തൂക്കിയിരുന്ന അമൂർത്തങ്ങളായ മൂന്ന് എണ്ണച്ഛായ ചിത്രങ്ങളിലും സോഫയോട് യോജിക്കുന്ന നീലകർട്ടനിലും അവന്റെ കണ്ണുകൾ സൂക്ഷ്മനിരീക്ഷണം നടത്തി. മുറിയുടെ ഒരു മൂലയ്ക്ക്, തടി കൊണ്ടുള്ള ഒരു മേൽത്തട്ടിൽ ഹനുമാന്റെയും ഗണപതിയുടെയും ലക്ഷ്മിയുടെയും മാർബിൾ പ്രതിമകൾവച്ചിരുന്നു. അവരുടെ കാൽ പാദങ്ങളിൽ പൂക്കളിട്ടിരുന്നു. സുഗന്ധതിരികൾ കത്തിയമർന്നു വെളു ത്തചാരമായി തീർന്നിരിക്കുന്നു. ആ മേൽത്തട്ടിൽതൊട്ട് മുകളിൽ നീലനിറമുള്ള ശ്രീകൃഷ്ണന്റെ ചിരിക്കുന്ന മുഖമുള്ള ഒരു ഛായാ ചിത്രം ഉണ്ടായിരുന്നു. കഴിഞ്ഞ പ്രാവശ്യം അവളുടെ ഭർത്താവിന്റെകൂടെ ഇവിടെ വന്നപ്പോൾ ഇതൊന്നും ശ്രദ്ധിക്കുവാനുള്ള സമയം അവനു ണ്ടായിരുന്നില്ല. അപ്പോൾ അവൻ അവളുടെ സുരക്ഷിതത്വത്തെ കുറി ച്ചുള്ള വേവലാതിയിലായിരുന്നു.

സുമിത്ര അവനോട് ഇരിക്കാൻ പറഞ്ഞിട്ട് മുറിക്കുപുറത്തേക്ക് പോയി, ഒരു ട്രേ നിറയെ ബിസ്ക്കറ്റും ചിപ്സും വറുത്തകപ്പലണ്ടിയും മിൽക്ക്കേക്കും ഒരു ഗ്ലാസ് വെള്ളവും രണ്ട് ഗ്ലാസ്ചായയുമായി തിരിച്ചു വന്നു. നടുവിലുള്ള മേശമേൽ ആ ട്രേ വച്ചിട്ട് ഒരു കപ്പ് ചായ അവൾ അവന്റെ നേരെ നീക്കിവച്ചു.

'എനിക്ക് ഒരു ഷികവ ഉണ്ട്' പരാതി എന്നതിന് ഉർദുവിലെ മൃദു വായ ഒരുവാക്ക് പ്രയോഗിച്ച് സുമിത്ര പറഞ്ഞു.

'ഷികവ?'

'ഞാൻ ബോംബെയിൽനിന്നും മടങ്ങിവന്നിട്ട് നിങ്ങൾ എന്നെ കാണുവാൻ വന്നിട്ടില്ല. എന്നെ കാണാതായി എന്ന് എന്റെ ബന്ധുക്കൾ എന്റെ കുടുംബത്തെ വിളിച്ചറിയിക്കുമ്പോൾ നിങ്ങളീ വീട്ടിൽ ഉണ്ടാ യിരുന്നുവെന്ന് കവിത എന്നോട് പറഞ്ഞു. ഞാൻ സുരക്ഷിതയാണെന്ന് കേൾക്കുമ്പോൾ നിങ്ങൾ സന്തോഷിക്കുമെന്നും എന്നെ വരവേൽക്കാൻ എത്തുമെന്നും ഞാൻ കരുതി. നിങ്ങൾക്കറിയാമോ, ഞാൻ അപകട കരമായ സാഹചര്യത്തിൽ ആയിരുന്നു.'

'സോറി, സുമിത്രാജി. ഞാൻ വിചാരിച്ചു...'

'ആദ്യംതന്നെ പറയട്ടെ, എന്റെ പേര് സുമിത്ര എന്നാണ്. സുമിത്രാജി എന്നല്ല.

'ഓക്കേ, സുമിത്ര.' ആരിഫ് വിക്കി.

'നിങ്ങളുടെ ഉറുദു എത്രമാത്രം നല്ലതാണെന്നത് എന്നെ ആശ്ചര്യപ്പെടുത്തുന്നു. എവിടെനിന്നാണ് നിങ്ങൾ ഇത് പഠിച്ചത്?' ആരിഫ് വിഷയം മാറ്റുവാനായി ചോദിച്ചു.

'ഞാൻ മുസ്ലിംഭൂരിപക്ഷമുള്ള പട്ടണമായ, ഗയയുടെ അടുത്തുള്ള ഇമ്ദാദ് നഗറിലാണ് വളർന്നത്. പഠിച്ചത് ഉറുദു സ്കൂളിലും. അക്കാലത്ത് ഞാൻ ഉറുദുമാസികകളും നോവലുകളും ധാരാളം വായിക്കുമായിരുന്നു.'

'ആശ്ചര്യകരം!'

അടുപ്പിച്ച് രണ്ടുപ്രാവശ്യം ഡോർബെൽ മുഴങ്ങി.

'സുമിത്രാജി' ഒരു സ്ത്രീ ശബ്ദം വിളിച്ചു.

'മിസ്സിസ് മിശ്രയാണത്. ഞാൻ പത്തുമിനിറ്റിനുള്ളിൽ മടങ്ങിവരാം. ഇതുപറഞ്ഞിട്ട് അവൾ മുറിക്കുപുറത്തേക്ക് നടന്നുപോയി. ആ സ്വീകരണമുറിയുടെ വാതിൽ അവൾ പുറത്തുനിന്നും അടച്ചു. പക്ഷേ, അവളും മിസ്സിസ് മിശ്രയും തമ്മിലുള്ള സംസാരം ആരിഫിന് വ്യക്തമായി കേൾക്കാമായിരുന്നു.

'ഞാൻ കേട്ട ഉടനെ നിങ്ങളോട് പറയാൻ വന്നതാണ്. നിങ്ങൾക്ക് പ്രേമലതയെ അറിയില്ലേ സുമിത്രാജി? അരേ, ചൗബേ സാഹിബിന്റെ മകൾ? അവൾ ഒരു ഹരിജൻ ആൺകുട്ടിയുമായി നടക്കുന്നു. ഒരു ബ്രാഹ്മണ പെൺകുട്ടിയുടെ കാമുകൻ ഒരു തൊട്ടുകൂടാത്തവൻ!'

'ശരിക്കും!? എനിക്ക് വിശ്വസിക്കാൻ കഴിയുന്നില്ല' സുമിത്ര പറഞ്ഞു.

'ഹാൻ, ശ്രീനാഥ് സിങ്ങിന്റെ കല്യാണം കഴിക്കാത്ത മകൾ ഗർഭഛിദ്രം നടത്തിയെന്ന്! സാച്ചി, ഭഗവാൻ കസാം.'

'മാ, അച്ഛൻ ഓഫീസിൽനിന്നും മടങ്ങിവന്നു.' ഒരു ആൺകുട്ടി ഭോജ്പുരി ഭാഷയിൽ വിളിച്ചു പറഞ്ഞു.

'ഓക്കേ, സുമിത്രാജി. ചലാതാനി, ഞാനിപ്പോൾ പോകുന്നു. നാളെ നമ്മുക്ക് വിസ്തരിച്ച് സംസാരിക്കാം.'

വാതിൽ അടക്കുന്ന ശബ്ദം ആരിഫ് കേട്ടു.

നിമിഷങ്ങൾ കഴിഞ്ഞപ്പോൾ സുമിത്ര മടങ്ങിവന്നു. അവൾ ആരിഫിനെ നോക്കിചിരിച്ചുകൊണ്ട് സോഫയിൽ ഇരുന്നിട്ട് പറഞ്ഞു, 'നിങ്ങൾ നല്ല ഗസലുകൾ എഴുതുന്നു.'

'എവിടെയാണ് നിങ്ങൾ എന്റെ കവിതകൾ വായിച്ചത്?'

'എന്റെ അച്ഛനെ ഹോസ്പിറ്റലിൽ കൊണ്ടുപോകുവാൻ സഹായിച്ച അന്ന് നീ എന്റെ കയ്യിൽ തന്നിട്ടുപോയ ഡയറിയിൽനിന്ന്.'

'ഓ! നന്ദി. പക്ഷേ, നിങ്ങളുടെ കാവ്യാത്മകമായ കഴിവ് വളരെയധികം ശ്രേഷ്ഠമാണ്.'

'എന്തുകൊണ്ട് നിങ്ങളുടെ ചില ഗസലുകൾ ഒന്ന് ചൊല്ലിക്കൂടാ?' അത് കൂട്ടിച്ചേർക്കുന്നതിനുമുമ്പ് ആരിഫ് തെല്ല് ശങ്കിച്ചു.

'നിങ്ങൾക്ക് ശരിക്കും എന്റെ ഗസലുകൾ കേൾക്കണമെന്ന് ആഗ്രഹമുണ്ടോ ?'

നിങ്ങളെ നോക്കിയിരിക്കുന്നത് തന്നെ ഒരു ഗസൽ വായിക്കുന്നതുപോലെയാണ്, ഇങ്ങനെ വിചാരിച്ചിട്ട് ആരിഫ് സുമിത്രയെ ശരിവെക്കുന്ന രീതിയിൽ നോക്കി. അവൾ ചിരിച്ചു. അവളുടെ കവിളുകളിൽ നുണക്കുഴികൾ പ്രത്യക്ഷപ്പെട്ടു. തൂബ, തൂബ അവൻ ഓർത്തു. തുടർന്ന് എഴുന്നേറ്റുചെന്ന് അവളെ ചുംബിക്കുവാനുള്ള അവന്റെ തീക്ഷ്ണമായ ആഗ്രഹത്തോട് പടവെട്ടുകയും ചെയ്തു. പകരം അവൻ പറഞ്ഞു, 'തീർച്ചയായും, ദയവായി ചൊല്ലൂ.'

> *'ഇത് പ്രണയത്തിന്റെ മദ്യശാലയാണ്.*
> *ആസക്തിയുടെ ചഷകങ്ങൾ നിനക്കിവിടെ കിട്ടും.*
>
> മജ്നൂ നിന്റെ കണ്ണുകളിൽനിന്നുള്ള കണ്ണുനീരും ലൈലയുടെ ഹൃദയത്തിൽനിന്നുള്ള രക്തവും ഇവിടെവില്പനക്ക് വെച്ചിരിക്കുന്നു.

ഈ ഈരടികളോടെ സുമിത്ര തുടങ്ങിയ കവിതചൊല്ലൽ വൈകുന്നേരം അഞ്ചുമണിയാകുന്നവരെ തുടർന്നു. ഇത്ര മനോഹരമായ സായാഹ്നം അവസാനിപ്പിക്കുന്നതിലുള്ള മനോവിഷമത്തെ മറികടന്നുകൊണ്ട് ആരിഫ് പറഞ്ഞു, 'സുമിത്രാജി, എനിക്ക് ചില സ്ഥലത്തു പോകാനുണ്ട്.'

'സുമിത്ര.'

'ഓക്കേ ഓക്കേ, സുമിത്ര' ആരിഫ് ചിരിച്ചു.

'നാളെ ഒരു സിനിമ കാണുവാൻ എനിക്ക് കൂട്ടുവരാമോ? സുമിത്ര ചോദിച്ചു.

'എന്റെ ഭർത്താവ് സ്ഥലത്തില്ല. മകനും ഭർത്താവിന്റെ സ്ഥലത്താണ്. ഈ സിനിമ കാണുവാൻ ഞാൻ കാത്തിരിക്കുകയായിരുന്നു. എന്റെ ഭർത്താവ് തിരിച്ചുവരുമ്പോഴേക്കും അത് തീയേറ്ററിൽനിന്നും മാറിയിരിക്കും' സുമിത്ര പറഞ്ഞു.

'വൈനോട്ട്?'

നീ എന്താണ് ചെയ്യുന്നത്, ആരിഫ്? അവന്റെ മനഃസാക്ഷി അവനെ ചോദ്യംചെയ്തു. *അവളെ ആഗ്രഹിക്കുന്നത് നിന്നെ ഒരിടത്തും എത്തിക്കില്ല.*

'ഏത് സിനിമയാണ്, സുമിത്ര?'

തന്റെ സദാചാരബോധംകൊണ്ടുള്ള ധർമ്മസങ്കടത്താൽ കഷ്ട പ്പെട്ട് ആരിഫ് ചോദിച്ചു.

'സാജൻ', അവൾ പറഞ്ഞു.

'നിങ്ങൾ തനിയെ ആണോ വരുന്നത്?'

'അതെ.'

'നിങ്ങളുടെ മകൾ കവിത?'

'അവൾ ഇന്ദിരാഗാന്ധി ബാലികവിദ്യാപീഠത്തിൽ പഠിക്കുകയാണ്. ഇത് ഞാൻ നിങ്ങളോടു മുമ്പു പറഞ്ഞിട്ടുണ്ട്.'

'ശരിയാണ്, നിങ്ങൾ പറഞ്ഞിട്ടുണ്ട്.'

സാജൻ, സൽമാൻ ഖാനും, സഞ്ജയ്ദത്തും മാധുരിദീക്ഷിത്തും അഭിനയിക്കുന്ന ഒരു ത്രികോണ പ്രേമകഥയാണ്. പട്നയിലെ തീയേ റ്ററുകളിൽ അത് നിറഞ്ഞു ഓടുന്നു. ആരിഫ് ആദ്യംപോയി ടിക്കറ്റ് എടുക്കാമെന്നും സുമിത്ര പിന്നീട് എത്തിച്ചേരാമെന്നും അവർ തീരു മാനിച്ചു.

അടുത്തദിവസം രാവിലെ പത്തുമുപ്പതിന് ആരിഫ് മോണാ സിനിമയിൽ എത്തിയെങ്കിലും 'ഹൗസ്ഫുൾ' ബോർഡ് കണ്ടു അവൻ നിരാശനായി.

ബുക്കിങ് കൗണ്ടറിന്റെ അടുത്ത്, കയ്യിൽ കുറേ ടിക്കറ്റും പിടിച്ച്, രണ്ട് കരിഞ്ചന്തക്കാർ 'ഡിസിമുപ്പതിന്, ബാൽക്കണി ഇരുപത് എന്ന് പതിയെ പറയുന്നുണ്ടായിരുന്നു. രണ്ട് ഡ്രസ്സ് സർക്കിൾ ടിക്കറ്റ് വില പേശി അൻപതു രൂപയ്ക്ക് ആരിഫ് വാങ്ങിച്ചു. അത് കുറച്ചുകൂടിയ വിലയാണ്. പക്ഷേ, ഈ അവസരം പാഴാക്കാൻ അവൻ ആഗ്രഹിച്ചില്ല.

അവൻ സംക്ഷോഭത്തിലായിരുന്നു. താൻ സുമിത്രയുടെ കൂടെ സമയം ചിലവഴിക്കുന്നതിൽ എന്തെങ്കിലും തെറ്റുണ്ടോ?

അവൻ അവന്റെ ഇത്തരം ചിന്തകളെ അപ്പോൾ ഉപേക്ഷിച്ചു.

ഒരു പെണ്ണിന്റെകൂടെ വെറുതെ ഒരു സിനിമ കാണുന്നത് ഒരുവനെ ദുർമാർഗ്ഗി ആക്കുന്നില്ല.

അവൻ അവളുടെ കൂടെ പോകുന്നതേ ഉള്ളൂ. അതുകൊണ്ട് അവൾക്ക് സിനിമ കാണാൻ തനിയെ പോകണ്ട. ഗാന്ധിമൈതാന ത്തിന്റെ കിഴക്കേ അറ്റത്ത്, മോണാ എൽഫിൻസ്റ്റൺ എന്ന ഇരട്ട സിനിമാഹാളുകളുടെ മുന്നിൽ, അവൻ അവളെ കാത്തുനിന്നു.

നഗരത്തിലുള്ള ഏകദേശം എല്ലാ പൊതുപരിപാടികളും നടക്കുന്ന, പട്നയുടെ നടുവിലുള്ള ഒരു വിശാലമായ തുറസ്സായ സ്ഥലമാണ് ഗാന്ധിമൈതാനം. രാഷ്ട്രീയറാലി മുതൽ മതസമ്മേളനങ്ങൾവരെ, വ്യാപാരമേളകൾ മുതൽ പുസ്തകമേളകൾ വരെ അവിടെ നടക്കുന്നു. പട്നയുടെ ശ്വാസകോശമാണത് എന്നു വിളിക്കപ്പെടുന്നു. വർഷങ്ങ

ളായി അത് ചരിത്രത്തിന്റെ മൂകസാക്ഷിയാണ്. ക്വിറ്റ് ഇന്ത്യ മൂവ്മെന്റ് മുതൽ അടിയന്തിരാവസ്ഥയ്ക്കെതിരായ പ്രതിഷേധങ്ങൾവരെ, അതികായരായ ഇന്ത്യൻ രാഷ്ട്രീയക്കാർ സമാരംഭിച്ച, ഈ രാജ്യത്തിന്റെ തന്നെ വിധിമാറ്റിയ അനേകം പ്രസ്ഥാനങ്ങൾ അത് കണ്ടിട്ടുണ്ട്.

മൈതാനത്തിന്റെ ഒരു കോണിൽനിന്ന് നോക്കുമ്പോൾ അനേകം ജനങ്ങൾക്ക് അത് വിശ്രമിക്കാനും കളിക്കുവാനും പ്രതിഷേധിക്കുവാനും കച്ചവടത്തിനും സ്ഥലം നൽകുന്നതും, അതിനേക്കാളുപരിയായി മനഃസാക്ഷിയും നിയമവാഴ്ചയുമില്ലാത്ത ഈ നഗരത്തിന്റെ നിഷ്ഠുരതയ്ക്ക് അതീതമായി അത് നിലനിൽക്കുന്നതും, വിസ്മയകരമായ ഒരു കാഴ്ചയായിരുന്നു. ഏറെപേർക്ക് ദിവസം ആരംഭിക്കുന്നതും അവസാനിക്കുന്നതും ഗാന്ധിമൈതാനത്ത് ആയിരുന്നു.

അന്നൊരു ചൂട് കൂടിയ ദിവസമായിരുന്നു. ആരിഫ് ഒരു അരയാൽമരത്തിന്റെ തണലിനടിയിൽ, ഒരു കോൺക്രീറ്റ് ബെഞ്ചിൽ ഇരുന്നു. ആരിഫിന്റെ ഇടതുവശത്തായി ഒരു ഡസൻ ആളുകൾ ചുവന്ന ബാനറുകൾ പിടിച്ചുനിന്നിരുന്നു.

'സംഗപുരയിലെ കുറ്റവാളികളെ തൂക്കിലേറ്റുക.'

'പാവങ്ങളെ കൊല്ലുന്നത് അവസാനിപ്പിക്കുക.'

'മുതലാളിത്തം തകരട്ടെ.'

'വ്യാജജനാധിപത്യം തകരട്ടെ.'

'ഇൻക്വിലാബ് സിന്ദാബാദ്' എന്നെല്ലാം അതിൽ എഴുതിയിരുന്നു.

രണ്ട് പെണ്ണുങ്ങൾ ശിരച്ഛേദം ചെയ്യപ്പെട്ട ആണുങ്ങളുടെ ഫോട്ടോഗ്രാഫ് പിടിച്ചിരുന്നു. അവർ നക്സലേറ്റ് അനുഭാവികളാണെന്ന് ആരിഫിന് അറിയാമായിരുന്നു.

ജനഗാബാദിലെ ഉയർന്ന ജാതിക്കാരായ ഭൂ ഉടമകളുടെ സ്വകാര്യസേനയാൽ കൊലചെയ്യപ്പെട്ട താഴ്ന്നജാതിക്കാരായ മുപ്പത്തഞ്ച് പുരുഷന്മാരുടെ കൊലപാതകത്തിൽ പ്രതിഷേധിക്കാൻ കഴിഞ്ഞ രണ്ടു ദിവസമായി അവർ ഇവിടെ ഒത്തുകൂടുന്നുണ്ടെന്ന് ദിനപത്രത്തിൽ നിന്നും അവൻ അറിഞ്ഞിരുന്നു.

തലയ്ക്കുമീതെ സൂര്യൻ കത്തിനിൽക്കുന്നതുകൊണ്ട് വൃത്താകൃതിയിലുള്ള ഗാന്ധിമൈതാനത്തെ ചുറ്റിയുള്ള റോഡിൽ വളരെ കുറച്ച് ആളുകളേ ഉണ്ടായിരുന്നുള്ളു. കിളികൾപോലും അവയുടെ കൂട്ടിൽ അഭയംപ്രാപിച്ചിരുന്നു. ഐസ്ക്രീമും തണുത്ത വെള്ളവും വിൽക്കുന്നവർ ഈച്ചകളെ ആട്ടിയോടിച്ചു. മൈതാനത്തോട് ചേർന്നുള്ള പാതയോരത്ത് ഇരിക്കുന്ന അശ്ലീലമാസികകളുടെ കച്ചവടക്കാർക്ക് വാങ്ങുവാൻ ഒരാളുപോലുമില്ല. റിക്ഷാവലിക്കാരായ രണ്ടുപേർ സത്ത് ഉണ്ടകൾ പുളിയുള്ള ഉള്ളിയും എരിവുള്ള പച്ചമുളകുംകൂട്ടി

സ്വാദോടെ തങ്ങളുടെ ലഘുഭക്ഷണമായി കഴിക്കുന്നു. സിനിമ ഹാളിന്റെ സമീപം മാത്രം നൂറുകണക്കിനാളുകൾ വെയിൽ കൊണ്ടു കൊണ്ട് ധീരമായി നില്കുന്നു.

അരമണിക്കൂറിനുശേഷം അവൻ സിനിമാ ഹാളിന്റെ പ്രധാന കവാടത്തിലേക്കു തിരിച്ചുപോയി. പെട്ടെന്നുതന്നെ ആൾക്കൂട്ടത്തിനിടയിൽ അവൻ സുമിത്രയെ കണ്ടെത്തി. തിളക്കമുള്ള, ഊതനിറമുള്ള സാരിയും ബ്ലൗസുമണിഞ്ഞു അവൾ അവനെനോക്കി മാറിനിൽക്കുകയായിരുന്നു. അവർ കൃതജ്ഞതാപൂർവം ചിരിച്ച്, കുറച്ചുമാത്രം സംസാരിച്ചിട്ട്, ഒന്നിച്ച് ഹാളിലേക്കുകടന്നു. അവരുടെ സീറ്റിൽ ഇരിക്കുമ്പോൾ ആരിഫ് കുറച്ചു പരിഭ്രമിക്കുകയും അവന്റെ ചുറ്റുമുള്ളവരെക്കുറിച്ചു ജാഗരൂകനാവുകയും ചെയ്തു. പരിചയക്കാരാരെങ്കിലും സുമിത്രക്കൊപ്പം അവനെ കണ്ടാൽ എന്താകും? ഈ വാർത്ത ബാപ്പയുടെ ചെവിയിൽ എത്തിയാൽ എന്ത് സംഭവിക്കും? ഒരു അപകീർത്തി പടർന്നാൽ എന്തുപറ്റും?

ആരിഫ് സുമിത്രയെ നോക്കുവാനായി തിരിഞ്ഞു. അവൾ അവനെ നോക്കുന്നതായി അവൻ കണ്ടു. അവളുടെ ചുണ്ടിൽ ഒരു ചിരിയുണ്ടായിരുന്നു. അത് അവന്റെ അസ്വസ്ഥതയെ ആശ്വസിപ്പിച്ചു.

ദേഖൊ ഹൈ പഹ്ലി ബാർ സാജൻ കി ആൻഖോം മേം പ്യാർ എന്ന ഗാനം സ്ക്രീനിൽ കളിച്ചപ്പോൾ ആളുകളുടെ സമനിലതെറ്റി. പരുഷമായ ചൂളംവിളികളുടെ ശബ്ദം ആ ഹാളിൽ മാറ്റൊലികൊണ്ടു.

ആരിഫ്, തന്റെ കയ്യിൽ സുമിത്ര സ്പർശിക്കുന്നതിന്റെ ചൂടറിഞ്ഞു. ഒരു തണുപ്പ് അവന്റെ ശരീരത്തിലൂടെ പാഞ്ഞുപോയി അവനെ വിയർപ്പിച്ചു. അവൻ ശ്വാസം ആഞ്ഞുവലിച്ചു. അവളുടെ സുഗന്ധദ്രവ്യത്തിന്റെ പരിമളം അവന്റെ നാസാരന്ധ്രങ്ങളിൽ നിറഞ്ഞു. എന്തുകൊണ്ടാണ് അത് എന്ന് അവന് അറിയില്ലെങ്കിലും അതവനെ മൊരിഞ്ഞ ശൈത്യകാലത്തെ അന്തരീക്ഷത്തെയും മഞ്ഞുമൂടി കിടക്കുന്ന പർവ്വതങ്ങളെയും ഓർമ്മിപ്പിച്ചു. തിരശ്ശീലയിലെ ദൃശ്യങ്ങളൊന്നും അവനിൽ പതിഞ്ഞില്ല. അവൻ സുമിത്രയുടെ ഗന്ധം നുകർന്നുകൊണ്ട് തങ്ങളുടെ കൈകളുടെ അടുത്ത ആകസ്മികമായ മുട്ടി ഉരുമ്മലിന് പദ്ധതിയിട്ടുകൊണ്ടിരുന്നു.

സിനിമ കഴിഞ്ഞു അവർ ഡ്രസ്സ് സർക്കിളിൽനിന്ന് താഴത്തെ നിലയിലേക്ക് വന്നപ്പോൾ സുമിത്രയുടെ സാരിയുടെ പല്ല് ഊർന്നുവീണ് കഴുത്തുതാഴ്ന്ന ബ്ലൗസിനിടയിലൂടെ അവളുടെ വിടർന്ന മാറിടത്തിന്റെ ഇടയിലെ പിളർപ്പ് ദ്രശ്യമായി.

ആരിഫ് ചില ശൃംഗാരനോട്ടങ്ങൾ കാണുകയും ചില കുണുങ്ങിച്ചിരികൾ കേൾക്കുകയും ചെയ്തു.

സുമിത്രയുടെനേരെ തിരിഞ്ഞു ആരിഫ് ദേഷ്യത്തോടെ സുമിത്രയോട് മന്ത്രിച്ചു. 'നിങ്ങൾ സ്ലീവ്ലെസ്സ് ബ്ലൗസ് ധരിക്കണം എന്ന് ഞാൻ വിചാരിക്കുന്നില്ല.'

സുമിത്ര ആശ്ചര്യത്തോടെ ആരിഫിനെ നോക്കിയെങ്കിലും ഒന്നും പറഞ്ഞില്ല. അവളുടെ ചുണ്ടു കടിച്ചുകൊണ്ട് അവൾ ചിരിച്ചു. അവർ തീയേറ്ററിന് പുറത്തെത്തിയപ്പോൾ ഉച്ചകഴിഞ്ഞിരുന്നു. സൂര്യൻ കത്തി ജ്വലിച്ചു.

'സുമിത്ര തന്റെ കൈയ്യിൽ തൊട്ടത് മനഃപൂർവ്വമാണോ?' ആ ചോദ്യം അവന്റെ മനസ്സിൽ പൊന്തിവന്നു. ഒരു ഇക്കിളിപ്പെടുത്തുന്ന അനുഭൂതി അവന്റെ ഹൃദയത്തെ വലിക്കുന്നത് അവൻ അറിഞ്ഞു.

അവർ ഓട്ടോറിക്ഷ സ്റ്റാൻഡിലേക്ക് നടക്കുകയായിരുന്നു.

'സുമിത്രാ, ഞാൻ വിവാഹിതയായ ഒരു സ്ത്രീയുമായി പ്രണയത്തിലാണ്.' ആരിഫ് പറഞ്ഞു.

എന്ത് വികാരമാണ് അപ്പോൾ അവനിലുണ്ടായതെന്ന് അവന് മനസ്സിലാക്കാൻ കഴിഞ്ഞില്ല. ഇരുണ്ട തീയേറ്ററിനുള്ളിൽ സുമിത്രയുമായുണ്ടായ അനുഭവം അവനെ ഭ്രാന്ത് പിടിപ്പിച്ചിരുന്നു. ഇനിയവന് സ്വയം നിയന്ത്രിക്കാനാവുമായിരുന്നില്ല.

'ശരിക്കും?' ആശ്ചര്യത്തിന്റെ ഒരു കണികപോലും സുമിത്രയുടെ ശബ്ദത്തിൽ ഇല്ലായിരുന്നു.

'അവളുടെ പേര് സുമിത്ര എന്നാണ്.'

സുമിത്ര ദുഃഖാർദ്രമായ, ചിമ്മാത്ത മിഴികളൊടെ അവനെതിരിഞ്ഞുനോക്കി.

'നമുക്ക് ഒരു ഓട്ടോറിക്ഷ പിടിക്കാം. എനിക്ക് പെട്ടെന്നു വീട്ടിൽ പോകണം.'

അവൾ നീണ്ടചുവടുവെപ്പുകളോടെ നടന്നു. ആരിഫ് അവളെ പിൻതുടർന്നു.

പെട്ടെന്ന് എവിടെനിന്നോ ഒരു യാചക പ്രത്യക്ഷപ്പെട്ട് സുമിത്രയുടെ വഴിതടഞ്ഞു.

ആ സ്ത്രീ മുഷിഞ്ഞ ഒരു പെറ്റിക്കോട്ട് ധരിച്ചിരുന്നു. അവളുടെ ബ്ലൗസ് കീറിയിരുന്നു. തലമുടിയിൽ ചെളി ജട കെട്ടിയിരുന്നു. കഴുകാത്ത മുഖത്ത് താടിയെല്ലുകൾ പ്രകടമായിരുന്നു. അവളുടെ കണ്ണുകൾ നേർത്തതും കുഴിഞ്ഞതുമായിരുന്നു. സുമിത്രയുടെ അടുത്തേക്ക് വന്ന് അവൾ സുമിത്രയെ വിചിത്രമായി നോക്കി. പിന്നെയവൾ ചിരിക്കാൻ തുടങ്ങി. *തീർച്ചയായും അവളൊരു ഭ്രാന്തി ആണ്,* ആരിഫ് വിചാരിച്ചു.

'ദൂരെപോകൂ, ഭ്രാന്തി നീ' വെള്ളരിക്കാ വിൽക്കുന്ന ഒരു മധ്യവയസ്കൻ അവളെ ആട്ടിയോടിക്കാൻ ശ്രമിച്ചു.

'എനിക്ക് പണം താ, എനിക്ക് പണം താ' ആ സ്ത്രീ അവളുടെ കൊക്കലിനിടയിൽ പറഞ്ഞു.

'മായാ.... മായാ... നിനക്കെന്തുപറ്റി?' സുമിത്ര കരഞ്ഞു.

സുമിത്ര തന്റെ പേഴ്സിൽനിന്നും ഒരു നൂറു രൂപാ നോട്ടെടുത്ത് അവൾക്ക് നീട്ടി. പെട്ടെന്ന് ആഞ്ഞ്, ആ സ്ത്രീ അതവളുടെ കൈയ്യിൽ നിന്ന് തട്ടിപ്പറിച്ചു, അടുത്തുള്ള ഇടവഴിയിൽ അപ്രത്യക്ഷമായി.

ആരിഫ് ഒരു ഓട്ടോറിക്ഷ പിടിച്ചു സുമിത്രയോട് വീട്ടിൽപോകാം എന്നുപറഞ്ഞു.

സുമിത്രയുടെ മുഖത്തുകൂടി കണ്ണുനീർ പ്രവഹിച്ചുകൊണ്ടിരുന്നു.

~

ഒരു വ്യാഴാഴ്ച്ച ഉച്ചതിരിഞ്ഞ സമയത്ത്, ആരിഫ് തന്റെ മുറിയിൽ ഒറ്റയ്ക്കായിരുന്നു. രണ്ടു തലയിണകൾക്കു മേലെ ചാരിയിരുന്നു, കൈയിൽ ഒരുപിങ്ക് മാർക്കർ പിടിച്ചു *ദി ഹിന്ദു* പത്രത്തിന്റെ എഡിറ്റോറിയൽ വായിക്കുകയായിരുന്നു, അവൻ. സിവിൽസർവീസ് ആഗ്രഹിക്കുന്നവർ വായിക്കേണ്ട ഒന്നാണത്.

അവൻ തലയുയർത്തിയപ്പോൾ വാതിൽക്കൽ സുമിത്രയെ കണ്ടു. അവൾ ചിത്രത്തുന്നലുള്ള ഇരുണ്ട പച്ചസാരിയും വൃത്താകൃതിയിൽ കഴുത്തുള്ള ഫുൾസ്ലീവ് ബ്ലൗസും ധരിച്ചിരുന്നു.

അവൻ അവളെ വീട്ടിൽ കൊണ്ടുചെന്നാക്കിയ ദിവസം, അവൾ കണ്ണീരോടെ ഗുഡ്ബൈ പറഞ്ഞിട്ട് അവനെ വീട്ടിലേക്ക് ക്ഷണിക്കാതെ ഓടിപ്പോയിരുന്നു. അവൻ ആ ദിവസത്തെ സംഭവങ്ങളിലൂടെ വീണ്ടും വീണ്ടും മനസ്സോടിച്ചു നോക്കിയിരുന്നു. പക്ഷേ, ഒന്നിനും ഒരർത്ഥമുള്ളതായി തോന്നിച്ചില്ല. ആരാണ് മായ എന്ന ആ പെണ്ണ്? സുമിത്രക്ക് എങ്ങനെയാണ് അവളെ പരിചയം? പക്ഷേ, ആ അപരിചിതമായ അനുഭവത്തേക്കാളേറെ, സുമിത്രയുടെ ഓരോ സ്പർശനവും അവളുടെ സുഗന്ധദ്രവ്യത്തിന്റെ വാസനയും അവളുടെ രമണീയമായ ഊതനിറമുള്ള സാരിയും അവന്റെ ഓർമയിലേക്ക് വന്നിരുന്നു.

ആരിഫ് അവളെ അഭിവാദ്യംചെയ്യാൻ തുടങ്ങിയപ്പോൾ അവൾ ശബ്ദമുണ്ടാക്കരുത് എന്ന് ആംഗ്യം കാണിച്ചു. അവൾ അവന്റെ അടുത്തേക്ക് വന്നു. ആരിഫ് തന്റെ കട്ടിലിൽനിന്നും എഴുന്നേറ്റു. അവന്റെ കണ്ണുകളിലേക്കു നോക്കിക്കൊണ്ട് അവളവന്റെ വലതുകൈ നുകർന്ന്, അവന്റെ കൈവെള്ളയിൽ ഒരു പേപ്പർ കവർ വച്ചുകൊടുത്തു. എന്നിട്ട് അവന്റെ കവിളിൽ പെട്ടെന്ന് ഒരു മുത്തംകൊടുത്തിട്ട് ഒന്നുംമിണ്ടാതെ അവൾ മുറിയിൽനിന്നും ഇറങ്ങിപ്പോയി.

ആരിഫിന്റെ കാൽമുട്ടുകൾ ദുർബലമായി. അവന് അവന്റെ വയറ്റിൽ ഒരു പിടയ്ക്കൽ അനുഭവപ്പെട്ടു. അവൻ പുറത്തിറങ്ങി തന്റെ പഠനമുറിയിലേക്കുപോയി. കതകടച്ച് കസേരയിൽ ഇരുന്നിട്ട്, വിറയാർന്ന കൈകളോടെ അവൻ ആ കവർ തുറന്നു അതിലെ കത്തെടുത്ത് വായിക്കുവാൻ തുടങ്ങി.

പ്രിയപ്പെട്ട ആരിഫ്,

നീ എത്ര അനായാസേനയാണ് അന്ന് നിന്റെ ഹൃദയം തുറന്നത് എന്നത് എന്നെ അത്ഭുതപരവശയാക്കി. പ്രതികരിക്കാൻ പറ്റാത്തത്ര പരിഭ്രമിച്ചുപോയിരുന്നു, ഞാൻ അപ്പോൾ. ഗാന്ധി മൈതാനത്തുവച്ച് നീ എന്തൊക്കെ പറഞ്ഞുവോ, അതെല്ലാം ഞാൻ അവഗണിക്കണമെന്നും നിന്നെ കാണുന്നത് എന്നന്നേക്കുമായി നിർത്തണമെന്നും ഞാൻ വിചാരിച്ചു. പക്ഷേ, എന്റെ അസ്വസ്ഥമായ ഹൃദയം ഈ കത്തെഴുതുവാൻ എന്നെ നിർബന്ധിച്ചു.

ആ ഓട്ടോറിക്ഷ സ്റ്റാൻഡിൽവച്ച് നീകണ്ട ഭ്രാന്തിപ്പെണ്ണ് ആരാണെന്ന് നീ തീർച്ചയായും അന്തംവിടുന്നുണ്ടാകും. കൂടാതെ, എനിക്കെങ്ങനെ അവളെ അറിയാമെന്നും, ഞാൻ എന്തിനാണ് അവൾക്കു വേണ്ടികരഞ്ഞതെന്നും. മായയുടെ കഥയിൽ നിന്നുതന്നെ ഞാൻ ആദ്യം ആരംഭിക്കട്ടെ.

ആറ് വർഷങ്ങൾക്കുമുമ്പ് ജംഷഡ്പൂരിൽവച്ചാണ് ഞാൻ മായാ ബാനർജിയെ കണ്ടുമുട്ടിയത്. അവളുടെ ചുറുചുറുക്കുള്ള ചിരി ഇപ്പോഴും ഞാൻ ഓർക്കുന്നു, അവളുടെ കരിമഷിയെഴുതിയ കണ്ണുകളും. ജംഷഡ്പൂരിൽ ഞങ്ങൾവീട് വാടകയ്ക്കെടുത്ത പ്രദേശത്തുതന്നെയാണ് അവളും താമസിച്ചിരുന്നത്. രമേശിന് എപ്പോഴും ജോലിത്തിരക്കുള്ളതിനാൽ ഞാൻ മായയോടൊത്ത് പലപ്പോഴും പുറത്തുപോയിരുന്നു. ഞങ്ങൾ ഒന്നിച്ച് ഷോപ്പിങ്ങിന് പോവുകയും സിനിമ കാണുകയുംചെയ്തു. സത്യജിത്റേയുടെ സിനിമകളെ എനിക്ക് പരിചയപ്പെടുത്തിയത് മായയാണ്. അവളാണ് എന്നോട് ആനി ടെയ്‌ലറുടെയും എഡ്നാ ഒബ്രിയനിന്റെയും നോവലുകൾ വായിക്കാൻ നിർദേശിച്ചത്. അവളൊരു അതിശയിപ്പിക്കുന്ന പാചകക്കാരിയായിരുന്നു. കടുക് പേസ്റ്റിൽ ഇട്ട അവളുടെ മീൻകറിയുടെ വിശ്വോത്തരമായ സ്വാദ് ഇപ്പോഴും എന്റെ ഓർമ്മകളിൽ തങ്ങിനിൽക്കുന്നു.

അവളെ ഞാൻ കണ്ടുമുട്ടിയിട്ട് ഏകദേശം ഒരുവർഷം കഴിഞ്ഞപ്പോൾ അയൽക്കാരികളായ രണ്ടുപെണ്ണുങ്ങൾ കുശുകുശുക്കുന്നത് ഞാൻ യാദൃച്ഛികമായികേട്ടു. അവരെ ഞാൻ വിശ്വസി

ച്ചില്ല. ഞാൻ മായയോട് നേരിട്ടുതന്നെ ചോദിച്ചു. അവർക്ക് അവളോട് അസൂയ ആണെന്ന് ആ ആരോപണങ്ങൾ നിഷേധിച്ചുക്കൊണ്ട് അവൾ പറഞ്ഞു. ഞാൻ അവളെ വിശ്വസിച്ചെങ്കിലും, അടുത്തദിവസം എന്നോട് മായ നുണയാണ് പറഞ്ഞതെന്ന് ഞാൻ കണ്ടെത്തുന്നതുവരെ മാത്രമേ ആ വിശ്വാസം നില നിന്നുള്ളൂ.

കുറേ മാസങ്ങളായി മായ അവളുടെ ഭർത്താവിനെ വഞ്ചിച്ചുകൊണ്ടിരിക്കുകയായിരുന്നു. അവളുടെ ഭർത്താവ് ഒരു പ്രസിദ്ധമായ മരുന്ന് കമ്പനിയുടെ മെഡിക്കൽ റെപ്രസെന്റേറ്റീവ് ആയിരുന്നു. അയാൾ ജംഷഡ്പൂരിന് പുറത്ത് ധാരാളം യാത്രചെയ്യുമായിരുന്നു. അയാളുടെ അസാന്നിധ്യത്തിൽ ഒരു ചെറുപ്പക്കാരൻ അവളെ സന്ദർശിക്കുന്നുണ്ടായിരുന്നു.

അന്ന് വൈകുന്നേരം അവളുടെ പുസ്തകങ്ങൾ തിരികെ കൊടുക്കുവാൻ ഞാൻ അവളുടെ വീട്ടിൽപോവുകയും ആ ചെറുപ്പക്കാരന്റെ കൂടെ അവളെ ഞാൻ പിടികൂടുകയും ചെയ്തു. ഒന്നുംപറയാതെ ഞാൻ എന്റെ വീട്ടിലേക്ക് മടങ്ങിവന്നു. എന്തൊരു വിലകുറഞ്ഞ സ്ത്രീയാണവൾ! ഞാൻ ചിന്തിച്ചു.

എനിക്കവളുടെപ്രവൃത്തിയെപ്പറ്റി ചിന്തിക്കാതിരിക്കാനായില്ല. എന്തൊക്കെയായാലും അവൾ എനിക്ക് പ്രിയപ്പെട്ടവൾ ആയിരുന്നു. എനിക്കവളെ അങ്ങനെ തള്ളിക്കളയുവാൻ കഴിയുമായിരുന്നില്ല. വിവാഹത്തിന്റെ നമ്മളീ പറയുന്ന വിശുദ്ധമായ അതിരുകൾവിട്ട് അലയുവാൻ മായയ്ക്ക് തീർച്ചയായും ഉറച്ച കാരണങ്ങൾ ഉണ്ടായിരിക്കും. അവൾ ഒരു വിവേകമതിയായ പെണ്ണാണ്. എനിക്കവളോട് അതിനെപ്പറ്റി ചോദിക്കണമെന്നുണ്ടായിരുന്നു. പക്ഷേ, എനിക്കതിന് കഴിഞ്ഞില്ല. രണ്ട് ദിവസങ്ങൾ കഴിഞ്ഞു ഞാനവളുടെ സ്ഥലത്ത് എത്തിയപ്പോൾ അവളുടെ വീട് പൂട്ടിക്കിടക്കുന്നത് ഞാൻ കണ്ടു. അവർ ആ സ്ഥലംവിട്ട് പോയെന്ന് അവളുടെ വീട്ടുടമസ്ഥൻ പറഞ്ഞു. മായയും അവളുടെ കുടുംബവും എവിടേക്കാണ് പോയതെന്ന് ആർക്കും ഒരു ധാരണയും ഉണ്ടായിരുന്നില്ല. മാസങ്ങളോളം ഞാൻ അവളെക്കുറിച്ചോർത്തു അസ്വസ്ഥയായി, അവൾ മടങ്ങിവരുന്നതും കാത്തിരുന്നു. പക്ഷേ, അവൾ മടങ്ങിവന്നില്ല.

എങ്ങനെയാണ് മുപ്പതുകളുടെ മധ്യത്തിൽ പ്രായമുള്ള ഒരു വിവാഹിതയ്ക്ക് അവളുടെ മകനേക്കാൾ അല്പംകൂടി മൂത്ത ഒരു ആൺകുട്ടിയിൽ അനുരുക്തയാകുവാൻ കഴിയുക?

ഞാൻ വർഷങ്ങളോളം അത്ഭുതപ്പെട്ടു. ഇപ്പോൾ മായ ഒരിക്കൽ നടന്നുപോയ അതേവഴിയിലൂടെ ഞാനുംചുവടുവച്ചു തുടങ്ങുവാൻ പോകുന്നു.

നമ്മുടെ കഥയിലേക്ക് വരുമ്പോൾ അത് ആരംഭിക്കുന്നത് നമ്മൾ നെഹ്റുപാർക്കിൽവച്ച് കണ്ട ദിവസമാണ്. എനിക്ക് ആ അപരാഹ്നം സ്പഷ്ടമായി ഓർമ്മിക്കുവാൻ കഴിയും.

ബാബുജി, കത്തിഹാറിൽനിന്നും എത്തിച്ചേർന്നതേ ഉള്ളു. അപ്പോൾ അദ്ദേഹത്തിന് ഒരു സുഖമില്ലായ്മ തോന്നി. ഞാനത് രമേശിനോട് പറഞ്ഞെങ്കിലും ക്ഷീണമെന്നും പ്രായാധിക്യമെന്നും വിളിച്ചു അയാൾ ബാപ്പുജിയുടെ രോഗത്തെ നിസ്സാരമാക്കി എടുത്തു. അദ്ദേഹത്തെ ഡോക്ടറുടെ അടുത്തുകൊണ്ടുപോകുവാൻ ഞാൻ നിർബന്ധിച്ചെങ്കിലും രമേശ് വിസമ്മതിച്ചു. പകരം അയാൾ തന്റെ കാറിൽ അയാളുടെ സഹോദരിയെ റെയിൽവേ സ്റ്റേഷനിൽകൊണ്ടുവിടുവാൻപോയി. അടുത്ത ഒരു മണിക്കൂർനേരത്തേക്ക് അയാൾ തിരിച്ചുവന്നതും ഇല്ല. എനിക്ക് ദേഷ്യംവന്നു. ഞാൻ അച്ഛനെ ഒരു ഓട്ടോറിക്ഷയിൽ ഹോസ്പിറ്റലിൽ കൊണ്ടുപോകുവാൻ തീരുമാനിച്ചു. എനിക്ക് റോഡിൽനിന്നും ഓട്ടോറിക്ഷ കിട്ടിയില്ല. നെഹ്റുപാർക്കിന്റെ പ്രധാന ഗേറ്റിൽനിന്നും ഒരു ഓട്ടോയോ സൈക്കിൾറിക്ഷയോ കിട്ടുമെന്ന് ഞാൻ പ്രതീക്ഷിച്ചു. ഞാൻ അദ്ദേഹത്തെ അവിടേക്ക് നടത്തി. പക്ഷേ, അവിടെയും ഒന്നും ഉണ്ടായിരുന്നില്ല. ബാബുജി എന്നോട് അദ്ദേഹത്തെ പാർക്കിനകത്തേക്ക് കൊണ്ടുപോകുവാൻ പറഞ്ഞു. ശുദ്ധവായു തനിക്ക് ആശ്വാസം നൽകുമെന്ന് അദ്ദേഹം വിചാരിച്ചു. അതിനുശേഷം എന്ത് സംഭവിച്ചുവെന്ന് നിനക്കറിയാമല്ലോ.

ആദ്യം, നിന്നോടുള്ള കൃതജ്ഞതയാണ് എന്റെ മനസ്സിൽ മുന്നിട്ടു നിന്നത്. എന്റെ അച്ഛന്റെ ജീവൻ രക്ഷിച്ചതിന് ഞാൻ നിന്നോട് നന്ദിയുള്ളവളായിരുന്നു. ബാപ്പുജി ഹോസ്പിറ്റലിൽ നിന്നും ഡിസ്ചാർജ് ആയി മൂന്നു ദിവസങ്ങൾ കഴിഞ്ഞപ്പോൾ നീയിട്ടിട്ടുപോയ നീല ഡയറിയും കവിതാപുസ്തകവും ഞാൻ പുറത്തെടുത്തു. ഞാൻ 'ദിവാൻ ഇമൊമിൻ' വായിക്കാൻ ആരംഭിക്കുകയും രണ്ടുമണിക്കൂറിനുള്ളിൽ അത് വായിച്ചുതീർക്കുകയും ചെയ്തു. എന്നിട്ട് ആകാംക്ഷകൊണ്ട് ഞാൻ നിന്റെ ഡയറി തുറന്നു. അതിന്റെ ആദ്യത്തെ പേജ് നിന്റെ ഒരു ബ്ലാക്ക് ആൻഡ് വൈറ്റ് ഫോട്ടോ ആയിരുന്നു. നീ ഒരു ഡെനിം ജാക്കറ്റാണ് ധരിച്ചത്. അമിതാബ് സ്റ്റൈലിൽ ഉള്ള നിന്റെ നീണ്ടമുടി

നിന്റെ ചെവികൾ രണ്ടും പാതിമറച്ചിരുന്നു. നിന്നെ കണ്ടാൽ പ്രണയം തോന്നുമായിരുന്നു.

അടുത്ത പേജുകളിൽ സായുക്ക്, ഗുലിബിൻ, മോമിൻ, മിർ, ഡാഗ്, ഷാദ് അസിമാബാദി തുടങ്ങിയവരുടെ ഈരടികൾ ആയിരുന്നു. ഈ ഉറുദു കവികളെല്ലാം ഞാൻ ഏറെ ആദരിക്കുന്നവരായിരുന്നു. അടുത്ത ഏതാനും പേജിൽ സിമ്രാൻ എന്ന പെൺകുട്ടിയെക്കുറിച്ചുള്ള വിവരണങ്ങൾ ആയിരുന്നു. അവൾ നിന്റെ ബാല്യകാല ആകർഷണമായിരിക്കുമെന്ന് ഞാൻ ഊഹിച്ചു. സിമ്രാനെക്കുറിച്ചുള്ള നിന്റെ കവിതകൾ രസാവഹമാണ്. ഞാനത് ഇഷ്ടപ്പെടുന്നു. അതേസമയം സിമ്രാനോട് എനിക്ക് അസൂയയാണെന്നും ഞാൻ കണ്ടെത്തി.

തുടർന്നുള്ള അപരാഹ്നത്തിൽ ഞാൻ നിന്റെ ഡയറി വീണ്ടും തുറന്ന് ഷാദ് അസിമാബാദിയുടെ ഒരു ഈരടി വായിച്ചു.

'നിശ്ശബ്ദതയും ശാന്തതയും നിന്റെ ക്ലേശത്തെ വർധിപ്പിക്കുകയേയുള്ളൂ.

സ്വയം പീഡിപ്പിച്ചാൽ, ഓ, എന്റെ ഹൃദയമേ, നിനക്ക് തെല്ല് സമാധാനം കിട്ടും.'

ഷാദിന്റെ വരികൾ എന്റെ ഉള്ളിൽ വികാരങ്ങളുടെ കോളിളക്കം സൃഷ്ടിച്ചു. നിന്നെ ഞാൻ ഇഷ്ടപ്പെട്ടു തുടങ്ങിയോ എന്ന് ഞാൻ സംശയിച്ചു. അടുത്ത കുറേ ആഴ്ചകളിൽ ഞാൻ നിന്റെ ഡയറി സ്പർശിച്ചതേയില്ല. വായന തുടർന്നാൽ നിന്നിൽ ഞാൻ അനുരക്തയാകുമെന്ന് ഞാൻ ഭയപ്പെട്ടു.

ആ ഞായറാഴ്ച്ച, നീത, എന്റെ ഒരേ ഒരു നാത്തൂൻ, അതിരാവിലെ എന്റെ വീട്ടിൽ വരുകയും ഒരു നിസ്സാരകാര്യത്തിന് ഞങ്ങൾ തമ്മിൽ ഒരു തർക്കം പൊട്ടിപ്പുറപ്പെടുകയും ചെയ്തു. പ്രതീക്ഷിച്ചപോലെ, രമേശ് അയാളുടെ സഹോദരിയുടെ പക്ഷം ചേർന്നു.

ദേഷ്യത്തോടെയും അപമാനത്തോടെയും ഞാൻ എന്റെ മുറിയിലേക്ക് പിൻവാങ്ങി വാതിലടച്ചു. ഒരു മണിക്കൂറിനുശേഷം ഞാൻ പുറത്തുവന്നപ്പോൾ വീട്ടിലാരും ഉണ്ടായിരുന്നില്ല. എന്റെ തല വിങ്ങലിന് ഞാൻ ഡിസ്പിരിൻ കഴിച്ചിട്ട് എന്റെ കിടക്കമുറിയിലേക്കുമടങ്ങി. ഞാൻ ഗാഢനിദ്രയിലേക്ക് ഒഴുകിവീണു. രണ്ടു മണിക്കൂറിനുശേഷം ഞാൻ എഴുന്നേറ്റു. എന്റെ തലവേദന മാറിയിരുന്നു. ഞാൻ ഒരുകപ്പ് ഇഞ്ചിച്ചായയും കയ്യിൽ നിന്റെ ഡയറി

യുമായി ഇരുന്നു. മനോവ്യഥയുടെ ഒരു നിമിഷത്തിനുള്ളിൽ ഞാനതിലേക്ക് യാന്ത്രികമായി മുങ്ങിപ്പോയി.

ആനുകാലിക സാമൂഹ്യപ്രശ്നങ്ങളെക്കുറിച്ചുള്ള ചെറു ലേഖനങ്ങൾ അതിലുണ്ടായിരുന്നു. സ്ത്രീകളെയും മതത്തെയും സംസ്കാരത്തെയും രാഷ്ട്രത്തെയുംകുറിച്ചുള്ള നിന്റെ വീക്ഷണം എന്നിൽ മതിപ്പുളവാക്കി. അതിലൊരു ലേഖനത്തിൽ നീ ഇങ്ങനെ പറഞ്ഞു, 'ഒരു സ്ത്രീയെ ബഹുമാനിക്കുന്നതിന് നിങ്ങൾക്ക് ഒരു ഒഴിവുകഴിവും ഇല്ല. അവൾ ഒരു സ്ത്രീയാണെന്നതുതന്നെ അവളെ ആരാധിക്കുവാനും സ്നേഹിക്കുവാനും ബഹുമാനിക്കുവാനും മതിയായ, ശക്തമായ കാരണമാണ്.

സ്നേഹത്തെയും ബന്ധത്തെയും മനുഷ്യന്റെ മൂല്യത്തെക്കുറിച്ചുമുള്ള സ്വതന്ത്രകവിതകൾ അതിൽ ഉണ്ടായിരുന്നു. ആ കവിതകൾ എന്റെ ഹൃദയത്തെ സ്പർശിച്ചു. അതെന്നെ സന്തോഷവതിയാക്കി.

എനിക്ക് നിന്നോടുള്ള ഇഷ്ടം നിന്നോടുള്ള ആരാധനയായി മാറി.

ഞാൻ നിന്നെ മൃത്യുഞ്ജയുടെ കൂടെ നെഹ്റുപാർക്കിൽ ഇടയ്ക്കിടെ കാണാറുണ്ടായിരുന്നു. നിന്റെയടുത്തു വരണമെന്നും നിന്നോട് സംസാരിക്കണമെന്നും നിന്റെ സഹായത്തിന് നന്ദി പറയണമെന്നും നിന്റെ എഴുത്ത് ഞാൻ എത്രമാത്രം ആസ്വദിക്കുന്നുവെന്ന് നിന്നോട് പറയണമെന്നും ഞാൻ ആഗ്രഹിച്ചു. പക്ഷേ, ഞാൻ അതുചെയ്തില്ല. പകരം നീ എന്നെ കടന്നുപോകുമ്പോഴൊക്കെ ഞാൻ കുറ്റിക്കാടുകൾക്ക് പിന്നിൽ ഒളിക്കുകയാണ് ചെയ്തത്.

അടുത്ത ആറുമാസക്കാലം, എനിക്ക് നിന്നോടുള്ള മതിപ്പ് പ്രണയത്തിലേക്ക് വഴിതുറന്നതായി ഞാൻ തിരിച്ചറിയുന്നതുവരെ, ഞാൻ നിന്റെ ഡയറി വായിച്ചുകൊണ്ടിരുന്നു. പിന്നീട് അത് വീണ്ടും വായിക്കുകയും ചെയ്തു. നിന്നെ കണ്ടുമുട്ടുന്നത് ഞാൻ ഭയപ്പെട്ടു.

ഏകദേശം രണ്ട് വർഷങ്ങൾക്കുശേഷമാണ് ഞാൻ നിന്റെ മുഖാമുഖം വരുന്നത്. ബാങ്ക് കോളണിയിലെ പുതിയ വാടക വീട്ടിലേക്ക് മാറിയതിനുശേഷം ഒരാഴ്ച കഴിഞ്ഞു. നീ മൃത്യഞ്ജയുടെ മുറിയുടെ ജനാലയിൽ എന്നെ നോക്കിനിൽക്കുന്നത് ഞാൻ കണ്ടു. അതിനുശേഷം എനിക്ക് എന്നിലുള്ള നിയന്ത്രണം നഷ്ടപ്പെടാൻ തുടങ്ങി.

നീ ആ വാക്കുകൾ ഉച്ചരിച്ച ദിവസം ഞാൻ ഭയപ്പെട്ടു. പക്ഷേ, അതേസമയം ഞാൻ ഓരോ നിമിഷവും അത് കാത്തിരിക്കുകയായിരുന്നു.

ഇപ്പോൾ ഞാനും നിന്നെ പ്രേമിക്കുന്നു എന്ന് ഞാൻ കുമ്പസാരിക്കുന്നു. പക്ഷേ, എനിക്കെന്റെ പരിധികളുണ്ട്. എനിക്ക് ഞാൻതന്നെ വരച്ച സദാചാരവരമ്പുകൾക്ക് അപ്പുറംപോകാൻ കഴിയില്ല. അതുകൊണ്ട് എന്റെ ഭർത്താവിന് അവകാശപ്പെട്ടതൊന്നും ദയവായി എന്നിൽനിന്നും ചോദിക്കരുത്.

നമ്മുടെ പ്രണയം നീ വിശുദ്ധമായി സൂക്ഷിക്കുമെന്ന് ദയവായി ഉറപ്പുതരിക. അതായത് നീ ഒരിക്കലും നമ്മുടെ ബന്ധം കാമത്തിന്റെ കറപുരട്ടി കളങ്കപ്പെടുത്തുകയില്ലെന്ന്.

സ്നേഹപൂർവ്വം,

നിന്റെ സുമിത്ര.

പത്ത്

സ്കൂളുകൾക്കും കോളേജുകൾക്കും ഉള്ള വേനലവധി ആരംഭിച്ചു. ആരിഫിന്റെ കുടുംബം അപ്പോഴേക്കും സാധാരണനിലയിലായ ജമൽ പുരയിലേക്ക് പോകാനൊരുങ്ങി. ആരിഫ് അവന് ഒരു ദിവസംപോലും നഷ്ടപ്പെടുത്താനില്ലെന്ന് പറഞ്ഞ് പിൻവാങ്ങി. അവൻ അടുത്ത സെറ്റ് പരീക്ഷകൾക്കായുള്ള ഒരുക്കം തുടങ്ങി.

അവന്റെ കുടുംബം അവരുടെ സ്വന്തം ഗ്രാമത്തിലേക്ക് യാത്രയായ ദിവസം മൃത്യുഞ്ജയ് ആരിഫിനെ സന്ദർശിച്ചു. അവനും അടുത്ത രണ്ടുദിവസം വീട്ടിൽ ഒറ്റയ്ക്കാണെന്നും സിനിമാ കാണുവാൻ ഒരു വി.സി.ആർ. വാടകയ്ക്കെടുത്തിട്ടുണ്ടെന്നും ആരിഫിനോട് പറഞ്ഞു.

'സുഖപ്രദമായ ഉല്ലാസത്തോടെ നമ്മൾ നമ്മുടെതന്നെ ഉന്മേഷം വീണ്ടെടുക്കേണ്ടതായുണ്ട്.' മൃത്യുഞ്ജയ് ആരിഫിനോട് പറഞ്ഞു.

ആ വൈകുന്നേരം മൃത്യുഞ്ജയുടെ അകന്ന കസിൻ ആനന്ദ് ഒരു വി.സി.ആർ. കൊണ്ടുവന്ന് അവരുടെ കളർടെലിവിഷനടുത്ത് മേശ മേൽവച്ചു.

'നീ വാതിൽ ശരിക്ക് അടച്ചിട്ടുണ്ടോ?' മൃത്യുഞ്ജയ് അന്വേഷിച്ചു. ആരെങ്കിലും നമ്മൾ ഒരു വി.സി.ആർ. വാടകയ്ക്കെടുത്തിട്ടുണ്ടെന്ന് അറിഞ്ഞാൽ നമ്മുടെ മുറി ഒരു മീൻചന്തയാക്കും. ആരും സൗജന്യ മായി സിനിമകൾ കാണുവാനുള്ള അവസരം പാഴാക്കുകയില്ല. നീ എങ്ങനെയാണ് വി.സി.ആർ. കൊണ്ടുവന്നത്? അയൽക്കാർ കണ്ടി രിക്കാം. ആരെങ്കിലും വന്നു വാതിലിൽ മുട്ടിയാൽ നമ്മുടെ സായാഹ്നം നശിക്കും.'

'അരേ ബായ്, നീ വേവലാതിപ്പെടാതിരിക്കൂ. ഞാൻ ഒരു ട്രാവൽ ബാഗിലാണ് വി.സി.ആർ. എടുത്തുകൊണ്ടുവന്നത്. ആരും ഊഹിക്കുക പോലുമില്ല.' ആനന്ദ് തറയിൽ കിടക്കുന്ന ഒരു ബ്രൗൺബാഗ് ചൂണ്ടി കാണിച്ചു.

'ഗംഭീരം.' മൃത്യുഞ്ജയ് പറഞ്ഞു.

'നീ സത്തു കൊണ്ടുവന്നിട്ടുണ്ടോ?' മൃത്യുഞ്ജയ് ചോദിച്ചു.

'ഉണ്ട്.' ആനന്ദ് മറുപടി പറഞ്ഞിട്ട് ഒരു പാക്കറ്റ് ശ്രീ കമൽ ബ്രാൻഡ് സത്തു മൃത്യുഞ്ജയന്റെ അടുത്തുള്ള സോഫയിലേക്ക് പൊക്കിയെറിഞ്ഞു.

മൃത്യുഞ്ജയ് മുമ്പേതന്നെ ചാണകക്കട്ടകൾ ബാൽക്കണിയിൽ പുകച്ചിരുന്നു. സുഗന്ധവ്യഞ്ജനങ്ങളും പച്ചമരുന്നുകളും ഒരുക്കിയിരുന്നു. ധാന്യപ്പൊടി മുമ്പേതന്നെ കുഴച്ച് മാവ് ആക്കിയിരുന്നു.

മൃത്യുഞ്ജയ് ഒരു വലിയ പാത്രത്തിലേക്ക് ഒരു സത്തു പാക്കറ്റ് കുടഞ്ഞിട്ട് അത് സുഗന്ധവ്യഞ്ജനങ്ങളും സസ്യങ്ങളും ഔഷധസസ്യങ്ങളും ഉപ്പും കടുകെണ്ണയും ചേർത്ത് കൂട്ടിക്കലർത്തി. അവൻ ചെറിയ പൊള്ളയായ ഗോതമ്പുമാവിൽ സത്തു ചേർത്ത് ഉണ്ടകളാക്കി. എന്നിട്ട് അവൻ മാവിന്റെ ഉണ്ടകളെ ചുടുചാരത്തിൽവച്ചു. മൃത്യുഞ്ജയ് ഒരു ചെറിയ ഇരുമ്പുകമ്പികൊണ്ട് 'ലിറ്റിയെ' കരിയാതിരിക്കാൻ മറിച്ചിട്ടുകൊണ്ടിരുന്നു. അടുക്കളയിൽ ആനന്ദ് വഴുതനങ്ങയും തക്കാളിയും ഗ്യാസ് സ്റ്റൗവിൽവച്ച് പൊരിച്ചെടുത്തു. ലിറ്റികൾ പുറത്തെടുത്ത് ഒരു കഷണം തടികൊണ്ട് ചാരം തുടച്ചുനീക്കി നെയ്യിൽപുരട്ടിയെടുത്തു. തക്കാളിയുടെയും വഴുതനങ്ങയുടെയും തൊലികളഞ്ഞ് ഉടച്ച്, അരിഞ്ഞ വെളുത്തുള്ളിയും പച്ചമുളകും ഉപ്പുമായി കലർത്തി.

ലിറ്റി ചൊക്കയെക്കാളും രുചിയേറിയ ഒരു ഭക്ഷണമില്ലെന്ന് സ്വീകരണമുറിയുടെ നടുവിലെ മേശമേൽ ഒരു പാത്രം നിറച്ചുവെച്ചിരിക്കുന്ന നെയ്യിൽ കുതിർന്ന തവിട്ടുനിറത്തിലുള്ള ലിറ്റികൾ കണ്ടപ്പോൾ ആരിഫ് ചിന്തിച്ചു. അവന്റെ വായിൽ വെള്ളംവരാൻ തുടങ്ങി. ആരിഫ് പാചകം ചെയ്യാൻ സഹായിച്ചില്ലെങ്കിലും അവൻ പ്ലേറ്റുകളും ഗ്ലാസുകളും കഴുകുകയും സീറോബി ടാപ്പിൽനിന്നും കപ്പിൽ വെള്ളം പിടിച്ചുവയ്ക്കുകയും ചെയ്തു.

ഇരുപതുമിനിട്ടിനുള്ളിൽ അവർ ആ പാത്രം വടിച്ചുതീർത്തു. ആനന്ദ് സംതൃപ്തിയോടെ എമ്പക്കംവിട്ട് ഒരു കുഷ്യനിട്ട കസേരയിൽ ഇരിപ്പുറപ്പിച്ചു.

'ചൂടും എരിവുമുള്ള ഭക്ഷണത്തിനുശേഷം നമുക്ക് ഒരു ചൂടും എരിവും ഉള്ള സിനിമ വേണം.' ടിവിയുടെ ഓൺബട്ടൺ അമർത്തിക്കൊണ്ട് അവൻ പറഞ്ഞു.

ഒരു തലക്കെട്ട് സ്ക്രീനിൽ മിന്നി. 'ആർത്തിയുള്ള പെൺകുട്ടികൾ.' വലിയ മുലയും ഉരുണ്ട കുണ്ടിയുമുള്ള മൂന്ന് അതിസുന്ദരികളായ വേലക്കാരി പെൺകുട്ടികൾ സ്ക്രീനിൽ പ്രത്യക്ഷപ്പെടുകയും പെട്ടെന്ന് അവരുടെ ഉടുപ്പൂരി കളയുകയും ചെയ്തു. അപ്പോൾ ചെമ്പൻമുടിയുള്ള നഗ്നനായ ഒരുവൻ പെൺകുട്ടികളെ ഒന്നൊന്നായി ഭോഗിക്കുവാൻ തുടങ്ങി. അത് ആരിഫിന് അതീന്ദ്രിയമായ നിമിഷങ്ങളായിരുന്നു. ആരിഫ് ബ്ലൂഫിലിമുകളെക്കുറിച്ച് കേട്ടിരുന്നെങ്കിലും അത്തരം ഫിലിമുകൾ സങ്കൽപ്പിക്കാൻ ഒന്നുംബാക്കിവയ്ക്കുന്നില്ലെന്ന് അവൻ മനസ്സിലാക്കിയിരുന്നില്ല. അവന്റെ തൊണ്ടവരളുകയും ശരീരം വേവുകയും ചെയ്തു. മൃത്യുഞ്ജയുടെ കണ്ണുകൾ ടിവി സ്ക്രീനിൽ ഉറപ്പിച്ചിരി

ക്കുകയാണെന്ന് അവൻ നിരീക്ഷിച്ചു. വിയർപ്പിന്റെ തുള്ളികൾ അവന്റെ നെറ്റിയിൽ കാണപ്പെട്ടു.

കഷ്ടിച്ച് ഒരു പത്തുമിനിറ്റ് കഴിഞ്ഞപ്പോൾ ആ യുവാവും പെൺകുട്ടികളും അവരുടെ പൊസിഷൻ മാറ്റുകയും ശുഷ്കാന്തിയോടെ അവരുടെ അധരംകൊണ്ട് പണിചെയ്തു തുടങ്ങുകയും ചെയ്തു.

'ഇതെന്താണ്?' അവൻ അറിയാതെ ചോദിച്ചു.

'സുഹൃത്തേ, ഇതാണ് 69.' മൃത്യുഞ്ജയ് അമർത്തിചിരിച്ചു.

പക്ഷേ, ആ ദൃശ്യം ആരിഫിനെ അമ്പരപ്പിച്ചു. അവന് ഛർദിക്കുവാൻ വരുന്നപോലെ തോന്നി. അവൻ ബാത്ത്റൂമിലേക്ക് ഓടി. ലിറ്റി ചൊക്ക രണ്ടുതവണകളായി പുറത്തുപോയി. അവൻ ഗാർഗിൾ ചെയ്തിട്ട് മുഖം കഴുകി, ഛർദ്ദിൽ വൃത്തിയാക്കി.

ആരിഫ് മൃത്യുഞ്ജയോട് അവൻ വീട്ടിൽപോവുകയാണെന്ന് പറഞ്ഞു. മൃത്യുഞ്ജയ്ക്ക് എന്തെങ്കിലും പറയാൻപറ്റുന്നതിനുമുൻപേ അവൻ വാതിലിന്റെ കുറ്റി തുറന്ന് ആ ഫ്ളാറ്റിന്റെ വെളിയിൽക്കടന്നു. അവന്റെ പിന്നിൽ വാതിൽ അടയുന്നത് അവൻ കേട്ടു.

'തോബാ അസ്തഗ്ഫർ, തോബാ അസ്തഗ്ഫർ' ആരിഫ് പതിയെ പറഞ്ഞുകൊണ്ട് വീട്ടിലേക്ക് തിരികേ നടക്കുമ്പോൾ ദൈവത്തോട് ക്ഷമാപണംതേടി.

ആ രാത്രിയിൽ അവൻ ഒരു സ്വപ്നംകണ്ടു. സുമിത്ര അവന്റെ കിടക്കയിൽ അവനടുത്തായി കിടക്കുന്നത് അവൻ കണ്ടു. വൈകുന്നേരം സിനിമയിൽ അവൻ കണ്ടത് അവൻ അവളുമായി ചെയ്തു. രാവിലെ അവന്റെ ലുങ്കി ശുക്ലത്തിൽ കുതിർന്നിരുന്നത് അവൻ കണ്ടു. അവന് അവന്റെ വൃത്തികെട്ട സ്വപ്നത്തിൽ കുറ്റബോധംതോന്നി. അവന് അതികഠിനമായ തലവേദനയും മൂക്കടപ്പും അനുഭവപെട്ടു. ആരിഫ് സോസ്പാനിൽ വെള്ളമെടുത്ത് സ്റ്റൗവ്വിൽവച്ചു. എന്നിട്ട് ഇഞ്ചിയിട്ട് ചായതിളപ്പിച്ച് അത്കുടിച്ചു. അവന് വിക്സ് വേപ്പോറബ് മൂക്കിൽ വലിക്കണമെന്നു തോന്നി.

അപ്പോൾ പതിനൊന്നു മണിയാകുവാൻ അഞ്ചുമിനിട്ടുകൂടിയേ ഉണ്ടായിരുന്നുള്ളൂ. പുറത്തെ സൂര്യൻ കത്തി ജ്വലിച്ചു. സീലിംഗ് ഫാൻ ചൂടുകാറ്റ് വമിക്കുന്നു. മേശമേൽ പബ്ലിക് അഡ്മിനിസ്ട്രേഷന്റെ പുസ്തകം തുറന്നുകിടക്കുന്നു. ആരിഫ് എബ്രഹാം മാസ്ലോയുടെ ഹൈറാർക്കി ഓഫ് നീഡ്സ് എന്ന പുസ്തകത്തിൽനിന്നുള്ള ഒരു അദ്ധ്യായം വായിക്കുവാൻ ശ്രമിച്ചു. മനഃശാസ്ത്രപരമായ ആവശ്യങ്ങൾ, സുരക്ഷിതത്വത്തിന്റെ ആവശ്യങ്ങൾ, പ്രണയത്തിന്റെയും സാന്ത്വനങ്ങളുടെയും ആവശ്യങ്ങൾ, അംഗീകരിക്കപ്പെടേണ്ടതായ ആവശ്യങ്ങൾ, ആത്മസാക്ഷാത്കാരത്തിന്റെ ആവശ്യം. എന്തുകൊണ്ടാണ് എനിക്ക് പെട്ടെന്ന് സുമിത്രയുടെ ശരീരത്തോട് ഒരാസക്തി വളർന്നത്? സുമിത്ര

യ്ക്കുവേണ്ടിയുള്ള അവന്റെ അതിയായ ആഗ്രഹം മനഃശാസ്ത്രപരമായ ആവശ്യങ്ങളുടെ വിഭാഗത്തിലാണ് ഉൾപ്പെടുകയെന്ന് അവൻ ചിന്തിച്ചു. ആരിഫിന് ഏകാഗ്രത നഷ്ടപ്പെട്ടതായി തോന്നി. അവൻ പുസ്തകം അടച്ചുവച്ചു. അവൻ അവന്റെ ചെറിയ കറുത്ത റേഡിയോ എടുത്ത് അത് ഓൺചെയ്തു. വിവിധ ഭാരതി പാടിക്കൊണ്ടിരുന്ന ഗാനം ലതാ മങ്കേഷ്കറുടെ ഒരു ക്ലാസിക് ആയിരുന്നു.' ദിൽകി ജിറാഖോൽ ദോചുപ്നാ ബൈട്ടോ, കോയി ഗീത്ഗാവോ.' (നിന്റെ ഹൃദയത്തിന്റെ കെട്ടുകൾ അഴിക്കൂ. നിശ്ശബ്ദനായിരിക്കാതെ ഒരു പാട്ടുപാടൂ). അവൻ റേഡിയോയുടെ ഒച്ച ക്രമീകരിച്ചു. അടുത്തപാട്ട് ആരാധനാ എന്ന ചിത്രത്തിലെ കാമാതുരമായ ഒരു ഗാനമായിരുന്നു.

രൂപ്തേരാ മസ്തനാ
പ്യാർ മേരാ ദീവാനാ
ഭൂൽ കോയി ഹംസേനഹോ ജായേ

(നിന്റെ രൂപം എന്നെ മത്തുപിടിപ്പിക്കുന്നു
നിന്നോടുള്ള പ്രേമത്താൽ ഞാൻ ഭ്രാന്തനാകുന്നു
നീയുമായി ഒരു തെറ്റുചെയ്യുമെന്ന് ഞാൻ ഭയപ്പെടുന്നു)

ആരിഫ് ആ ദൃശ്യം സിനിമയിൽനിന്ന് ആവാഹിച്ചു. ആസക്തനായ രാജേഷ്ഖന്ന ലജ്ജാവതിയായ പാതി നഗ്നയായ ശർമിള ടാഗോറിനെ കെട്ടിപ്പുണരുന്നത് അവന് കാണാമായിരുന്നു. ശർമിളയുടെ ചിത്രം സുമിത്ര‌യുടേതുമായി വെച്ചുമാറി. നാമമാത്രമായി വസ്ത്രം ധരിച്ച അവൾ അവന്റെനേരെ വരുന്നത് ആരിഫിന് കാണുവാനായി.

അവൻ റേഡിയോ ഓഫ്ചെയ്തിട്ട് കഴിഞ്ഞ പത്തുദിവസങ്ങളായി അവൻ വായിച്ചുകൊണ്ടിരുന്ന 'കോളറകാലത്തെ പ്രണയം' എന്ന നോവൽ കൈയിലെടുത്തു രണ്ടു പേജുകൾ കഴിഞ്ഞപ്പോൾ ഒരു ഖണ്ഡികവീണ്ടും വായിക്കുവാനായി അവൻ നിർത്തി.

വിശേഷപ്പെട്ട തുണിയിൽ ചിത്രത്തുന്നൽ ചെയ്ത ബ്ലൗസ് അവൾ ഊരിയെടുത്ത് മുറിക്ക് കുറുകേ വലിച്ചെറിഞ്ഞു. ആ മൂലയിലുള്ള ചാരുകസേരയിൽനിന്ന് കട്ടിലിന്റെ മറ്റേ അറ്റത്തേക്ക് തന്റെ ചുമലുകൾക്കുമീതെനിന്ന് തന്റെ ബ്രയിസ്സിയർ അവൾ ഉയർത്തി എറിഞ്ഞു. അവളുടെ ഞൊറികളുള്ള നീണ്ടപാവാടയും പട്ടിൽപൊതിഞ്ഞ അരപ്പട്ടയും ശവസംസ്കാരച്ചടങ്ങിനണിഞ്ഞ കാലുറകളും അവൾ ഒറ്റവലിക്ക് ഊരിമാറ്റി, തന്റെ വിലാപത്തിന്റെ ആ അവസാനത്തെ ശേഷിപ്പുകൾകൊണ്ട് ആ മുറിയെ പരവതാനിവിരിക്കുന്നതുവരെ അവൾ എല്ലാം തറയിലേക്ക് വലിച്ചെറിഞ്ഞു.

അതിയായ ആഹ്ലാദത്തോടെ കൃത്യമായി അളന്ന ഇടവേളകളോടുകൂടി അവളത് ചെയ്തു. അവളുടെ ഓരോ ആംഗ്യങ്ങളും

നഗരത്തെ കുലുക്കി നിലംപറ്റിച്ച, ആക്രമിക്കുന്ന പട്ടാളസംഘത്തിന്റെ പീരങ്കിയെ അഭിവാദ്യം ചെയ്യുന്നതുപോലെ തോന്നിച്ചു. ഫ്ളോറന്റീനോ അരിസാ അവളുടെ മുലക്കച്ച അഴിക്കുവാൻ അവളെ തന്നെ സഹായിച്ചു. അവന്റെ വിദഗ്ധമായ കൈവഴക്കങ്ങൾ അവൾ പ്രതീക്ഷിച്ചു. പക്ഷേ, ദാമ്പത്യത്തിന്റെ അഞ്ചുവർഷങ്ങളിൽ പ്രാരംഭഘട്ടത്തിൽപോലും ആരിൽനിന്നും സഹായങ്ങളൊന്നുമില്ലായിരുന്ന കാലത്ത് രതിയുടെ എല്ലാഘട്ടങ്ങളിലും സ്വയം ആശ്രയിക്കണമെന്ന് അവൾ പഠിച്ചിരുന്നു. പിന്നെ അവൾതന്നെ വള്ളിയുള്ള അടിവസ്ത്രം ഒരു നീന്തൽകാരിയുടെ ദ്രുതചലനത്തോടെ കാലുകളിലൂടെ താഴേക്ക് ഊരിമാറ്റി അവൾ നഗ്നയായി.

അവൻ ആ ഖണ്ഡിക വായിച്ചുകൊണ്ടിരുന്നപ്പോൾ ഒരു അമിതാഗ്രഹം അവനെ ശ്വാസംമുട്ടിക്കുവാൻ തുടങ്ങി. അവൻ ഫ്ളോറന്റീനോ അരിസയെ അവനെതന്നെയും വിധവയായ നസ്രേത്തിനെ സുമിത്രയ്ക്ക് പകരവും സങ്കല്പിച്ചു.

അവൻ ആ ഖണ്ഡിക വീണ്ടുംവായിച്ചു. സുമിത്ര അവളുടെ സാരി അഴിച്ച് മുറിയുടെ കുറുകെ, മൂലയിലുള്ള തടിക്കസേരയിലേക്ക് എറിഞ്ഞു. അവൾ അവളുടെ സ്ലീവ്ലെസ്സ് ബ്ലൗസ് തന്റെ ചുമലിനു മീതെ കട്ടിലിന്റെ മറ്റേ അറ്റത്തേക്ക് എറിഞ്ഞു. ഒറ്റവലികൊണ്ട് അവൾ അവളുടെ പെറ്റിക്കോട്ട് ഊരിമാറ്റി. ആരിഫ് അവളുടെ ബ്രായുടെ വള്ളി അഴിക്കുവാൻ സഹായിച്ചു..... അപ്പോൾ ഒരു നൃത്തക്കാരിയുടെ ദ്രുതചലനങ്ങളിലൂടെ അവളുടെ കാലിലൂടെ താഴെയിട്ടു. അവൾ അവളുടെ കറുത്ത കോട്ടൺ പാന്റീസ് ഊരിമാറ്റി. അവസാനം അവൾ നഗ്നയായി.

മാർകേസിന്റെ നോവലിൽനിന്നുള്ള കാല്പനികത അവനിൽ ആസക്തിയുടെ അഗ്നിപർവതം പൊട്ടിച്ചു. പെട്ടെന്ന് ഒരു ശ്വാസംമുട്ടൽ ആരിഫിനെ പിടികൂടി. ഒരു ഗ്ലാസ് വെള്ളമെടുത്ത് ഒറ്റവലിക്ക് അവൻ കുടിച്ചിറക്കി.

ഒരു മണിക്കൂറിനുശേഷം ആരിഫ് സുമിത്രയുടെ വീടിന്റെ മുൻവശത്ത് എത്തി. അവൻ ബെൽ അമർത്തി. സുമിത്ര വാതിൽ തുറന്നു. അവൾ ഉന്മേഷവതിയായി കാണപ്പെട്ടു. കുളിക്കുന്ന സോപ്പിന്റെ വാസന അവളെ പൊതിഞ്ഞിരുന്നു. ലിറിൽ സോപ്പിന്റെ നാരങ്ങാമണം ആരിഫിന്റെ ഇന്ദ്രിയങ്ങളെ ഇക്കിളിപ്പെടുത്തി.

'നിങ്ങൾ ഒറ്റയ്ക്കാണോ?' ആരിഫ് ചോദിച്ചു.

'അതെ.' അവൾ ഒരു ചിരിയോടെ മറുപടി പറഞ്ഞു.

അവൾക്ക് ഒന്നുംപറയുവാൻ കഴിയുന്നതിനുമുമ്പേ ആരിഫ് സുമിത്രയുടെ ഫ്ളാറ്റിലേക്കുള്ള വഴി തള്ളിക്കടന്നു വാതിൽ കുറ്റിയിട്ട് അവളോട് മുറിയിലേക്ക് വരുവാൻ പറഞ്ഞു. അവൾ മുറിയിലെത്തിയ

പ്പോൾ ആരിഫ് അവളുടെ കൈയിൽപിടിച്ചുകൊണ്ട് പറഞ്ഞു. 'ഞാൻ നിന്നെ പ്രേമിക്കുന്നു.' എന്നിട്ട് പെട്ടെന്നുള്ള ഒരു ചലനത്തോടെ അവൻ അവളുടെചുമലിൽപിടിച്ച് അവളുടെ കവിളുകളിൽ ചുംബിച്ചു.

'വേണ്ട.' അവൾ പറഞ്ഞിട്ട് അവനിൽനിന്നും സ്വതന്ത്രയാകാൻ ശ്രമിച്ചു.

സുമിത്രയുടെ ദുർബലമായ എതിർപ്പുകളെ അവഗണിച്ചുകൊണ്ട് അവനവളെ ഇറുക്കിപ്പിടിച്ച് കിടക്കയിലേക്ക് തള്ളി.

ഇതൊരു തെറ്റാണ് ആരിഫ്. ആരിഫിന്റെ ബോധം അവളുടെ ശരീരത്തിന്റെ മത്തുപിടിപ്പിക്കുന്ന ഗന്ധത്താൽ മയങ്ങിപ്പോയി.

ഉടനെ സുമിത്ര എതിർക്കുന്നതുപോലെ ഭാവിക്കുന്നത് നിർത്തി ആരിഫിന്റെ ആലിംഗനം ആസ്വദിക്കുവാൻ തുടങ്ങി. അവൾ അവളുടെ കണ്ണുകളടച്ച് അനങ്ങാതെ കിടന്നു. അവൻ അവന്റെ ശരീരം അവളുടെ ശരീരവുമായി അമർത്തി. അവൻ അതുവരെ ഒരു പെണ്ണിനെയും അത്ര അടുത്ത് അനുഭവിച്ചിരുന്നില്ല. ഒന്നോ രണ്ടോ മിനിറ്റുകൾക്കുള്ളിൽ അവൻ പൈജാമയിൽ സ്ഖലിച്ചു. അവന്റെ പിടി അയഞ്ഞു. അവൻ എഴുന്നേറ്റ് സുമിത്രയോട് ഒന്നുംപറയാതെ സ്ഥലംവിട്ടു. അവളെ അഭിമുഖീകരിക്കുവാനുള്ള ധൈര്യം അവനില്ലായിരുന്നു.

വേഗത്തിൽ സൈക്കിൾ ചവിട്ടുന്നതിനിടയിൽ അവൻ ആസാൻ വിളിക്കുന്നതുകേട്ടു. അന്നൊരു വെള്ളിയാഴ്ചയായിരുന്നു. അവൻ പരിഭ്രമിച്ചു. 'യാ അല്ലാഹ്! ഞാൻ ഈ കടമുള്ള ദിവസംതന്നെ ഒരു തെറ്റുചെയ്യാൻ തിരഞ്ഞെടുത്തല്ലോ?' ഏതാനും മിനിറ്റുകൾ കഴിഞ്ഞപ്പോൾ ആരിഫ് അവന്റെ സൈക്കിൾ അവന്റെ വീടിന്റെമുൻപിൽ നിർത്തി മുകളിലത്തെ നിലയിലേയ്ക്ക് ഓടി.

അവൻ പ്രാർത്ഥിക്കുവാൻ പള്ളിയിൽപോകുന്നതിനുമുൻപേ കുളിക്കുകയും അവന്റെ വസ്ത്രങ്ങൾ മാറുകയും ചെയ്യണമായിരുന്നു.

~

വെള്ളിയാഴ്ച്ചയിലെ പ്രാർഥനയ്ക്കുമുമ്പ് പള്ളിയുടെ പടിവാതിൽക്കൽവച്ച് അവന്റെ ബാപ്പയുടെ ഒരു സഹപ്രവർത്തകൻ തൈമൂർ അലി, സക്കീർ എവിടെയാണെന്ന് ആരിഫിനോട് ചോദിച്ചു. തന്റെ സഹോദരൻ പട്നയിൽ ഇല്ലെന്ന് അവൻ അയാളോട് പറഞ്ഞു.

'സക്കീർ ഒരിക്കലും ആഴ്ചതോറുമുള്ള പ്രാർത്ഥനയ്ക്ക് വരാറില്ല. ഞാൻ അവനെ ഒരിക്കലും പള്ളിയിൽ കണ്ടിട്ടില്ല.' അയാൾ പറഞ്ഞു.

'അവൻ ചില നാടകസംഘത്തിൽ ചേർന്നു എന്നുകേട്ടു. മുസ്ലിങ്ങൾക്ക് നാടകവും സിനിമയും സംഗീതവും ഹറാമാണ്. അവൻ വഴിപിഴച്ചുപോയി. എന്തുകൊണ്ടാണ് നിങ്ങളുടെ ബാപ്പ ഇത്തരം

ഇസ്ലാമല്ലാത്ത കാര്യങ്ങൾ ചെയ്യുന്നതിൽനിന്ന് അവനെ തടയാത്തത്? ഒരു ജ്യേഷ്ഠസഹോദരനായതുകൊണ്ട് നീയും അവനെ തെറ്റും ധർമ്മവും തമ്മിലുള്ള വ്യത്യാസമെന്തെന്ന് പഠിപ്പിക്കണം.' ആരിഫ് ഒന്നുംപറഞ്ഞില്ല. അവൻ തർക്കിക്കാനുള്ള ഒരു മൂഡിൽ അല്ലായിരുന്നു. മാത്രമല്ല ഒരപരിചിതൻ അവന്റെ സഹോദരനെ വിമർശിക്കുന്നത് അവന് ഇഷ്ടപ്പെട്ടില്ല.

തന്റെ സഹോദരൻ വഴിപിഴച്ചുപോകില്ലെന്ന് അവനറിയാം. ആചാരങ്ങളുടെ നിഷ്പ്രയോജനത്തെക്കുറിച്ച് അവന് ബോധ്യമുണ്ടെന്നേയുള്ളൂ. പക്ഷേ, അവൻ എല്ലാ ആചാരങ്ങളും തള്ളിക്കളയാറില്ല. ശവസംസ്കാര പ്രാർത്ഥനകളിൽ എപ്പോഴും അവൻ ആദ്യം എത്തിച്ചേരും.

ഞാനാണ് വഴിപിഴച്ചുപോയത്. പള്ളിയിൽ വുളുവെടുക്കുന്നതിനിടയിൽ ആരിഫ് ചിന്തിച്ചു. ആദ്യംതന്നെ വിശുദ്ധ പ്രണയമാണെന്ന് അവകാശപ്പെട്ടുകൊണ്ട് ഞാൻ രണ്ടുകുട്ടികളുടെ അമ്മയുമായി പ്രണയത്തിൽ വീണു. ഇപ്പോൾ ഞാൻ എല്ലാ സദാചാരസീമകളെയും ലംഘിച്ചിരിക്കുന്നു.

അവൻ അവനെത്തന്നെ വെറുത്തു. പള്ളിയിലെ വിശുദ്ധാന്തരീക്ഷം അവനിൽ ധാർമ്മികത നിറച്ചു. ഏതാനും നിമിഷങ്ങൾക്കുശേഷം ഇമാമിന്റെ മതപ്രസംഗം അവനിൽ വിശുദ്ധഭയം നിക്ഷേപിച്ചു. നരകത്തിൽ എരിയുന്നതിന്റെ ഭയം കെടാത്ത അഗ്നിയെക്കുറിച്ചുള്ള ഭയം. ഇമാം തന്റെ പ്രസംഗംതുടർന്നു.

നഫ്സ് ഇ അമരാഹെപ്പറ്റി വിശുദ്ധ പുസ്തകം ഇങ്ങനെ പറയുന്നു. മനുഷ്യന്റെ മനസ്സ് പിശാചിന്റെ പ്രേരണയ്ക്ക് എപ്പോഴും സന്നദ്ധമാണ്. പക്ഷേ, ആരൊക്ക നഫ്സ് ഇ അമരാഹ്, നൈസർഗിക അഹത്തെ അനുസരിക്കുന്നുവോ അവരൊക്ക നരകത്തിൽ തങ്ങളുടെ വാസസ്ഥലം കണ്ടെത്തും. നരകത്തിലെ ഏറ്റവും ലളിതമായ ശിക്ഷ ഈ ഭൂമിയിലെ ഏറ്റവും കഠിനമായ ശിക്ഷയെക്കാളും അനേകമടങ്ങ് കഠിനമാണ്. നന്ദി.'

പിന്നെ അയാൾ 'സിന'യെക്കുറിച്ച്, വ്യഭിചാരക്കുറ്റത്തെക്കുറിച്ച് പറഞ്ഞു. നരകത്തിലെ ഏറ്റവും താഴ്ച്ചയേറിയ പാതാളം വ്യഭിചാരികൾക്കുവേണ്ടി മാറ്റിവച്ചിരുന്നു. ഏറ്റവും മാരകമായ സർപ്പങ്ങൾ അവിടെ നിനക്കായ് കാത്തിരിക്കുന്നു.

നരകത്തെക്കുറിച്ചും ശിക്ഷയെക്കുറിച്ചുമുള്ള വിവരങ്ങൾ ആരിഫിനെ പേടിപ്പെടുത്തി. നരകത്തിലെ തീയിൽ തന്നെ ചുട്ടെടുത്ത പോലെ അവന് അനുഭവപ്പെട്ടു. അവന്റെ ചർമ്മങ്ങളെ വാട്ടിക്കളഞ്ഞു. ആരിഫ് തന്റെ അനുചിതമല്ലാത്ത പെരുമാറ്റത്തിൽ പശ്ചാത്തപിച്ചു. അതൊരിക്കലും ആവർത്തിക്കുകയില്ലെന്ന് ദൃഢനിശ്ചയം ചെയ്തു. ഇതുവരെ അവന് സുമിത്രയുമായുള്ള ബന്ധത്തെ അവൻ ന്യായീ

കരിച്ചിരുന്നു. എന്തുകൊണ്ടെന്നാൽ വൈകാരികതലത്തിലുള്ള ഇട പെടലേ ഉണ്ടായിരുന്നുള്ളൂ. പക്ഷേ, ആ അതിര് ഇപ്പോൾ പൊട്ടിച്ചിരിക്കുന്നു. ഏതുതരത്തിലുള്ള വൃത്തികെട്ട തരംതാഴ്മയിൽ അവനിപ്പോൾ എത്തിയിരിക്കുന്നു? ആരിഫ് ചിന്തിച്ചു.

എങ്ങനെയാണിപ്പോൾ അവന് സുമിത്രയെ അഭിമുഖീകരിക്കാനാവുക? പരിപൂർണ്ണതലത്തിലേക്ക് ആ ബന്ധം കടന്നുപോയില്ലെന്നുള്ളതിൽ അവൻ നന്ദിയുള്ളവനായി.

~

അടുത്ത മൂന്നാഴ്ചത്തേക്ക് ആരിഫ് സ്വയം മുറിയിൽ പൂട്ടിയിട്ട് അവന്റെ പഠനങ്ങളിൽ ശ്രദ്ധചെലുത്തുവാൻ ശ്രമിച്ചു. അവൻ കഴിഞ്ഞ കുറേ മാസങ്ങളായി അത് അവഗണിച്ചിരുന്നു. കുറേയേറെ പഠിക്കുവാനും ഉണ്ടായിരുന്നു. അവന്റെ ആഴ്ചതോറുമുള്ള കാര്യക്രമത്തിൽ ഉറച്ചുനിന്നതിനാൽ അവന് അശ്വതി & അശ്വതിയുടെ പബ്ലിക് അഡ്മിനിസ്ട്രേഷന്റെ ഒരു പുസ്തകം മുഴുമിപ്പിക്കുവാൻ കഴിഞ്ഞു. സുമിത്രയെ യാദൃച്ഛികമായി കണ്ടുമുട്ടിയാലോ എന്ന് ഭയന്ന് അവൻ മൃത്യുഞ്ജയുടെ വീട് സന്ദർശിച്ചില്ല.

അവന്റെ സുഹൃത്തിന്റെ വീട്ടിൽ പോകാതിരിക്കാൻ കഴിയാത്തതുകൊണ്ട് മൃത്യുഞ്ജയെ രാത്രി കാണാം എന്നവൻ തീരുമാനിച്ചു. ആരിഫ് ബാങ്കോളനിയിലെ കല്ലുകൾ പാകിയ പ്രധാന പാതയിലൂടെ നടന്ന് മൃത്യുഞ്ജയുടെ വീട്ടിലേക്കുപോകുന്ന ഇടവഴിയിലേക്ക് തിരിയാൻ തുടങ്ങുമ്പോൾ രാഹുൽ അവന്റെ നേരെ വരുന്നത് അവൻ കണ്ടു. ആരിഫിനെ കണ്ടയുടനെ രാഹുൽ കരയുവാൻ തുടങ്ങി.

'ബയ്യാ, മമ്മിക്ക് തീരെ സുഖമില്ല. പപ്പയും വീട്ടിലില്ല. അദ്ദേഹം റാഞ്ചിയിൽ പോയി.' അവൻ പറഞ്ഞു.

'മൃത്യുഞ്ജയ് വീട്ടിലുണ്ടോ?' അവൻ ചോദിച്ചു.

'ഈ കോളനിയിലുള്ളവരെല്ലാം ഹോട്ടൽ ചാണക്യയിൽ ശർമ്മ അങ്കിളിന്റെ മകളുടെ കല്യാണം കൂടാൻപോയി.'

'കരയാതെ, എന്റെ കൂടെ വരൂ.' ആരിഫ് ഉറപ്പിച്ച് പറഞ്ഞു.

അവൻ കഠിനമായി ചിന്തിച്ചപ്പോൾ ഒരു ഫോൺനമ്പർ കിട്ടി. ഡോക്ടർ ദേവശിഷ്ഗാംഗുലി വീട്ടിൽവന്ന് ചികിത്സിക്കില്ലെന്നവനറിയാമെങ്കിലും അവൻ അദ്ദേഹത്തിന്റെ നമ്പർ ഡയൽചെയ്തു. അവൻ അദ്ദേഹത്തോട് അപേക്ഷിക്കുകയും യാചിക്കുകയും വാദിക്കുകയും ചെയ്തു. പ്രകോപിതനായി ഡോക്ടർ ഗാംഗുലി സമ്മതിച്ചു.

സുമിത്രയുടെ വീട്ടിൽ ആ രാത്രികഴിയുന്നത് ഒരു നല്ല ആശയമല്ല. ആരെങ്കിലും അത് കേട്ടാൽമതി ഒരു അപവാദമുണ്ടാകാൻ. പക്ഷേ,

മറ്റൊരു മാർഗ്ഗവുമില്ലായിരുന്നു. അവളുടെ അടുത്ത് രാവിലെവരെ തങ്ങാൻ ഡോക്ടർ അവനെ നിർദ്ദേശിച്ചു. അവന് അവളെ തനിച്ചാക്കിയിട്ട് പോകുവാൻ കഴിയില്ല. അവൾക്കെന്തെങ്കിലും സംഭവിച്ചാൽ അവനൊരിക്കലും അവനോട് ക്ഷമിക്കാൻ കഴിയില്ല.

അവസാനം അവനവിടെ കഴിയുവാൻ തീരുമാനിച്ചു. 'എന്തെങ്കിലും വരട്ടെ, ഞാനിവിടെ താമസിക്കുന്നു.' അവന്റെ യശസ്സിനെക്കാളും എത്രയോ അധികം പ്രധാനപ്പെട്ടതാണ് അവന് സുമിത്ര. അവൻ അവന്റെ അയൽപക്കത്ത് വിളിച്ച് അവന്റെ ഉമ്മയോട് തന്റെ കോളേജിൽ നിന്നുള്ള ഒരു സുഹൃത്ത് ആശുപത്രിയിൽ ആണെന്നും അവൻ രാത്രിയിൽ അവിടെ താങ്ങാൻ പോവുകയാണെന്നും അറിയിക്കുവാൻ പറഞ്ഞു.

ആരിഫ് ടോസ്റ്റും ഓംലെറ്റുമുണ്ടാക്കി രാഹുലിന് കൊടുത്തിട്ട് അവനോട് അത്താഴശേഷം ഉറങ്ങിക്കൊള്ളാൻ പറഞ്ഞു. അവൾ ഉറങ്ങുന്ന അവളുടെ കട്ടിലിന്റെ അരികിലിരുന്ന് അവൻ അവന്റെ വലതുപുറംകൈകൊണ്ട് അവളുടെ നെറ്റിയിൽ സ്പർശിച്ചു. അപ്പോഴും പൊള്ളുന്നുണ്ടായിരുന്നു. ഡോക്ടർ പറഞ്ഞതനുസരിച്ച് അവൻ അവളുടെമുഖവും നെറ്റിത്തടവും ഒരു കഷ്ണം തുണി തണുത്ത വെള്ളത്തിൽ കുതിർത്തി തുടച്ചു.

ഇടയ്ക്കിടെ അവളുടെ ശരീരോഷ്മാവ് അളക്കണമെന്നും ഊഷ്മാവ് കൂടിവരികയാണെങ്കിൽ അവളെ ഉടനെ ആശുപത്രിയിൽ പ്രവേശിപ്പിക്കണമെന്നുംകൂടി ഡോക്ടർ അവനോട് പറഞ്ഞിരുന്നു.

അവൾ പൂർണ്ണബോധത്തിലായിരുന്നില്ല. തെർമോമീറ്റർ അവളുടെ വായിൽവയ്ക്കുന്നത് സുരക്ഷിതമല്ല. അവളുടെ പല്ലുകൾകൊണ്ട് അവളത് കടിച്ചുപൊട്ടിക്കാൻ സാധ്യതയുണ്ട്. അവളുടെ കക്ഷത്തിലേക്ക് തെർമോമീറ്റർ കടത്തിവയ്ക്കാൻ ആരിഫ് അവളുടെ ബ്ലൗസിനുള്ളിലേക്ക് അവന്റെ കൈകടത്തണമായിരുന്നു. വെള്ളിയാഴ്ചത്തെ സംഭവത്തിനുശേഷം അവന് അവനെത്തന്നെ വിശ്വാസമുണ്ടായിരുന്നില്ല. അവളുടെ മുലയിൽ അപ്രതീക്ഷിതമായെങ്ങാൻ തൊട്ടാൽ അതുതന്നെ ഉണർത്തുമെന്ന് അവൻ ഭയപ്പെട്ടു. രാഹുലിനെ ഉണർത്തിയാലോ എന്നവൻ ചിന്തിച്ചെങ്കിലും ചെയ്തില്ല.

അവൻ അറബിയിലെ ചില വചനങ്ങൾ ഉരുവിട്ടു.

ആരാണോ ഒരുവൻ തന്റെ ഭൂമിയിലെ അഭിനിവേശത്തിന്റെ ആത്മാവിനെ ശുദ്ധീകരിക്കുന്നവൻ അവൻ രക്ഷിക്കപ്പെടും. അവൻ നാശം അനുഭവിക്കുകയില്ല. പക്ഷേ, ആരാണോ ഒരുവൻ തന്റെ ഭൂമിയിലെ അഭിനിവേശങ്ങൾകൊണ്ട് മറികടക്കുന്നവൻ അവൻ ജീവിതത്തിന്റെ നിരാശയിലായിരിക്കും.

എന്നിട്ടവൻ വിശുദ്ധ ഖുർ ആനിലെ സൂറ അൽഫത്തീഹ ഉരുവിട്ടു.

പുറത്താക്കിയ സാത്താനിൽനിന്ന് ഞാൻ അല്ലാഹുവിൽ അഭയം തേടി. അല്ലാഹുവിന്റെ നാമത്തിൽ ഏറ്റവും ഔദാര്യത്തോടെ ഏറ്റവും കരുണയോടെ അല്ലാഹുവിന് സ്തുതി. ലോകങ്ങളുടെ നാഥാ, ഉദാരമനസ്കനേ, കാരുണ്യവാനേ വിധിദിനത്തിന്റെ ഉടമസ്ഥനേ ഞാൻ അങ്ങയെ (മാത്രമായി) ആരാധിക്കുന്നു. ഞങ്ങൾ അങ്ങയോട് (മാത്രമായി) സഹായമഭ്യർത്ഥിക്കുന്നു. ഞങ്ങൾക്ക് നേരായപാത കാണിച്ചുതരൂ. അങ്ങയുടെ പ്രിയപ്പെട്ടവർക്കുവേണ്ടി കൈവശംവച്ചിരിക്കുന്ന ആ പാത തങ്ങളുടെ ദേഷ്യത്തിനിടയായവരുടെ (പാത) അല്ല. വഴിപിഴച്ചു പോയവർക്കുള്ളതുമല്ല. ആമേൻ.

തന്റെ കണ്ണുകൾ തിരിച്ചുകൊണ്ടു ആരിഫ് സുമിത്രയുടെ ബ്ലൗസിന്റെ രണ്ടു ബട്ടണുകൾ തുറന്നു. തെർമോമീറ്റർ കൈയിൽ പിടിച്ച് ദ്രുതചലനത്തോടെ അവളുടെ ബ്രായുടെ അരുകിലുരസിക്കൊണ്ട് അവൻ അവളുടെ കക്ഷത്തിൽ ആ തെർമോമീറ്റർവച്ചു. അവളുടെ ശരീരോഷ്മാവ് 100 ആയി താഴ്ന്നിരിക്കുന്നു.

മണി രണ്ടായപ്പോൾ ആരിഫ് അവളുടെ കട്ടിലിലിരുന്ന് ചെറുതായി മയങ്ങുകയായിരുന്നു. സുമിത്ര ഇളകുകയും എന്തോ പിറുപിറുക്കുകയും ചെയ്തു.

'സുമിത്ര' ആരിഫ് മൃദുവായി വികാരരഹിതമായി പറഞ്ഞു. ഒരു പ്രതികരണവും ഉണ്ടായില്ല. അവൾ ഉറങ്ങിയിരുന്നു.

പ്രഭാതം മുറിയിലേക്ക് എത്തിനോക്കിയപ്പോൾ ആരിഫ് എഴുന്നേറ്റു. അവൻ സുമിത്രയുടെകൂടെ അവളുടെ പുതപ്പും പങ്കുവെച്ച് കിടക്കുകയായിരുന്നു. അവളുടെ കൈകൾ അവന്റെ നെഞ്ചിലായിരുന്നു. അവളുടെ മുടിയിഴകൾ അവന്റെ മുഖം പാതിമൂടിയിരുന്നു. അവന് അതിന്റെ സുഗന്ധം നുകരാം. അവളുടെ ഉറക്കത്തെ തടസ്സപ്പെടുത്താതെ അവളിൽനിന്നും പതിയെ മാറി ആരിഫ് അവളുടെ നെറ്റിയിൽ തൊട്ടുനോക്കി. അവൾക്ക് ചൂടില്ലെന്നുകണ്ടത് അവന് ആശ്വാസമായി. അവൾ വിയർക്കുന്നത് പനി വിട്ടുമാറിയെന്നുള്ളതിന്റെ മറ്റൊരു ലക്ഷണമായിരുന്നു. അടുക്കളയിൽ അവൻ മുഖംകഴുകി അവനുവേണ്ടി ഒരു കപ്പു ചായ ഉണ്ടാക്കി. രാഹുലിനുവേണ്ടി രണ്ടുകഷ്ണം ബ്രഡ്ടോസ്റ്റും. എന്നിട്ട് അവൻ ഡോക്ടറെ വിളിച്ചു.

'ഇനി പേടിക്കാനൊന്നുമില്ല. അവൾക്ക് ആ മരുന്നുകൾ തുടർച്ചയായി കൊടുക്കുക. എന്നിട്ട് മൂന്നു ദിവസംകഴിഞ്ഞ് എന്റെ ക്ലിനിക്കിൽ വന്ന് എന്നെ കാണുക.' ഡോക്ടർ പറഞ്ഞു.

ആരിഫ് സന്തോഷത്തോടെ സുമിത്രയുടെ അടുത്തേക്ക് മടങ്ങിച്ചെന്നു. അവളുടെ മുഖം വിളറിയതൊഴിച്ചാൽ അവൾ എന്നത്തെ

പ്പോലെയും സുന്ദരിയായിരുന്നു. പെട്ടെന്നുള്ള ഒരു തോന്നൽ നിയന്ത്രിക്കാനാവാതെ അവൻ കുനിഞ്ഞ് അവളുടെ നെറ്റിയിൽ ചുംബിച്ചു. അവൾ അനങ്ങിയില്ല.

പിന്നീട് അമ്മയുടെ കൂടെ ഇരിക്കണമെന്നും അവൾക്ക് മരുന്ന് സമയത്തിന് കൊടുക്കണമെന്നും അവൻ രാഹുലിന് നിർദ്ദേശം കൊടുത്തു.

'അവർ മരുന്ന് കഴിക്കുന്നതിനുമുമ്പ് ബിസ്കറ്റുകളോ റൊട്ടിയോ കഴിച്ചിട്ടുവേണം കൊടുക്കാൻ.' അവൻ കൂട്ടിച്ചേർത്തു.

'എപ്പോഴാണ് നിന്റെ അച്ഛൻ റാഞ്ചിയിൽനിന്നും മടങ്ങിവരുക?'

'ഇന്ന് ഉച്ചയ്ക്ക്'

'ഞാനിപ്പോൾ വീട്ടിൽപോകുന്നു.' ആരിഫ് പറഞ്ഞു. എന്നിട്ട് അവന്റെ അയൽവക്കത്തെ ഫോൺനമ്പർ രാഹുലിന് കൊടുത്തു. എന്തെങ്കിലും കാരണത്താൽ ആരിഫ് വരേണ്ടതുണ്ടെങ്കിൽ വിളിക്കാൻ.

'ഹാൻ, നിങ്ങളുടെ ഫ്ളാറ്റിൽ ഞാൻ രാത്രി താമസിച്ചതിനെപ്പറ്റി ആരോടും പറയരുത്. നിന്റെ അച്ഛനോടുപോലും.'

'അതെന്താ?' ആ ചെറുക്കൻ നിഷ്കളങ്കതയോടെ ചോദിച്ചു.

'പറയരുത്. അതുതന്നെ. എന്നോട് സത്യം ചെയ്യൂ.'

'ടീക് ഹൈ, ഞാൻ നിങ്ങൾ പറഞ്ഞപോലെ ചെയ്യാം ആരിഫ് ഭയ്യാ.' അവൻ മറുപടിപറഞ്ഞു.

ആരിഫ് റോഡിലേക്ക് വന്നപ്പോൾ അത് വിജനമായിരുന്നു. അപ്പോൾ തടിച്ച ഒരു മദ്ധ്യവയസ്കൻ റോഡിലെ ഒരു കൈപ്പമ്പിന്റെ അടുത്തുനിന്ന് കുളിക്കുന്നത് അവൻ കണ്ടു.

'ബംബംബോലേ......' അയാൾ ഉച്ചത്തിൽ പാടുകയും ഒരു കപ്പിൽ നിന്ന് തലയിലേക്ക് വെള്ളം ഒഴിക്കുകയും ചെയ്തു.

പതിനൊന്ന്

ആരിഫ് പഠനമുറിയിലിരുന്ന് സുമിത്രയുടെ മറ്റൊരു കത്ത് വായിക്കുകയായിരുന്നു. കഴിഞ്ഞതവണ കത്തു കൊടുത്തരീതിയിലായിരുന്നു അവൾ ആ കത്ത് കൈമാറിയത്. പക്ഷേ, ഇത്തവണ അവൾ അവനെ ചുംബിച്ചില്ല. ആ കത്ത് ഹ്രസ്വവും വരയിട്ട കടലാസ്സിൽ കുത്തിക്കുറിച്ചതും ആയിരുന്നു. അവൾ അവന്റെ സഹായത്തിന് നന്ദി പറഞ്ഞു. മാത്രമല്ല അവനെ കൂടുതൽ പതിവായി കാണുവാനുള്ള അവളുടെ ആഗ്രഹം പ്രകടിപ്പിക്കുകയും ചെയ്തു.

ആരിഫ് ആ കത്ത് വായിച്ചപ്പോൾ സന്തോഷത്തിന്റെയും അശാന്തിയുടെയും സമ്മിശ്രവികാരം അവന്റെ ശരീരത്തെ മുഴുവൻ പിടികൂടി. ആത്മസന്ദേഹം അവനെ വീണ്ടും വിഴുങ്ങിക്കളഞ്ഞു. അവളിൽനിന്ന് എന്താണ് തനിക്ക് വേണ്ടതെന്ന് അവന് അറിയില്ലായിരുന്നു. അവൾ അവനുവേണ്ടി അവളുടെ ഭർത്താവിനെയും കുട്ടികളെയും ഉപേക്ഷിക്കാൻ ഒരിക്കലും സമ്മതിക്കില്ല. അവളങ്ങനെ ചെയ്താൽകൂടി അവന്റെ കുടുംബത്തിന് എതിരായി അവൻ അവളെ കല്യാണം കഴിക്കുമോ? തനിക്കതിന് കഴിയില്ലെന്ന് അവന് അറിയാം.

'പിന്നെ ഞാനെന്തുകൊണ്ടാണ് സുമിത്രയെ ആഗ്രഹിക്കുന്നത്? അവൻ അവനോടുതന്നെ ചോദിച്ചു.

ഒരു കാലടിശബ്ദം അവന്റെ റൂമിലേക്ക് അടുത്തടുത്തു വന്നപ്പോൾ ആരിഫ് ജാഗരൂകനായി. അവൻ ആ കത്തുമടക്കി മേശയിലെ പുസ്തകത്തിന്റെ അടിയിലേക്ക് തള്ളിവച്ചു.

'ഹായ് ആരിഫ്.' മൃത്യുഞ്ജയ് മുറിയിലേക്ക് നടന്നുവന്നു. ഒരു ടെന്നീസ് റാക്കറ്റ് അവന്റെ തോളിൽ തൂങ്ങികിടന്നിരുന്നു. ന്യൂ പട്ന ക്ലബ്ബിലെ ഒരു ടെന്നീസ് മത്സരത്തിൽ പങ്കെടുക്കുവാൻ അവനെ വിളിക്കുവാനാണ് മൃത്യുഞ്ജയ് വന്നത്. ആരിഫ് ഉടനെതന്നെ ക്ഷണം സ്വീകരിച്ചു.

വർഷങ്ങളായി അവൻ ഒരു ടെന്നീസ് റാക്കറ്റ് തൊട്ടിട്ടുണ്ടായിരുന്നില്ല. ഏറെക്കാലമായി മറന്നിരുന്ന പഴയ പ്രണയിനിയെ ഒരാൾ കാണാൻ പോകുമ്പോഴുണ്ടാകുന്നപോലെ ഒരാവേശം അവന് അനുഭവപ്പെട്ടു. ആ കളി ആവേശകരമായിരുന്ന ഒരുകാലം അവനുണ്ടായിരുന്നു. മൃത്യുഞ്ജയുടെ ഒരു സഹപാഠി അജയ്, അവന് അടുത്തയിടെ ഐ.എ.എസ്. സെലക്ഷൻ കിട്ടിയിരുന്നു, അവൻ കളിയിൽ പങ്കെടു

ക്കുന്നുണ്ട്.' അജയോട് അഭിമുഖ പരീക്ഷ മറികടക്കുന്നതിനുള്ള ചില നിർദ്ദേശങ്ങൾ ചോദിക്കാം.' ആരിഫ് വിചാരിച്ചു.

ആരിഫ് മൃത്യുഞ്ജയുമായി ചേർന്ന് മൃത്യുഞ്ജയുടെ രണ്ടു മുൻകാല സഹപാഠികളുമായി കളിച്ചു. തന്റെ അടികളെ നിയന്ത്രിക്കുന്നത് ആരിഫിന് ബുദ്ധിമുട്ടായിതോന്നി. അവൻ പലതവണ ഡബിൾഫോൾട്ടുകൾ വരുത്തി. അവന്റെ പല തിരിച്ചടികളും നെറ്റിലേക്ക് വീണു. അവന്റെ നീട്ടിയ പന്തടികൾ ലൈനിനു പുറത്തുചെന്ന് നിലത്തുകൊണ്ടു. അവന്റെ ഉയർത്തിയുള്ള അടികൾ വളഞ്ഞുപോയി. അവന്റെ പ്രകടനത്തിൽ ദേഷ്യംവന്ന് മൃത്യുഞ്ജയ് ആ കളിക്കിടയിൽ രണ്ടു പ്രാവശ്യം ആക്രോശിച്ചു. രണ്ടുവട്ടം കളിയിൽ തോറ്റ് ആ മത്സരത്തിൽ അവർ പരാജിതരായി. ടെന്നീസ്കോർട്ടിന്റെ അരികിലുള്ള ഇരുമ്പു ബെഞ്ചിൽ ഇരിക്കുമ്പോൾ ആരിഫ് ഖിന്നനായി.' ആരിഫ്, ഇതുവെറും സൗഹൃദമത്സരം മാത്രമാണ്. വല്യകാര്യമാക്കി എടുക്കേണ്ടതില്ല.' ആരിഫിന്റെ എതിർകളിക്കാരനായ അജിത് പറഞ്ഞു.

'ഇല്ല, ഇല്ല, അജിത്ജീ, ഞാൻ അസ്വസ്ഥനല്ല്'. ആരിഫ് ചിരിച്ചു.

മൃത്യുഞ്ജയും അജയുടെ കസിനും അവരോടൊപ്പംകൂടി.

'മെയിൻസിനും ഇന്റർവ്യൂവിനും തയ്യാറെടുക്കാനുള്ള ഏറ്റവും മികച്ചമാർഗ്ഗമെന്താണ്?' മൃത്യുഞ്ജയ് അജയ്യോട് ചോദിച്ചു.

'നോക്കൂ, സിവിൽസർവീസ് പരീക്ഷയ്ക്ക് തയ്യാറെടുക്കുന്നത് ടെന്നീസ്കളിക്കുന്നതുപോലെയാണ്. ഒന്നുകിൽ നിങ്ങളുടെ സർവീസ് വളരെ ശക്തമായിരിക്കണം. അല്ലെങ്കിൽ തിരിച്ചടി മികവുറ്റതാകണം. നിങ്ങളുടെ ബാക്ഹാൻഡ് വളരെ നല്ലതല്ലെങ്കിൽ ഫോർഹാൻഡ് അതിഗംഭീരമായിരിക്കണം. അതുപോലെ മികച്ചതാക്കാൻപറ്റുന്ന ഓപ്ഷണൽ സബ്ജക്ട് ഉണ്ടായിരിക്കണം. ഒരു 65, 70 ശതമാനം ആർജിക്കാൻ കഴിയുന്ന ഒന്ന്', അജിത് പറഞ്ഞു.

'അതൊരു രസകരമായ തുലനംചെയ്യലാണല്ലോ? ആരിഫും മൃത്യുഞ്ജയും ഒരേസ്വരത്തിൽ പറഞ്ഞു.

'ഇന്റർവ്യൂവിനെപ്പറ്റി?' ആരിഫ് ചോദിച്ചു.

'നിങ്ങളുടെ സ്വന്തം സംസ്ഥാനത്തെപ്പറ്റി സ്വന്തം ജില്ലയെപ്പറ്റിയുള്ള അറിവുകൾ ശേഖരിക്കുക. നിങ്ങളുടെ ഹോബിയെപ്പറ്റി ചിന്തിക്കുക. ബാക്കിയൊക്കെ തികച്ചും ഭാഗ്യമാണ്. അജയ് പറഞ്ഞു.

ഞാൻ ഡൽഹിയിലേക്ക് മാറുവാൻ ആലോചിക്കുകയാണ്.' മൃത്യുഞ്ജയ് പറഞ്ഞു.' പട്നയിലെ കോച്ചിങ് ക്ലാസുകൾ നല്ലതല്ല.'

'അതൊരു ബുദ്ധിപരമായ തീരുമാനമാണ്.' അജിത് പറഞ്ഞു.

ആരിഫിന് നിരാശതോന്നി. അവനറിയാം ബാപ്പയ്ക്ക് അവനെ ഡൽഹിയിലേക്ക് വിടുന്നത് താങ്ങാനാവുകയില്ലെന്ന്.

ക്ലബ്ബിന്റെ അങ്ങേയറ്റത്ത് പച്ചപ്പുൽമൈതാനത്ത് രമേശ്കുമാർ ഒരു മദ്ധ്യവയസ്കനുമായി ടെന്നീസ് കളിക്കുന്നത് ആരിഫ് കണ്ടു.

അധികംവൈകാതെ അജിത് അവന്റെ അംബാസഡർ കാറിൽ കയറി സ്ഥലംവിട്ടു.

'അജിത്തിന്റെ അച്ഛൻ ഒരു ഐ.എ.എസ്. ഓഫീസർ ആണ്.' മൃത്യുഞ്ജയ് ആരിഫിനോട് പറഞ്ഞു.

'എക്സെലന്റ്'. ആരിഫിന് മതിപ്പുതോന്നി.

മൃത്യുഞ്ജയിന് ആരെയോ കാണുവാൻ പോസ്റ്റൽപാർക്കിലേക്ക് പോകേണ്ടിയിരുന്നു, അതുകൊണ്ട് അവൻ അവന്റെ സ്കൂട്ടർസ്റ്റാർട്ട് ചെയ്ത് അവന്റെ വഴിക്കുപോയി.

ആരിഫ് ന്യൂപട്ന ക്ലബിന്റെ പുറത്ത് ഫുട്പാത്തിൽ ഒറ്റയ്ക്ക് ഒരു ഓട്ടോ കാത്തുനിന്നു.

രമേശ്കുമാർ ആരിഫിന്റെ അരികെ തന്റെ കാർ ചവിട്ടി അവന് ഒരു ലിഫ്റ്റ് വാഗ്ദാനംചെയ്തു. ആരിഫ് വിനയപുരസ്സരം നിരസിച്ചു. അയാളുടെ ഭാര്യയുമായി തനിക്ക് പ്രേമബന്ധമുള്ളപ്പോൾ അയാളോട് ഇടപഴകുന്നത് അരോചകമായി ആരിഫിനുതോന്നി. പക്ഷേ, രമേശ് കുമാർ 'ഇല്ല' എന്നത് ഒരു ഉത്തരമായി കണക്കാക്കാതെ ആരിഫിനോട് അകത്തുകയറാൻ നിർബന്ധിച്ചു.

'എന്റെ കോളേജ്ദിനങ്ങളിൽ ഞാൻ റോഡ്‌ലേവറിന്റെയും ജോൺ ന്യൂകോംബിന്റെയും വലിയ ആരാധകനായിരുന്നു. തീർച്ചയായും നമ്മുടെ സ്വന്തം വിജയ് അമൃത്‌രാജിന്റെയും. വല്ലപ്പോഴും ഞാനെന്റെ സുഹൃത്തുക്കളുമായി ഒത്തുചേരുമെങ്കിലും ഇപ്പോൾ ജോലികഴിഞ്ഞ് കളിക്കുവാൻ സമയംകണ്ടെത്തുക വലിയ പ്രയാസമാണ്.' രമേശ് പറഞ്ഞു.

'അത് നല്ലതാണ്.'

'ഏതാനും ദിവസംമുൻപ് സുമിത്ര പറഞ്ഞു നിന്റെ കണക്കും ഇംഗ്ലീഷും വളരെ നല്ലതാണെന്ന്. കൂടാതെ നീ രാഹുലിന് ട്യൂഷൻ എടുക്കാമെന്ന് സമ്മതിച്ചെന്നും? രമേശ് ചോദിച്ചു. അവർ രാജ്ബസാർ പിന്നിട്ട് ആഷിയാനമോർ എത്താറായിരുന്നു.

സുമിത്ര ആരിഫിനോട് ഇക്കാര്യം പറഞ്ഞിട്ടില്ലായിരുന്നു. പക്ഷേ, എന്തുകൊണ്ട് അവളുടെ ഭർത്താവിനോട് അവളിത് പറഞ്ഞുവെന്ന് ആരിഫിന് ഊഹിക്കാൻപറ്റുമായിരുന്നു.

'എസ്' എന്നു പറയരുത് ആരിഫ്. നീതീയിലേക്കാണ് നടന്നടുക്കുന്നത്.

'എന്തിനെക്കുറിച്ചാണ് നീ ചിന്തിക്കുന്നത്, ആരിഫ്?

'ഒന്നും ഇല്ല അങ്കിൾ.' ആരിഫ് പറഞ്ഞിട്ട് തന്റെ കഴുത്തിന്റെ പുറകിൽ തിരുമി.

'എങ്കിൽ നീ എന്നാണ് രാഹുലിനെ പഠിപ്പിക്കാൻ തുടങ്ങുന്നത്?'

'അടുത്ത.... തിങ്കളാഴ്ച മുതൽ.' അവൻ വിക്കി. സുമിത്രയെ എല്ലാ ദിവസവും സന്ധിക്കുവാനുള്ള സാദ്ധ്യത അവനെ പരവശനാക്കി.

'ഗംഭീരം.'

രമേശ്കുമാർ ആരിഫിനെ അവന്റെ കോളനിയുടെ പ്രധാന ഗേറ്റി നടുത്ത് ഇറക്കിവിട്ടപ്പോൾ ഏകദേശം ഗേറ്റിൽനിന്ന് പത്ത് യാർഡ് അകലെ ഒരു മാവിനടിയിലെ ചുവന്ന പ്ലാസ്റ്റിക് കസേരയിൽ ഒരു പോലീസ് സബ്ഇൻസ്പെക്ടർ ഇരിക്കുന്നത് ആരിഫ് കണ്ടു. നാല് കോൺസ്റ്റബിൾമാർ അവരുടെ ലാത്തികളുമായി ഗേറ്റിനടുത്ത് നിന്നി രുന്നു.

അവരുടെ തൊപ്പിയുടെ നിറത്തിൽനിന്നും ആ ഓഫീസറുംകോൺ സ്റ്റബിൾമാരും അബ്ബ ജോലിചെയ്യുന്ന ബീഹാർമിലിറ്ററി പോലീസിന്റെ ഒരു വിഭാഗമായ ജില്ലാ പോലീസിൽനിന്നുള്ളവരാണെന്ന് ആരിഫിന് മനസ്സിലായി. മുൻപ്പറഞ്ഞവർ സംസ്ഥാനത്തിന്റെ ദിനംതോറുമുള്ള ക്രമസമാധാനം കാക്കുന്നവർ ആണ്. സാധാരണ പൗരന്മാരെ പേടിപ്പി ക്കുന്നതിനും അവരിൽനിന്നും കൈകൂലി മേടിക്കുന്നതിനും അനുയോ ജ്യമായ അവസരമുള്ളവർ. രണ്ടാമത്തെ കൂട്ടർ ഒരു റിസേർവ് ഫോഴ്സ് ആണ്.

ഓഫീസർ ഒരു സിഗരറ്റ് പിടിച്ച കൈ താത്പര്യമില്ലാത്തവണ്ണം ഉയർത്തി ആരിഫിനോട് പ്രവേശിക്കരുതെന്ന് ആംഗ്യം കാണിച്ചു.

'എന്താണ് പ്രശ്നം, സർ.' ആരിഫ് ആ ഓഫീസറോട് ചോദിച്ചു.

പോലീസ് ഓഡിറ്റോറിയത്തിൽ വിഐപികളുടെ ഒരു മീറ്റിങ് നട ക്കുന്നുണ്ട്. ഈ റോഡ് സുരക്ഷാകാരണങ്ങളാൽ അടച്ചിരിക്കുകയാണ്. ആ ഓഫീസർ ധിക്കാരത്തോടെ പറഞ്ഞു.

'പക്ഷേ, ഞാൻ ഈ കോളനിക്കകത്താണ് താമസിക്കുന്നത്. എന്റെ അച്ഛൻ ഇവിടത്തെ ഒരു ഇൻസ്പെക്ടർ ആണ്.

'ഗേറ്റ്നമ്പർ 2-ൽനിന്ന് പോകൂ.'

'പക്ഷേ, എന്റെ വീട് ഇതാ ഇവിടെയാണ്. എന്തിനാണ് ഞാൻ രണ്ടുമൈൽകൂടി നടക്കുന്നത്?' ആരിഫിന്റെ ശബ്ദം ഉയർന്നു.

അവൻ ഗേറ്റിന്റെനേർക്ക് നടന്നുവെങ്കിലും ഓഫീസർ അവന്റെ കോളറിൽപിടിച്ചു നിർത്തിയിട്ട് പറഞ്ഞു, 'രംഗധാരി കർത്താഹൈ, സമർത്ഥൻ ആകുവാൻ ശ്രമിക്കരുത്.'

ആരിഫും തിരിഞ്ഞ് ആ സബ് ഇൻസ്പെക്ടറുടെ കോളറിൽ പിടിച്ചു.

'എന്റെ സഹോദരനെ തൊടാൻ നിങ്ങൾക്കെങ്ങനെ ധൈര്യം വന്നു?' സക്കീർ പെട്ടെന്നെവിടെനിന്നോ പ്രത്യക്ഷപ്പെട്ട് ആ ഓഫീ സർക്ക് കൈകൊണ്ട് അടികൊടുത്തു.

ഉയരംകുറഞ്ഞവനും തടിച്ചുകൊഴുത്തവനുമായ ആ ഇൻസ്പെക്ടറെ സക്കീർ നിസ്സാരമായി കീഴ്പ്പെടുത്തി. തങ്ങളുടെ ഓഫീസർ രണ്ടു ആൺകുട്ടികളുമായി മല്ലടിക്കുന്നതുകണ്ട് പ്രധാന ഗേറ്റിലുണ്ടായിരുന്ന കോൺസ്റ്റബിൾമാർ അവരുടെ അടുത്തേക്ക് ഓടിയെത്തി.

ആ സബ് ഇൻസ്പെക്ടറിൽനിന്നും സക്കീറിനെ അടർത്തിമാറ്റാൻ ആരിഫ് ശ്രമിക്കുന്നതിനിടയിൽ അവന്റെ ചുമലിൽ കുത്തുന്ന വേദന അനുഭവപ്പെട്ടു. അവന് പ്രതികരിക്കാൻ കഴിയുന്നതിനുമുമ്പുതന്നെ ഒരു കോൺസ്റ്റബിൾ തന്റെ തടിച്ചവടി ഉയർത്തുന്നത് ആരിഫ് ഭീതിയോടെ നോക്കിനിന്നു. അവന്റെ സഹോദരൻ നിലത്തുകുഴഞ്ഞു വീണപ്പോൾ ആരിഫ് അലറി വിളിച്ചു. അവന്റെ നീണ്ടമുടി രക്തത്തിൽ കുളിച്ചിരുന്നു. ഒന്നുംചിന്തിക്കാതെ ആരിഫ് ചുവന്നതൊപ്പി ധരിച്ച ആ പോലീസുകാരുടെ മേലെ ചാടിവീണ് അവരിലൊരാളെ തറയിലേക്ക് വലിച്ചിട്ടു. പച്ചതൊപ്പിവെച്ച നാലോ അഞ്ചോ പോലീസുകാർ അവന്റെ നേരെ പാഞ്ഞുവരുന്നത് തന്റെ കൺകോണിലൂടെ അവൻ കണ്ടു.

'അരേ, അവർ ഖാൻസാഹിബിന്റെ ആൺമക്കളാണ്. പെട്ടെന്ന് ജീപ്പ് വിളി. ജില്ല പോലീസിൽനിന്നുള്ള ഈ തന്തയില്ലാത്തവരെ ഊക്കണം. നമ്മുടെ പിള്ളേരെ നമ്മുടെ ക്യാമ്പസ്സിൽവച്ച് അടിക്കാൻ അവർക്കെങ്ങനെ ധൈര്യംവന്നു?' അവർ പറയുന്നത് ആരിഫ് കേട്ടു.

ആ വഴക്കിപ്പോൾ ബീഹാർ മിലിട്ടറിപോലീസും ബീഹാർ ഡിസ്ട്രിക്ട് പോലീസും തമ്മിലായിമാറി. അവരുടെ പരസ്പരമുള്ള മത്സരം കേൾവികേട്ടതാണ്. ആരിഫിന്റെ തലയിൽ എന്തോ വന്ന് അടിച്ചു. എല്ലാം മൂടലുള്ളതായി മാറി.

ആരിഫ് അവന്റെ കണ്ണുകൾ തുറന്നു. അവൻ ഒരു ആശുപത്രി കിടക്കയിലാണെന്ന് മനസ്സിലായി. അവന്റെ ബാൻഡേജ് കെട്ടിയ തലയിൽ വിങ്ങുന്ന വേദന. അബ്ബ അവന്റെ കിടക്കയുടെ അടുത്തുതന്നെ നിന്നിരുന്നു. ആകുലതയുടെ രേഖകൾ അദ്ദേഹത്തിന്റെ മുഖത്തിന് തലങ്ങും വിലങ്ങും ഉണ്ടായിരുന്നു.

'സക്കീറിന് എങ്ങനെയുണ്ട്?' ആരിഫ് ചോദിച്ചു.

'സക്കീർ ഐ.സി.യു.വിലാണ്. തലയ്ക്കകത്ത് മുറിവുണ്ടായേക്കാമെന്ന് ഡോക്ടർ പറഞ്ഞു.'

കുറ്റബോധത്തിന്റെ പീഡനത്തോടൊപ്പം വേദനയും ആരിഫിനെ ബാധിച്ചു. അവൻ ആ സബ്ഇൻസ്പെക്ടറുമായി വഴക്കുകൂടാതിരുന്നെങ്കിൽ എന്നവൻ ആഗ്രഹിച്ചു. സക്കീറിനെന്തെങ്കിലും സംഭവിച്ചാൽ, അങ്ങനെ സംഭവിക്കാതിരിക്കട്ടെ, ഞാൻ എന്നോട് ഒരിക്കലും പൊറുക്കില്ല.

വർഷങ്ങൾക്കുമുൻപ് ജമാൽപ്പുരയിൽവച്ച് സക്കീറിന് വെറും അഞ്ചുവയസ്സുണ്ടായിരുന്നപ്പോൾ ഗൃഹപാഠം ചെയ്യാത്തതിന്

ആരിഫിന്റെ ചെവികൾ പിടിച്ചുതിരിച്ചതിന് സ്ഥലത്തെ മദ്രസയിലെ അദ്ധ്യാപകനെ സക്കീർ തല്ലി.

'സാലാ മൗലവി, എന്തുകൊണ്ടാണയാൾ എന്റെ സഹോദരനെ വേദനിപ്പിച്ചത്? അയാളെ ഞാൻ കൊല്ലും.' ആരിഫ് അവനെ അദ്ധ്യാപകന്റെ അടുത്തുനിന്നും പിടിച്ചകറ്റിയപ്പോൾ സക്കീർ കോപംകൊണ്ട് ജ്വലിച്ചു.

'ബൗവ്', അത് ഉമ്മയായിരുന്നു. അവരുടെ മുഖം കണ്ണീരിനാൽ കുതിർന്നു.

'എനിക്ക് കുഴപ്പമില്ല, ഉമ്മ. ദയവായി നമ്മുടെ സക്കീറിനുവേണ്ടി പ്രാർത്ഥിക്കൂ.' ആരിഫ് പറഞ്ഞു.

നിശ്ശബ്ദമായി വിശുദ്ധവചനങ്ങൾ ഉരുവിട്ടുകൊണ്ട് ദാദിയും അവിടെ ഉണ്ടായിരുന്നു.

റാബിയയും നസ്നീനും ഹുമയും ആ ജനറൽവാർഡിലേക്ക് വരുന്നത് അവൻ കണ്ടു. അവരുടെ മുഖംവിളറിയിരുന്നു. അവർ ഒന്നും പറഞ്ഞില്ല. തന്റെ കണ്ണുകളടച്ച് ആരിഫ് മയക്കത്തിലേക്ക് വീണപ്പോൾ ഭൂതകാലത്തുനിന്നുമുള്ള ചിത്രങ്ങൾ അവന്റെ മനസ്സിൽ പെട്ടെന്ന് തെളിഞ്ഞുവന്നു. അവൻ വീണ്ടും ആറുവയസ്സുകാരൻ കുട്ടിയായിമാറി. ജമൽപുരയിലെ പള്ളിമുറ്റത്ത് സക്കീർ അവനുമായി ഒളിച്ചുകളിക്കുന്നത് അവൻ കണ്ടു. പെട്ടെന്ന് സക്കീർ ഓടിപ്പോകുവാൻ തുടങ്ങി. ആരിഫ് അവനെ ഉറക്കെവിളിച്ചു.

'നീ എന്താണ് പിറുപിറുക്കുന്നത്?' ആരിഫ് ഒരു പരിചിതശബ്ദം കേട്ടു. അവൻ ഞെട്ടിയെഴുനേറ്റു. അപ്പോഴേയ്ക്കും നേരംപുലർന്നുവെന്നു മനസ്സിലാക്കി.

'സക്കീറിന് എങ്ങനെയുണ്ട് അബ്ബാ?'

'അവൻ ഭേദപ്പെട്ടെന്ന് ഡോക്ടർ പറഞ്ഞു. ശുക്ര് അള്ളാ'.

'ആ പോലീസ് ഓഫീസർ ആരായിരുന്നുവെന്ന് കണ്ടെത്തിയോ അബ്ബാ?'

'ഞാൻ ശാസ്ത്രിനഗർ പോലീസ് സ്റ്റേഷനിൽ ഒരു എഫ്.ഐ.ആർ. ഫയൽചെയ്തിട്ടുണ്ട്. സക്കീർ ഹോസ്പിറ്റലിൽനിന്നു വിട്ടുകഴിഞ്ഞ് ഞാൻ കൂടുതൽ വിവരങ്ങൾ കണ്ടെത്തും. തീർച്ചയായും എന്റെ ആൺമക്കളെ തൊടാൻ ധൈര്യം കാണിച്ച ആ തന്തയില്ലാത്തവന്മാരെ ഞാൻ പഠിപ്പിക്കും.' അബ്ബ പറഞ്ഞു. അദ്ദേഹത്തിന്റെ കണ്ണുകൾ ജ്വലിക്കുന്നുണ്ടായിരുന്നു.

അരമണിക്കൂർ കഴിഞ്ഞ് അബ്ബയും ഉമ്മയും ആരിഫിന്റെ സഹോദരികളും സക്കീറിനെ കാണാൻപോയി. ദാദി നിസ്കരിക്കുകയായിരുന്നു. പെട്ടെന്ന് അടുത്തുള്ള കാത്തിരിപ്പുമുറിയിൽനിന്നും ആരിഫ് ഒരു നിലവിളികേട്ടു.

'തന്റെ ഉമ്മയും അനിയത്തിമാരുമാണോ കരയുന്നത്?' ആരിഫ് പരിഭ്രമത്തോടെ തന്റെ കിടക്കയിൽനിന്നും ചാടിയിറങ്ങി കാത്തിരിപ്പുമുറിയിലേക്ക് വേച്ചുവേച്ചുചെന്നു. രണ്ടു സ്ത്രീകൾ ഒരു വെള്ളഷീറ്റുകൊണ്ടുമൂടി ഒരു സ്ട്രെച്ചറിലുള്ള മൃതദേഹത്തിൽവീണ് അലമുറയിടുന്നു. അവരുടെ അടുത്ത് ഒട്ടും ഭാവഭേദങ്ങളില്ലാതെ ഒരു വാർഡ് ബോയ് നിന്നിരുന്നു. ആരിഫ് ആശ്വാസത്തോടെ ദീർഘനിശ്വാസമിട്ടെങ്കിലും ആ സ്ത്രീകളോട് ഖേദംതോന്നി. തിരിച്ചുപോയപ്പോൾ അബ്ബ റിസപ്ഷനിൽ ഫോൺചെയ്തുകൊണ്ടിരിക്കുന്നത് അവൻ കണ്ടു. കൂടാതെ കാത്തിരിക്കുവാനുള്ള ഇടത്ത് സുമിത്ര അവന്റെ സഹോദരികളോട് സംസാരിച്ചുകൊണ്ടിരിക്കുന്നതും അവൻ ശ്രദ്ധിച്ചു.

അബ്ബ ആരിഫിനെ കണ്ട് അവന്റെ നേരെ ഓടിച്ചെന്നു.

'നീ കിടക്കയിൽനിന്നും പുറത്തിറങ്ങരുത്.' അബ്ബ പറഞ്ഞു.

'എനിക്ക് സക്കീറിനെ കാണണം അബ്ബ.'

'അവനെ ജനറൽവാർഡിലേക്ക് മാറ്റിയാലുടൻ ഞാൻ നിന്നെ കൊണ്ടുചെന്ന് കാണിക്കാം.' അബ്ബ പറഞ്ഞിട്ട് അവനെ അവന്റെ കിടക്കയിൽ തിരിച്ചെത്തുവാൻ സഹായിച്ചു.

കുറച്ചു മിനിറ്റുകൾക്കുശേഷം സുമിത്ര അവന്റെ സഹോദരിമാരുടെകൂടെ അവരെ പിന്തുടർന്നു. അവളും കരയുകയായിരുന്നു. അവളുടെ വിശ്വാസമർപ്പിക്കുന്ന സാന്നിദ്ധ്യം അവന്റെ അശാന്തമായ ആത്മാവിന് വേദനാസംഹാരിയായി പ്രവർത്തിച്ചു.

ഏതാനും മിനിറ്റുകൾ കഴിഞ്ഞപ്പോൾ മൃത്യുഞ്ജയുടെ അച്ഛൻ പ്രേംപ്രകാശ് പാണ്ഡേ അവനെ കാണുവാൻ വന്നു. അദ്ദേഹം പൊക്കം കുറഞ്ഞ തടിച്ച ഒരു ഫ്രഞ്ച്താടിവച്ച ആളായിരുന്നു. അയാൾ ആരിഫിന്റെ കട്ടിലിനരികിലുള്ള കസേരയിലിരുന്ന് അവന്റെ ആരോഗ്യത്തെക്കുറിച്ച് അന്വേഷിച്ചു. മൃത്യുഞ്ജയ് കോച്ചിങ് ക്ലാസ്സിൽ പങ്കെടുക്കുവാൻ ഡൽഹിക്കു പോയെന്നും ആരിഫ് ഹോസ്പിറ്റൽ വിട്ടാൽ ഉടൻ അവൻ ആരിഫിനെ വിളിക്കുമെന്നുകൂടി അദ്ദേഹം അറിയിച്ചു.

~

ഒരുമാസത്തിനുശേഷം ഒരു തണുത്ത അപരാഹ്നത്തിൽ സക്കീർ വീട്ടിലെ അവന്റെ കസേരയിൽ ഇരുന്നു. അവന്റെ തലയിൽ അപ്പോഴും ബാൻഡേജ് കെട്ടിയിരുന്നു. ആരിഫ് പൂർണ്ണമായും സുഖംപ്രാപിച്ചിരുന്നു. അവൻ തന്റെ സഹോദരന്റെ അടുത്തിരുന്നു. ദാദി കട്ടിലിനടുത്തുള്ള ഒരു ചൂരൽകൊണ്ടുള്ള ഇരിപ്പിടത്തിൽ ഇരുന്നു.

'ദാദി എന്നോട് ഒരു കഥപറയൂ.' സക്കീർ പറഞ്ഞു. ആശുപത്രിയിൽനിന്നും ഡിസ്ചാർജ് ചെയ്തശേഷം ഇതവന്റെ ഒരു പതിവായി

തീർന്നിരുന്നു. ആരിഫ് ചിരിച്ചു. ദാദി തൊണ്ട ശുദ്ധിചെയ്ത് കഥ പറയുന്നതിനുമുമ്പ് ബിസ്മില്ലാഹ് ഉരുവിട്ടു.

'മഹാനായ മുഗൾചക്രവർത്തി അക്ബറിന്റെ ഭരണകാലത്ത് ബക്തിയാർ എന്നുവിളിക്കുന്ന തന്ത്രശാലിയായ ഒരു പഠാൻയുവാവ് അഫ്ഗാനിസ്ഥാനിൽനിന്നും ഡൽഹിയിൽ എത്തിച്ചേർന്നു. നഗരത്തിൽ എത്തിച്ചേർന്ന ഉടനെ അവൻ മഹാനായ സൂഫിവിശുദ്ധൻ ഹസ്രത് നിസാമുദ്ദീൻ ഔലിയയുടെ ദർഗ്ഗയിൽ അവന്റെ പ്രാർത്ഥനകൾ അർപ്പിക്കാൻപോയി. ആ ആരാധനാസ്ഥലത്തുനിന്നും തിരിച്ചുനടക്കുമ്പോൾ ഒരു നീണ്ടു വെളുത്തതാടിയുള്ള വയസ്സനെ ബലിഷ്ഠരായി തോന്നിച്ച രണ്ടുമുഖംമൂടികൾ നിർദയം തല്ലുന്നത് അവൻ കണ്ടു. ബക്തിയാർ മിന്നൽവേഗത്തിൽ മുഖംമൂടികളെ പിടിച്ച് അവരെ നിലത്തെറിഞ്ഞു. അവർ അക്രമകാരികളെ രസിച്ചുതല്ലി. അവസാനം അവർ ദ്രുതഗതിയിൽ നിസാമുദീനിലെ വീതികുറഞ്ഞ ഇടവഴിയിൽ അപ്രത്യക്ഷരായി.

ആ വൃദ്ധന് മുറിവുപറ്റിയിരുന്നു. അതുകൊണ്ട് ബക്തിയാർ ഒരു വഴിപോക്കന്റെ സഹായത്താൽ വയസ്സനെ ഒരു ഹക്കിമിന്റെ അടുത്തേക്കുകൊണ്ടുപോയി. ചികിത്സ കഴിഞ്ഞപ്പോൾ ബക്തിയാർ ആ വൃദ്ധനെ ഒരു വാടകയ്ക്കെടുത്ത കുതിരവണ്ടിയിൽ അയാളുടെ വീട്ടിൽ കൊണ്ടുചെന്നാക്കി. വൃദ്ധന് നഗരത്തിന്റെ ഹൃദയഭാഗത്ത് കൊട്ടാരതുല്യമായ ഒരു വീടുണ്ടായിരുന്നു. ഡൽഹിയിലെ ഭരണനിർവാഹണത്തിലുള്ള ചക്രവർത്തിയുടെ ഓഫീസറുടെ ചുമതല വഹിക്കുന്ന ആളാണ് ആ വയസ്സൻ എന്ന് ബക്തിയാർ പിന്നീട് കണ്ടെത്തി. ബക്തിയാരുടെ സാമർഥ്യത്തിൽ സംപ്രീതനായ ആ വയസ്സായ മനുഷ്യൻ അവനെ അക്ബറുടെ സൈന്യത്തിലെ ഉയർന്ന ചുമതലക്കാരനാകുവാൻ സഹായിക്കുക മാത്രമല്ല തന്റെ ഏകമകളുടെ കൈപിടിച്ച് അവന് കൊടുക്കുകയും ചെയ്തു.

ഉടനെ ബക്തിയാർക്ക് ഒരു മകൻ പിറന്നു. അവന് ജമാലുദ്ദീൻഖാൻ എന്നുപേരിട്ടു. തന്റെ മകൻ സൈന്യാധിപസ്ഥാനത്തേക്ക് ഉയരണമെന്നും അപ്പോൾ സൈന്യാധിപനായിരുന്ന ബൈരംഖാനെ പോലെ ശക്തനാകണമെന്നും ബക്തിയാർ ആഗ്രഹിച്ചു. പക്ഷേ, ജമാലുദ്ദീൻ കൂടുതൽ ഇഷ്ടപ്പെട്ടിരുന്നത് ആത്മീയതയും സൂഫിസവുമാണ്. അവന് ഭൗതികാഭിലാഷങ്ങൾ ഉണ്ടായിരുന്നില്ല. അവൻ ഡൽഹിയിലെ അറിയപ്പെടുന്ന ഒരു സൂഫി സന്ന്യാസി ആയിത്തീർന്നു. തന്റെ സമയത്തിലേറിയ ഭാഗവും അവൻ പ്രാർത്ഥനയിലോ പാവപ്പെട്ടവരെ സഹായിച്ചുകൊണ്ടോ തന്റെ നാഥനോടൊപ്പം ചെലവഴിച്ചു. അവന്റെ മാതാപിതാക്കളുടെ നിരന്തരമായ നിർബന്ധത്തെ നിന്ദിച്ചുകൊണ്ട് വിവാഹിതനാകാൻ അവൻ വിസമ്മതിച്ചു. അവന് നാല്പത്തിരണ്ട് വയസ്സുള്ളപ്പോൾ അവന്റെ പിതാവ് ഒരു ബോട്ട് അപകടത്തിൽ മരണമടഞ്ഞു. ഏതാനും

ആഴ്ചകൾക്കുശേഷം തന്റെ ഭർത്താവ് നഷ്ടപ്പെട്ട ദുഃഖം താങ്ങുവാൻ കഴിയാതെ അവന്റെ അമ്മ ഉറക്കത്തിൽ മരിച്ചു.

തകർന്നുപോയ ജമാലുദ്ദീൻ പ്രാർത്ഥനയിൽ അഭയംതേടി. അവൻ ഉറക്കത്തിലേക്ക് വീണ ഒരുരാത്രി പാതിരാകഴിഞ്ഞപ്പോൾ തിളങ്ങുന്ന മുഖമുള്ള ഒരു വിശുദ്ധനെ സ്വപ്നംകണ്ടു. ആ അജ്ഞാതനായ വിശുദ്ധൻ അവനോട് കിഴക്കുദിക്കിലേക്കുപോയി ഇസ്ലാമിന്റെ സന്ദേശങ്ങൾ പ്രചരിപ്പിക്കുവാൻ ആവശ്യപ്പെട്ടു.

അടുത്തദിവസം രാവിലെതന്നെ അവൻ യാത്രതിരിച്ചു. മാസങ്ങളുടെ യാത്രയ്ക്കുശേഷം അദ്ദേഹം ബീഹാറിന്റെ പ്രാന്തപ്രദേശത്തുള്ള മോത്തിഹരിയിൽ എത്തിച്ചേർന്നു. മറ്റൊരു സ്വപ്നം അവനെ കൂടുതൽ മുന്നോട്ടുപോകുവാൻ നിർദ്ദേശിച്ചു. അവന് അവന്റെ ലക്ഷ്യസ്ഥലത്തെക്കുറിച്ച് ധാരണയുണ്ടായിരുന്നില്ല. പക്ഷേ, ഏതോ കാണാനാകാത്ത ശക്തി അവന് വഴികാട്ടികൊണ്ടിരുന്നു. അതുകൊണ്ട് അവൻ നടത്തം തുടർന്ന് ഒരു ആൾപ്പാർപ്പില്ലാത്ത സ്ഥലത്ത് എത്തിച്ചേർന്നു. അവിടെ ഇടിഞ്ഞുപൊളിഞ്ഞ് ജീർണിച്ച ഒരു കൊട്ടാരം ഉണ്ടായിരുന്നു.

ആ രാത്രി അവിടെ ചെലവഴിക്കുവാൻ തീരുമാനിച്ച് അയാൾ ആ കൊട്ടാരത്തിന്റെ വരാന്തവൃത്തിയാക്കി അവിടെ തന്റെ തുച്ഛമായ സാധനങ്ങൾ, ഒരു ലോട്ട, ഒരു പ്രാർത്ഥന പായ, ഒരു കിടക്കവിരി, കുറച്ചു ഉണങ്ങിയ ഈന്തപ്പഴം, വരാന്തയുടെ ഭിത്തിയിലെ ഒരു മാളത്തിൽവച്ചു. അതിനുശേഷം അദ്ദേഹം ഒരു പുല്പായ നിവർത്തി ആ പൊടിപിടിച്ച കല്ലുപാകിയ നിലത്തിട്ട് അതിൽകിടന്നു. ആ രാത്രിയിൽ ആ വിശുദ്ധൻ അവന്റെ സ്വപ്നത്തിൽ പ്രത്യക്ഷപ്പെട്ട് അവനോട് അവിടെ താമസിക്കുവാനും അവന്റെ ശിഷ്ടജീവിതം ആൾപ്പാർപ്പില്ലാത്ത ആ കൊട്ടാരത്തിൽ ചെലവഴിക്കുവാനും പറഞ്ഞു. രാവിലെ അയാൾ ഉറക്കം ഉണർന്നപ്പോൾ അടുത്ത ഗ്രാമത്തിലെ പുരുഷന്മാർ അയാളുടെ ചുറ്റുംനിൽക്കുന്നത് അയാൾ കണ്ടു. പ്രേതബാധയുള്ള കൊട്ടാരത്തിന്റെ വരാന്തയിൽ പ്രകാശവലയമുള്ള ഒരു അപരിചിതനെക്കണ്ട് ആ ഗ്രാമവാസികൾ ആശ്ചര്യപ്പെട്ടു. ഒരു പുരാതനരാജാവിന്റെ നിധി സംരക്ഷിക്കുവാൻവേണ്ടി ആത്മാക്കൾ ആ കൊട്ടാരത്തെ ബാധിച്ചിരുന്നു. രാത്രി ആ കൊട്ടാരത്തിലേക്ക് പോകുന്നവരെല്ലാം നിഗൂഢ കാരണത്താൽ മരണമടഞ്ഞു. അൻപത് വർഷങ്ങൾക്കുമുൻപ് ഒരു നാട്ടുരാജാവ് നിധി തിരയുവാൻ ഇരുപത് സായുധപട്ടാളക്കാരെ അയച്ചു. എല്ലാ പട്ടാളക്കാരും അടുത്തദിവസം മരിച്ചതായി കാണപ്പെട്ടു. അതിനുശേഷം കൊട്ടാരത്തിൽ പ്രവേശിക്കുവാൻ ആരും ധൈര്യപ്പെട്ടില്ല.

ഒരു പുണ്യാളനു മാത്രമേ അപകടമൊന്നുംപറ്റാതെ ഒരുരാത്രി പ്രേതബാധയുള്ള ആ കൊട്ടാരത്തിൽ കഴിയാനാകൂ എന്ന് ഗ്രാമീണർ വിശ്വസിച്ചു. അദ്ദേഹത്തിന്റെ താടിയിൽനിന്നും മൊട്ടത്തൊപ്പിയിൽ

നിന്നും അദ്ദേഹമൊരു മുസ്ലിം ദിവ്യൻ, ഒരു സൂഫിയാണെന്ന് അവർ ഊഹിച്ചു. അതുകൊണ്ട് അവർ അദ്ദേഹത്തെ പിർസാഹിബ് എന്നു വിളിക്കുവാൻ തുടങ്ങി. ചുരുങ്ങിയ കാലംകൊണ്ട് ദൂരദേശത്തുനിന്നും ആണുങ്ങളും പെണ്ണുങ്ങളും അദ്ദേഹത്തിന്റെ അനുഗ്രഹത്തിനുവേണ്ടി പിർസാഹിബിനെ സന്ദർശിക്കുവാൻ തുടങ്ങി.

രാജ്പുട് പ്രദേശത്തെ ഫ്യൂഡൽപ്രഭുവായ സമീന്ദാർസാഹിബിന്റെ അടുത്തും പിർസാഹിബിന്റെ കീർത്തിയെത്തി. അയാൾ അദ്ദേഹത്തെ സന്ദർശിക്കുവാനായിവന്നു. നല്ല ഉയരവും കട്ടിയായ മീശയുംവച്ച ആ സമീന്ദാർപിർ സാഹിബിൽ ആകൃഷ്ടനായി അദ്ദേഹത്തിന്റെ ഭക്തനായ ശിഷ്യനായിത്തീർന്നു. പിന്നീട് അദ്ദേഹവും അദ്ദേഹത്തിന്റെ സകുടുംബവും ഇസ്ലാമിലേക്ക് മതപരിവർത്തനം നടത്തി. അദ്ദേഹത്തിന്റെ ഒരേ ഒരു മകൾ ഹസ്രത് ജമാലുദ്ദീന്റെ ആത്മീയ സൗന്ദര്യത്തിൽ ആകൃഷ്ടയായി. മറ്റാരെയുമല്ല അദ്ദേഹത്തെ മാത്രമേ വിവാഹം കഴിക്കൂ എന്ന് അവൾ ശപഥംചെയ്തു.

സമീന്ദാർ തന്റെ മകളെ വിവാഹംചെയ്തു കൊടുക്കാനായി ആ പുണ്യാത്മാവിന്റെ അടുത്ത് വന്നപ്പോൾ പിർസാഹിബ് വൈമനസ്യത്തോടെ അയാളുടെ വിവാഹാഭ്യർത്ഥന സ്വീകരിച്ചു. ആ പഴയകൊട്ടാരത്തിനുമുമ്പിൽ പിർസാഹിബ് ചെളികൊണ്ടും വൈക്കോൽകൊണ്ടും ഒരു കുടിൽ സ്വയം നിർമ്മിച്ചു. കാലം കടന്നുപോയപ്പോൾ ആ ദമ്പതികൾക്ക് മൂന്ന് ആൺമക്കൾ ഉണ്ടായി. ആ മൂന്ന് ആൺമക്കളിൽനിന്നും അവരുടെ സന്തതിപരമ്പര അനേകമടങ്ങ് വർദ്ധിച്ചു. ആ കുടിലിന്റെ ചുറ്റുപാട് ജമൽപുര എന്ന ഗ്രാമമായി വളർന്നു.

അദ്ദേഹത്തിന്റെ മരണശേഷം ആ പുണ്യാത്മാവിനെ അദ്ദേഹത്തിന്റെ കുടിലിൽ ഖബറടക്കി. അദ്ദേഹത്തിന്റെ സ്മാരകമന്ദിരം ആയിത്തീർന്ന അത് ഹസ്രത്ജമാലുദ്ദീൻ റഹ്മുള്ള അലീഹിന്റെ ദർഗ്ഗ എന്ന് അറിയപ്പെട്ടു തുടങ്ങി. വർഷങ്ങൾ കഴിഞ്ഞ് പിർസാഹിബിന്റെ ഒരു പിന്തുടർച്ചക്കാരൻ ആ ദർഗ്ഗയെ നാലു മിനാരങ്ങളും ഒരു വലിയ പച്ചതാഴികക്കുടവുമുള്ള ചരൽകൊണ്ട് നിർമ്മിച്ച ബൃഹത്തായ കെട്ടിടമാക്കി പുതുക്കിപ്പണിതു. അതിപ്പോഴും നിലനിൽക്കുന്നു.

ഹസ്രത് ജമാലുദ്ദീൻപിർ നമ്മുടെ ഗ്രാമത്തെ സംരക്ഷിക്കുന്ന പുണ്യാളൻ മാത്രമല്ല നമ്മുടെ പിതാമഹൻ കൂടിയാണ്. നമ്മളും നമ്മുടെ വ്യാപിച്ചുകിടക്കുന്ന മുഴുവൻ കുടുംബവും അദ്ദേഹത്തിന്റെ പിന്തുടർച്ചക്കാരാണ്. നമ്മുടെ ഗ്രാമത്തിനും അദ്ദേഹത്തിന്റെ പേരാണ് ഇട്ടിരിക്കുന്നത്. ദാദി ആ കഥപറച്ചിൽ അവസാനിപ്പിച്ചു.

ആരിഫ് ആ കഥ മുൻപ് കേട്ടിരുന്നെങ്കിലും ഒരു കുടുംബചരിത്രത്തിന്റെ ഈ പുതിയ വെളിപ്പെടുത്തൽ അവൻ ആസ്വദിച്ചു. സാധാരണ

ഒരു കഥയെ താത്പര്യം ജനിപ്പിക്കുന്നതും മാന്ത്രികവും ആക്കുവാനുള്ള മിടുക്ക് ദാദിക്കുണ്ട്.

ദാദിഭിത്തിയിലെ ഘടികാരത്തിൽ നോക്കിയിട്ട് അവരുടെ ഇരിപ്പിടത്തിൽ നിന്നും എഴുന്നേറ്റു. മുറിക്ക് പുറത്തേയ്ക്ക് നടക്കുമ്പോൾ അവർ പറഞ്ഞു, 'നമസ് ഇ അസാറിനുള്ള സമയമായി.' സക്കീർ കുറച്ചുറങ്ങാൻവേണ്ടി അവന്റെ കിടക്കയിൽ മൂരിനിവർത്തി. ആരിഫ് സിൽക്കിന്റെ മഞ്ഞനിറമുള്ള ബഗൽപൂരിഷീറ്റ് അയയിൽ നിന്നെടുത്ത് സക്കീറിനെ പുതപ്പിച്ചു.

സക്കീർ പൂർണ്ണമായും സുഖംപ്രാപിച്ചു. അവന്റെ കോളേജിലെ ക്ലാസ്സുകളിൽ പങ്കെടുക്കുവാൻ മൂന്നുമാസമെടുത്തു. അപ്പോഴാണ് ആരിഫും രാഹുലിന്റെ ട്യൂഷൻ തുടങ്ങിയത്.

ആദ്യദിവസം ആരിഫിനുവേണ്ടി കവിതയാണ് വാതിൽ തുറന്നത്. സുമിത്ര ബാൽക്കണിയിൽ ഒരു ചുവന്ന പ്ലാസ്റ്റിക് കസേരയിലിരുന്ന് പട്ടാണിപ്പയർ പൊളിക്കുകയായിരുന്നു. അവൻ പ്രവേശിച്ചപ്പോൾ സുമിത്ര എഴുന്നേറ്റ് ബാൽക്കണിയുടെ ഒരു മൂലയിൽനിന്നും ഒരു സെൻട്രൽ ടേബിളും രണ്ട് മരക്കസേരകളും വലിച്ചിട്ട് അവളുടെ മകനെ വിളിച്ചു.

'രാഹുൽ, ആരിഫ് ബയ്യാ നിന്നെ പഠിപ്പിക്കുവാൻ വന്നിട്ടുണ്ട്.'

അടുത്ത പ്രാവശ്യത്തെ സന്ദർശനത്തിൽ ആരിഫ് കവിതയെ കണ്ടില്ല.

'കവിത എന്തിയേ?' അവൻ ചോദിച്ചു.

'ഹസാരി ബാഗിലെ സ്കൂളിൽ. അവളിനി അവളുടെ പരീക്ഷകളെല്ലാം കഴിഞ്ഞിട്ടേ പട്നയിലേക്ക് തിരിച്ചുവരൂ.' സുമിത്ര മറുപടി പറഞ്ഞു.

ആരിഫ് ആഴ്ചയിൽ ആറുദിവസവും ഉച്ചകഴിഞ്ഞ് രാഹുലിന്റെ അദ്ധ്യാപകനായിരിക്കും. പാഠങ്ങൾ കഴിഞ്ഞാൽ രാഹുൽ അയൽപക്കത്തെ ആൺകുട്ടികളുമായി ക്രിക്കറ്റ് കളിക്കുവാൻ പോകും. തനിയെയാകുമ്പോൾ സുമിത്രയും ആരിഫും സ്വീകരണമുറിയിൽ ഒന്നിച്ചിരുന്ന് അവരുടെ പ്രിയപ്പെട്ട കവിതകളുടെ ഈരടികൾ പരസ്പരം പാടും. പല സന്ദർഭങ്ങളിലും അവർ അവരെഴുതിയ കവിതകൾ പരസ്പരം ആലപിക്കും. ചിലപ്പോൾ ആരിഫ് സുമിത്രയുടെ കൈപിടിച്ച് മൃദുവായി ചുംബിക്കും. ചിലപ്പോൾ സുമിത്ര അവളുടെ കണ്ണുകൾ അടച്ചുകൊണ്ട് അവളുടെ കവിളുകളിൽ മൃദുവായി ചുംബിക്കുവാൻ അവനെ അനുവദിക്കും. ചില ദിവസങ്ങളിൽ അവർ അടുത്ത കാലത്തു വായിച്ച ചില വിശേഷപുസ്തകങ്ങളെക്കുറിച്ച് ചർച്ചചെയ്യും. അത്തരം ഒരു അപരാഹ്നത്തിൽ പ്രേമബദ്ധരാകുന്നതിന്റെ പ്രയോജന

ത്തെക്കുറിച്ചുള്ള ഒരു ചോദ്യം ആരിഫ് സുമിത്രയോട് ചോദിച്ചു. സുമിത്ര പ്രശസ്തമായ ഒരു ഈരടികളോടെ മറുപടി പറഞ്ഞു.

'നീ എന്നോട് ചോദിച്ചു,
പ്രണയത്തിലായിരിക്കുന്നതിന്റെ പ്രയോജനമെന്തെന്ന്.
ഞാൻ നിന്നോട് ചോദിക്കുന്നു,
പ്രയോജനകരമായിരിക്കേണ്ടതിന്റെ പ്രയോജനമെന്തെന്ന്?'

പ്രണയത്തിൽ വീഴുന്നതിനുമുമ്പ് ആരും ഒരു കോസ്റ്റ് ബെനിഫിറ്റ് അനാലിസിസ് നടത്താറില്ല. ആരിഫ് ആലോചിച്ചു ചിരിച്ചു.

മാസത്തിൽ ഒന്നോ രണ്ടോ പ്രാവശ്യം രമേഷ് വീട്ടിൽ ഉണ്ടാകും. അപ്പോൾ അയാൾ ആരിഫിനെ ഒരു കപ്പു കാപ്പികുടിച്ചുകൊണ്ട് ചെസ്സ് കളിക്കുവാൻ ക്ഷണിക്കും. ചിലപ്പോൾ ആരിഫ് മനസ്സില്ലാ മനസ്സോടെ സ്വീകരിക്കും. കഴിയുന്നത്ര എന്തെങ്കിലും ഒഴിവുകഴിവുകൾ പറഞ്ഞ് ഒഴിവാക്കും. അവളുടെ ഭർത്താവിന്റെ സാന്നിധ്യംമൂലം അവളുടെ മുഖത്ത് ഒരിക്കലും നോക്കാതെ സുമിത്രയോട് താല്പര്യമില്ലായ്മ ഭാവിക്കുന്നതിന് ആരിഫിന് അസ്വസ്ഥത തോന്നി.

പന്ത്രണ്ട്

സക്കീർ അവനോട് ചില കാര്യങ്ങൾ ചർച്ചചെയ്യുവാൻ ടെറസ്സിലേക്ക് വരുവാൻ ആവശ്യപ്പെട്ടപ്പോൾ ആരിഫ് ജിജ്ഞാസ ഉള്ളവനായി. റാബിയയും നസ്നീനും അവരെ കാത്തുനിൽക്കുന്നത് കണ്ടപ്പോൾ അവൻ കൂടുതൽ അമ്പരന്നു.

'എന്താണ് പ്രശ്നം, സക്കീർ?' അവൻ ചോദിച്ചു.

റാബിയക്ക് നിങ്ങളോട് ചിലത് പറയാനുണ്ട്' സക്കീർ പറഞ്ഞു.

'ഭയ്യാ... നസ്നീൻ, നീപറയൂ.' വാക്കുകൾ തപ്പിതടഞ്ഞുകൊണ്ട് റാബിയ പറഞ്ഞു.

'മടിക്കണ്ട, ദയവായി എന്നോട് പറയൂ.' ആരിഫ് പറഞ്ഞു.

'ബാങ്ക്കോളനിയിലുള്ള എന്റെ കൂട്ടുകാരികളിൽ ഒരുവൾ നിങ്ങൾക്ക് സുമിത്ര ആന്റിയുമായി പ്രേമബന്ധമുണ്ടെന്ന് ആരോ അവളോട് പറഞ്ഞു എന്നുപറഞ്ഞു. അവരൊരു നിഗൂഢമായ വ്യക്തിത്വമുള്ള സ്ത്രീയാണെന്ന് അവൾ എന്നോട് പറഞ്ഞു. മാത്രമല്ല...'

'ആരാണ് നിന്നോട് ഇത് പറഞ്ഞത്?' ആരിഫിന്റെ മുഖംവിളറി.

'സോറി, ഭയ്യാ. എനിക്ക് അവളുടെ പേര് പറയാൻ പറ്റില്ല. നിങ്ങൾ അങ്ങനെ ഒന്നുംചെയ്യില്ലെന്ന് ഞങ്ങൾക്ക് ഉറപ്പുണ്ട്. സുമിത്രാ ആന്റിയും അങ്ങനെത്തെ ഒരു വ്യക്തിയാണെന്ന് ഞങ്ങൾ വിചാരിക്കുന്നില്ല. വ്യക്തിപരമായി എനിക്ക് അവരെ വളരെ ഇഷ്ടമാണ്. നിങ്ങൾ ഞങ്ങളുടെ സഹോദരനായതുകൊണ്ട് ഇത് നിങ്ങളെ അറിയിക്കുക എന്നത് ഞങ്ങളുടെ കടമയാണ്.

'എന്നോട് പറഞ്ഞതിൽ വിഷമിക്കണ്ട. സത്യത്തിൽ നിങ്ങൾ എന്നോട് നേരത്തെ പറയണമായിരുന്നു.'

'ഞാൻ പറഞ്ഞു ഭയ്യാ. പല സന്ദർഭങ്ങളിലും വിവേകത്തോടെ നിങ്ങളോട് ഞാൻ സൂചിപ്പിച്ചു. എത്രയും പെട്ടെന്ന് നിങ്ങൾ അവരുടെ വീട് സന്ദർശിക്കുന്നത് നിർത്തണം. നമ്മുടെ കുടുംബത്തിന്റെ യശസ്സിനെക്കുറിച്ചു ചിന്തിക്കൂ. അവരുടെ സൽപ്പേരിനെപ്പറ്റിക്കൂടി ചിന്തിക്കൂ.' റാബിയ പറഞ്ഞു.

'അബ്ബായും അമ്മയും ഈ അപവാദത്തെക്കുറിച്ചു ബോധവാന്മാരാണോ?'

'ഭാഗ്യവശാൽ അല്ല.'

'എന്തെങ്കിലുമാകട്ടെ, ഞാൻ പെട്ടെന്നുതന്നെ രാഹുലിനെ പഠിപ്പിക്കുന്നത് നിർത്താം. അതുകൊണ്ട് ഇനി ഒരിക്കലും അവരുടെ വീട്ടിൽ

പോകുന്നില്ല.' ആരിഫ് പറഞ്ഞു. പക്ഷേ, അവന്റെ ശബ്ദത്തിന് ഒരു ആത്മവിശ്വാസക്കുറവുണ്ടായിരുന്നു.

'റാബിയ! നസ്നീൻ! നിങ്ങൾ എവിടെയാണ്? നിങ്ങൾ മുകളിലത്തെ നിലയിലാണോ?' അത് അമ്മയായിരുന്നു.

'ഓക്കേ, ഭയ്യാ. അമ്മ ഞങ്ങളെ വിളിക്കുന്നു.'

അവരുടെ സഹോദരിമാർ പോയിക്കഴിഞ്ഞപ്പോൾ സക്കീർ, ആരിഫിനെ സശ്രദ്ധം നോക്കി.

'എന്നോട് നിങ്ങൾക്ക് സത്യം പറയാൻ പറ്റുമോ?'

'എന്ത് സത്യം ?'

'നിങ്ങൾ എന്നോട് കുറച്ച് വർഷങ്ങൾക്കുമുമ്പുപറഞ്ഞ സ്ത്രീ സുമിത്ര ആന്റി ആണോ?'

'അതെ'

'ഓ, എന്റെ ദൈവമേ, എനിക്കിത് വിശ്വസിക്കാനാവുന്നില്ല. ഞാൻ വിചാരിച്ചു നിങ്ങൾ അവരെ മറന്നുകാണുമെന്ന്. ആ വിഷയം ഞാൻ നിങ്ങളോട് ചോദിക്കാത്തത് നിങ്ങളുടെ അമിതമായ ഇഷ്ടത്തെ അത് ഉണർത്തിയാലോ എന്ന് പേടിച്ചിട്ടാണ്.'

'ശരിയാണ്. ഞാൻ അതിനായി ശ്രമിച്ചു. പക്ഷേ...'

'ഇനി എന്താണ് അടുത്തത്?'

'ഒന്നുമില്ല. ഞാൻ ഒന്നുംചെയ്തിട്ടില്ല. അതൊരു വെറും വൈകാരികമായ അടുപ്പം മാത്രമാണ്. ഞാനീബന്ധത്തിൽനിന്നും ഉടനെ പുറത്ത് വരുമെന്ന് നിനക്ക് ഉറപ്പുതരുന്നു.'

'എനിക്ക് അറിയാം, ഭയ്യാ. നിങ്ങൾക്ക് തെറ്റൊന്നും ചെയ്യാൻ കഴിയില്ലെന്ന്. പക്ഷേ, ഈ വാർത്ത നമ്മുടെ ബന്ധുക്കളുടെ ഇടയിലേക്ക് ചോർന്നാൽ നമ്മുടെ സഹോദരിമാർക്ക് യോജിച്ച പങ്കാളിയെ കിട്ടുവാൻ ബുദ്ധിമുട്ടാകും. മാത്രമല്ല, അബ്ബയും അമ്മയും! അവർ ഇതിന്റെ ആഘാതത്താൽ മരിച്ചുപോകും.'

'എനിക്ക് മനസ്സിലാകുന്നുണ്ട്, സക്കീർ... നമുക്കീ വിഷയം വിടാം. അവളോടുള്ള എല്ലാ കെട്ടുകളും ഞാൻ പൊട്ടിക്കും എന്ന് ഞാൻ ഉറപ്പുനൽകുന്നു. നമ്മുക്ക് മറ്റെന്തിനെയെങ്കിലുംപറ്റി സംസാരിക്കാം.'

ആളുകൾ ശ്രദ്ധിച്ചുതുടങ്ങിയതിന്റെ ആഘാതത്തിൽനിന്നും മുക്തിനേടുവാൻ ആരിഫ് കഷ്ടപ്പെട്ടു. എല്ലാത്തിനേക്കാളും മോശമായി, ഇപ്പോൾ അവന്റെ കുഞ്ഞുപെങ്ങന്മാർക്കും ഇതറിയാം.

'ഓക്കേ, ഗോൾഡൻ കോച്ചിങ് സെന്ററിലെ ജോലി എന്തായി?' സക്കീർ ചോദിച്ചു.

'അവർ എന്നെ ഉടനെവിളിക്കാമെന്ന് ഉറപ്പ് പറഞ്ഞിട്ടുണ്ട്. ഞാൻ പഠിപ്പിക്കാൻ പോവുകയാണെന്ന് അബ്ബയോട് പറയേണ്ട.' ആരിഫ് പറഞ്ഞു.

'ഞാൻ പറയില്ല.'

'അരേ സക്കീർ, ഞാൻ വളരെ പ്രധാനപ്പെട്ട ഒരു കാര്യം നിന്നോട് പറയാൻ മറന്നുപോയി. ഗുൽഷൻകുമാർ തന്റെ പുതിയ സിനിമയ്ക്കുള്ള അഭിനേതാക്കളെ കണ്ടെത്താൻ ഒരു ടാലെന്റ് ഹണ്ട് കോമ്പിറ്റീഷൻ ആരംഭിച്ചിട്ടുണ്ട്.'

'ശരിക്കും?'

ഈ മാസത്തെ പ്രിയാമാസികയുടെ ഒരു കോപ്പി എന്റെ കൈയ്യിലുണ്ട്. അപേക്ഷാഫോറം മാസികയോടൊപ്പം കൊടുത്തിട്ടുണ്ട്. തിരഞ്ഞെടുക്കപ്പെട്ടാൽ ഗുൽഷൻകുമാർ നിന്നെ ഒരു നായകനായി അവതരിപ്പിക്കും.'

'ഇതൊരു നല്ല അവസരമാണ്.' സക്കീർ പ്രത്യക്ഷത്തിൽത്തന്നെ ആവേശഭരിതനായി കാണപ്പെട്ടു.

അവരുടെ വിഷമങ്ങൾ മറന്ന്, ആ സഹോദരങ്ങൾ ഒന്നിച്ച് താഴേക്ക് ഇറങ്ങി.

~

സുമിത്രയുടെ മകൾ സ്കൂൾ വിദ്യാഭാസം പൂർത്തിയാക്കി പട്നയിലേക്ക് തിരിച്ചുവന്ന് പട്ന വിമൻസ് കോളേജിൽ ചേർന്നു. സുമിത്രയെ അവളുടെ വീട്ടിൽവച്ചു കാണുക എന്നത് ചോദ്യത്തിലില്ലാത്തതാണ്.

പട്നപോലൊരു നഗരത്തിൽ, പ്രണയിതാക്കൾക്ക് അവരുടെ സൽപ്പേര് കാത്തുസൂക്ഷിക്കുക എന്നത് ഒരു അപകടംപിടിച്ച കാര്യമാണ്. അതേസമയം അവരുടെ ജീവിതം പരസ്പരം കൂട്ടിമുട്ടിക്കൊണ്ടിരിക്കും. ബെയ്‌ലിറോഡിലെ സഞ്ജയ്ഗാന്ധി ബയോളോജിക്കൽ പാർക്കിൽ, മൃഗശാല എന്നാണ് അത് പരക്കെ അറിയപ്പെടുന്നത്, ഒരുവന്, കുറ്റിച്ചെടികൾക്ക് പിന്നിലും മരത്തിന്റെ അടിയിലും റോസ്ഗാർഡനിലും, പരസ്പരമുള്ള കുറച്ചു സ്വകാര്യനിമിഷങ്ങൾക്കായി വിജയിക്കാനാവാതെ യത്നിക്കുന്ന പ്രണയജോഡികളെ കാണാം. ഒരു മൃദുവായ ചുംബനമോ ഒരു കെട്ടിപ്പിടുത്തമോപോലും വിയോജിപ്പുള്ള തുറിച്ചുനോട്ടങ്ങളും, അശ്ലീലകമന്റുകളും, ചിലപ്പോൾ ഒക്കെ പോലീസിന്റെ ഇടപെടൽവരെ ക്ഷണിച്ചുവരുത്താം. പിന്നെ വളരെക്കുറച്ച സന്ദർശകരും സമൃദ്ധമായി വളരുന്ന നീണ്ടപച്ചപ്പുൽ തകിടിയുമുള്ള പട്നാ മ്യൂസിയത്തിന്റെ മുറ്റമുണ്ട്. പക്ഷേ, ബെയ്‌ലിറോഡിൽനിന്നും ഗാന്ധിമൈതാനത്തേക്ക് പോകുന്ന എല്ലാ ഓട്ടോറിക്ഷകളും മ്യൂസിയത്തിനടുത്തുള്ള ആ വഴിതിരഞ്ഞെടുക്കും. നിങ്ങളെ അറിയാവുന്നവർ ആരെങ്കിലും നിങ്ങളെ നിങ്ങളുടെ പ്രണയിനിയുടെകൂടെ കാണുവാനുള്ള സാധ്യതയുണ്ട്. അത് അപവാദം ഉണ്ടാക്കും. പട്നയിൽ

നിങ്ങളെ ഒരു പെൺകുട്ടിയുടെകൂടെ കണ്ടാൽമതി അത് അപവാദ മാക്കുവാൻ.

അശോകചക്രവർത്തി പണികഴിപ്പിച്ച പൗരാണികമായ പാടലീ പുത്രയുടെ അവശിഷ്ടങ്ങളുടെ മറവിൽ പ്രണയിതാക്കൾ സന്ധിക്കുന്ന കുമ്രാഹാർ ആണ് മറ്റൊരു സ്ഥലം. പക്ഷേ, ആ സാംസ്കാരിക പൈതൃകത്തെ ആളുകൾ വികൃതമാക്കുന്നത്തിൽനിന്നും രക്ഷിക്കാൻ, പുരാവസ്തുവകുപ്പിന്റെ ഉത്തരവുപ്രകാരം, പോലീസ്കാർ റോന്ത് ചുറ്റും. അതുകൊണ്ട് സാധ്യമാകുന്ന ഈ മൂന്ന് സ്ഥലങ്ങളും സുമിത്ര ക്കും ആരിഫിനും അപ്രാപ്യമായിരുന്നു.

മാസികകളും പുസ്തകങ്ങളും കൈമാറുകയാണെന്ന വ്യാജേന, ഉർദുവിൽ എഴുതിയ പ്രണയലേഖനങ്ങളിലൂടെ അവർ പരസ്പരം സംസാരിച്ചു.

മാസത്തിൽ ഒന്നോ രണ്ടോ പ്രാവശ്യം രമേശ്കുമാർ പട്നയിൽ ഇല്ലാതിരിക്കുന്ന സമയത്ത് പട്ന ജങ്ഷനിൽവച്ച് സുമിത്ര ആരിഫിനെ കണ്ടു. അവിടെനിന്നും, ഗംഗയുടെ മറുകരയിലേക്ക്, ഹാജിപൂരിന്റെ അയൽപക്കനഗരിയിലേക്ക് പോകുവാൻ അവർ ഒരു ഓട്ടോറിക്ഷ പിടിക്കും. നിറംമങ്ങിയ ഗണേഷ്ചിത്രമന്ദിർ തീയേറ്ററിന്റെ മൂലയിലി രുന്ന്, അവർ പതിയെ സംസാരിക്കും. ശീതളപാനീയത്തിന്റെ കുപ്പി യും ചൂടുള്ള സമോസയും പങ്കുവെക്കും. ചിലപ്പോൾ അവരുടെ എണ്ണ പുരണ്ട കൈകൾ പരസ്പരം സ്പർശിക്കും.

'നിങ്ങളുടെ സാമിപ്യം എനിക്ക് വളരെ സാന്ത്വനം തരുന്നുണ്ട്. ഞാൻ സ്വർഗ്ഗത്തിൽ ഇരിക്കുന്നതുപോലെ എനിക്കുതോന്നുന്നു. നിങ്ങ ളുടെ കൂടെയുള്ളപ്പോൾ എനിക്ക് ഒരു തരത്തിലുള്ള ദുഃഖങ്ങളും ഇല്ല.' ആരിഫ് ഇടയ്ക്കിടെ പറഞ്ഞു.

സുമിത്രയും ഇങ്ങനെ മറുപടി പറയും, 'ഞാൻ എപ്പോഴൊക്കെ നിന്റെ കൈകളിലായിരിക്കുന്നുവോ അല്ലെങ്കിൽ നിന്റെ ചുമലിൽ ഞാൻ തലചായ്ച്ചു വിശ്രമിക്കുന്നുവോ അപ്പോഴൊക്കെ ഞാനും സ്വച്ഛതയും സമാധാനവും അനുഭവപ്പെടുന്നു.'

പതിമൂന്ന്

ആരിഫ് തന്റെ ബാൽക്കണിയിൽ നിന്നപ്പോൾ അവന്റെമുഖത്ത് കനത്തമഴ വന്നടിച്ചു. അഴികൾക്ക് മീതെ ചാരിക്കിടന്നു, അവൻ കൈകൾ നീട്ടിപിടിച്ചു. അവന്റെ കൈപ്പടങ്ങൾ, മഴത്തുള്ളികളുടെ മുഴുവൻ ശക്തിയും അറിഞ്ഞു. തണുത്ത മഴവെള്ളത്തിൽ നനഞ്ഞുകുതിർന്നപ്പോൾ അവന് നല്ല സുഖംതോന്നി. മഴ കനമുള്ളതും തിമിർത്തുപെയ്യുന്നതുമായിരുന്നു. അത് രണ്ടുമീറ്ററിനപ്പുറമുള്ള കാഴ്ച്ചശക്തിയെ മറച്ചു. അവന്റെ വീടിനെ അഭിമുഖികരിച്ചുള്ള പാതയോരങ്ങൾ നിറഞ്ഞൊഴുകി. വഴിയിൽ, കുട ചൂടിയ ഒരാൾ അവന്റെ അപാർട്ട്മെന്റ് കെട്ടിടത്തിന്റെ നേരെ ധൃതിയിൽ വരുന്നത് അവൻ കണ്ടു. അയാൾ അടുത്ത് വന്നപ്പോൾ അത് സക്കീർ ആണെന്ന് ആരിഫ് തിരിച്ചറിഞ്ഞു.

സക്കീർ അവരുടെ ഫ്ളാറ്റിലേക്ക് കടന്നുവന്ന ഉടനെ അവൻ കുട തറയിലേക്ക് ചുഴറ്റി എറിഞ്ഞു ആരിഫിനെ വലിച്ചടുപ്പിച്ചു ഇറുക്കെ കെട്ടിപ്പിടിച്ചു.

'എന്നെ ഗുൽഷൻകുമാറിന്റെ അടുത്ത സിനിമയിലേക്കുള്ള സ്ക്രീൻ ടെസ്റ്റിന് ഷോർട്ട്ലിസ്റ്റ് ചെയ്തിട്ടുണ്ട്. സക്കീർ പുഞ്ചരിയോടെ പറഞ്ഞു. അവൻ അവന്റെ കോട്ടിന്റെ അകത്തെ പോക്കറ്റിൽനിന്നും ഒരു കവർ പുറത്തെടുത്തു. ബാൽക്കണിയിലെ കസേരയിൽനിന്നും ഒരു ബാത്ത്ടവൽ വലിച്ചെടുത്ത് ആരിഫ് തന്റെ തലമുടിയും മുഖവും കൈകളും തോർത്തിയിട്ട് മാത്രമേ സക്കീറിൽനിന്നും അവൻ ആ കവർ വാങ്ങിയുള്ളൂ. എന്നിട്ട് അവൻ ആ കത്ത് ഉച്ചത്തിൽ വായിച്ചു. ആഹ്ലാദത്താൽ അവന്റെ ശബ്ദംതുളുമ്പിയിരുന്നു. അവന്റെ സഹോദരൻ നാല്പതിനായിരം അപേക്ഷകരിൽനിന്നും ആദ്യത്തെ ഇരുപതു പേരിൽ എത്തിയിരിക്കുന്നു. അതത്ര എളുപ്പമല്ല.

'പ്രിയപ്പെട്ട സക്കീർഖാൻ,

നാല്പതിനായിരം അപേക്ഷകൾ കിട്ടിയതിൽനിന്നും നിങ്ങൾ ആദ്യത്തെ ഇരുപതിൽ എത്തിയിട്ടുണ്ട്. നിങ്ങളെ ബോംബയിൽവച്ച് നടക്കുന്ന ഒരു സ്ക്രീൻ ടെസ്റ്റിന് ക്ഷണിക്കുന്നു.

തിയതി: 12 ആഗസ്റ്റ് 1995

സമയം: 11.30 എ.എം.

സ്ഥലം: മെഹ്ബൂബ് സ്റ്റുഡിയോസ്, ഹിൽറോഡ്, ബാന്ദ്രവെസ്റ്റ്, ബോംബെ, മഹാരാഷ്ട്ര 400050.

സൂപ്പർകാസ്റ്റ് ഇൻഡസ്ട്രീസിനുവേണ്ടി,

റിതികാ ഒബ്റോയ്.

'എന്നെ ഈ സ്ക്രീൻ ടെസ്റ്റ് എടുക്കാൻ അബ്ബ അനുവദിക്കുമോ?' സക്കീർ ആശങ്കപ്പെട്ടു.

'പേടിക്കണ്ട. ഞാൻ അബ്ബയോട് സംസാരിക്കാം. നിന്നെ വിടുവാൻ ഞാൻ അബ്ബയെ ബോധ്യപ്പെടുത്താം.'

'വേണ്ട, ഭയ്യാ. ദയവായി അബ്ബയോട് ഒന്നുംപറയണ്ട. ഞാൻ തീരുമാനിച്ചിട്ടുണ്ട്. വെള്ളിയാഴ്ച രാത്രി ഞാൻ ബോംബേയ്ക്ക് പോകുന്നു. എന്റെ കൂടെ തീയേറ്ററിൽ ഉള്ള ഒരു സഹപ്രവർത്തകനോട് ഒരു ടിക്കറ്റ് ബുക്ക് ചെയ്യുവാൻ ഞാൻ പറഞ്ഞിട്ടുണ്ട്. ഞാൻ ബോംബേയ്ക്ക് പുറപ്പെട്ടു കഴിഞ്ഞു നിങ്ങൾ അബ്ബയോട് പറഞ്ഞാൽമതി.'

'നിന്റെ ഇഷ്ടംപോലെ, അനിയാ.'

പക്ഷേ, ആരിഫ് ആകുലനായി. അബ്ബ എങ്ങനെ പ്രതികരിക്കും എന്ന് അവന് അറിയില്ലായിരുന്നു.

'പക്ഷേ, നിനക്ക് ആ മഹാനഗരത്തിൽ താമസിക്കുവാൻ പണം ആവശ്യമാണ്.'

'കഴിഞ്ഞമാസം ഇന്റർയൂണിവേഴ്സിറ്റിക്ക് നാടകമത്സരത്തിൽ ഞാൻ വിജയിച്ചതിന് കിട്ടിയ സമ്മാനതുകയിൽനിന്നും രണ്ടായിരം രൂപാ എന്റെ കയ്യിലുണ്ട്. അതുകൊണ്ട് ഞാൻ കുറച്ചുനാൾ കാര്യങ്ങൾ നടത്തും. അപ്പോഴേക്കും ഞാൻ ഒരു പാർട്ട്ടൈം ജോലി കണ്ടുപിടിക്കും. പക്ഷേ, ഇതെല്ലം ഞാൻ ആ സിനിമയിലേക്ക് തിരഞ്ഞെടുക്കപ്പെട്ടില്ലെങ്കിൽ മാത്രം.' സക്കീറിന്റെ സ്വരത്തിൽ ആത്മവിശ്വാസം നിറഞ്ഞിരുന്നു.

വെള്ളിയാഴ്ച രാവിലെ ആരിഫ് സക്കീറിന്റെ കൈയ്യിൽ രണ്ടായിരംരൂപ വെച്ചുകൊടുത്തു.

'ഭയ്യാ, നിങ്ങളെങ്ങനെയാണ് ഈ പണം സംഘടിപ്പിച്ചത്?' സക്കീർ അന്വേഷിച്ചു.

'അരേ... നീ എന്തിനാണ് അതിനെക്കുറിച്ചു വേവലാതിപ്പെടുന്നത്?' ആരിഫ് ആ ചോദ്യം ഒഴിവാക്കാൻ ശ്രമിച്ചു.

'എന്നാലും' സക്കീർ നിർബന്ധിച്ചു.

'ഞാൻ ഗോൾഡൻ കോച്ചിങ്ങിൽ പഠിപ്പിച്ചു തുടങ്ങിയത് നീ മറന്നപോലുണ്ട്.'

'ഓ... ശരി. പക്ഷേ, നിങ്ങൾക്ക് നിങ്ങളുടെ ഹിന്ദി സാഹിത്യത്തിന്റെ ട്യൂഷനുകൊടുക്കാൻ പണം വേണം.'

'അത് ഞാൻ നോക്കിക്കൊള്ളാം. എന്തായാലും ബലറാം തിവാരിയുടെ ഇപ്പോഴത്തെ ബാച്ച് ഫുൾ ആണ്. ഞാൻ അടുത്തവർഷം ആദ്യമേ ചേരുന്നുള്ളൂ. ആ സമയത്തിനുള്ളിൽ നീ ഒരു വലിയ സ്റ്റാർ ആകും. അപ്പോൾ നിനക്ക് എന്നെ സഹായിക്കാം.'

'ഇൻഷാ അള്ളാ ' സാക്കിർ ചിരിച്ചു.

'ബോംബെയിൽ നീ എവിടെയാണ് താമസിക്കുവാൻ പോകുന്നത്?'

'എന്റെ തീയേറ്റർ സംഘത്തിലെ ഒരു സുഹൃത്ത് ഇപ്പോൾതന്നെ അവിടെയുണ്ട്. ഒരു മഹാരാഷ്ട്രിയൻ കുടുംബത്തിന്റെകൂടെ പേയിങ് ഗസ്റ്റ് ആയി അവൻ എനിക്ക് താമസം ഒരുക്കും.'

'നീ അവിടെ എത്തുമ്പോൾ, എന്നെ മൃത്യുഞ്ജയ്യുടെ ഫോണിലേക്ക് വിളിക്കണം. വൈകുന്നേരം ഏകദേശം ഏഴുമണിയാകുമ്പോൾ ഞാൻ അവിടെ ഉണ്ടാകും.

'ടീക്ഹേയ്, ഭയ്യാ.'

സക്കീർ അന്നു വീട്ടിലേക്ക് മടങ്ങിവന്നില്ല. ഉമ്മ പരിഭ്രമിച്ച് ആരിഫിനോട് ചോദിച്ചു. അവൻ ഉമ്മയോട് സക്കീർ എവിടെയാണെന്ന് പറഞ്ഞു. ഉമ്മ ഞെട്ടിപ്പോയെങ്കിലും ഈ വാർത്ത അബ്ബയോട് കൈമാറുന്ന കാര്യം ഉമ്മ നിർവഹിച്ചു. എല്ലാവരെയും ആശ്ചര്യപ്പെടുത്തിക്കൊണ്ട് അബ്ബ ദേഷ്യപ്പെട്ടില്ല. പകരം അദ്ദേഹം സക്കീറിന്റെ ബോംബെയിലെ മേൽവിലാസം ചോദിച്ചു. അദ്ദേഹത്തിന്, അവനൊരു മണിയോർഡർ അയച്ചുകൊടുക്കാൻ.

വിഷാദം

പതിനാല്

ആരിഫ്, നയാമോറിൽ, ഒരു മിനി ബസ്സിൽ നിന്നിറങ്ങി, ഒരു സൈക്കിൾറിക്ഷയ്ക്കായി ചുറ്റുംനോക്കി. പക്ഷേ, അവിടെ ഒരെണ്ണവും ഉണ്ടായിരുന്നില്ല.

1996–ലെ വേനൽക്കാലത്തെ ഒരു അപരാഹ്നമായിരുന്നു അത്. കാറ്റ് ഒരു തീച്ചൂളയിൽനിന്ന് ഊതുന്നപോലെ അനുഭവപ്പെട്ടു. ചെറിയ ചുഴലിക്കാറ്റിൽ പൊടി ഉയർന്നു. കടലാസ്സ്കഷണങ്ങളും പോളിത്തീൻ ബാഗുകളും കരിയിലകളും വട്ടത്തിൽകറങ്ങി ഉയർന്നുപൊങ്ങി. പിന്നെ ഭൂമിയിൽ തിരികെ വീണ് അവ അടുത്ത ചുഴലിക്കാറ്റ് അവയെ ഉയർത്തുവാനായി കാത്തുകിടന്നു. എല്ലാ കടകളും അടച്ചുകിടന്നിരുന്നു. അവിടെയെങ്ങും ഒരാത്മാവിനെപ്പോലും കണ്ടില്ല. പോലീസ് കോളനിയുടെ രണ്ടാംഗേറ്റിലേക്കുള്ള വിജനമായ റോഡ് കഠിനമായ ചൂടിൽചുട്ടുപൊള്ളി.

അവിടെനിന്നും കോളനിയിലേക്ക് കുറഞ്ഞത് മുപ്പതു മിനിറ്റ് നടത്തമുണ്ട്. ആരിഫ് ഒരു വലിയ അരയാൽമരത്തിന്റെ ചുവട്ടിൽ അഭയം തേടുവാനും ഒരു റിക്ഷയ്ക്കുവേണ്ടി കാത്തിരിക്കുവാനും തീരുമാനിച്ചു. അവൻ ഹിന്ദുസ്ഥാൻ എന്ന ഹിന്ദി ന്യൂസ്പേപ്പർ നിവർത്തി മരച്ചുവട്ടിലെ സിമെന്റ് തറയിൽ ഇരുന്നു. അതിന്റെ മുൻപേജിൽ അടൽ ബിഹാരി വാജ്പേയ് ഇന്ത്യയുടെ പുതിയ പ്രധാനമന്ത്രിയായി സത്യപ്രതിജ്ഞ ചെയ്യുന്ന ചിത്രമുണ്ടായിരുന്നു.

പെട്ടെന്ന്, ഒരു പെൺകുട്ടിയുടെ നിലവിളി ആരിഫ് കേട്ടു. അവൻ ശബ്ദംകേട്ട ദിക്കിലേക്ക് തിരിഞ്ഞുനോക്കി. കഷ്ടിച്ച് ഇരുപത് യാർഡുകൾക്ക് അകലെ, ഒരാൾ ഒരു പെൺകുട്ടിയെ അയാളിലേക്ക് വലിച്ചടുപ്പിക്കാൻ ശ്രമിക്കുന്നത് അവൻ കണ്ടു.

ആരിഫ് അവൻ ഇരിക്കുന്നിടത്തുനിന്ന് എഴുന്നേൽക്കാൻ തുടങ്ങുമ്പോൾ ആ പെൺകുട്ടി വീണ്ടും അലറിക്കരയുകയും ആരിഫ് അവളുടെ മുഖം വ്യക്തമായി കാണുകയുംചെയ്തു. അത് കവിത ആയിരുന്നു.

'അബീ സാലേ!' ആരിഫ് കുനിഞ്ഞ് ഒരു പാതിപൊട്ടിയ ഇഷ്ടിക ഫുട്പാത്തിൽ നിന്നെടുക്കുന്നതിനിടയിൽ ആക്രോശിച്ചു. എന്നിട്ട് അവൻ അവരുടെ അടുത്തേക്ക് ഓടുവാൻ തുടങ്ങി.

'ആരിഫ് ഭയ്യാ,' അവനെ കണ്ടപ്പോൾ കവിത ആശ്വാസത്തോടെയും മനോവേദനയോടെയും ഉച്ചത്തിൽ വിളിച്ചു.

ആരിഫ് അവളുടെ അടുത്തെത്തിയപ്പോൾ ആ മനുഷ്യൻ അടുത്തു നിർത്തിയിരുന്ന അയാളുടെ കറുത്ത യമഹാ ബൈക്കിൽ കയറി പാഞ്ഞുപോയി. ആരിഫ് ആ ഇഷ്ടികക്കഷ്ണം അയാളുടെനേരെ വലിച്ചെറിഞ്ഞെങ്കിലും അത് അയാൾക്കുകൊണ്ടില്ല.

ആരിഫ് കവിതയുടെ നേരെ തിരിഞ്ഞപ്പോൾ അവൾ തേങ്ങലിൽ വിറച്ചുകൊണ്ടിരിക്കുന്നതായി അവൻ കണ്ടു.

'കരയാതെ കവിത. നീ ഇപ്പോൾ സുരക്ഷിതയാണ്' വാത്സല്യത്തിന്റെ ഒരു തിരയടി അവന് അവളോടുതോന്നി, ഏകദേശം പിതാവിന്റേതുപോലത്തെ ഒന്ന്.

ആരിഫ് ഒരു ഓട്ടോറിക്ഷകണ്ട് അത് വിളിക്കുമ്പോഴും കവിത വിതുമ്പിക്കൊണ്ടിരുന്നു.

~

'എന്താണ് സംഭവിച്ചത്?' പരിഭ്രമിച്ച ശബ്ദത്തിൽ സുമിത്ര ചോദിച്ചു. അവൾ കവിതയെ സൂക്ഷിച്ചുനോക്കികൊണ്ട് ആരിഫിനുനേരെ തിരിഞ്ഞു. കുറച്ചുനിമിഷങ്ങൾ നിശ്ശബ്ദയായിനിന്നശേഷം കവിത അവളുടെ അമ്മയെ കെട്ടിപ്പിടിച്ചു കരയുവാൻ തുടങ്ങി.

ആരിഫ് നടന്ന സംഭവങ്ങൾ ചുരുക്കി വിവരിച്ചു.

'ഹേയ് ഭഗവൻ!' അവൾ കവിതയെ കൂടുതൽ ഇറുക്കിപ്പിടിച്ചു.

'ദൈവത്തിന് നന്ദി, ആരിഫിനെ തക്കസമയത്ത് അയച്ചതിന്.'

~

നയാമോർ സംഭവത്തിനുശേഷം മൂന്നോ നാലോ ദിവസങ്ങൾ കഴിഞ്ഞു ഒരു ദിവസം രാവിലെ കവിത അവന്റെ സഹോദരിമാരോടൊപ്പം അവരുടെ താത്കാലികമായി ഉണ്ടാക്കിയ ഡ്രോയിങ് കം ബെഡ്റൂമിൽ ഇരിക്കുന്നത് കണ്ട് ആരിഫ് ആശ്ചര്യപ്പെട്ടു. അവളുടെ കൈയ്യിൽ *ഫണ്ടമെന്റൽസ് ഓഫ് ഓർഗാനിക് കെമിസ്ട്രി* എന്നപുസ്തകം ഉണ്ടായിരുന്നു. മണലിന്റെ തവിട്ടുനിറമുള്ള നീണ്ട ഒരു പാവാടയും ക്രീം നിറത്തിലുള്ള ഒരു ടോപ്പും ആണ് അവൾ ധരിച്ചിരുന്നത്.

'ഞാൻ ഇവിടെ വന്നത് നിങ്ങളുടെ അടുത്തുനിന്നും കെമിസ്ട്രി പഠിക്കുവാനാണ്.' അവളുടെ മുഖത്തുനിന്നും തലമുടി മാടി ഒതുക്കുന്നതിനിടയിൽ ചിരിച്ചുകൊണ്ട് കവിത പറഞ്ഞു.

ആരിഫും ചിരിച്ചു.

'ശരി, എന്റെകൂടെ എന്റെ പഠനമുറിയിലേക്ക് വരൂ.'

എന്തുകൊണ്ടാണവൾ പെട്ടെന്ന് ഇവിടെവന്നത്?

അതേ മുറിയിലിരുന്ന് പച്ചക്കറി അരിയുകയായിരുന്ന അമ്മ, ഒരു വിസമ്മതത്തോടെയുള്ള നോട്ടം അവരെ നോക്കി. റാബിയയുടെ മുഖത്തെ ഭാവം പൊടുന്നനെ മാറി. ഒരുപക്ഷേ, അവരുടെ ഫ്ളാറ്റിലേക്കുള്ള കവിതയുടെ ഈ പെട്ടെന്നുള്ള സന്ദർശനത്തിന്റെ പിന്നിലുള്ള അർത്ഥം കണ്ടെത്തുവാൻ അമ്മ ശ്രമിക്കുകയാവാം.

'എന്റെ പഠനമുറി തീരെ ചെറുതാണെന്ന് എനിക്ക് തോന്നുന്നു. നമുക്ക് ബാൽക്കണിയിൽ ഇരിക്കുന്നതാണ് നല്ലത്.

ആ ദിവസംമുതൽ കവിതയുടെ സന്ദർശനം അടിക്കടി ആയിത്തീർന്നു.

ഞാനും കവിതയും തമ്മിൽ എന്തോ ഇടപാടുണ്ടെന്ന് അമ്മ സംശയിക്കുന്നു. ആരിഫ് ചിന്തിച്ചു. അമ്മ ഒന്നും പറഞ്ഞില്ലെങ്കിൽക്കൂടി ആരിഫിന് അത് മനസ്സിലാക്കാൻ പറ്റുമായിരുന്നു. സുമിത്രയുംകൂടി സംശയിക്കുന്നുണ്ടെന്ന് ആരിഫിന് ഉറപ്പായിരുന്നു. രണ്ടു പ്രാവശ്യം അവളത് സൂചിപ്പിക്കുകകൂടി ചെയ്തു. പക്ഷേ, ഇതെങ്ങനെയാണ് കവിതയെ ബോധ്യപ്പെടുത്തേണ്ടത് എന്ന് ആരിഫിന് അറിയില്ലായിരുന്നു. അതുപോലെതന്നെ എന്തുകൊണ്ടാണ് ആ പെണ്ണ് ഇവിടെ വരുന്നതെന്നും ആരിഫിന് നിശ്ചയം ഇല്ലായിരുന്നു. പക്ഷേ, അവളെ പറഞ്ഞയയ്ക്കുവാൻ അവന് മനസ്സുണ്ടായിരുന്നില്ല.

കുറച്ചുമാസങ്ങൾ കഴിഞ്ഞു, രക്ഷാബന്ധൻ ദിനത്തിൽ, കവിത ആരിഫിന്റെ ഫ്ളാറ്റിൽവന്ന് അവന്റെ കൈത്തണ്ടയിൽ ഒരു രാഖികെട്ടി കൊടുത്ത്, അവനെ ഒരു സഹോദരനായി പ്രഖ്യാപിച്ചു.

അന്നുമുതൽ കവിതയോടുള്ള അമ്മയുടെ പെരുമാറ്റംമാറി. അവർ അവളെ 'ബേട്ടി' എന്നു വിളിക്കുവാൻ തുടങ്ങി. റാബിയയും കവിതയെ വ്യത്യസ്തമായി പരിഗണിച്ചു തുടങ്ങി. ഇനി സംശയത്തിന് യാതൊരിടയുമില്ല.

കവിത അവനെ 'സഹോദരാ' എന്നു വിളിക്കുന്നത് ആരിഫിന് അരോചകമായിതോന്നി. എങ്ങനെയാണ് അവൻ പ്രണയിക്കുന്ന ഒരു സ്ത്രീയുടെ മകൾ അവന്റെ സഹോദരിയാവുക? താൻ ഗ്രീക്ക് നാടകത്തിലെ ഒരു കഥാപാത്രമാണെന്ന് ആരിഫിന് തോന്നി.

കവിത ആരിഫിനെ തുടർച്ചയായി സന്ദർശിക്കാൻ തുടങ്ങിയിട്ട് കുറെമാസങ്ങൾ കഴിഞ്ഞിരുന്നു. അവർ കൂടുതൽ അടുത്തുതുടങ്ങി. കവിത അവളുടെ വ്യക്തിപരമായ ജീവിതത്തിന്റെ വിശദവിവരങ്ങൾ ആരിഫുമായി പങ്കുവച്ചു.

ഒരുദിവസം അവൾ, മൻസാർ അലി എന്ന ഒരു മുസ്ലിം ചെറുക്കനുമായി പ്രണയത്തിലാണെന്ന് തെല്ലുമടിയോടെ അവനോടു പറഞ്ഞു. കറുത്ത സ്യൂട്ട്ധരിച്ച വെളുത്തുതടിച്ച ഒരുവന്റെ ഫോട്ടോ അവൾ അവനെ കാണിച്ചു. ആരിഫ് അവനെ കാണണം എന്നവൾ ആവശ്യ

പ്പെട്ടു. തന്റെ സഹോദരിമാരാരെങ്കിലും ഒരു ഹിന്ദുചെറുക്കനെ വിവാഹം ചെയ്യണമെന്ന് ആവശ്യപ്പെട്ടാൽ താൻ എങ്ങനെ പ്രതികരിക്കുമെന്ന് അവൻ ആശ്ചര്യപ്പെട്ടു.

മൻസാറിന്റെ പേര് അവന് പരിചിതമായി തോന്നി, ആ ഫോട്ടോയിലെ ആളെയും. എവിടെയാണ് താൻ അവനെ കണ്ടത്?

ആ രാത്രി, ആരിഫ് കട്ടിലിൽ കിടന്നപ്പോൾ പെട്ടെന്ന് അവന് കഴിഞ്ഞ വർഷത്തെ ദിനപത്രങ്ങളിൽ ഒരു 'മൻസാർ അലി'യെക്കുറിച്ച് ഉണ്ടായിരുന്നതും അവന്റെ ഫോട്ടോ മുൻപേജിൽ കൊടുത്തിരുന്നതും ഓർമ്മവന്നു. പട്നയിലെ ഒരു പ്രമുഖ മാർവാഡി ബിസിനസ്സ് കുടുംബത്തിലെ മകളുമായി അവനൊരു പ്രണയബന്ധം ഉണ്ടായിരുന്നു. അവൾ ഗർഭണിയായപ്പോൾ അവൻ അവളെ ഉപേക്ഷിച്ചു. ആ പെൺകുട്ടി ആത്മഹത്യചെയ്തു. പ്രാദേശിക മാധ്യമങ്ങൾ ആ സംഭവം ഏറ്റെടുക്കുകയും അവനെതിരെ ഒരു എഫ്ഐആർ സമർപ്പിക്കുകയും ചെയ്തു. പക്ഷേ, മൻസാറിന്റെ ബാപ്പയുടെ രാഷ്ട്രീയബന്ധത്താലും കനത്ത പോക്കറ്റിനാലും മൻസാർ കോട്ടംതട്ടാതെ പുറത്തുവന്നു. ഇവൻ ആ മൻസാർ അലിതന്നെയാണെന്ന് ആരിഫിന് ഉറപ്പായി. അസാധാരണമായ ഒരു അശുഭചിന്ത ശ്വാസംമുട്ടിച്ചതുകൊണ്ട്, ഉടനെ അവനെ കാണുവാൻ ആരിഫ് തീരുമാനിച്ചു.

സഞ്ജയ്ഗാന്ധി ബയോളജിക്കൽ പാർക്കിനുള്ളിലെ മയൂർ റെസ്റ്റാറന്റിൽവച്ച് കാണുവാൻ അവർ തീരുമാനിച്ചു. മൻസാർ വെള്ളവസ്ത്രം ധരിച്ചാണ് വന്നത്. അവന്റെ പേറ്റന്റ് ഉള്ള വെള്ള ലെതർഷൂ പോലും അവന്റെ സഫാരിസ്യൂട്ടുമായി യോജിക്കുന്നത് ആയിരുന്നു. അവൻ ഒരു മാതിരി ഒരു ഇംഗ്ലീഷ് സായിപ്പിനെപോലെ വെളുത്തവനായിരുന്നു.

'അസ്സാം അലൈക്കും ഭായിജാൻ ' അവൻ ആരിഫിനെ അഭിവാദ്യം ചെയ്തു. അവന്റെ ശബ്ദത്തിന് കുറച്ചധികം ഊഷ്മളതയുണ്ടായിരുന്നു.

ആരിഫ് അവനെ ഇഷ്ടപ്പെട്ടതേയില്ല. അവനിൽ എന്തോ തന്ത്രമുള്ളതുപോലെ തോന്നി.

'ഇവിടെ, ഞങ്ങളെ കാത്തിരിക്കൂ.' ആരിഫ് കവിതയോട് പറഞ്ഞു.

'ഓക്കേ ഭയ്യാ' റെസ്റ്ററന്റിലെ ഇരുമ്പുകസേരയിൽ ഇരുന്നുകൊണ്ട് അവൾ പറഞ്ഞു.

ആരിഫും മൻസാറും പുറത്തിറങ്ങി ഒപ്പത്തിനൊപ്പം നടന്നു തുടങ്ങി.

'അവളുടെ സഹോദരൻ കാണാൻ വരുന്നു എന്ന് കവിത പറഞ്ഞപ്പോൾ ഞാൻ ആകുലനായി. അപ്പോഴാണ് അവൾ നിങ്ങളെക്കുറിച്ച് എന്നോട് പറഞ്ഞത്. അപ്പോൾ എനിക്ക് സന്തോഷമായി.' മൻസാർ ഒരു വിഡ്ഢിച്ചിരി ചിരിച്ചു.

'നോക്കൂ, നിങ്ങൾ എന്നെ കവിതയെ വിവാഹം കഴിക്കാൻ സഹായിച്ചാൽ അത് നിങ്ങൾക്ക് ഒരു വലിയ ധാർമികതയുള്ള പ്രവൃത്തിയാകും. നിങ്ങൾ ഒരു സഹോദരന്റെ ധർമ്മം നിർവഹിക്കുകയാവും... കൂടാതെ നിങ്ങൾക്ക് അതിന്റെ ഗുണവുംകിട്ടും. സ്വാബ് ഒരു അവിശ്വാസിയെ മുസ്ലീമായി മതംമാറ്റുന്നതിന്.'

'ആരാണ് നിന്നോട് പറഞ്ഞത് ഞാൻ നിന്നെ കവിതയെ വിവാഹം കഴിക്കാൻ സമ്മതിക്കുമെന്ന്?' ആരിഫ് ചോദിച്ചു.

'എന്തുകൊണ്ട്? എന്താണ് എനിക്ക് കുഴപ്പം ?'

'പട്നയിലുള്ള എല്ലാവർക്കും നിന്റെ കീർത്തിയറിയാം. ഞാൻ കൂടുതൽ പറയണോ?' ആരിഫ് മറുപടി പറഞ്ഞു.

'ആരിഫ് സാഹബ്, ആളുകൾ കഥകൾ മെനയും. നിങ്ങളെയും കവിതയുടെ അമ്മയെയുംപറ്റി ഞാൻ ഒരുപാട് കേട്ടിട്ടുണ്ട്.' തന്റെ നീണ്ടമുടി കൈവിരലുകൾകൊണ്ട് കോതിക്കൊണ്ട് അവൻ പറഞ്ഞു.' ഇടയ്ക്ക് പറയട്ടെ, എന്റെ സുഹൃത്തുക്കളിൽ ഒരാൾ ബാങ്ക്കോളനിയിലാണ് താമസിക്കുന്നത്.'

മൻസാർ ഒന്ന് നിന്നിട്ട് ആരിഫിന്റെ കണ്ണുകളിലേക്ക് നോക്കി. ആ വിഡ്ഢിച്ചിരി മൻസാറിന്റെ മുഖത്ത് തിരിച്ചുവന്നിരുന്നു.

'ഞാൻ ഇതിനെക്കുറിച്ച് കവിതയോട് പറഞ്ഞിട്ടില്ല. എന്തുകൊണ്ടെന്നാൽ കേട്ടുകേൾവിയുടെയും അപവാദത്തിന്റെയും അടിസ്ഥാനത്തിൽ ഞാൻ പ്രതികരിക്കാറില്ല.' മൻസാർ ശാന്തമായി പറഞ്ഞു.

ഒരു കുട്ടകംനിറയെ തിളച്ച എണ്ണ തന്റെമേൽ ഒഴിച്ചതുപോലെ ആരിഫിന് അനുഭവപ്പെട്ടു.

എന്നോടിങ്ങനെ സംസാരിക്കാൻ അവൻ എങ്ങനെ ധൈര്യപ്പെട്ടു?

'എനിക്ക് നിന്നോട് സംസാരിക്കണ്ട. പോയി നിനക്ക് എന്താണ് ചെയ്യാൻപറ്റുന്നത് അത് ചെയ്യൂ.' തന്റെ ഞരമ്പുകളിലൂടെ ദേഷ്യം പ്രവഹിക്കുന്നതിനിടത്തിൽ ആരിഫ് പറഞ്ഞു. ആരിഫ് മൻസാറിന്റെ അടുത്തുനിന്നു വേഗത്തിൽ നടന്നകന്നു.

'എന്തുപറ്റി ഭയ്യാ?' കവിത അവന്റെ തൊട്ടുപിന്നിൽ ഉണ്ടായിരുന്നു.

കവിത ആ സംഭാഷണം ഒളിഞ്ഞുകേട്ടില്ലെന്ന് അവൻ ആശ്വസിച്ചു. അവൻ കർശനമായ സ്വരത്തിൽ അവളോട് പറഞ്ഞു.

'നമ്മുക്ക് വീട്ടിലേക്കുപോകാം. മൻസാറിനെക്കുറിച്ച് എനിക്ക് ചില കാര്യങ്ങൾ പങ്കുവയ്ക്കാനുണ്ട്.'

അവർ കനത്ത നിശ്ശബ്ദതയിൽ കുറച്ചുസമയം നടന്നു.

'ഭയ്യാ, പപ്പയോടോ മമ്മിയോടോ മൻസാറിനെക്കുറിച്ചു ദയവായി പറയരുത്.' ആ പാവം ഭയപ്പെട്ടപോലെ തോന്നിച്ചു.

'ഒരു നിബന്ധനയിൽ' ആരിഫ് പറഞ്ഞു.

'നിബന്ധന?' കവിത ആശ്ചര്യപ്പെട്ടു.

'നീ ഈ റാസ്ക്കലിനെ ഇനി കാണരുത്.'

'എന്തുകൊണ്ടാണ് ഭയ്യാ?'

'മൻസാർ ഒരു പരിപൂർണ്ണ ചതിയനാണ്. അവൻ ഒത്തിരി പെൺകുട്ടികളുടെ ജീവിതം നശിപ്പിച്ചിട്ടുണ്ട്.'

'ഞാൻ വിശ്വസിക്കില്ല...'

'നീ നിന്റെ ജീവിതം നശിപ്പിക്കാൻ തയ്യാറാണെങ്കിൽ, ചെന്ന് അവനെ കല്യാണം കഴിക്ക്.'

ആരിഫ് അവനുവേണ്ടി ഒരു സൈക്കിൾറിക്ഷ വിളിച്ചു സ്ഥലം വിട്ടു.

~

അന്ന് വൈകുന്നേരംതന്നെ, ആരിഫ് സുമിത്രയോട് മൻസാറുമായുള്ള കവിതയുടെ പ്രേമബന്ധത്തിനെപ്പറ്റിപറഞ്ഞു. ഭീതിയുടെ ഒരുഭാവം അവളുടെ മുഖത്ത് ഉണ്ടായിരുന്നു.

'എന്റെ മകൾക്ക് ഒരു മുസ്ലിം പയ്യനുമായി ഒരു പ്രേമബന്ധം ഉണ്ടാവുക എന്നത് എനിക്ക് വിശ്വസിക്കാൻ പറ്റുന്നില്ല. അതും ഇതുപോലെ ദുഷ്പേര് ഉള്ളവനുമായി. അവൾ അവനെ കാണുക മാത്രമേ ഉള്ളോ? അതോ എന്തെങ്കിലുംകൂടി ചെയ്തുകാണുമോ?' അവളുടെ സ്വന്തം തലയിൽ കൈപിടിച്ച് സുമിത്ര ചോദിച്ചു.

'എന്തെങ്കിലുംകൂടി' എന്നതുകൊണ്ട് അവൾ എന്താണ് ഉദ്ദേശിച്ചത് എന്ന് ആരിഫിന് മനസ്സിലായി.

'എന്തുകൊണ്ട് പാടില്ല? എനിക്ക് മുപ്പത്തൊമ്പതാമത്തെ വയസ്സിൽ ഒരു പ്രേമബന്ധം ഉണ്ടാകാമെങ്കിൽ അവൾക്കെന്തുകൊണ്ട് ആയിക്കൂടാ?' അവൾ സ്വയം സംസാരിക്കുന്നത് തുടർന്നു. 'രമേശിനോട് ഞാൻ ഉടനെ ഉറപ്പായും സംസാരിക്കണം.'

അവൾ അവളുടെ വീടിനുള്ളിലേക്കുപോയി. അവൾ അവളുടെ ഭർത്താവുമായി സംസാരിക്കുന്നതിനിടയിൽ അവളുടെ പ്രക്ഷുബ്ധമായ സ്വരം ആരിഫ് കേട്ടു.

'നിങ്ങളെന്താണ് ഇപ്പോൾ ചെയ്യാൻ പോകുന്നത്? മൻസാർ അലിയുമായി നിങ്ങൾ സംസാരിക്കുവാൻ പോവുകയാണോ?' ആരിഫ് ജാഗ്രതയോടെ ചോദിച്ചു.

'ഞാൻ അവനോട് എന്തുപറയാനാണ്? ഇനി കവിതയോട് എന്താണ് പറയാനുള്ളത്? ഒരു മുസ്ലീമുമായി പ്രേമബന്ധത്തിലായി അവൾ ഞങ്ങളുടെ കുടുംബത്തിന്റെ പേര് കളങ്കപ്പെടുത്തി. ഈ മുസ്ലീങ്ങൾ എല്ലാം കണക്കാണ്. ആദ്യം അവൻ ഒരു ഹിന്ദുപെൺകുട്ടിയെ വശീകരിക്കും. പിന്നെ അവളെ മതപരിവർത്തനത്തിന് നിർബന്ധിക്കും.'

'എങ്ങനെയാണ് നിങ്ങൾക്ക് ഇതുപോലെ സംസാരിക്കാൻ കഴിയുന്നത്? എല്ലാ മുസ്ലീങ്ങളും ചീത്തയല്ല.' ആരിഫ് പറഞ്ഞു.

'പക്ഷേ, എന്തുകൊണ്ടാണ് എല്ലായ്പ്പോഴും ഒരു ഹിന്ദുപെൺകുട്ടി ഒരു മുസ്ലീം ചെറുക്കനുമായി ഒളിച്ചോടുന്നത്? അല്ലാതെ മറിച്ചു നടക്കുന്നില്ല?'

'കൊള്ളാം. എല്ലാക്കാലത്തും മുസ്ലീം പെൺകുട്ടികളും ഹിന്ദുക്കളുടെകൂടെ ഒളിച്ചോടാറുണ്ട്. ചിലപ്പോൾ നിങ്ങൾ ചിന്തിക്കുന്നുണ്ടാവും നമ്മുടെ പ്രേമബന്ധവും ഒരു ഗൂഢാലോചന ആണെന്ന്. ഒരു ഹിന്ദുപെണ്ണിനെ നശിപ്പിക്കാൻ ഇവിടെവന്ന ഒരു ജിഹാദിയാണ് ഞാൻ എന്ന്, ആരിഫ് പറഞ്ഞു.

'ആർക്കറിയാം?' സുമിത്ര എടുത്തടിച്ചപോലെ മറുപടി പറഞ്ഞു.

ആരിഫിന് അവനെ ഒരു പഴുപ്പിച്ച ഇരുമ്പുകമ്പികൊണ്ട് അടിച്ചപോലെ അനുഭവപ്പെട്ടു. അവൾ എന്താണോ പറഞ്ഞത് അത് ശരിക്കും സുമിത്ര പറഞ്ഞതാണെന്ന് അവന് വിശ്വസിക്കാൻ കഴിഞ്ഞില്ല. ആരിഫ് നിശ്ശബ്ദനും മുറിവേറ്റവനുമായി. അവളുടെ തീക്ഷ്ണമായ കുത്തുവാക്കിന് മറുപടി കൊടുക്കുവാൻ ഉചിതമായ ഒരു വാക്കു തേടുവാനായി അവൻ കഠിനമായി ശ്രമിച്ചെങ്കിലും അവനതിന് കഴിഞ്ഞില്ല. അവൻ ആ മുറിയിൽനിന്നും പുറത്തുകടന്നു.

~

സുമിത്രയുമായുള്ള കൂടിക്കാഴ്ച്ചക്കുശേഷം ഒരു മാസം കഴിഞ്ഞിരുന്നെങ്കിലും അവളുടെ വാക്കുകൾ അപ്പോഴും അവനെ തേളുകളെപ്പോലെ കുത്തിനോവിച്ചു. അവൾക്ക് എങ്ങനെയാണ് തന്നെപ്പറ്റി അങ്ങനെ ചിന്തിക്കാൻ കഴിഞ്ഞത്? ആത്മാനുകമ്പയിൽ ആരിഫ് മുഴുകി. സുമിത്രയുമായുള്ള അവന്റെ പ്രണയകഥ അവസാനിച്ചിരിക്കുന്നു. അല്ലെങ്കിൽ അവനിനിയും അവളെ കാണുവാൻ പോകുമോ ?

ആരിഫ് രാജ്ബസാർ പ്രദേശത്തെ ഏക ഇന്റർനെറ്റ് കഫേയായ യങ്ബീഹാർ സൈബർ കഫേയിൽ അവന്റെ ഊഴത്തിനായി കാത്തിരിക്കുകയായിരുന്നു. കഴിഞ്ഞ രണ്ടുമാസത്തെയുംപോലെ അപ്പോൾ അവന്റെ ചിന്തകൾ നിരന്തരമായി അവന്റെ സഹോദരൻ സക്കീറിനെക്കുറിച്ച് ആയിരുന്നു. സക്കീർ കഴിഞ്ഞ മൂന്നുമാസമായി വിളിക്കുകയോ ഒരു സന്ദേശം അയയ്ക്കുകയോ ചെയ്തിട്ടില്ല. ഇപ്പോൾ സക്കീർ ബോംബെയ്ക്ക്പോയിട്ട് ഒരുവർഷം കഴിഞ്ഞിരിക്കുന്നു. ആരിഫ് സക്കീറിന്റെ വീട്ടുടമസ്ഥയെ വിളിച്ചെങ്കിലും സക്കീർ മറ്റൊരിടത്തേക്കു മാറിയെന്ന് അവൾ അവനോടു പറഞ്ഞു. അതിനുശേഷം അവൾ അവനെ കണ്ടിട്ടില്ല. അവൻ അവൾക്ക് ഒരു മേൽവിലാസമോ നമ്പറോ

കൊടുത്തിട്ടുമില്ല. എല്ലാവരും വേവലാതിപ്പെട്ടു. അടുത്ത പത്തുദിവസത്തിനുള്ളിൽ സക്കീർ അവനെ വിളിച്ചില്ലെങ്കിൽ അവൻ ബോംബെയ്ക്കു പോകുമെന്ന് ആരിഫ് തീരുമാനിച്ചു.

പട്നയ്ക്കു വെളിയിൽപോയാൽ ഏകാന്തതടവിൽ ആവുക എന്നത് സക്കീറിന്റെ ശീലമാണ്. പക്ഷേ, സക്കീറിന്റെ മാനദണ്ഡംവച്ച് നോക്കിയാൽപോലും മൂന്നുമാസം എന്നത് വളരെ നീണ്ട ഒരു കാലയളവാണ്.

അവരുടെ വീട്ടിൽ ഫോൺ ഇല്ലാത്തതിനാൽ സക്കീറിന് അയൽക്കാരുടെ നമ്പറിൽ വിളിക്കേണ്ടിയിരുന്നു. അതിനാൽ അവൻ ഫോൺ വിളിയേക്കാൾ കത്തുകളെഴുതാനാണ് ഇഷ്ടപ്പെട്ടത്.

'എന്തിനാണ് ആവശ്യമില്ലാതെ വർമ്മയുടെ കുടുംബത്തെ ശല്യപ്പെടുത്തുന്നത്?' സക്കീർ ആരിഫിന് എഴുതി.

അവന്റെ ആദ്യത്തെ കത്ത് വന്നത് അവൻ ബോംബെയിൽ എത്തി ഒരു മാസം കഴിഞ്ഞതിനുശേഷമാണ്. അവൻ ആ സ്ക്രീൻടെസ്റ്റിൽ തിരഞ്ഞെടുക്കപ്പെട്ടിരുന്നില്ല. ഒരു സഹസംവിധായകൻ അവന്റെ ഉച്ചാരണത്തെ പരിഹസിക്കുകയും തെരുവുനാടകങ്ങളിൽ അഭിനയിക്കാൻ മാത്രമേ അവനെ കൊള്ളുകയുള്ളുവെന്നു വിളിച്ചു കൂവുകയും ചെയ്തു.

ഒരു നടൻ ആയി അംഗീകാരം നേടുവാനും ആ മഹാനഗരത്തിൽ നിലനിൽക്കുവാനുമുള്ള അവന്റെ കഷ്ടപ്പാടുകളെക്കുറിച്ച്, തുടക്കത്തിൽ സക്കീർ വിശദമായി ആരിഫിന് കത്തുകളെഴുതുമായിരുന്നു. അതിനിടയിൽ അവൻ തന്നെ നാല് പ്രാവശ്യം ഫോൺചെയ്തിരുന്നു. പക്ഷേ, അതെല്ലാം ഹ്രസ്വമായ സംഭാഷണങ്ങൾ ആയിരുന്നു. 'നിങ്ങൾക്ക് സുഖമാണോ? കുടുംബത്തിൽ എല്ലാവർക്കും സുഖമാണോ എന്നിങ്ങനെ പരിമിതപ്പെടുത്തിയ സംഭാഷണങ്ങൾ.

ഒരു വർഷത്തിനുശേഷം രാജ്ബസാറിൽ ഒരു ഇന്റർനെറ്റ് കഫേ തുടങ്ങി. അവന്റെ കത്തുകൾ ഇ-മെയിലുകളായി മാറി. ഇന്റർനെറ്റ് പട്നയിൽ പുതിയതായിരുന്നു. അതുപയോഗിക്കുവാൻ നല്ല ചിലവും ഉണ്ടായിരുന്നു. അതുകൊണ്ട് രണ്ടാഴ്ച കൂടുമ്പോൾ ഒരിക്കൽ മാത്രം, മിക്കവാറും ശനിയാഴ്ച ഉച്ചകഴിഞ്ഞാണ് ആരിഫ് കഫെ സന്ദർശിച്ചിരുന്നത്. വെറും പതിനഞ്ചുമിനിറ്റ് സമയത്തേക്ക് അവന് ഇരുപത് രൂപാ കൊടുക്കേണ്ടിയിരുന്നു. പട്ടണം മുഴുവനുള്ള അവന്റെ ഒരാഴ്ചത്തെ യാത്രക്ക് കൊടുക്കേണ്ട തുകയായിരുന്നു അത്.

ആവശ്യപ്പെടാതെ ലഭിക്കുന്ന പ്രമോഷണൽ മെയിലുകളായ ഡിസൈനർപേഴ്സിനും ബെസ്റ്റ്സെല്ലിങ് ബുക്സിനും പുരുഷത്വമില്ലായ്മ പരിഹരിക്കുവാനുമുള്ള ഓഫറുകളല്ലാതെ, ഇന്ന് അവന്റെ ഇൻബോക്സിൽ പുതിയ ഒരു ഇ-മെയിലും ഉണ്ടായിരുന്നില്ല.

അവൻ സക്കീറിന്റെ മുമ്പുള്ള ഇ-മെയിലുകൾ വീണ്ടും വായിച്ചു തുടങ്ങി.

ഫ്രം: zakirkhan_actor@hotmail.com
ഡേറ്റ്: 21 ജൂൺ 1997
ടു : arif1970@rediffmail.com
ഡിയർ ഭയ്യാ,
അസ്സലാം അലൈക്കും,

പട്നയിൽ എല്ലാം നന്നായിയിരിക്കുന്നുവെന്ന് ഞാൻ വിചാരിക്കുന്നു. മൽക്കാനി എന്ന മോഡൽ കോർഡിനേറ്ററിനോടൊപ്പം ജോലി ചെയ്യുവാനുള്ള ഒരവസരം എനിക്ക് ലഭിച്ചിട്ടുണ്ട്. യാഷ്ചോപ്രയുടെ സിനിമകളിൽ ഒന്നിൽ എനിക്കൊരുവേഷംവാങ്ങിത്തരാമെന്ന് അയാൾ വാഗ്ദാനം ചെയ്തിട്ടുണ്ട്. യാഷ്ചോപ്രയെ നേരിട്ട്കാണാൻ പോകുന്നതിന്റെ ആവേശത്തിലാണ് ഞാൻ. എന്തൊരു പ്രഗത്ഭനായ ഫിലിം മേക്കർ ആണ് അദ്ദേഹം!

കൂടുതൽ അടുത്ത ഇ-മെയിലിൽ.

ദാദിക്കും അബ്ബക്കും അമ്മക്കും എന്റെ ആശംസകൾ കൈമാറുക. എന്റെ സ്നേഹം റാബിയക്കും നസ്നീനും ഹുമക്കും.

നിങ്ങളുടെ സഹോദരൻ,
സക്കീർ.

ഡേറ്റ്: 11 ജൂലൈ 1997

ഡിയർ ഭയ്യാ,
അസ്സലാം അലൈക്കും,

യാഷ്ചോപ്രയുമായുള്ള കൂടിക്കാഴ്ച നടന്നില്ലെന്ന് അറിയുമ്പോൾ നിങ്ങൾ നിരാശനാകും. മൽക്കാനി ഒരു തട്ടിപ്പുകാരനാണ്. സത്യത്തിൽ, അവൻ നടൻ ആകുവാൻ ആഗ്രഹിച്ചു നടക്കുന്ന ഒത്തിരിപ്പേരിൽ നിന്നും പണം വാങ്ങിച്ചിട്ടു മുങ്ങിക്കളഞ്ഞു. അടുത്തതവണ ഞാൻ ജാഗ്രതനായിരിക്കും.

എന്റെ ആശംസകൾ ദാദിക്കും അബ്ബക്കും അമ്മക്കും കൈമാറുക. എന്റെ സ്നേഹം റാബിയക്കും നസ്നീനും ഹുമക്കും.

നിങ്ങളുടെസഹോദരൻ,
സക്കീർ.

ഡേറ്റ്: 2 ഫെബ്രുവരി 1998

ഡിയർ ഭയ്യാ,

അസ്സാം അലൈക്കും,

എന്റെ നടന്മാരായ കൂട്ടുകാർ നിർദ്ദേശിച്ചതനുസരിച്ച് ഞാൻ നിരന്തരമായിപൃഥ്വി തീയേറ്റർ സന്ദർശിച്ചു തുടങ്ങി. നിങ്ങൾക്ക് അറിയാമോ, ഈ തീയേറ്ററിന്റെ ഉടമസ്ഥർ പ്രശസ്തരായ കപൂർകുടുംബമാണ്. ഇവിടെയാണ് പ്രശസ്തരായ സംവിധായകരും നിർമ്മാതാക്കളും വരുന്നത് എന്നും, ശ്രദ്ധിക്കപ്പെടുവാൻ ഏറ്റവും നല്ലവഴി ഇതാണെന്നും എല്ലാവരും പറയുന്നു.

അടുത്തത് എന്ത് സംഭവിക്കും എന്ന് നമുക്ക് നോക്കാം.

നിങ്ങളുടെ സഹോദരൻ,

സക്കീർ.

അടുത്തതും അവസാനത്തേതുമായ ഇ-മെയിൽ ഫെബ്രുവരി ഇരുപത്തിനാലിനാണ് അയച്ചത്. അതിൽ അവൻ ഒരു കമ്പനിയിൽ പാർട്ട് ടൈം ജോലിക്ക് കയറുകയാണെന്നും ഇനി അവന് പണം അയച്ചു കൊടുക്കേണ്ട ആവശ്യം ഇല്ലെന്നും പ്രസ്താവിച്ചിരുന്നു.

അവൻ ഈ ഇ-മെയിലുകൾ വായിച്ചുകൊണ്ടിരിക്കുന്നതിനിടയിൽ ആരിഫിന്, സക്കീറിന്റെ ബോംബെയിലെ പുതിയ സുഹൃത്തുക്കളിൽ ഒരാളായ രാജീബ്മൊഹന്തിയിൽനിന്നും ഒരു ഇ-മെയിൽകിട്ടി. സക്കീർ അയച്ച അവസാനത്തെ മാസ്സ് മെയിലിൽനിന്ന്, ജീവിതത്തിൽ എങ്ങനെ മുന്നേറാം എന്നുള്ള പ്രചോദനപരമായ ഒരു ഉദ്ധരണി ആയിരുന്നു അത്, ആരിഫ് കണ്ടെത്തിയത് ആയിരുന്നു രാജീബിന്റെ ഇ-മെയിൽ വിലാസം. ഇത്തരത്തിലുള്ളവ ചിലപ്പോളൊക്കെ സക്കീർ അവന്റെ സുഹൃത്തുക്കൾക്കും ആരിഫിനും ഷെയർ ചെയ്യുമായിരുന്നു.

തന്റെ സഹോദരനിൽനിന്നും ഒരു വിവരവുമില്ലാത്തതിനാൽ സക്കീറിന്റെ ഫോർവേഡ് ചെയ്ത ഈ ഇ-മെയിലിൽനിന്നും എടുത്ത മൂന്ന് ഇ-മെയിൽ വിലാസത്തിലേക്ക് ആരിഫ് കത്തെഴുതിയിരുന്നു. അവസാനം അവരിൽ ഒരുവൻ മറുപടി അയച്ചിരിക്കുന്നു. ആരിഫ് ഭയത്തോടെയും ശുഭാപ്തിവിശ്വാസത്തോടെയും ആ ഇ-മെയിൽ തുറന്നു.

ഫ്രം: രാജീബ്. mohanty@yahoo.com

ഡേറ്റ്: 23 ഏപ്രിൽ 1998.

സബ്ജെക്റ്റ്: സക്കീർ

ടു: ആരിഫ്ഖാൻ< arif1970@rediffmail.com

ഡിയർ ആരിഫ് ഭായി,

സലാം,

ഞാൻ ആദ്യത്തെ തവണ സക്കീറിനെ പരിചയപ്പെട്ടത് തിരോദ്കർ കുടുംബത്തിൽ അവൻ ഒരു പേയിങ്ഗസ്റ്റ് ആയി വന്നപ്പോൾ ആണ്. ഞാനും അവിടെ ഒരു പേയിങ്ഗസ്റ്റ് ആയിരുന്നു. ഞാൻ ഒറീസ്സയിൽ നിന്നുള്ള, വളർന്നുവരുന്ന ഒരു തിരക്കഥാകൃത്താണ്.

സക്കീർ ഒരു ഗിഫ്റ്റ്ഷോപ്പിൽ പാർട്ട്ടൈം ആയി ജോലി ചെയ്തിരുന്നു, രണ്ടായിരംരൂപ മാസശമ്പളത്തിൽ. പക്ഷേ, ഈ നഗരത്തിൽ ജീവിക്കാൻ അത് മതിയാകില്ല. ഞങ്ങളുടെ വീട്ടുടമസ്ഥയ്ക്ക് കൊടുത്തുകഴിഞ്ഞാൽ അവന് സ്റ്റുഡിയോയിലേക്കും സിനിമാനിർമ്മാതാക്കളുടെ ഓഫീസിലേക്കും യാത്രചെയ്യുവാൻ ഒന്നും മിച്ചമുണ്ടായിരുന്നില്ല. അവന് തന്റെ കുടുംബത്തിന് ഒരു ബാധ്യതയാകുന്നത് ഇഷ്ടമല്ലെന്ന് അവൻ എന്നോട് പറഞ്ഞിരുന്നു.

അതുകൊണ്ടാണ് അവന് ചെറിയ പരസ്യചിത്രങ്ങൾ കിട്ടുന്നുണ്ടെന്നും സാമ്പത്തികമായി സ്വയംപ്രാപ്തനായെന്നും നിങ്ങളോട് അവൻ കള്ളം പറഞ്ഞത്. മൽക്കാനി അവനെ പതിനായിരംരൂപ വാങ്ങി പറ്റിച്ചു. ആ നഷ്ടത്തിൽ അവന് വലിയ കുറ്റബോധം ഉണ്ട്. ഞങ്ങളുടെ നടന്മാരായ മൂന്ന് സുഹൃത്തുക്കളിൽനിന്നും അവൻ കടംവാങ്ങിയതാണ് ആ പണം. അവന് അവർക്കത് തിരിച്ചുകൊടുക്കേണ്ടതായിട്ടുണ്ട്.

രണ്ടുമാസംമുമ്പ് ആ ഗിഫ്റ്റ്ഷോപ്പ് പൂട്ടിയപ്പോൾ അവന് ആ പാർട്ട്ടൈം ജോലിയും നഷ്ടപ്പെട്ടു. അവന് ഒരു ജോലി അത്യാവശ്യമാണ്. ആ ഗിഫ്റ്റ്ഷോപ്പിൽനിന്നും കിട്ടിയ അവസാന ശമ്പളം മുഴുവൻ ആ വീട്ടുടമയ്ക്ക് കൊടുത്തിട്ട് അവൻ ആ സ്ഥലം ഒഴിഞ്ഞു.

സക്കീറിന്റെ സിനിമയിൽ അഭിനയിക്കാനുള്ള സ്വപ്നം ഇപ്പോഴും തികച്ചും ഊർജ്ജസ്വലമായിരിക്കുന്നതാണ്. നിങ്ങളോടൊപ്പം പട്നയിലുള്ള ജീവിതത്തെക്കുറിച്ച് അവൻ എന്നോടു കൂടെക്കൂടെ പറയുമായിരുന്നു. അവന്റെ കഥകളിൽനിന്ന് നിങ്ങൾ സഹോദരന്മാരേക്കാളേറെ സുഹൃത്തുക്കളായാണ് തോന്നിച്ചത്. അവൻ നിങ്ങളെക്കുറിച്ചും ആകുലനായിരുന്നു. നിങ്ങളെപ്പറ്റി അവൻ ഇടയ്ക്കിടെ ചിന്തിക്കുമായിരുന്നു.

അവനെ ഞാൻ അവസാനമായി കണ്ടപ്പോൾ അവൻ ജൂനിയർ ആർട്ടിസ്റ്റ് അസ്സോസിയേഷന്റെ ഒരു ഭാരവാഹിയായിരുന്ന അസ്ലാം ഭായിയോട് ഒപ്പമായിരുന്നു. അവന് സിനിമയിൽ ചെറിയ വേഷങ്ങൾ വന്നതിനെകുറിച്ച് എന്നോടു പറയുമ്പോൾ അവൻ കരയുന്നതുപോലെയായിരുന്നു. ഒരു ദിലീപ്കുമാറോ അമിതാഭ്ബച്ചനോ അതുമല്ലെങ്കിൽ ഒരു ഷാരൂഖ്ഖാനോ ആകുവാൻവേണ്ടി അവനിവിടെ വന്നിട്ട് പകരം ഒരു യാചകനായും കുഷ്ഠരോഗിയായും കോമാളിയുടെ സഹായി

യായും മിക്കപ്പോഴും അവ്യക്തമായ ഒരു ദൃശ്യത്തിലെ ജനക്കൂട്ടത്തിലൊരാളായും അവന് അഭിനയിക്കേണ്ടിവന്നു. അവർ അവന് എട്ടു മണിക്കൂർ ഷിഫ്റ്റിന് ഇരുനൂറ് രൂപയ്ക്കും അഞ്ഞൂറ് രൂപയ്ക്കും ഇടയിൽ പ്രതിഫലം കൊടുത്തിരുന്നു.

എനിക്കവനോട് സഹതാപം തോന്നി. പക്ഷേ, എനിക്ക് എന്തു ചെയ്യാൻ കഴിയും? ഞാനും ഈ സ്വപ്നനഗരിയിൽ രണ്ടറ്റവും കൂട്ടിമുട്ടിക്കുവാൻ കഷ്ടപ്പെടുകയാണ്.

ഈ നഗരം വലിയ സൗഭാഗ്യം വാഗ്ദാനംചെയ്ത് ഞങ്ങളെപ്പോലെ ഒത്തിരിപേരെ സന്തോഷിപ്പിക്കുകയും പക്ഷേ, മിക്കവരെയും ചരിത്രത്തിന്റെ ചവറ്റുകൊട്ടയിലേക്ക് തള്ളിയിടുകയും ചെയ്യുന്നു. കഴിഞ്ഞ ഒന്നരമാസമായി ഞാൻ സക്കീറിനെ കണ്ടിട്ടില്ല. ഞാൻ എവിടെയെങ്കിലുംവച്ച് അവനെ കാണുകയാണെങ്കിൽ അവനോട് നിങ്ങളെ വിളിക്കാൻ ഞാൻ പറയാം.

അവൻ നിങ്ങളോട് സംസാരിക്കുകയാണെങ്കിൽ ദയവായി അവനോട് പട്നയിലേക്ക് തിരികെ വരുവാൻ പറയുക. അടുത്ത മൂന്ന് മാസത്തിനുള്ളിൽ ഒന്നും നടക്കുന്നില്ലെങ്കിൽ വീട്ടിലേക്ക് തിരിച്ചുവരുമെന്ന് ഞാനും എന്റെ അച്ഛനോട് ഉറപ്പുകൊടുത്തിട്ടുണ്ട്.

എന്റെ ഈ കത്ത് നിങ്ങൾക്ക് അല്പം സാന്ത്വനമാകുമെന്ന് ഞാൻ പ്രതീക്ഷിക്കുന്നു.

ആശംസകളോടെ,

രാജീബ്.

പതിനഞ്ച്

1998-ലെ ഒരു ഇളംകാറ്റുള്ള വേനൽക്കാല പ്രഭാതത്തിൽ ആരിഫ് ബാൽക്കണിയിലെ പഴയ സോഫയിൽ കിടന്നുകൊണ്ട് ടൈംസ് ഓഫ് ഇന്ത്യയുടെ സ്പോർട്ട്സ് പേജിലൂടെ കണ്ണോടിക്കുമ്പോൾ വാതിലിൽ ഒരു മുട്ടുകേട്ടു. ആരിഫ് തുറക്കുവാൻ പോകുന്നതിനുമുൻപേ ഒരു കസേരയിൽ ഇരുന്ന് ഒരു ഓഫീസ് ഫയൽ പഠിച്ചുകൊണ്ടിരിക്കുക യായിരുന്ന അബ്ബ വാതിൽ തുറന്നു. വെളുത്ത ഖാദിവസ്ത്രങ്ങൾ ധരിച്ച, പല്ലുകളിൽ മുറുക്കാൻ കറപുരണ്ട, ഒരു കറുത്ത ആൾ വാതിൽക്കൽ നിന്നിരുന്നു. ചുരുട്ടിയ കൈയാൽ അയാൾ അബ്ബയെ അഭിവാദ്യം ചെയ്യു കയും റോഡിന്റെ ദിശയിലേക്ക് വിരൽചൂണ്ടി എന്തോ പിറുപിറുക്കു കയും ചെയ്തു.

'നാലഞ്ച് ഗ്ലാസ് റൂഹ് അഫ്സാ സർബത്തുമായി താഴേക്ക് വരൂ.' അബ്ബ ആരിഫിനോട് പറഞ്ഞിട്ട് ആ ഖാദിധാരിയെ അനുഗമിച്ചു. ആരിഫ് അവന്റെ അപ്പാർട്ട്മെന്റ് കെട്ടിടത്തിന്റെ മുൻപിലുള്ള റോഡി ലേക്കുനോക്കി. അവിടെ മൂന്നു വാഹനങ്ങൾ കിടന്നിരുന്നു. ഒരു വെള്ള ടാറ്റാ സുമോയും ഒരു നീല മഹേന്ദ്രാ കമ്മാണ്ടർ ജീപ്പും ഒരുവെള്ള മാരുതി 800 കാറും. അബ്ബ സുമോയ്ക്കടുത്തു നിന്നുകൊണ്ട് ആ വണ്ടി യിലുള്ള ആരോടോ സംസാരിക്കുന്നു.

ആരിഫ് സർബത്തുമായി താഴേക്കുചെന്ന് കാറിനുള്ളിൽ ഇരി ക്കുന്ന ആളുകൾക്ക് കൊടുത്തു. ഒരു തടിച്ച് ഇരട്ടത്താടിയുള്ള, തടിച്ച സ്വർണ്ണമാല ധരിച്ച ഒരാൾ പിറകിലത്തെ സീറ്റിൽ ഇരുന്നിരുന്നു. അയാൾ പച്ചഫ്രെയിം ഉള്ള റേബാൻ സൺഗ്ലാസ്സ് ധരിച്ചിരുന്നു. അബ്ബ യോട് സംസാരിക്കുന്നതിനിടയിൽ അയാൾ ഒരു ഗ്ലാസ്സെടുത്ത് സാവ ധാനത്തിൽ കുറേശ്ശേ കുടിച്ചു.

'നോക്കൂ, ഖാൻസാഹിബ്. മുസ്ലീം-യാദവ് ഘടകത്തിന്റെ അടിസ്ഥാ നത്തിലാണ് നിങ്ങളെ ഇത്രയുംനാൾ സ്പർശിക്കാത്തത്. പക്ഷേ, നിങ്ങൾ നിങ്ങളുടെ ഏകപക്ഷീയമായ നിലപാട് തുടർന്നാൽ നിങ്ങൾ വലിയ പ്രശ്നത്തിൽ ചെന്നുപെടും. ദാദൻറോയ് എന്റെ സുഹൃത്തു മാത്രമല്ല അയാൾക്ക് മുഖ്യമന്ത്രിയുമായി നേരിട്ട് ബന്ധവുമുണ്ട്.' അയാൾ സംസാരിക്കുമ്പോൾ അലസമായി തലചൊറിഞ്ഞു. അയാ ളുടെ ശബ്ദത്തിൽ ഭീഷണിയുടെ അംശമുണ്ടായിരുന്നു. അബ്ബ അസ്വ സ്ഥനായി കാണപ്പെട്ടു. കഴിഞ്ഞ പത്തുവർഷമായി അദ്ദേഹത്തെ പോലീസ് ഹെഡ്ക്വാർട്ടേഴ്സിലാണ് നിയമിച്ചിരിക്കുന്നത്. അദ്ദേഹം

എൻ.ജി.ഓ. അഥവാ 'നോട്ട്ഗേോയിങ് ഔട്ട്' എന്നുവിളിക്കുന്ന പ്രധാനപ്പെട്ട ഒരു വകുപ്പാണ് നോക്കികൊണ്ടിരുന്നത്. ആ സംസ്ഥാനത്തിലെ രാജ്യദ്രോഹപരമായ പ്രവർത്തനങ്ങളുടെ ഇന്റലിജൻസ് റിപ്പോർട്ടുകൾ നിരീക്ഷിക്കുക, സീനിയർ ഐ.പി.എസ്. ഓഫിസർമാർക്കെതിരെയുള്ള ആരോപണങ്ങൾ നിരീക്ഷിക്കുക ഓഫീസർമാരുടെ സ്ഥലംമാറ്റം ശരിയാക്കുക എന്നിവയാണ് അദ്ദേഹത്തിന്റെ ഉത്തരവാദിത്തംവരുന്ന കാര്യങ്ങൾ. സ്ഥലംമാറ്റം കൈകാര്യം ചെയ്യുക എന്നത് മനസ്സാക്ഷിക്കുത്തില്ലാത്തവർക്ക് ആദായകരമായ ഒരു കാര്യമാണ്. പണം വാങ്ങിയിട്ട് ഓഫീസർക്ക് നല്ലൊരു തുക കൈക്കൂലിയായി ഉണ്ടാക്കുന്നിടത്തേക്ക് അയാൾക്ക് ഒരു സ്ഥലംമാറ്റം ശുപാർശചെയ്യുക. വടക്കേ ബിഹാറിലെ കൽക്കരിഖനിയുടെ അടുത്തേക്ക് സ്ഥലംമാറ്റം നോക്കുന്ന ഒരു ഡെപ്യൂട്ടി സൂപ്രണ്ട് ഓഫ് പൊലീസിന് ഒരു അൻപതിനായിരം രൂപ നിഷ്പ്രയാസം കൊടുക്കാൻപറ്റും. കാരണം പതിനഞ്ചു ദിവസങ്ങൾക്കുള്ളിൽ അതിന്റെ ഇരട്ടി തിരിച്ചെടുക്കാമെന്ന് അയാൾക്ക് അറിയാം.

അബ്ബ അദ്ദേഹത്തിന്റെ വകുപ്പിന്റെ മേധാവിയായിരിക്കുമ്പോൾ കൈക്കൂലി അനുവദിക്കില്ല. ഓരോ സ്ഥലംമാറ്റവും നിയമനവും സർക്കാർ മാർഗ്ഗനിർദ്ദേശരേഖയുടെ അടിസ്ഥാനത്തിലായിരിക്കണമെന്ന് അദ്ദേഹത്തിന് നിർബന്ധമുണ്ടായിരുന്നു. അദ്ദേഹത്തിന്റെ പല കീഴ്ജീവനക്കാരും അവരെ 'മുകളിൽനിന്നുമുള്ള പണം' കിട്ടുന്നതിന് തടയുന്നതുകൊണ്ട് അദ്ദേഹത്തോട് നീരസം കാട്ടിയിരുന്നു. ഇതുവരെ അദ്ദേഹത്തിന്റെ തലവൻ, ബീഹാർ പോലീസിന്റെ ഹെഡ്, അബ്ബയുടെ അതേരീതിയിലുള്ള ആളായിരുന്നു. പക്ഷേ, പുതിയ ഡയറക്ടർ ജനറൽ ഓഫ് പോലീസിന്റെ വരവോടെ കാര്യങ്ങൾ ആകെമാറി. അയാൾ ദാദൻറോയിയെ ഒരു സീനിയർ ക്യാബിനറ്റ് സ്റ്റേറ്റ് മിനിസ്റ്ററിന്റെ ശുപാർശയിൽ പോലീസ് ഹെഡ്ക്വാർട്ടേഴ്സിൽ ഒരു സബ് ഇൻസ്പെക്ടർ ആയി കൊണ്ടുവന്നു. ദാദന് ആദ്യദിവസംതന്നെ അബ്ബയുടെ പ്രവർത്തനരീതി ഇഷ്ടപ്പെട്ടില്ല. പെട്ടെന്നുള്ള പണമുണ്ടാക്കൽ നടക്കില്ലെന്ന് അയാൾക്ക് അറിയാമായിരുന്നു. ദാദൻ അബ്ബയെ മറികടക്കാൻ ആഗ്രഹിച്ചു. അബ്ബയും അയാളെ സൂക്ഷ്മമായി നിരീക്ഷിച്ചിരുന്നു.

അവർ പോയി. അബ്ബ ഉത്കണ്ഠാകുലനായി നിന്നെങ്കിലും, വഴങ്ങാത്തവനായിരുന്നു. അദ്ദേഹത്തിന് തന്റെ ആദർശങ്ങൾ ഒരിക്കലും വിട്ടുകളയുവാൻ കഴിയില്ലായിരുന്നു.

അതിനുശേഷമുള്ള വ്യാഴാഴ്ച അബ്ബ പോലീസ് ഹെഡ് ക്വാർട്ടേഴ്സിൽനിന്നും പട്നയിലുള്ള ബീഹാർ മിലിറ്ററി പോലീസിന്റെ അഞ്ചാം ബറ്റാലിയനിലേക്ക് സ്ഥലംമാറ്റപ്പെട്ടു. എൻ.ജി.ഓ. ഡിപ്പാർട്ട്മെന്റിന്റെ ഹെഡ് ആയി ദാദൻറോയി അദ്ദേഹത്തിന്റെ പകരക്കാരനായി. അന്ന്

വൈകുന്നേരംതന്നെ അബ്ബ തന്റെ പുതിയ ബോസിനുമുൻപിൽ റിപ്പോർട്ടുചെയ്തു. മൂന്നുദിവസങ്ങൾ കഴിഞ്ഞ് ജഹാനാബാദിനടുത്തുള്ള ഒരു നക്സലൈറ്റ് ആക്രമണമുള്ള പ്രദേശത്തെ പോലീസ് കാവൽസേനയിലേക്ക് നിയോഗിച്ചുകൊണ്ടുള്ള കത്ത് അബ്ബയ്ക്ക് ലഭിച്ചു.

ഏകദേശം ഒരു മാസംമുൻപ് മാവോയിസ്റ്റുകൾ ആ ജില്ലയിലെ ഒരു പോലീസ് കാവൽസേനയെ ആക്രമിച്ചിരുന്നു. മണിക്കൂറുകൾക്കു ശേഷം സഹായസേന എത്തിച്ചേരുകയും അഞ്ച് കോൺസ്റ്റബിൾമാരുടെ കഴുത്തറുത്ത നിലയിൽ കണ്ടെത്തുകയും ചെയ്തു. ആ സംഭവം എല്ലാവരുടെയും മനസ്സിൽ പുതുമയോടെ ഉണ്ടായിരുന്നു. ഉമ്മ അബ്ബയോട് ഈ നിയമനം നിരസിക്കുവാനും അത് നടന്നില്ലെങ്കിൽ സ്വമേധയാ വിരമിക്കുവാനും യാചിച്ചു.

അബ്ബ കേൾക്കുവാനുള്ള ഒരു മൂഡിൽ അല്ലായിരുന്നു. 'ഹമീദാ, ഞാൻ ഒരു പഠാൻ ആണ്. ഒരു ഭീരുവിനെപോലെ എനിക്കെന്റെ ഡ്യൂട്ടിയിൽനിന്നും ഓടിമാറാൻപറ്റില്ല' അബ്ബ പറഞ്ഞു. 'ആയിരക്കണക്കിന് പോലീസുകാർ നക്സലൈറ്റ് പ്രദേശത്തു അവരുടെ കർത്തവ്യം നിർവഹിക്കുന്നു. ഏതായാലും ജീവിതവും മരണവും അല്ലാഹുവിന്റെ കരങ്ങളിലാണ്.' അബ്ബ ദാർശനികമായി കൂട്ടിച്ചേർത്തു. ഒരു ദാർശനികന്റെയും പഠാന്റെയും മുഖഭാവത്തിനു പിറകിൽ, തന്റെ ജീവന്റെ വിലകൊടുത്തിട്ടാണെങ്കിൽപോലും, തന്റെ കുടുംബത്തെ പോറ്റേണ്ട ഒരാളുടെ ആകുലതയുണ്ടായിരുന്നു.

ഏതാനും ആഴ്ചകൾക്കുശേഷം അബ്ബ തന്റെ പുതിയ നിയുക്ത ജോലിക്കുവേണ്ടി പുറപ്പെട്ടു. ഉമ്മ വലതുകൈയിൽ പ്രാർത്ഥനാ മാലയുമായി ഇടനാഴിയിലൂടെ നടക്കുന്നത് ആരിഫ് കണ്ടു. അന്ന് രാവിലെ അവരുടെ മുറിയുടെ ജാലകപ്പടിയിൽ ഒരു കാക്ക ചേക്കേറി ഇടവിടാതെ കരയുന്നത് ഉമ്മ ശ്രദ്ധിച്ചു. 'അതൊരു ദുശ്ശകുനമാണ്' അവർ ആരിഫിനോട് പറഞ്ഞു. 'യാഹ് അള്ളാഹ്, ദയവായി ഞങ്ങളുടെ കുടുംബത്തിനെ ചെകുത്താന്റെ കണ്ണുകളിൽനിന്ന് രക്ഷിക്കൂ.' അവരുടെ പ്രാർത്ഥനപ്പായ ചുരുൾ നിവർത്തുന്നതിനിടയിൽ ഉമ്മ മന്ത്രിക്കുന്നത് ആരിഫ് കേട്ടു.

സക്കീർ ഇതുവരെ വിളിക്കുകയോ ഇ-മെയിൽ അയയ്ക്കുകയോ ചെയ്തില്ല. അവൻ സുഖമായിരിക്കുന്നുവെന്ന് അവന്റെ സുഹൃത്ത് രാജീവ് ഒരു ഇ-മെയ്ലിൽ സ്ഥിരീകരിച്ചിരുന്നെങ്കിലും ആരിഫ് ഇപ്പോഴും അസ്വസ്ഥനായിരുന്നു. *എന്തുകൊണ്ടാണ് സക്കീർ ബന്ധപ്പെടാത്തത്? ഇപ്രാവശ്യം അബ്ബ ലീവിന് വരുമ്പോൾ ഞാൻ ബോംബെയ്ക്ക് പോകുവാനുള്ള അനുവാദം അദ്ദേഹത്തോട് ചോദിക്കും.* അബ്ബയെക്കുറിച്ച് അവൻ ആലോചിച്ചപ്പോൾ വിപ്ലവകാരികൾ നിയന്ത്രിക്കുന്ന

പ്രദേശത്തിലുള്ള അദ്ദേഹത്തിന്റെ ക്ലേശകരമായ ജീവിതത്തെക്കുറിച്ച് അവൻ ഉത്കണ്ഠാകുലനായി.

അബ്ബ പോയതിനുശേഷം ഉമ്മ ശരിക്കുറങ്ങിയിട്ടില്ല. നിരന്തരമായി വ്യാകുലപ്പെട്ടിരുന്ന അവർ ദാദിയുമായി ചേർന്ന് അർദ്ധരാത്രിയിലുള്ള പ്രാർത്ഥനയായ തഹജ്ജുദ് സമർപ്പിക്കുവാൻ തുടങ്ങി. ഒരുരാത്രി ആരിഫ് അവന്റെ മുറിയിൽ ഇരുന്ന് പഠിക്കുമ്പോൾ അമ്മയും ദാദിയും പ്രാർത്ഥിക്കുന്നത് അവൻ കണ്ടു. ദൂരെ, ആയുധശാലയിലെ മണി രാത്രിയുടെ നിശ്ശബ്ദതയെ പിളർത്തിക്കൊണ്ട് പന്ത്രണ്ടുതവണ അടിച്ചു.

തന്റെ രണ്ടുമക്കളും ഒന്നിനും കൊള്ളാത്തവരായതിനാൽ അബ്ബയ്ക്ക് തന്റെ ജീവിതം അപകടത്തിലാക്കേണ്ടിവന്നു. ഞങ്ങൾ കുടുംബത്തിന് ജീവിക്കാനുള്ള വരുമാനമുണ്ടാക്കിയിരുന്നെങ്കിൽ അബ്ബ ഈ ഭീഷണിയുള്ള ജോലിയിൽനിന്ന് തീർച്ചയായും വിരമിക്കുമായിരുന്നു. ഓരോ ദിവസവും എട്ടുമണിക്കൂറോളം ചിലവിട്ടിട്ടും കോച്ചിങ് ക്ലാസ്സിൽ നിന്നും ഞാൻ സമ്പാദിക്കുന്നത് തുച്ഛമായ വരുമാനമാണ്. ഈ പ്രാവശ്യം എനിക്ക് കഠിനമായി പരിശ്രമിച്ച് എന്തു വിലകൊടുത്തും സിവിൽ സർവീസസ് കടന്നുകൂടണം. അബ്ബയ്ക്കും അമ്മയ്ക്കും വേണ്ടി ആരിഫ് അലമാരയിൽനിന്നും *അഡ്മിനിസ്ട്രേറ്റീവ് തിങ്കേഴ്സ്* എന്ന പുസ്തകം വലിച്ചെടുക്കുന്നതിനിടയിൽ ചിന്തിച്ചു. അവന് ഹെർബെർട് സൈമൺ എഴുതിയ 'ഡിസിഷൻ മേക്കിങ്' എന്ന അദ്ധ്യായം അന്നുതന്നെ തീർക്കണമായിരുന്നു.

അവൻ അവനുവേണ്ടി ഒരു കപ്പ് ചായ ഉണ്ടാക്കാൻ അടുക്കളയിലേക്കുചെന്നു. കലത്തിൽ നോക്കിയപ്പോൾ പാല് ചീത്തയായതായി കണ്ടു. ഈ ചൂടിൽ ഒരു ഫ്രിഡ്ജ് ഇല്ലാതെ പാല് അധികനേരം കേടാകാതെ വെയ്ക്കുവാൻ ബുദ്ധിമുട്ടാണ്. പക്ഷേ, ഉമ്മയ്ക്ക് എന്തുചെയ്യാൻ പറ്റും? അവർ പാല് ദിവസത്തിൽ ചുരുങ്ങിയത് മൂന്നോ നാലോ തവണ തിളപ്പിച്ച് വെയ്ക്കും. അവർക്ക് ഒരു ഫ്രിഡ്ജ് വാങ്ങുവാൻ പറ്റുമായിരുന്നില്ല.

മേശമേൽവച്ച ഒരു കഷണം നാരങ്ങാ അവൻ കണ്ടു. ഒരു കപ്പ് ലെമൺടീകൊണ്ട് കാര്യം കഴിക്കാമെന്ന് അവൻ തീരുമാനിച്ചു.

അവൻ അവന്റെ ചായകുടിച്ചു കഴിഞ്ഞ നേരത്ത് ദാദി അവരുടെ പ്രാർത്ഥന കഴിഞ്ഞ് അവരുടെ മുറിയിലേക്ക് തിരികെപോയി. ഉമ്മ പ്രാർഥനാപായിൽ തന്നെയായിരുന്നു. അവരുടെ കണ്ണുകൾ അടച്ചിരുന്നു.

ആരിഫ് തന്റെ മുറിയിലേക്ക് മടങ്ങിവന്ന ഉടനെ കാളിങ്ബെൽ അടുപ്പിച്ചടുപ്പിച്ച് രണ്ടുപ്രാവശ്യം മുഴങ്ങി.

ആരായിരിക്കും ഈ സമയത്ത്? ആരിഫ് ആശ്ചര്യപ്പെട്ടു. അവൻ വാതിൽക്കലേക്ക് ഓടിച്ചെന്നപ്പോൾ ഉമ്മ ഒരു കോൺസ്റ്റബിളുമായി

സംസാരിക്കുന്നതുകണ്ടു. ജഹാനാബാദിൽ അബ്ബയുടെ സേനാവിഭാഗത്തിൽ ഒരു മാവോയിസ്റ്റ് ആക്രമണം നടന്നു. ആ ഏറ്റുമുട്ടലിൽ എത്ര പോലീസുകാർ മരിച്ചെന്നോ മുറിവേറ്റെന്നോ ഉള്ള കൂടുതൽ വാർത്തകൾ ഒന്നുംകിട്ടിയിട്ടില്ല. ആ കോൺസ്റ്റബിൾ കാര്യമാത്ര പ്രസക്തമായാണ് സംസാരിച്ചിരുന്നത്. അയാളുടെ വാക്കുകൾ കോട്ടുവായ്ക്കിടയിൽ അർദ്ധവിരാമമിട്ടു. അയാൾ ഉണർന്നിരിക്കാൻ വളരെ പാടുപെട്ടു. ആ കോൺസ്റ്റബിൾ പോയിമറയുന്നതുവരെ ഉമ്മ നിശ്ശബ്ദയായി ഇരുന്നു. എന്നിട്ട് അവർ നിലവിളിച്ചു. ആ വീട് മുഴുവൻ ഉണർന്നു. ദാദിയും റാബിയയും നസ്നീനും ഹുമയും ഉമ്മയുടെകൂടെ കൂടി. അവരെല്ലാവരും കരഞ്ഞു.

ആരിഫ് ഞെട്ടിപ്പോയി. അവന് കുറച്ചുസമയത്തേക്ക് സംസാരിക്കുവാൻ കഴിഞ്ഞില്ല. പിന്നെ അവന്റെ കവിളുകളിലൂടെ കണ്ണുനീർ താഴേക്കൊഴുകി. അയല്പക്കക്കാർ അങ്ങോട്ട് പ്രവഹിച്ചുതുടങ്ങി. അടുത്ത വീട്ടിൽനിന്നും സ്ത്രീകളുടെ അടക്കാനാവാത്ത അലറിക്കരച്ചിൽ അവൻ കേട്ടു.

'ഉമ്മ ദയവായി കരയാതിരിക്കു. അബ്ബയ്ക്ക് കുഴപ്പമൊന്നുമുണ്ടാകില്ല. ഞാൻ ഏറ്റവും പുതിയ വിവരങ്ങൾ തിരക്കാൻ പോലീസ് ഹെഡ്ക്വാർട്ടേഴ്സിലേക്ക് പോവുകയാണ്.' ആരിഫ് പറഞ്ഞു.

ആവലാതി പറഞ്ഞുകൊണ്ടിരുന്ന ദാദിയുടെ നേരെ തിരിഞ്ഞു. 'ദാദി ദയവായി അല്ലാഹുവിനോട് പ്രാർത്ഥിക്കൂ. നിങ്ങളുടെ മകൻ സുരക്ഷിതനായി തിരിച്ചെത്തും.'

പോലീസ് കോളനിക്കുള്ളിലെ റോഡിൽ പല ആണുങ്ങളും പെണ്ണുങ്ങളും ഭയപ്പെട്ട് ആക്രമണത്തെപ്പറ്റി അടക്കി സംസാരിച്ചുകൊണ്ടിരുന്നു. അവന്റെ രണ്ട് അയൽക്കാർ ഒരു ജീപ്പിൽ പോലീസ് ഹെഡ്ക്വാർട്ടേഴ്സിലേക്ക് പുറപ്പെടുകയായിരുന്നു. അവനും അവരോടൊപ്പം ചേർന്നു. ആരിഫ് അവന്റെ കുടുംബത്തെ ആശ്വസിപ്പിച്ചെങ്കിലും അവന്റെ വയറ് സ്തംഭിച്ച അവസ്ഥയിലായിരുന്നു. താൻ വളരേണ്ടതുണ്ടെന്ന് അവൻ ചിന്തിച്ചു. 'യാഹ് അള്ളാ, അബ്ബയെ കാത്തുകൊള്ളണമേ.' അവൻ നിശബ്ദനായി പ്രാർത്ഥിച്ചു.

രണ്ടു മണിക്കൂറുകൾക്കുശേഷം, രക്ഷപ്പെട്ട അഞ്ചുപേരിൽ ഒരാൾ അബ്ബയാണെന്നും പക്ഷേ, ഒരു വെടിയുണ്ട അദ്ദേഹത്തിന്റെ തോളിലുരുമി കടന്നുപോയെന്നുമുള്ള വാർത്തയുമായി ആരിഫ് മടങ്ങിയെത്തി. അവരദ്ദേഹത്തെ പട്ന മെഡിക്കൽ കോളേജ് ഹോസ്പിറ്റലിൽ ചികിത്സയ്ക്ക് കൊണ്ടുവരികയാണ്. ഉമ്മ ഉടനെ കുമ്പിട്ടിട്ട് തന്റെ ഭർത്താവിന്റെ ജീവിതം ബാക്കികൊടുത്തതിന് അല്ലാഹുവിനോട് നന്ദി പറഞ്ഞു. ദാദിയും അനിയത്തിമാരും അവരുടെ പ്രാർത്ഥനാപ്പായ നഫിൽ നമസ്കാരത്തിനായി നിവർത്തി.

അബ്ബയുടെ കഷ്ടിച്ചുള്ള രക്ഷപെടലിൽ ആരിഫ് ആശ്വസിച്ചെങ്കിലും അയൽപക്കത്തുള്ള വീടുകളിൽനിന്നുള്ള നിലവിളി അവനെ വല്ലാതെ അസ്വസ്ഥനാക്കി.

നാളെ കുറേ ശവസംസ്കാരങ്ങൾക്ക് അവൻ സാക്ഷിയാകേണ്ടി വരും.

'ബേട്ടാ, എപ്പോഴാണ് നമ്മൾ ആശുപത്രിയിൽ പോകുന്നത്? സക്കീറിനെ വിവരമറിയിക്കൂ.' ഉമ്മ പറഞ്ഞു.

~

അബ്ബ അടുത്തദിവസം ഹോസ്പിറ്റലിൽ എത്തിച്ചേർന്നു. ആരിഫ് ഹോസ്പിറ്റലിലേക്കും വീട്ടിലേക്കും യാത്രചെയ്യുന്നതിന്റെ തിരക്കായി. മൂന്നു ദിവസങ്ങൾ കഴിഞ്ഞു മാത്രമേ അവന് സക്കീറിന് എഴുതാൻ കഴിഞ്ഞുള്ളു. അവൻ അടുത്തദിവസംതന്നെ അവന്റെ ഇ-മെയിൽ പരിശോധിച്ചു. സക്കീറിന്റെ മറുപടി അവനെ ആശ്വസിപ്പിച്ചു. അവൻ ആ ഞായറാഴ്ച പട്നയിൽ എത്തും.

രണ്ടുമാസങ്ങൾക്കുമുൻപ് ആരിഫ് അവന്റെ സഹോദരനെ ഒരു ഷാരുഖ്ഖാന്റെ സിനിമയിൽ കണ്ടിരുന്നു. സക്കീർ വൃത്തികെട്ടതും കീറിപ്പറിഞ്ഞതുമായ വസ്ത്രം ധരിച്ച ഒരു ഭിക്ഷക്കാരനായി അഭിനയിച്ചിരിക്കുന്നു. അവൻ തിരശ്ശീലയിൽ കഷ്ടിച്ച് ഒരു മിനിട്ടാണ് ഉണ്ടായിരുന്നത്. മൃത്യുഞ്ജയ് അവനോട് പറഞ്ഞതിനുശേഷം അവൻ പിന്നീട് മറ്റൊരു സിനിമകൂടി കണ്ടു. അതിൽ സക്കീർ വില്ലന്റെ സഹായി ആയിരുന്നു. അവന്റെ സ്ക്രീൻ സമയം കഷ്ടിച്ച് അഞ്ചുമിനിറ്റേ ഉണ്ടായിരുന്നുള്ളൂ. രജീബ് മൊഹന്തി സത്യമാണ് പറഞ്ഞത്. സക്കീർ ഒരു എക്സ്ട്രാ ജൂനിയർ ആർട്ടിസ്റ്റ് ആയിരിക്കുന്നു. അഭിനേതാക്കളുടെ കൂട്ടത്തിൽ ഏറ്റവും താഴ്ന്ന നിലയിലുള്ളതായി കണക്കാക്കുന്ന ഒന്ന്. ഇതിനെക്കുറിച്ചു കൂടുതൽ ചിന്തിച്ചപ്പോൾ ആരിഫ് ദുഃഖിതനായി.

എത്ര മോശമായിട്ടായിരിക്കും സക്കീറിന് ഇപ്പോൾ തോന്നുക. ആരിഫ് തന്നെ ഒരു ഐ.എ.എസ്. ഓഫീസറുടെ ക്യാബിൻ വൃത്തിയാക്കുന്ന ഒരു പ്യൂൺ ആയി സങ്കല്പിച്ചുനോക്കി. അതുകൊണ്ടാണ് അവൻ വിളിക്കുന്നത് നിർത്തിയത്. ചിലപ്പോൾ ബോംബെയിൽ മുന്നേറാൻ പറ്റാത്തതിലുള്ള തന്റെ കഴിവുകേടിൽ അവന് നാണക്കേട് തോന്നിയിരിക്കാം. പട്നയിലേക്ക് വെറുംകൈയോടെ മടങ്ങാൻ അവൻ തയ്യാറല്ലായിരിക്കാം.

ഞായറാഴ്ച ആരിഫ് കൃത്യസമയത്തുതന്നെ സ്റ്റേഷനിൽ എത്തിയെങ്കിലും തീവണ്ടി വൈകിയിരുന്നു. രണ്ടുമണിക്കൂർ താമസിച്ച് അവസാനം തീവണ്ടി വന്നു. ആരിഫിന് പെട്ടെന്ന് തന്റെ സഹോദരനെ

തിരിച്ചറിയാൻ കഴിഞ്ഞില്ല. സക്കീർ മെലിഞ്ഞുപോയിരുന്നു. അവന്റെ കണ്ണുകൾ കുഴിഞ്ഞതായി കാണപ്പെട്ടു.

ആരിഫ് തന്റെ സഹോദരനെ കെട്ടിപ്പിടിച്ചു. അവനോട് ഒന്നും ചോദിച്ചില്ല. ഒരാഴ്ചയ്ക്കുശേഷം അബ്ബ ആശുപത്രിവിട്ടു. പക്ഷേ, അദ്ദേഹത്തിന്റെ തോള് വേദന തുടർന്നു. അത് ഭേദമാകുവാൻ കുറച്ച് സമയം എടുക്കുമെന്ന് ഡോക്ടർപറഞ്ഞു.

ഈ സംഭവത്തിനുശേഷം അബ്ബയെ നക്സൽ ബാധിത പ്രദേശത്ത് വീണ്ടും വിടുകയില്ലെന്ന് ആരിഫ് ഉറപ്പിച്ചു. പക്ഷേ, അദ്ദേഹം പുനഃ പ്രവേശിക്കുവാൻ യോഗ്യനാണെന്ന് ഡോക്ടർ സർട്ടിഫിക്കറ്റ് കൊടുത്ത അന്നുതന്നെ നക്സലൈറ്റുകളുടെ ശക്തമായ സ്വാധീനമുള്ള മറ്റൊരു സ്ഥലമായ പാലമുജില്ലയിലെ പോലീസ് സ്റ്റേഷനിലേക്ക് പോകുവാൻ അബ്ബയ്ക്ക് നിർദ്ദേശംകിട്ടി. ഉമ്മ അപേക്ഷിച്ചതിനാൽ അദ്ദേഹം തന്നെ മറ്റെവിടെയെങ്കിലും നിയമിക്കുന്നതിനെക്കുറിച്ച് സംസാരിക്കുവാൻ അബ്ബ ബറ്റാലിയന്റെ കമാൻഡിന്റെ അടുത്തേക്കുപോയി. ആരിഫ് അദ്ദേഹത്തെ അനുഗമിച്ചു.

'റഷീദ്, എനിക്ക് നിങ്ങളെ നക്സലൈറ്റ് പ്രദേശത്ത് അയയ്ക്കണമെന്നില്ല. പക്ഷേ, ഈ നിർദ്ദേശം നമ്മുടെ പുതിയ ഡി.ഐ.ജി. മിസ്റ്റർ ഷെൻസാദ് അലിയുടേതാണ്. നിങ്ങൾ ഡി.ഐ.ജി. സാഹിബിനോട് സംസാരിക്കണം.'

'ഓക്കേ, സാർ.' അദ്ദേഹം പറഞ്ഞു. ഷെഹ്സാദ് അലി എന്തുകൊണ്ടാണ് തന്റെ ബാപ്പയുടെ പിറകെ എന്ന് ആരിഫിന് അറിയാമായിരുന്നു.

കുറച്ചു വർഷങ്ങൾക്കുമുൻപേ ഷെഹ്സാദ് അന്നത്തെ ഹസാരിബാദിലെ പോലീസ് സൂപ്രണ്ട് ആയിരുന്നു. ഒരു ലൈംഗികപീഡന ക്കേസിൽ പ്രതിയായി. അബ്ബ അയാളുടെ കേസ് ഫയൽ കൈകാര്യം ചെയ്തിരുന്നതിനാൽ അയാൾ അബ്ബയുടെ അടുത്ത് സഹായം ചോദിച്ചുവന്നു. അയാൾ ഏതുതരത്തിലുള്ള ആളാണെന്ന് അറിയാവുന്നതിനാൽ അബ്ബ തൽക്ഷണം അത് നിരസിച്ചു.

ഷെഹ്സാദ് അലി അബ്ബയുമായുള്ള പഴയ കണക്കുകൾ തീർക്കുകയാണ്. അബ്ബ വോളണ്ടറി റിട്ടയർമെന്റിന് അപേക്ഷിച്ചു. അദ്ദേഹത്തിന് ആവശ്യമുണ്ടായിട്ടല്ല, പക്ഷേ, അമ്മയും ദാദിയും അദ്ദേഹത്തെ നിർബന്ധിച്ചതുകൊണ്ട്.

വോളണ്ടറി റിട്ടയർമെന്റ് എടുക്കുന്നതുവഴി താൻ ഒരു തെറ്റാണ് ചെയ്യുന്നതെന്ന സത്യം അബ്ബയെ അലട്ടിയിരുന്നു. അദ്ദേഹത്തിന്റെ കുടുംബത്തിന്റെ അത്യാവശ്യങ്ങൾ നിറവേറ്റാൻകൂടി അദ്ദേഹത്തിന്റെ ശമ്പളം തികയുമായിരുന്നില്ല. ഇപ്പോൾ അതിന്റെ പകുതി തുകകൊണ്ട് എങ്ങനെ കാര്യങ്ങൾ നടത്തും? അമ്പതുകളുടെ പകുതിയിൽ എത്തിയ

ഒരാൾക്ക് മറ്റൊരു അന്തസ്സുള്ള ജോലി കണ്ടുപിടിക്കുക എന്നത് അസാധ്യമായിരുന്നു.' എന്റെ കുടുംബം പട്ടിണികിടക്കുന്നത് കാണുന്നതിനേക്കാൾ നല്ലത് മാവോയിസ്റ്റ് ഗറില്ലകളുടെ കൈകൊണ്ട് ചാകുന്നതാണ്.' ഒരു ദിവസം അദ്ദേഹം ആരിഫിനോട് പറഞ്ഞു. എന്താണ് പറയേണ്ടതെന്ന് അറിയാതെ ആരിഫ് നിശ്ശബ്ദനായിനിന്നു. അവന് അബ്ബ പോലീസിൽ തിരികെ പ്രവേശിക്കുന്നതിനും പാലാമുരിലേക്ക് പോകുന്നതിനും ആഗ്രഹമില്ല. അബ്ബ വിരമിക്കലിനുള്ള തന്റെ അപേക്ഷ പിൻവലിക്കുവാൻ ആഗ്രഹിച്ചിരുന്നെങ്കിലും അത് അപ്പോൾതന്നെ മേലോട്ട് സമർപ്പിക്കുകയും ഷെഹ്സാദ് അലി ഒട്ടും സമയമെടുക്കാതെ തന്നെ അതിന് അനുമതി നൽകുകയുംചെയ്തു.

~

ഉമ്മ ബാൽക്കണിയുടെ പാരപെറ്റിലേക്ക്ചാരിയിരുന്നു, അവർ പ്രക്ഷുബ്ധയായി കാണപ്പെട്ടു.

'എന്തുകൊണ്ടാണ് നിങ്ങൾ ഇത്രയും വേവലാതിപ്പെട്ടിരിക്കുന്നത്, ഉമ്മ?' ആരിഫ് ചോദിച്ചു.

'നിന്റെ ബാപ്പയുടെ പെൻഷൻകൊണ്ട് വീടെങ്ങനെ നടത്തിക്കൊണ്ടുപോകുമെന്ന് എനിക്കറിയില്ല. നസ്നീന് എം.എ. ചെയ്യണമെന്നുണ്ട്. ഒരു പെൺകുട്ടിക്ക് ബി.എ. പോരാ....' ഉമ്മ ഒന്ന് നിർത്തി.' റാബിയയ്ക്ക് ഇപ്പോൾതന്നെ ഇരുപത്തിയഞ്ചായി. കല്യാണച്ചെലവുകൾ..... യാഹ് അള്ളാഹ്, മാത്രമല്ല നമ്മൾ ഈ ഗവൺമെന്റ് ക്വാർട്ടേഴ്സ് രണ്ടോ മൂന്നോ മാസങ്ങൾക്കുള്ളിൽ ഒഴിഞ്ഞുകൊടുക്കണം. അതായത് ഉടനെതന്നെ നമുക്ക് ഒരു വാടകവീട് കൂടി എടുക്കണം.'

'വേവലാതിപ്പെടാതെ ഉമ്മ. ഞാൻ കൂടുതൽ കോച്ചിങ് ക്ലാസ്സെടുത്തു തുടങ്ങാം. സക്കീറും ഒരു ജോലി കിട്ടാൻ ശ്രമിക്കും.'

'പക്ഷേ, അതു നിന്റെ ഐ.എ.എസ്. തയ്യാറെടുപ്പിനെ ബാധിക്കും. നീ ഇപ്പോൾതന്നെ ദിവസത്തിന്റെ പകുതിയോളം കോച്ചിങ് ക്ലാസ്സിലാണ് ചിലവഴിക്കുന്നത്.'

'രണ്ടു കാര്യങ്ങളും ഒരുമിച്ച് ചെയ്യണം.' ഗോൾഡൻ കോച്ചിങ് സെന്ററിലെ തന്റെ പാർട്ട്ടൈം ജോലി തന്റെ തയ്യാറെടുപ്പിന് വല്യ ബുദ്ധിമുട്ടാകുന്നുണ്ടെന്ന് അറിഞ്ഞുകൊണ്ടുതന്നെ ആരിഫ് പറഞ്ഞു.

ഇത് അവന്റെ നാലാമത്തേതും അവസാനത്തേതുമായ ശ്രമമാണ്. അവന്റെ കുടുംബത്തിന്റെ സ്വപ്നങ്ങൾ പൂർത്തീകരിക്കുക എന്നതിനേക്കാൾ എന്തു വിലകൊടുത്തും ഈവർഷം അവന് അവസാനത്തെ കടമ്പകടക്കണം. 'ഇൻഷാ അള്ളാഹ്'.

പക്ഷേ, അവൻ ഇപ്രാവശ്യവും തോറ്റാൽ എന്താകും?

അടുത്തുള്ള കോളനിയിലെ ഒരു ചെറുക്കൻ സിവിൽസർവീസസ് പരീക്ഷ കടന്നുകൂടാത്തതിനാൽ ഗംഗയിൽ ചാടി. അവന്റെ വീർത്ത ശവശരീരം മൂന്നുദിവസം കഴിഞ്ഞാണ് വെള്ളത്തിൽനിന്ന് പുറത്തെടുത്തത്.

ആരിഫും അതേവിധിയിലേക്ക് നീങ്ങുകയാണോ? അവൻ തന്റെ ചിന്തകളിൽ മുഴുകിയപ്പോൾ ഉമ്മ ചോദിച്ചു. 'ബവ്വാ, നീ എന്താണ് ചിന്തിക്കുന്നത്?'

'ഒന്നുമില്ല ഉമ്മ.' ആരിഫ് തോൾകുലുക്കി.

ഉമ്മയെ നോക്കിയപ്പോൾ അവൻ ആത്മഹത്യ ചെയ്യുവാനുള്ള ആശയം ഉപേക്ഷിച്ചു. ദാദിയും അവിടെ ഉണ്ടായിരുന്നെങ്കിലും ഉമ്മയുമായുള്ള സംവാദത്തിൽ അവർ ഇടപെട്ടില്ല. ഒരു സോഫയിലിരുന്ന് പ്രവാചകനായ മുഹമ്മദിന്റെ സഹചാരികളെക്കുറിച്ച്, സമാധാനം അവനോടുകൂടെ, ഉറുദുവിലെഴുതിയ ഒരു പുസ്തകം വായിക്കുകയായിരുന്നു അവർ. അവരുടെ കണ്ണട മനോഹരമായ ചെറിയ മൂക്കിൽ ചേക്കേറിയിരുന്നു. കുറച്ചുമിനിറ്റുകൾ കഴിഞ്ഞപ്പോൾ ദാദി അവരുടെ പുസ്തകം അടച്ചുവച്ച് അകത്തേക്കുപോയി.

ഡോർബെൽ മുഴങ്ങി.

'അബ്ദുൽ റഷീദ് വീട്ടിലുണ്ടോ?' ആരിഫ് ആ ശബ്ദം തിരിച്ചറിഞ്ഞു. അത് ഷമീമുള്ളഖാന്റെയാണ്. ഉമ്മയുടെ സെക്കന്റ് കസിൻ. ബീഹാർ സർക്കാരിലെ ഒരു റിട്ടയേർഡ് സീനിയർ അക്കൗണ്ടന്റ്. അദ്ദേഹം സമാൻപുരയിലാണ് താമസിക്കുന്നത്.

'വരൂ ബായ് സാഹിബ്.' തന്റെ സാരിത്തലപ്പുകൊണ്ട് തലമൂടികൊണ്ട് ഉമ്മ പറഞ്ഞു.

'അബ്ദുൽ റഷീദ് എവിടെ?' ഷമിമുള്ളഖാൻ ചോദിച്ചു.

'ആരിഫിന്റെ അബ്ബ രാജ്ബസാറിൽ പോയിരിക്കുകയാണ്.'

ഷമിമുള്ളഖാൻ ബാൽകണിയിലെ ഒരു പഴയ കാപ്പിപ്പൊടി നിറമുള്ള സോഫയിൽ ഇരിപ്പുറപ്പിച്ചു.

'ബായ്ജാൻ ഒരു ലെമൺടീ കുടിച്ചാലോ?'

'വേണ്ട പെങ്ങളേ. ചായ വേണ്ട. ഡയബെറ്റിസ് വീണ്ടും എന്നെ ശല്യപ്പെടുത്താൻ തുടങ്ങിയിട്ടുണ്ട്. മധുരമില്ലാത്ത ചായ ഞാൻ വെറുക്കുന്നു. അതുകൊണ്ട് നീ വെറുതെ ബുദ്ധിമുട്ടണ്ട. അദ്ദേഹം പറഞ്ഞിട്ട് ഒരു മഞ്ഞകവർ കുലുക്കി. അതിനകത്ത് ഒരു പോസ്റ്റ് കാർഡ് വലിപ്പുമുള്ള ഒരു യുവാവിന്റെ ഫോട്ടോ ഉണ്ടായിരുന്നു.

'ആരാണീ സുന്ദരനായ ആൺകുട്ടി?' ഉമ്മ ചോദിച്ചു.

'ആസാദ്ഖാൻ. എന്റെ സുഹൃത്ത് ഖാസിംഖാന്റെ ഒരേ ഒരു മകൻ. ആസാദ് എസ്.ബി.ഐ.യിൽ ഒരു പ്രൊബേഷനറി ഓഫീസറാണ്. കഴിഞ്ഞമാസം എന്റെ മകളുടെ വിവാഹത്തിന് ആസാദിന്റെ ഉമ്മ

റാബിയയെ കണ്ടു. അവൾക്ക് റാബിയയെ മരുമകളാക്കാൻ ആഗ്രഹമുണ്ട്.' ഷമിമുള്ളഖാൻ പറഞ്ഞു.

'യാഹ് അള്ളാഹ്? നിങ്ങൾ വളരെ ദയാലുവാണ്' അമ്മ പിറുപിറുക്കുന്നത് ആരിഫ് കേട്ടു.

'സ്ത്രീധനം?' ഉമ്മ ചോദിച്ചു.

'ഇല്ല പെങ്ങളേ, അവർ ദൈവഭയമുള്ള ആളുകളാണ്. നിങ്ങൾ എന്തുകൊടുക്കുന്നുവോ അതവർ സ്വീകരിക്കും.' ആരിഫ് ചിരിച്ചുകൊണ്ട് അവന്റെ ഉമ്മയുടെ പ്രകാശപൂരിതമായ മുഖത്തേക്കുനോക്കി.

ഈ അപ്രതീക്ഷിതമായ ശുഭവാർത്ത കുറേനാളുകൾക്കുശേഷം ആ വീട്ടിലേക്ക് വലിയ സന്തോഷംകൊണ്ടുവന്നു.

അബ്ബ തന്റെ ഭാവി മരുമകനു യോജിച്ചവിധത്തിൽ ഒരു വലിയ വിവാഹസദ്യ ഒരുക്കുമെന്ന് അഭിമാനത്തോടെ പ്രഖ്യാപിച്ചു.

ഉമ്മയുടെ മുഖത്ത് മായാത്ത ഒരു ചിരിയുണ്ടായിരുന്നു. ദാദിക്ക് എല്ലാ സമയത്തും പുഞ്ചിരിക്കുന്നത് നിർത്താനേ കഴിഞ്ഞില്ല. റാബിയ സ്വപ്നം കാണുന്ന കണ്ണുകളോടെ രഹസ്യമായി ആ ചെറുക്കന്റെ ഫോട്ടോയുംകൊണ്ട് ചുറ്റിനടന്നു. നസ്നീനും ഹുമയും അവളെ കളിയാക്കി.

നിക്കാഹിന്റെ ദിവസം അടുത്തപ്പോൾ ആരിഫിന്റെ ബന്ധുക്കൾ വരാനാരംഭിച്ചു. ഫ്ളാറ്റ് നിറഞ്ഞു കവിഞ്ഞു. പോലീസ് കോളനിക്കു തൊട്ടടുത്തുള്ള ഒരു രണ്ടുനില വീട് കൂടുതൽ ബന്ധുക്കളെ താമസിപ്പിക്കുവാനായി വാടകയ്ക്കെടുത്തു.

വിവാഹത്തിന് നാലു ദിവസംമുൻപ് ആരിഫ് അബ്ബയോടും സക്കീറിനോടും സദ്യയുടെ വിഭവങ്ങളെപ്പറ്റി സംസാരിച്ചുകൊണ്ടു നിൽക്കുമ്പോൾ ഒരു മധ്യവയസ്കൻ വരന്റെ ബാപ്പയുടെ ഒരു കത്തുമായി അബ്ബയെ കാണാൻ വന്നു. ഒരു വെളുത്ത കവർ അബ്ബയ്ക്ക് കൊടുത്തിട്ട് അബ്ബയുടെ ഉച്ചഭക്ഷണത്തിനുള്ള ക്ഷണം കേൾക്കാതെ അയാൾ ഉടനെസ്ഥലംവിട്ടു.

അബ്ബ ആ കവർകീറി അതിനുള്ളിലെ മടക്കിയ കത്തുതുറന്നു. അദ്ദേഹത്തിന്റെ മുഖം വിഭ്രമിച്ചു. അതൊരു വലിയ സ്ത്രീധനത്തിന്റെ ലിസ്റ്റ് ആയിരുന്നു. ഒരു കാറുംകൂടി അതിൽ ഉൾപ്പെട്ടിരുന്നു. പാട്ടു നിലച്ചു. റാബിയയുടെ ശരീരത്തിൽ മഞ്ഞളും ചന്ദനവും പുരട്ടുന്ന പെണ്ണുങ്ങൾ അമ്പരപ്പോടെനോക്കി. അവർ കുശുകുശുക്കാൻ തുടങ്ങി. ഉമ്മ കണ്ണീരിലാണ്ടു. ദാദിക്ക് എങ്ങനെ പ്രതികരിക്കണമെന്നറിയില്ലായിരുന്നു.

കോപത്തോടെ അബ്ബ ബന്ധുക്കളുടെയും അതിഥികളുടെയും മുന്നിൽവച്ച് ഈ വിവാഹനിശ്ചയത്തിൽനിന്നും പിന്മാറാൻ താൻ തീരുമാനിച്ചെന്ന് അറിയിച്ചു.

ഞാൻ അവരുടെ ആവശ്യങ്ങൾക്ക് കീഴടങ്ങുകയാണെങ്കിൽ എന്റെ ജീവിതത്തിലെ മുഴുവൻ സമ്പാദ്യവും ചിലവാക്കേണ്ടിവരും. എനിക്ക് രണ്ടു പെൺമക്കളെക്കൂടി കെട്ടിച്ചുവിടാനുണ്ട്. മാത്രമല്ല ഇതുപോലത്തെ അത്യാഗ്രഹികളെ ബന്ധുക്കളായി എനിക്ക് ആവശ്യമില്ല.' അബ്ബ ഗർജ്ജിച്ചു. ഉമ്മ ഒന്നുംപറഞ്ഞില്ല. അവർ ദാദിയെ നോക്കി നിശ്ശബ്ദമായി ഇതിലിടപെടാൻ അവരോട് അപേക്ഷിച്ചു.

'അബ്ബ, ഈ സന്ദർഭത്തിൽ ഈ വിവാഹനിശ്ചയത്തിൽനിന്ന് പിന്മാറുക എന്നത് ശരിയായ കാര്യമല്ല. നമ്മുടെ കുടുംബത്തിന് വരുന്ന ദുഷ്പേരിനെക്കുറിച്ച് ഒന്നാലോചിക്കൂ. മാത്രമല്ല യോജിച്ച മറ്റൊരാളെ റാബിയയ്ക്കുവേണ്ടി കണ്ടെത്തുക എന്നത് വലിയ ബുദ്ധിമുട്ടാകാം.' ആരിഫ് ചോദിച്ചു. സക്കീർ അവന്റെ സഹോദരനെ പിന്താങ്ങി.

'പക്ഷേ...' അബ്ബ ശങ്കിച്ചു.

സക്കീർ പറഞ്ഞു, 'നിങ്ങളുടെ ആൺമക്കളെ വിശ്വസിക്കൂ അബ്ബ. ഞങ്ങളുടെ മറ്റു സഹോദരികൾക്കുവേണ്ടി ഞാൻ എന്തെങ്കിലും ചെയ്തുകൊള്ളാം. ഏറ്റവും മോശപ്പെട്ട അവസ്ഥ വരികയാണെങ്കിൽ നമ്മുടെ സ്ഥലവും തറവാടും എല്ലാം നമ്മൾ വിൽക്കും.'

'അതെ റഷീദ്, ആരിഫും സക്കീറും പറയുന്നത് ശരിയാണ്.' ദാദി പറഞ്ഞു.

വിവാഹനിശ്ചയത്തിൽനിന്ന് പിന്മാറുന്നില്ലെന്ന് അബ്ബ സമ്മതിച്ചപ്പോൾ ഉമ്മ തന്റെ കണ്ണീർതുടച്ച് പുഞ്ചിരിച്ചു.

'അള്ളാഹ് വലിയവനാണ്. അദ്ദേഹം നമുക്ക് മൂന്നു പെൺകുട്ടികളെ തന്നിട്ടുണ്ടെങ്കിൽ അവർക്ക് മൂന്നുപേർക്കുമുള്ള കരുതൽ നടപടികളും അദ്ദേഹം നടത്തിയിരിക്കും.' ദാദി പറഞ്ഞു.

അബ്ബയ്ക്ക് സമ്മതിക്കുകയല്ലാതെ മറ്റുമാർഗ്ഗങ്ങളൊന്നുമില്ലായിരുന്നു. കാര്യങ്ങൾ കെട്ടടങ്ങിയപ്പോൾ അള്ളാഹുവിന് നന്ദി പറഞ്ഞുകൊണ്ടുള്ള ഒരു പ്രത്യേക പ്രാർത്ഥന അർപ്പിക്കാൻ ഉമ്മ പോയി.

~

റാബിയയുടെ വിവാഹത്തിനുശേഷം പത്തുദിവസങ്ങൾ കഴിഞ്ഞ് സൗകര്യപൂർവം ഒരു ചാരുകസേരയിലിരുന്ന് ആരിഫ് മുക്തിബോധിന്റെ 'ചാന്ദ് കാ മുൻഹ് ദേദാഹെ' എന്ന പുസ്തകം വായിച്ചുകൊണ്ടിരിക്കുമ്പോൾ അവൻ നസ്നീന്റെ പൊട്ടിച്ചിരികേട്ടു. ചിരിച്ചുകൊണ്ട് കട്ടിലിലിരിക്കുന്ന നസ്നീനെ നോക്കുവാൻ അവൻ തിരിഞ്ഞു. അവളുടെ അടുത്ത് ഇരിക്കുകയായിരുന്ന ഉമ്മയും ഹുമയും അമ്പരന്നു. അവൾക്ക്

വട്ട് പിടിച്ചപോലെ അവളുടെ ചിരി ഉച്ചത്തിലായിരുന്നു. എന്നിട്ട് അവൾ അലമുറയിടാൻ തുടങ്ങി. ഉമ്മ നസ്നീന്റെ തോളിൽപിടിച്ചിട്ട് കുലുക്കി.

'നസ്നീൻ, ബേട്ടിബേട്ടി!'

'എന്തുപറ്റി ഭാജി?' ഹുമ പരിഭ്രമിച്ചു.

നസ്നീൻ അട്ടഹാസംതുടർന്നു. തന്റെ പുസ്തകം നിലത്തിട്ടിട്ട് ആരിഫ് ആ മുറിയിലേക്ക് ഓടി.

'എന്താണ് സംഭവിച്ചത്?' ആരിഫ് പതിയെ അവന്റെ സഹോദരിയുടെ കവിളുകളിൽതട്ടി. നസ്നീൻ കരഞ്ഞുകൊണ്ടേ ഇരുന്നു.

'ആരിഫ് പോയി ഒരു ഡോക്ടറെ കൂട്ടിക്കൊണ്ടുവരൂ.' ഉമ്മ പറഞ്ഞു.

ആരിഫ് പോലീസ് ഹോസ്പിറ്റലിൽനിന്നും ഒരു ഡോക്ടറെ കൂട്ടിക്കൊണ്ടുവന്നപ്പോൾ നസ്നീൻ കരച്ചിൽ നിർത്തിയിരുന്നു. അവൾ ബോധരഹിതയായി കട്ടിലിൽകിടക്കുകയായിരുന്നു. അവൾ ശക്തിയായി ശ്വാസോച്ഛ്വാസം ചെയ്തിരുന്നു. ഉമ്മ ഒരു മാസികകൊണ്ട് അവൾക്ക് വീശിക്കൊടുത്തു. ദാദി ഖുറാനിൽനിന്നുള്ള സൂക്തങ്ങൾ ചൊല്ലി അവൾക്ക് പ്രാർത്ഥന ഊതി.

ഡോക്ടർ അവളുടെ കൈത്തണ്ടയിൽ പിടിച്ച് നാഡിമിടിപ്പ് നിരീക്ഷിച്ചു. കൂടാതെ ഒരു സ്റ്റെതസ്കോപ്പ്കൊണ്ട് അവളുടെ ഹൃദയമിടിപ്പ് പരിശോധിക്കുകയും ചെയ്തു.

'അവൾക്ക് കുഴപ്പമൊന്നും കാണുന്നില്ല. പേടിക്കാനൊന്നുമില്ല. എന്തെങ്കിലും കാരണത്താൽ അവൾക്ക് ചില ബുദ്ധിമുട്ട് ഉണ്ടാകും.' ഡോക്ടർ പറഞ്ഞു. അയാൾ ചെറിയമേശമേൽനിന്ന് ഒരു ഗ്ലാസ് വെള്ളമെടുത്ത് നസ്നീന്റെ മുഖത്ത് തളിച്ചു.

നസ്നീൻ കണ്ണുതുറന്നു.

'എന്തുപറ്റി ഉമ്മ?' അമ്പരന്ന് തന്റെ ചുറ്റുമുള്ള മുഖങ്ങളിലെ ഭാവങ്ങൾ വായിക്കാൻ ശ്രമിച്ചുകൊണ്ട് നസ്നീൻ ചോദിച്ചു.

'ഒന്നുമില്ല മകളേ, നീ ചൂടുകൊണ്ട് ബോധംകെട്ടു പോയതാണ്.' ഉമ്മ പറഞ്ഞു.

ഡോക്ടർ പോകുവാനായി എഴുന്നേറ്റു. ഉമ്മയും ആരിഫും അദ്ദേഹത്തെ പ്രധാന വാതിൽവരെ പിന്തുടർന്നു. ഡോക്ടർ ഉമ്മയോട് ഒരു സൈക്കിയാട്രിസ്റ്റിന്റെ അഭിപ്രായംകൂടി തേടുവാൻ പറഞ്ഞു.

സൈക്കിയാട്രിസ്റ്റ് എന്നതുകൊണ്ട് എന്താണ് ഡോക്ടർ ഉദ്ദേശിച്ചതെന്ന് ഉമ്മ ആരിഫിനോട് ചോദിച്ചു.

ആരിഫ് വിശദീകരിച്ചുകൊടുത്തപ്പോൾ ഉമ്മയുടെ നിയന്ത്രണം വിട്ടു.

'എന്റെ മകൾക്ക് ഭ്രാന്തെന്നു പറയാൻ അയാളെങ്ങനെ ധൈര്യപ്പെട്ടു?' അവർ പുകഞ്ഞു.

'ഇത് തുടരെത്തുടരെ ഉണ്ടാകുന്നുണ്ട്, ഹമീദാ' ദാദി ഇടപെട്ടു.

'കഴിഞ്ഞ പ്രാവശ്യവും നസ്നീൻ ഇതുപോലൊരു ഇളക്കമുണ്ടായപ്പോൾ നിന്റെ ആങ്ങള ഹക്കിം സാഹിബ് ഇവിടെ ഉണ്ടായിരുന്നു. അവൻ എന്നോടു പറഞ്ഞു അവൾക്ക് എന്തോ ആണെന്ന്.....'

'ഹിസ്റ്റീരിയ.' ആരിഫ് ഓർത്തു.

'തന്റെ ശാരീരികമായ ആവശ്യങ്ങൾ സംതൃപ്തിപ്പെടുത്താനാവാത്ത ഒരു പെൺകുട്ടി ഈ രോഗത്തിനടിപ്പെടും. ഇതിനുള്ള ഒരേ ഒരു ചികിത്സ അവളെ വിവാഹം കഴിപ്പിക്കുക എന്നതാണ്.' അവന്റെ അമ്മാവൻ പറഞ്ഞിരുന്നു. പക്ഷേ, ഡോക്ടർമാർ ഹിസ്റ്റീരിയയെ ഒരു അസുഖമായി പരിഗണിച്ചിട്ടില്ലെന്ന് ആരിഫിന് അറിയാമായിരുന്നു.

'ഭ്രാന്തന്മാരെ ചികിത്സിക്കുന്ന ഒരു ഡോക്ടറെ കാണിക്കുന്നതിലും ഭേദം ഒരു യൂനാനി ഡോക്ടറെ കാണിക്കുന്നതാണ്.' ദാദി നിർദേശിച്ചു. അവരുടെ ഓമനയായ മകൾ മാനസികരോഗിയല്ലെന്നും അവൾക്കെന്തെങ്കിലും അസുഖമുണ്ടെങ്കിൽ ഹക്കിംസാഹിബിന് ചികിത്സിക്കാവുന്നതേയുള്ളൂവെന്നും ഉമ്മ കൂട്ടിച്ചേർത്തു.

രണ്ടു ദിവസങ്ങൾ കഴിഞ്ഞ് ഹക്കിംസാഹിബ് പട്നയിൽ വന്നപ്പോൾ അദ്ദേഹത്തിന്റെ രോഗനിർണ്ണയവും അതുതന്നെയായിരുന്നു. വിവാഹം മാത്രമാണ് ഒരേ ഒരു പ്രതിവിധി എന്ന് അദ്ദേഹം ആവർത്തിച്ചു. ഉമ്മ പെട്ടെന്നുതന്നെ അവരുടെ സഹോദരനോട് യോജിച്ചില്ലെങ്കിലും അബ്ബയ്ക്ക് സംശയമുണ്ടായിരുന്നു. ആദ്യം അവർ ഒരു സൈക്കിയാട്രിസ്റ്റിന്റെ അഭിപ്രായം തിരക്കുകയല്ലേ വേണ്ടത്?

'അല്ല.' ഉമ്മ ഉറപ്പിച്ചുപറഞ്ഞു. 'ഹക്കിംസാഹിബ് പറഞ്ഞതെന്താണോ അതുചെയ്യുക. എന്തായാലും നസ്നീന് ഇപ്പോൾതന്നെ ഇരുപത്തി മൂന്നായി.'

'ഹമീദാ ആ പറഞ്ഞത് ശരിയാണ്. ഇന്ഷാ അള്ളാഹ്, വിവാഹത്തിനുശേഷം അവൾ പൂർണ്ണമായും ശരിയാകും. ഇപ്പോഴത്തേക്ക് ഈ മരുന്ന് ഉപയോഗിക്കൂ.' ഹക്കിംസാഹിബ് തന്റെ കറുത്ത തുകൽസഞ്ചിയിൽനിന്നും ഒരു ഭരണി പുറത്തെടുത്തുകൊണ്ട് പറഞ്ഞു. ആരിഫിന് ഉർദുവിൽ ഉള്ള അതിന്റെ പേര് വായിക്കാമായിരുന്നു.' ഖമീറഗൗസബാൻ അംബരീജദ്വാർ ഉദ്സലീബ്.'

'ഞാൻ ഏകദേശം എന്റെ എല്ലാ സമ്പാദ്യവും റാബിയയുടെ കല്യാണത്തിനുവേണ്ടി ചിലവഴിച്ചു. നസ്നീന് സ്ത്രീധനം സംഘടിപ്പിക്കാൻ എനിക്ക് സമയംവേണം.' തന്റെ കവിളുകൾ കൈനഖംകൊണ്ട് ചൊറിഞ്ഞുകൊണ്ട് അബ്ബ പറഞ്ഞു.

'നോക്കൂ ആരിഫിന്റെ അബ്ബ, റാബിയയുടേതു പോലുള്ള ഒരു കല്യാണച്ചടങ്ങ് നമുക്ക് താങ്ങുവാൻ പറ്റില്ല. നമ്മൾ പ്രായോഗികമായി

ചിന്തിക്കണം. ഒരു അന്തസ്സുള്ള കുടുംബത്തിൽനിന്നും ഒരു അന്തസ്സുള്ള ചെറുക്കനെ കണ്ടുപിടിക്കുക.'

അബ്ബ തലകുലുക്കി. അദ്ദേഹത്തിന്റെ മുഖത്ത് ഉത്ക്കണ്ഠ ചുളിവുകൾ വരുത്തുന്നത് ആരിഫിന് കാണാമായിരുന്നു.

നസ്നീന് അനുയോജ്യനായ ഒരു വരനെ കണ്ടുപിടിക്കുവാൻ സ്ത്രീധനം ഒരു വലിയ പ്രശ്നമാണെന്ന് ആരിഫിന് അറിയാമായിരുന്നു. തനിക്ക് സഹായിക്കാൻ കഴിയാത്തതിൽ ആരിഫിന് അവനോടുതന്നെ വെറുപ്പ്തോന്നി.

~

കഠിനാധ്വാനം ഉണ്ടായിട്ടുപോലും ആ വർഷത്തെ സിവിൽസർവീസ് പരീക്ഷ അവന് കടന്നുകൂടാനായില്ല. തന്റെ മകന്റെ അവസാനശ്രമത്തിൽ തീർച്ചയായും വിജയിക്കുമെന്ന് അബ്ബക്ക് ഉറപ്പുണ്ടായിരുന്നു. ഉമ്മയും നസ്നീനും ഹുമയും അവരുടെ ഇച്ഛാഭംഗം അവരുടെ നിശ്ശബ്ദതകൊണ്ട് കൈമാറി.

'ഇത് നമ്മുടെ വിധിയിൽ എഴുതപ്പെട്ടതാണ്.' ദാദി ആരിഫിനെ ആശ്വസിപ്പിച്ചുകൊണ്ട് പറഞ്ഞു.

'അള്ളാഹു എല്ലാകാര്യം ചെയ്യുന്നതിനും ഒരു കാരണമുണ്ട്.'

'നിങ്ങളുടെ സ്വപ്നങ്ങളെ നിങ്ങൾക്ക് കുഴിച്ചുമൂടേണ്ടി വരുമ്പോൾ അതെങ്ങനെ അനുഭവപ്പെടുമെന്ന് എനിക്കറിയാം.' സക്കീർ അവനെ സാന്ത്വനപ്പെടുത്തി.

ആരിഫിന് കോച്ചിങ് ക്ലാസ്സിൽ പഠിക്കുവാൻ പോകുവാൻ കഴിഞ്ഞില്ല. അവൻ വീടിനുള്ളിൽ ചുറ്റിനടന്നു. അധികസമയവും അവന്റെ മുറിയിൽതന്നെ കിടന്നു. അല്ലെങ്കിൽ ആകാശത്തേക്ക് മ്ലാനമായി നോക്കി ബാൽക്കണിയിൽ ഒറ്റയ്ക്കിരുന്നു. കൊള്ളാവുന്നതൊന്നും തന്റെ ജീവിതത്തിൽ അവശേഷിക്കുന്നില്ലെന്ന് അവൻ ചിന്തിച്ചു.

എന്തുകൊണ്ടാണ് അവൻ ഈ സിവിൽസർവീസ് പരീക്ഷയ്ക്ക് വിജയിക്കാതിരുന്നത്? ഈ വർഷം അവൻ എല്ലാ പേപ്പറുകളും സാമാന്യം നന്നായി എഴുതി. ഇന്റർവ്യൂപോലും നന്നായിരുന്നു. അവൻ ചില കള്ളക്കളികൾ സംശയിച്ചു. ചിലപ്പോൾ ഞാനൊരു മുസ്ലിം ആയതിനാലാകാം.

അവന്റെ സുഹൃത്ത് മൃത്യുഞ്ജയുടെ ഫോട്ടോ ടൈംസ് ഓഫ് ഇന്ത്യയുടെ മുൻപേജിൽ കണ്ടപ്പോൾ അവന്റെ വേദന വർദ്ധിച്ചു. അവന്റെ സുഹൃത്തിന് ഏഴാംറാങ്കുണ്ട്. തീർച്ചയായും അവനൊരു ഐ.എ.എസ്. ഓഫീസറാകും.

അഭിനന്ദനം അറിയിക്കാൻ അവൻ വൈകുന്നേരം മൃത്യുഞ്ജയിനെ വിളിച്ചു. വളരെനേരം സംസാരിച്ചു. ബീഹാർ പബ്ലിക് സർവീസ് കമ്മീഷനിൽ ഒന്നു ശ്രമിക്കാൻ മൃത്യുഞ്ജയ് ആരിഫിനോട് നിർദേശിച്ചു.

'പ്രൊവിൻഷ്യൽ സിവിൽ സർവീസ് വഴി ഏഴോ പത്തോ വർഷങ്ങൾക്കുള്ളിൽ നിനക്കും ഐ.എ.എസ്. കേഡറിൽ പ്രവേശിക്കാം.' മൃത്യുഞ്ജയ് ആരിഫിനോട് പറഞ്ഞു.

മൃത്യുഞ്ജയിനെ അവന്റെ പരീക്ഷ തയ്യാറെടുപ്പിൽ താൻ സഹായിച്ച ദിനങ്ങൾ ആരിഫ് ഓർത്തു. പ്രത്യേകിച്ചും മൃത്യുഞ്ജയിന്റെ ദുർബലവിഷയമായ പബ്ലിക് അഡ്മിനിസ്ട്രേഷൻ. അവന് കഠിനമായ ദുഃഖംതോന്നി.

~

രണ്ടുമാസങ്ങൾക്കുശേഷം ഒരു വെള്ളിയാഴ്ച്ച പള്ളിയിലേക്ക് ആഴ്ചതോറുമുള്ള പ്രാർത്ഥനക്ക് പോകുമ്പോൾ അബ്ബ ആരിഫിനോട് പറഞ്ഞു. 'നിന്റെ മനസ്സ് കൈവെടിയരുത് മോനേ. സിവിൽ സർവീസ് ജയിക്കുക എന്നത് വലിയ പ്രയാസമുള്ള കാര്യമാണ്. ആയിരത്തിൽ ഒരുവനാണ് തെരഞ്ഞെടുക്കപ്പെടുന്നത്. നിന്റെ പരിമിതമായ ചുറ്റുപാടിലും നീ നന്നായിചെയ്തു.

ജീവിതം ഒരിക്കലും ഈ ഐ.എ.എസ്. കൊണ്ട് അവസാനിക്കുന്നില്ല. നിനക്ക് നിന്റെ കരിയറിന് വേറെ കുറേ വഴികളുണ്ട്.'

ആരിഫ് അബ്ബയെ സ്നേഹത്തോടെ നോക്കി. പക്ഷേ, അവൻ ഒന്നുംപറഞ്ഞില്ല. തനിക്ക് പുതിയതായി എന്തെങ്കിലും ശ്രമിക്കുന്നതിന് പോലുമുള്ള ഊർജ്ജം അവശേഷിക്കുന്നില്ലെന്ന് അവന് അറിയാമായിരുന്നു.

പക്ഷേ, കുടുംബത്തിനുവേണ്ടി ഞാൻ തീർച്ചയായും സ്റ്റേറ്റ് സിവിൽ സർവിസിന് ശ്രമിക്കും. ആരിഫ് സ്വയം ആശ്വസിച്ചു.

പതിനാറ്

പട്നയിൽ മുസ്ലീങ്ങൾക്കുവേണ്ടി മാത്രം നടത്തുന്ന ഒരു മാരേജ് ബ്യൂറോയിൽനിന്ന് നസ്നീനുവേണ്ടി ആവശ്യപ്പെട്ട ആൺകുട്ടികളുടെ ലിസ്റ്റും ഫോട്ടോകളും കിട്ടി. അബ്ബ അവരിൽ മൂന്ന് പേരുടെ ചെറിയ ഒരു ലിസ്റ്റ് ഉണ്ടാക്കി. ആദ്യത്തവൻ മുസാഫർപൂരിൽനിന്നുള്ള ഒരു ബാങ്ക് ക്യാഷറാണ്. പക്ഷേ, അവന്റെ പിതാവ് വളരെക്കൂടുതൽ സ്ത്രീധനമാണ് ആവശ്യപ്പെടുന്നത്.

'നമുക്ക് ഈ ബന്ധം താങ്ങാനാവില്ല. എന്റെ പ്രോവിഡന്റ് ഫണ്ടിൽനിന്നും ഗ്രാറ്റുവിറ്റിയിൽനിന്നും എന്തൊക്കെ കിട്ടിയോ അതെല്ലാം റാബിയയുടെ വിവാഹത്തിനായി ചിലവഴിച്ചു. ഞാൻ ഇപ്പോൾ എന്റെ ജമൽപുരയിലുള്ള തറവാട് വിൽക്കാം എന്ന് തീരുമാനിച്ചാൽ കൂടി എനിക്കവരുടെ ആവശ്യങ്ങൾ സാധിച്ചുകൊടുക്കുവാൻ ആവില്ല. ഈദർ ബംഗിയകളും മുസാഫർപൂരികളും അത്യാഗ്രഹികളാണ്. അവരുടെ സ്ത്രീധനനിരക്ക് വളരെ കൂടുതലാണ്. അയാളുടെ കാഷ്യറായ മകന് അയാൾ ആവശ്യപ്പെടുന്നത് അഞ്ചുലക്ഷംരൂപ പണമായിട്ടാണ്. നമ്മൾ റാബിയയുടെ കല്യാണത്തിനുപോലും അത്രയും ചിലവാക്കിയിട്ടില്ല.' അതും പറഞ്ഞിട്ട് അബ്ബ ആ ഫോട്ടോ മാറ്റിവച്ചു.

രണ്ടാമത്തേത് ഗയയിൽനിന്നുള്ള ഒരു ചെറുക്കനാണ്. തടിച്ചിട്ടാണെങ്കിലും കാണാൻ നല്ലതാണ്. അവൻ ജലസേചനവകുപ്പിലെ ഒരു അസിസ്റ്റന്റ് ആണ്. വരന്റെ പിതാവ് അധികം ഒന്നും ആവശ്യപ്പെടുന്നില്ല. പക്ഷേ, അവിടെ ഒരു കൊളുത്തുണ്ട്. വരന്റെ പിതാവ് ഒരു പഠാൻ ആണെങ്കിലും അവന്റെ ഉമ്മ അതല്ല. അവർ ഒരു താഴ്ന്നജാതിയിൽനിന്നുള്ളതാണ്. നാടൊട്ടുക്ക് ഒരു കുശുകുശുക്കൽ ഉള്ളത് അവൾ ജൂലാഹ ആണെന്നാണ്, നെയ്ത്തുകാരുടെ ജാതിയിൽപെട്ടത്.

'ഈ കാര്യങ്ങൾ ഒക്കെ ഇന്നത്തെ ലോകത്ത് ആരാണ് കാര്യമാക്കുന്നത് അബ്ബാ? എനിക്ക് തോന്നുന്നത് അതൊരു നല്ല വിവാഹാലോചനയാണ് എന്നാണ്. ഇത് സമ്മതിക്കൂ.' സക്കീർ വാദിച്ചു. ആരിഫ് അവന്റെ സഹോദരനെ പിന്താങ്ങി.

'എനിക്ക് ഈ സമൂഹത്തിൽ ജീവിക്കണം. അതുകൊണ്ടെനിക്ക് അതിന്റെ നിയമങ്ങൾ പാലിക്കേണ്ടതുണ്ട്. വിവാഹം കഴിച്ചയക്കാൻ എനിക്കൊരു മകളുകൂടിയുണ്ട്' അബ്ബ പരുഷമായി പറഞ്ഞു.

ഉമ്മ ഇതിൽനിന്നും മാറിനിന്നു.

മൂന്നാമത്തെവൻ ഒരു ശുദ്ധ പഠാൻ ആയിരുന്നു. അവന്റെ പിതാവ് സിപാൻജില്ലയിൽ നിന്നുള്ള ഒരു യൂസഫ്സായി ആയിരുന്നു. അവന്റെ ഉമ്മ ഡാർബൻഗായിൽനിന്നുള്ള ഒരു ഷേർവാണിയും. അബ്ബക്ക് വരന്റെ ഉമ്മ വഴിയുള്ള മുത്തച്ഛനെ അറിയാമായിരുന്നു. അയാൾക്ക് ഡാർബൻ ഗായിലെ ഡാർബൻഗായ്ഖാന്റെ രാജകുടുംബവുമായി ബന്ധമുണ്ടാ യിരുന്നു. ബീഹാർ ഇൻസ്റ്റിറ്റ്യൂട്ട് ഓഫ്ലോയിൽനിന്നും ഒരു എൽഎൽ ബിയുമായി പട്ന ഹൈക്കോടതിയിലെ പ്രശസ്തനായ ഒരു ക്രിമിനൽ വക്കീലിന്റെ സഹായിയായി നിൽക്കുകയാണവൻ.

'അവൻ കുറച്ചുകറുത്തിട്ടാണ്' അബ്ബയുടെ സെലക്ഷനെ ചോദ്യം ചെയ്തതിന് അബ്ബ കുറ്റപ്പെടുത്തുമോ എന്ന് പേടിച്ച് ഉമ്മ ഉറപ്പില്ലാതെ പറഞ്ഞു.

'ആൺകുട്ടികൾക്ക് ഗോതമ്പിന്റെ നിറം ആകാം' കൂടുതൽ ചർച്ച യ്ക്കുള്ള ഇടം നൽകാതെ അബ്ബ അധികാരത്തോടെ പറഞ്ഞു.

ആരിഫ് ആ പടത്തിൽ ഒന്നുനോക്കി. അവൻ അമ്പരന്നുപോയി. അയാളൊരു വിരൂപനായിരുന്നു. കഷണ്ടികയറിയ മുടിയും കറുപ്പ് നിറവും തടിച്ചമീശയും കുടവയറുമുള്ള അവൻ മുപ്പതിന്റെ അവ സാനമോ അല്ലെങ്കിൽ മിക്കവാറും നാല്പതുകളുടെ ആദ്യമോ പ്രായ മുണ്ടാകും.

ആ ചെറുക്കന്റെ ഫോട്ടോ അവൻ സക്കീറിന് കൈമാറി. സക്കീർ പൊട്ടിത്തെറിച്ചു.

'നസ്നീനെ ഈ ചെറുക്കനുമായി കല്യാണം കഴുപ്പിക്കുന്നതിനു പകരം നിങ്ങൾക്ക് അവളെ എന്തുകൊണ്ട് ഗംഗയിലേക്ക് തള്ളിക്കൂടാ?'

'നീ ഈ വീടിന്റെ രക്ഷകർത്താവല്ല. നിന്റെ സഹോദരിയുടെ സ്ത്രീധനത്തിലേക്ക് ഒരു രൂപാപോലും തരുവാനുള്ള ഒരു നിലയി ലാണോ നീ? നിഷ്പ്രയോജനമായ ആഗ്രഹത്തിനു പുറകെപോയി സമയം നഷ്ടമാക്കിയതല്ലാതെ ഇതുവരെ നീ എന്താണ് ചെയ്തിട്ടു ള്ളത്? എന്റെ മകൾക്ക് നല്ലതെന്താണന്ന് എനിക്കറിയില്ലന്ന് നീ പറയുന്നു. എനിക്കെന്റെ പരിധികളുണ്ട്. നിന്നെപ്പോലെ ഞാൻ ഒരു ദിവാസ്വപ്നക്കാരനല്ല.' അബ്ബ തിരിച്ചടിച്ചു.

സക്കീറിന് മിണ്ടാട്ടമില്ലാതായി. അബ്ബക്ക് അത്രത്തോളം ദേഷ്യ പ്പെടുവാൻ കഴിയുമെന്ന് ആരിഫ് ഒരിക്കലും വിചാരിച്ചില്ല. സക്കീർ എഴുന്നേറ്റ് മുറിവിട്ടിറങ്ങി. ഉടനെ അബ്ബ ചുമച്ചുതുടങ്ങി. ഉമ്മ വെള്ളം കൊണ്ടുവരാനായി ഹുമയെ വിളിച്ചു. അവർ അദ്ദേഹത്തിന്റെ പുറത്തു തട്ടുകയും ഒന്നോ രണ്ടോ കവിൾ വെള്ളംകുടിപ്പിക്കുകയും ചെയ്തു. നസ്നീൻ അടുത്ത മുറിയിൽനിന്ന് ഓടിവന്നു. അവൾ തീർച്ചയായും ഈ സംഭാഷണങ്ങൾ കേട്ടിരിക്കും. ഒന്നും പറയാതിരിക്കുകയാണ് നല്ലതെന്ന് ആരിഫ് ചിന്തിച്ചു.

'ആർക്കും അബ്ബയുടെ തീരുമാനത്തെ ചോദ്യം ചെയ്യാനുള്ള അവകാശമില്ല. എനിക്കറിയാം അദ്ദേഹത്തിന് ചെയ്യാവുന്നതിൽ ഏറ്റവും മികച്ചത് തന്നെ എനിക്കായി ചെയ്യുമെന്ന്. അദ്ദേഹം തീരുമാനിച്ചത് എന്തുതന്നെയായാലും എനിക്കത് സ്വീകാര്യമാണ്.' നിറകണ്ണുകളോടെ നസ്നീൻ പറഞ്ഞു.

'എല്ലാം ശരിയാകും ബായി'. ആരിഫ് പറഞ്ഞു.

'അബ്ബ പറഞ്ഞത് ശരിയാണ്, ഭയ്യാ. നസ്നീന് സംഭവിച്ചുകൊണ്ടിരിക്കുന്നതിന് നമ്മൾ ഉത്തരവാദികളാണ്.' ഇടറിയ ശബ്ദത്തിൽ സക്കീർ പറഞ്ഞു.

ആരിഫ് സക്കീറിനെ കെട്ടിപ്പിടിച്ചു. എന്തോ അവനെ ദേഷ്യം കൊണ്ട് കാർന്നുതിന്നിരുന്നു. അവന് ആക്രോശിക്കാൻതോന്നി. കരിയറിൽ നിന്നുള്ള തന്റെ പരാജയത്തെ ഒരു സഹോദരൻ എന്ന നിലയിലുള്ള തന്റെ പരാജയം പിന്തുടരാൻ പോകുന്നു.

~

ഒരാഴ്ചയ്ക്കുള്ളിൽ, ആരിഫും സക്കീറും നസ്നീന്റെ വിവാഹത്തിന്റെ സംഭവ്യാവസ്ഥ അംഗീകരിച്ചു. അവർ ഒരുക്കങ്ങളിൽ അവരുടെ ബാപ്പയെ സഹായിച്ചുതുടങ്ങി. വർഷങ്ങൾക്കുമുമ്പ് ജമൽപുരയിലെ ഏറ്റവും സുന്ദരിയായ പെൺകുട്ടി നഗ്മ ഒരു മധ്യവയസ്കനായ വിഭാര്യനെ, അവളുടെ കുടുംബത്തിന് സ്ത്രീധനം കൊടുക്കുവാൻ കഴിവില്ലാത്തതിനാൽ, വിവാഹം ചെയ്യാൻ പോയപ്പോൾ ആരിഫ് ഇങ്ങനെ അഭിപ്രായപ്പെട്ടിരുന്നു. 'നാണമില്ലാത്ത സഹോദരന്മാർ! അവരുടെ സഹോദരിയേക്കാൾ ഇരട്ടിപ്രായമുള്ള ഒരാളെകൊണ്ട് അവളെ വിവാഹം കഴിപ്പിക്കുന്നത് അവരെങ്ങനെ അനുവദിക്കുന്നു? ഞാനാണ് അവളുടെ സഹോദരനെങ്കിൽ ഞാൻ ഇതു നടക്കുവാൻ ഒരിക്കലും സമ്മതിക്കുകയില്ലായിരുന്നു.'

പക്ഷേ, ഇപ്പോൾ നസ്നീൻ അതേവിധി നേരിടുന്നു, അതും അതിനേക്കാൾ മോശമായൊരു വരനുമായി. മാത്രമല്ല ആരിഫ് മിണ്ടാട്ടമില്ലാത്ത ഒരു കാഴ്ചക്കാരനാകുന്നു. അവന്റെതന്നെ വാക്കുകൾ അവനെ വേട്ടയാടുന്നു.

ആ കഷണ്ടിക്കാരനുമായുള്ള നസ്നീന്റെ നിക്കാഹിന് മൂന്ന് ദിവസങ്ങൾക്കുമുമ്പ് പട്നാ ബീഹാർ മിലിറ്ററി പോലീസ് 5-ന്റെ കമാണ്ടന്റ് ഓഫിസിൽനിന്നും ഒരു നോട്ടീസ് വന്നു. അത് ആ സർക്കാർ ക്വാട്ടേഴ്സ് ഒഴിഞ്ഞുകൊടുക്കുവാനുള്ള അവസാനത്തെ നോട്ടീസ് ആയിരുന്നു. അബ്ബ റിട്ടയർ ചെയ്തിട്ട് ഒരു വർഷത്തിന്മേലെയായി. ചട്ടങ്ങൾ അനുസരിച്ച് ഒരു റിട്ടയർചെയ്ത ആൾക്ക് ഔദ്യോഗികവസതിയിൽ ആറു

മാസംകൂടി താമസിക്കാം. അവർക്ക് മുൻപും നോട്ടീസുകൾ കിട്ടിയിട്ടുണ്ടായിരുന്നു.

മിക്കവരും ഈ നിയമത്തെ ഗൗനിക്കാറില്ല. പക്ഷേ, അവരിൽ അധികംപേരും ഉന്നതങ്ങളിൽ പിടിയുള്ളവരാണ്. തന്റെ റിട്ടയർമെന്റിനുശേഷം മൂന്നുവർഷം കഴിഞ്ഞിട്ടും ബാബൻയാദവ് എന്ന റിട്ടയേർഡ് സബ് ഇൻസ്പെക്ടർ അയാളുടെ ഔദ്യോഗികവസതിയിൽ താമസിച്ചുകൊണ്ടിരിക്കുന്നു. പക്ഷേ, അത് അദ്ദേഹത്തിന് മുഖ്യമന്ത്രിയുടെ ഓഫീസിൽ പിടിപാടുള്ളതുകൊണ്ടാണ്. മുന്ഗറിലേക്ക് സ്ഥലംമാറ്റമായിട്ടുകൂടി, കഴിഞ്ഞ ഒന്നരവർഷമായി രാജ്നാഥ്സിങ് തന്റെ പട്നയിൽ ഉള്ള ഔദ്യോഗികവസതിയിൽത്തന്നെ താമസം തുടരുന്നു. പക്ഷേ, അദ്ദേഹം കമാൻണ്ടന്റിനെപോലെതന്നെ ഒരു രാജപുത്രനാണ്.

അബ്ബക്ക് മുഖ്യമന്ത്രിയുടെ ഓഫീസിലും പിടിയില്ല, അദ്ദേഹം ഒരു രാജപുത്രനുമല്ല. അതുകൊണ്ട് അബ്ബക്ക് കമ്മാണ്ടന്റിന്റെ ഓഫീസിൽ പോയി അദ്ദേഹത്തോട് വീട് ഒഴിയാൻ കുറേകൂടി സമയംവേണമെന്ന് അപേക്ഷിക്കണമായിരുന്നു. ആരിഫും അബ്ബയുടെ കൂടെപ്പോയി.

കമ്മാണ്ടന്റ് രോഷകുലനായിരുന്നു.

'ഒരു നോട്ടീസ് കിട്ടുമ്പോൾ എല്ലാം ഓരോ ഒഴിവുകഴിവുകൾ പറഞ്ഞു നിങ്ങൾവരും. ആദ്യം ഭാര്യയുടെ രോഗമായിരുന്നു. പിന്നെ മകളുടെ വിവാഹം. ഇപ്പോൾ നിങ്ങൾ പറയുന്നു നിങ്ങളുടെരണ്ടാമത്തെ മകളുടെ കല്യാണവുംകൂടി കഴിഞ്ഞു ഫ്ളാറ്റ് കൈമാറാം എന്ന്. മിസ്റ്റർ അബ്ദുൽ റഷീദ്ഖാൻ, ഇവിടെ എല്ലാവരും പാലിക്കേണ്ടതായ ഒരു വ്യവസ്ഥയും നിയമവും ചട്ടങ്ങളും ഉണ്ട്. നിങ്ങൾക്ക് കൂടുതൽ സമയം അനുവദിക്കേണ്ടെന്ന് ഞാൻ തീരുമാനിച്ചു കഴിഞ്ഞു. നിങ്ങൾ രണ്ട് ദിവസത്തിനകം വീട് ഒഴിയുന്നില്ലെങ്കിൽ ബലംപ്രയോഗിച്ച് ആ ഫ്ളാറ്റ് ഞാൻ ഒഴിപ്പിച്ചെടുക്കും.'

തന്റെ ബാപ്പയെ 'ഭായ്' എന്നു വിളിച്ചിരുന്നത് ഇതേ ആളുതന്നെയായിരുന്നു. ഇദ്ദേഹത്തിന്റെ മേലിൽ അഴിമതിക്കുള്ള കുറ്റംചാർത്തിയപ്പോൾ അയാൾ അബ്ബയുടെ അടുത്തേക്ക് സഹായത്തിനായി ഓടിയെത്തിയിരുന്നു. അബ്ബ ഡയറക്ടർ ജനറലിന്റെ ഗുഡ്ബുക്കിലുണ്ടെന്ന് ആ കമാണ്ടന്റിനു അറിയാമായിരുന്നു. അബ്ബയുടെ അഭിപ്രായം കനമുള്ളതാണ്.

'സർ, ദയവായി എനിക്ക് ഒരാഴ്ചത്തെ സമയംതരണം. എന്റെ മകളുടെ വിവാഹം കഴിഞ്ഞാലുടൻ ഞാൻ മാറിത്തരാം. ദയവായി സർ.' അബ്ബ അപേക്ഷിച്ചു.

അബ്ബയിങ്ങനെ യാചിക്കുന്നത് കണ്ടപ്പോൾ ആരിഫിന്റെ ഹൃദയം പല ചെറിയ കഷ്ണങ്ങളായി മുറിച്ചാലെന്നവണ്ണം വേദനിച്ചു.

'നിയമങ്ങൾ നിയമങ്ങളാണ്.' ആ കമാണ്ടന്റ് ചുരുക്കം വാക്കുകളിലൊതുക്കി പറഞ്ഞു.

നിരാശപ്പെട്ട് അബ്ബ പോകുവാനായി തിരിഞ്ഞു.

'നിൽക്കൂ, അബ്ദുൽ റഷിദ്' വീണ്ടും ആ കമാണ്ടന്റ് വിളിച്ചു.

'ഞാൻ നിങ്ങൾക്ക് മൂന്ന് മാസംതരാം. എന്നെ അടുത്ത ഒരു നോട്ടീസ് അയയ്ക്കാൻ നിർബന്ധിക്കരുത്.'

'നന്ദി, സാർ ' അബ്ബാ പറഞ്ഞു.' മൂന്ന്മാസം ആവശ്യത്തിൽ കൂടുതൽ സമയം ഉണ്ട്. അതിന് വളരെമുമ്പുതന്നെ ഞാൻ ആ ഫ്ളാറ്റ് ഒഴിയും.'

അബ്ബ ആ ക്യാബിനിൽനിന്നും പുറത്തുകടക്കുമ്പോൾ അദ്ദേഹത്തിന് ആവർത്തിച്ച് നന്ദി പറഞ്ഞു. ആരിഫ് പുറത്തു കടക്കുമ്പോൾ കമാണ്ടന്റിന്റെ ക്യാമ്പിന്റെ വാതിക്കൽ ചുവപ്പിലും നീലയിലും ഉള്ള ഒരു ബോർഡ് കണ്ടു. ആർ.പി. സിങ് ഐ.പി.എസ്. കുറ്റബോധത്തിന്റെ ഒരു മനോവേദന അവന്റെ ഹൃദയത്തിലേക്ക് ആഴ്ന്നിറങ്ങി. അവൻ ഒരു ഐ.പി.എസ്സ്. ഓഫീസറോ ഐ.എ.എസ്സ്. ഓഫീസറോ ആയിരുന്നു എങ്കിൽ ആ കമാണ്ടന്റ് ഈ തരത്തിൽ അവന്റെ ബാപ്പയോട് സംസാരിക്കാൻ ധൈര്യപ്പെടുമായിരുന്നില്ല.

അവൻ അവന്റെ കൈപ്പത്തി കൂട്ടിത്തിരുമ്മി.

അൻപത് യാർഡുകൾക്കപ്പുറം പുതുതായി നിയമിക്കപ്പെട്ട കോൺസ്റ്റബിൾമാരുടെ പാസിങ്ഔട്ട് പരേഡ് നടന്നുകൊണ്ടിരുന്നു. നൂറു കണക്കിന് ജോഡി ഷൂസുകൾ കൃത്യമായ ഇടവേളകളിൽ ഭൂമിയിൽ ഒരുമിച്ച് ചവിട്ടുന്നു. അവയുടെ ഒന്നിച്ചുള്ള ലെഫ്റ്റ് റൈറ്റ് ലെഫ്റ്റ് അന്തരീക്ഷത്തിൽ പ്രതിധ്വനിച്ചു. പരേഡ് ഗ്രൗണ്ടിനു ചുറ്റുമുള്ള മരത്തിലുള്ള ആയിരക്കണക്കിന് പക്ഷികളുടെ അടച്ച ശബ്ദത്തിലുള്ള ചിലയ്ക്കൽ ആരിഫിന് അരോചകമായി തോന്നി. അബ്ബ ചില പഴയ പരിചയക്കാരെ കണ്ട് നിന്നപ്പോൾ ആരിഫ് ഓഫീസേഴ്സ് ക്വാട്ടേഴ്സിലേക്ക് കാൽവലിച്ചുവച്ചു നടന്നു.

~

പ്രതീക്ഷിച്ചതുപോലെ, ആ കല്യാണം റാബിയയുടേതുപോലെ ആഡംബരമായിരുന്നില്ല. അവരുടെ പരമ്പരാഗത സ്വത്തിന്റെ പകുതി ഭാഗം അബ്ബ വിറ്റിരുന്നു. അവൻ പഠിപ്പിക്കുന്ന കോച്ചിങ് ഇൻസ്റ്റിറ്റ്യൂട്ടിൽനിന്നും ആരിഫ് അവന്റെ ശമ്പളത്തിന്റെ മുൻകൂർപറ്റായി ഇരുപതിനായിരം രൂപാവാങ്ങി. വളരെ അടുത്ത ബന്ധുക്കളെ മാത്രമേ അബ്ബ കല്യാണത്തിനു ക്ഷണിച്ചുള്ളൂ. വിവാഹത്തിന് രണ്ടുദിവസംമുമ്പ് മാത്രം റാബിയ അവളുടെ ഭർത്താവുമായി എത്തി. അബ്ബക്ക് അവളുടെ

ഭർത്താവ് ആസാദ് സഹായം വാഗ്ദാനം ചെയ്തു എങ്കിലും അഭിമാനത്തിന്റെ പേരിൽ അദ്ദേഹം അത് നിരസിച്ചു.

ഒരു ബനാറസ് സാരി സമ്മാനമായിക്കൊണ്ടുവന്ന് മൃത്യുഞ്ജയും ആ കല്യാണത്തിൽ പങ്കെടുത്തു. നസ്നീന്റെ കല്യാണത്തിൽ പങ്കെടുക്കുന്ന പോലീസ്കോളനിയിലെ മിക്കവർക്കും മൃത്യുഞ്ജയുടെ ഐ.എ.എസ്സ് സെലക്ഷന്റെ കാര്യം അറിയാമായിരുന്നു. അവരെല്ലാം അവനെ അഭിനന്ദിക്കുവാനും, അല്ലെങ്കിൽ ഹലോ പറയാനുമൊക്കെ ശ്രമിച്ചു.

വിജയത്തിന്റെ സൂത്രങ്ങൾ കിട്ടുമെന്ന് പ്രതീക്ഷിച്ച് പല ഐ.എ.എസ്. മോഹികളും അവന്റെ ചുറ്റുംകൂടി. മൃത്യുഞ്ജയനെ കെട്ടിപിടിച്ച് അബ്ബ, അവൻ വന്നതിനു നന്ദി പറയുന്നതും ആരിഫ് കണ്ടു. അബ്ബ തിരിഞ്ഞപ്പോൾ പരാജിതനായ ഒരു പിതാവിന്റെ മുഖം അവൻ കണ്ടു. മൃത്യുഞ്ജയുടെ സാന്നിദ്ധ്യം ഒരിക്കൽകൂടി തന്റെ പരാജയം അദ്ദേഹത്തെ ഓർമ്മപ്പെടുത്തുമെന്ന് അവന് അറിയാമായിരുന്നു. നിക്കാഹ് കഴിഞ്ഞ ഉടനെ മൃത്യുഞ്ജയ് സ്ഥലംവിട്ടു.

'അടുത്ത മാസം ബീഹാർ കേഡറിലെ ഐ.എ.എസ്. ഉദ്യോഗസ്ഥന്മാർക്ക് മയൂരാ ഹോട്ടലിൽവച്ച് ഒരു പാർട്ടിയുണ്ട്. എല്ലാവർക്കും അവരുടെ ഒരു സുഹൃത്തിനെ ക്ഷണിക്കാം. നീ ദയവായി വരണം. കൃത്യമായ തീയതിയും സമയവും ഞാൻ നിന്നെ അറിയിക്കാം.' തന്റെ കാറിലേക്ക് കയറുന്നതിനിടയിൽ മൃത്യുഞ്ജയ് ആരിഫിനോട് പറഞ്ഞു.

'തീർച്ചയായും.'

~

അവന്റെ സ്വപ്നങ്ങളിൽ ആരിഫ് ഒരു പക്ഷിയെപോലെ പറന്നു. പക്ഷേ, ആശ്ചര്യം; അവന് ചിറകുകൾ ഇല്ലായിരുന്നു. ചന്ദ്രൻ ഒരു വലിയ ബൾബ്പോലെ പ്രകാശിക്കുന്നതും നക്ഷത്രങ്ങൾ ഒരു വലിയ താഴികക്കുടത്തിന്റെ മച്ചിൽപിടിപ്പിച്ച അലങ്കാരദീപങ്ങൾപോലെ മിന്നിത്തിളങ്ങുന്നതും അവൻ കണ്ടു. പെട്ടെന്ന് ഒരു വിചിത്രമായ പരിഭ്രാന്തി അവനെ പിടികൂടി. അവൻ ശ്വാസംകിട്ടാതെ ഒരു 'സ്കൈഡൈവറെപ്പോലെ' താഴേക്ക് വീഴുവാൻ തുടങ്ങി. പക്ഷേ, അവന്റെ പുറത്ത് ഒരു പാരച്യൂട്ട് കെട്ടിവച്ചിരുന്നില്ല. നിലത്തോട് അടുക്കുമ്പോൾ അവൻ വിറളിപിടിച്ച് വായുവിൽ താങ്ങിനില്ക്കാൻ ശ്രമിച്ചെങ്കിലും അവന് അതിനുകഴിഞ്ഞില്ല. അവൻ വലിയൊരു ശബ്ദത്തോടെ ഉറച്ച ഒരു പ്രതലത്തിൽ വീണു.

അവൻ ഞെട്ടിയുണർന്നു, വല്ലാതെ വിയർക്കാൻ തുടങ്ങി. നാട്ടുവെളിച്ചത്തിനിടയിലൂടെ അരിച്ചെത്തുന്ന വഴിവിളക്കിന്റെ വെളിച്ചമൊഴിച്ചാൽ ആ മുറിയിൽ ഇരുട്ടായിരുന്നു. അവൻ ലൈറ്റ്തെളിച്ചു കണ്ണാടിയിൽ നോക്കി. മദ്യപിച്ചമാതിരി അവന്റെ കണ്ണുകൾ ചുവന്നിരുന്നു. ജനലരുകിലേക്കുചെന്ന് അവൻ ഒരു ജഗ്ഗിൽനിന്നും വെള്ളംകുടിച്ചു. വഴിവിളക്കിനുചുറ്റും ചെറുപ്രാണികൾ മൂളിപ്പറന്നിരുന്നു.

അവൻ ശ്വാസം വിട്ടിട്ട് ആഴത്തിൽ ശ്വസിച്ചു. അവർ നസ്നീനോട് എന്താണ് ചെയ്തത്? അവളെക്കാൾ പതിനഞ്ചുവയസ്സ് മൂത്ത വിരൂപനായ ഒരുവന് അവർ അവളെ വിവാഹംചെയ്തു കൊടുത്തു. അവൻ പത്താം ക്ലാസ്സിലെ ഇംഗ്ലീഷ് പുസ്തകത്തിൽ ബ്യൂട്ടി ആൻഡ് ദി ബീസ്റ്റിന്റെ കഥ വായിച്ചിട്ടുണ്ടായിരുന്നു. സുന്ദരി ചുംബിച്ചപ്പോൾ ആ വന്യമൃഗം ഒരു രാജകുമാരനായി പരിണയിച്ച കഥ. അത് തന്റെ സഹോദരിക്ക് സംഭവിക്കാൻ പോകുന്നില്ല. അവന്റെ ബാപ്പയുടെ വിളറിയ മുഖം അവന്റെ മനസ്സിലേക്ക് വന്നു. കുടുംബനാഥൻ എന്നനിലയിൽ തന്റെ ഉത്തരവാദിത്വം, സാമ്പത്തികപരാധീനതമൂലം, നിറവേറ്റാൻ കഴിയാത്തതാണ് അബ്ബയുടെ ഉൽകണ്ഠയ്ക്ക് കാരണം. ആ ഉൽകണ്ഠ അദ്ദേഹത്തിന് കുറേരോഗങ്ങളും സമ്മാനിച്ചിട്ടുണ്ട്. രക്തസമ്മർദം മുതൽ ആമാശയവീക്കംവരെ.

ഒറ്റമനസ്സോടെ ഈ സിവിൽ സർവീസിന് ശ്രമിക്കുന്നതിനുപകരം ഞാൻ മറ്റ് വല്ലതിനുംകൂടി ശ്രമിച്ചിരുന്നെങ്കിൽ ഞാൻ ഇപ്പോൾ എന്റെ ബാപ്പയെ സഹായിക്കാൻപറ്റുന്ന ഒരു നിലയിലായേനെ. അവൻ കുറ്റബോധത്തോടെ ചിന്തിച്ചു.

മേശമേൽ നസ്നീന്റെ കല്യാണഫോട്ടോകൾ കിടന്നിരുന്നു.

അവൻ അതിലൂടെ കണ്ണോടിച്ചു. അവൾ വിടപറയുംമുമ്പ് നസ്നീനും അവളുടെ ഭർത്താവുമായുള്ള ഒരു ഫോട്ടോ. അവളുടെ ഭർത്താവ് സന്തോഷവാനായിരുന്നു. കറുത്തുതടിച്ച ചുണ്ടുകൾക്കിടയിലെ അവന്റെ പല്ലുകൾ തിളങ്ങുന്നു. തന്റെ പെങ്ങൾ ആ മനുഷ്യനുമൊത്ത് അവളുടെ ജീവിതം മുഴുവൻ കഴിയണമല്ലോ എന്നോർത്തപ്പോൾ അവന് ഓക്കാനംവന്നു.

മറ്റൊരു ഫോട്ടോയിൽ റാബിയയും അവളുടെ ഭർത്താവ് ആസാദും. അവർ ഉത്തമദമ്പതികളായിരുന്നു. ക്രീംകളർ നിറമുള്ള തുന്നിയ കോട്ടിൽ ആസാദ് ഒരു സിനിമതാരത്തെപ്പോലെ തോന്നിച്ചു.

ആരിഫിന് അസുഖകരമായി തോന്നി.

മറ്റൊരു ഫോട്ടോയിൽ മൃത്യുഞ്ജയ് സക്കീറിന്റെ അടുത്ത് ഇരിക്കുന്നു. ശുഭാപ്തി വിശ്വാസത്തോടെ. അല്ലെങ്കിൽ അത് അവന്റെ അഭിമാനമായിരിക്കാം. അവന്റെ മുഖത്തും ഇരിപ്പിലും അത് പ്രതിഫലിച്ചു.

അള്ളാഹു എന്റെ തെറ്റുകൾക്ക് എന്നെ ശിക്ഷിച്ചിരുന്നു. പ്രത്യേകിച്ചു കല്യാണംകഴിഞ്ഞ ഒരു സ്ത്രീയെ മോഹിച്ചതിന്.

~

അടുത്തദിവസം രാവിലെ ആരിഫ് സുമിത്രയെ കാണുവാൻ പോയി. ആ മുസ്ലിം ചെറുക്കനുമായി കവിതയുടെ പ്രേമബന്ധത്തെക്കുറിച്ചുള്ള തർക്കം നടന്ന ദിവസത്തിനുശേഷം അവർ തമ്മിൽ ശരിക്കും കണ്ടിരുന്നില്ല. രണ്ടുമാസം മുമ്പ് യു.എസ്സിൽ ഉള്ള ഒരുവരനുമായി കവിതയുടെ വിവാഹത്തെപ്പറ്റി അവൻ കേട്ടിരുന്നു.

മൃത്യഞ്ജയ് വഴി അവൾ ഒരു ക്ഷണക്കത്ത് കൊടുത്തുവിട്ടിരുന്നു. പക്ഷേ, ആരിഫ് ആ വിവാഹത്തിന് പങ്കെടുത്തില്ല.

നസ്നീന്റെ നിക്കാഹിന്റെ ദിവസം ജനക്കൂട്ടത്തിൽ അവൻ സുമിത്രയെ കണ്ടിരുന്നു. എന്നിട്ട് ഞൊടിയിടയിൽ അവൾ അവന്റെ അടുത്ത് പ്രത്യക്ഷപ്പെട്ട് അവന് ഒരു കഷ്ണം കടലാസ്സ് കൊടുത്തു. അതിൽ അവൾ വലിയ അക്ഷരത്തിൽ 'സോറി' എന്ന് എഴുതിയിരുന്നു.

പക്ഷേ, അവന് അവളോട് ക്ഷമിക്കാൻ കഴിഞ്ഞില്ല.

ആ കറുത്ത, കഷണ്ടിക്കാരനായ വക്കീലുമായി അവന്റെ പെങ്ങളുടെ വിവാഹം സമ്മതിച്ചതിന് ആരിഫ് അപ്പോഴും വലിയ കുറ്റബോധം പേറുന്നുണ്ടായിരുന്നു. സുമിത്രയുമായി ഒന്നിച്ചിരിക്കുന്നത് അവനെ ആഹ്ലാദഭരിതൻ ആക്കുമെന്ന് അവൻ കരുതി.

സുമിത്രയോടുള്ള എന്റെ അഭിനിവേശം എന്റെ പരാജയത്തിന് കുറച്ചൊക്കെ കാരണമായിട്ടുണ്ട്. പക്ഷേ, അതേസമയം അവളുമായുള്ള സൗഹൃദത്തിൽ ഞാൻ അഭയം കണ്ടെത്തുകയും ചെയ്യുന്നു. എന്തൊരു വൈരുദ്ധ്യം! എന്തൊരു നാണക്കേട്! അവൻ ഓർത്തു.

അവളുടെ ശരീരത്തിന്റെ സുഗന്ധം, അവളുടെ നീളൻമുടിയുടെ മൃദുലത, അവളുടെ മൃദുസ്പർശനങ്ങളുടെ ഊഷ്മളതയും മാധുര്യവും. അവൻ സുമിത്രയുമായി ഒരു കിടക്കയിൽക്കിടന്ന് ആലിംഗനം ചെയ്യുന്നതും ചുംബിക്കുന്നതും സങ്കല്പിച്ചു.

അല്ല! അല്ല! അതൊരിക്കലും സുമിത്രയുടെ കുറ്റമല്ല. അവളെപ്പോഴും വിജയത്തിനായി കഠിനപ്രയത്നം ചെയ്യാൻ എന്നെ പ്രചോദിപ്പിച്ചിട്ടേ ഉള്ളൂ. എപ്പോഴും നിബന്ധനകൾ ഇല്ലാത്ത സ്നേഹമാണ് അവൾ എനിക്ക് നൽകിയിട്ടുള്ളത്. അവളുമായുള്ള സൗഹൃദത്തിൽ ഞാൻ എപ്പോഴും സമാശ്വസിച്ചിരുന്നു.

ആരിഫ് തന്റെ സൈക്കിൾ വേഗത്തിൽ ചവിട്ടിയപ്പോൾ ഒരു ചെറുപുഞ്ചിരി അവന്റെ മുഖത്ത് മെല്ലെ പ്രത്യക്ഷപ്പെട്ടു.

അവൻ ബാങ്ക് കോളണിയിൽ എത്താറായപ്പോഴേയ്ക്കും അവന്റെ സൈക്കിളിന്റെ ടയറുകളിൽ ഒന്ന് പഞ്ചറായി. അടുത്തുള്ള റിപ്പർ ഷോപ്പിലേക്ക് അവൻ തന്റെ സൈക്കിൾ ഉന്തിക്കൊണ്ടുചെന്നു. ആ സൈക്കിൾ മെക്കാനിക് തിരക്കിൽ ആയതുകൊണ്ട് അവനോട് ഇരിക്കാൻ പറഞ്ഞു. ആരിഫ് അടുത്തുള്ള ഒരു ചായക്കടയിൽ കയറിയിരുന്ന് ഒരു ഹിന്ദി പത്രം എടുത്തുനോക്കികൊണ്ട് ഒരു കപ്പ് ചായയ്ക്ക് ഓർഡർ ചെയ്തു.

'അവൾ ഒരു ചാലു ടൈപ്പ് ആന്റി ആണ്.'

ആ വാക്കുകൾ അവന്റെ ശ്രദ്ധപിടിച്ചുപറ്റി. അവൻ അവന്റെ ഇടത് ഭാഗത്തേക്ക് പെട്ടെന്ന് കണ്ണോടിച്ചു. ഒരു ബഞ്ചിൽ ഇരുന്ന് മൂന്ന് കൗമാരക്കാരായ ആൺകുട്ടികൾ പരദൂഷണം പറയുന്നു.

'ശരിയാണ്.' ഒരു തടിച്ചുകൊഴുത്ത, കട്ടിയുള്ള കണ്ണടധരിച്ച ആൺകുട്ടി അങ്ങനെ പ്രതികരിച്ചിട്ട് അമർത്തി ചിരിച്ചു.

'ഒരു മുസ്ലീംചെറുക്കൻ അവളെ നിരന്തരം സന്ദർശിക്കുമായിരുന്നു.' ഒരു ചുരുണ്ട മുടിക്കാരൻ പറഞ്ഞു.' പക്ഷേ, കഴിഞ്ഞ കുറെ മാസങ്ങളായി ഞാൻ അവനെ കണ്ടിട്ടില്ല.'

'അവൾ ഒരു പുതിയ കാമുകനെ കണ്ടുപിടിച്ചിരിക്കും. നിനക്കും നിന്റെ ഭാഗ്യം പരീക്ഷിക്കണമെന്നുമുണ്ടോ?' അവർ മൂന്നുപേരും പൊട്ടിച്ചിരിച്ചു.

'ബച്ചാ, അവളുടെ പാവം ഭർത്താവ്! എന്താണ് അയാളുടെ പേര്?'

'അതെ, രമേശ്കുമാർ. അയാൾ വീട്ടിൽ ഇല്ലാത്തപ്പോൾ അയാളുടെ ഭാര്യയുടെ മറ്റു പരിപാടികളെക്കുറിച്ച് അയാൾക്ക് ഒരു അറിവുമില്ല.'

ആ ഗ്ലാസ്സിലെ ചൂട് ചായ അവരുടെ മുഖത്ത് ഒഴിക്കുവാൻ ആരിഫിന് തോന്നി.

സുമിത്രയെപ്പറ്റി അത്തരത്തിൽ സംസാരിക്കാൻ അവർക്ക് എങ്ങനെ ധൈര്യംവന്നു?

അവന്റെ ഉള്ളിൽ പൊന്തിവന്ന ദേഷ്യത്തിൽ ശ്വാസംമുട്ടിക്കൊണ്ട് അവൻ നിശ്ശബ്ദനായി പുകഞ്ഞു.

ആ ചെറുപ്പക്കാർ അവരുടെ പരദൂഷണം പറച്ചിൽ തുടർന്നു.

'ഹാൻ, ഞാനവളെ മറ്റു പുരുഷന്മാരുടെ കൂടെയും കണ്ടിട്ടുണ്ട്. ഇന്നുപോലും ഒരാൾ അവളുടെ ഫ്ളാറ്റിലേക്ക് പോകുന്നത് ഞാൻ കണ്ടു.'

'തീർച്ചയായും അത് അവളുടെ പുതിയ കാമുകൻ ആയിരിക്കും.' അവർ മൂന്നുപേരും ഒന്നിച്ച് ചിരിച്ചു.

'അരേ, നമ്മുക്ക് ഇറങ്ങാം. ഇന്ത്യയുടെ ഇന്നിങ്ങ്സ് തുടങ്ങി കാണും.'

അവർ അവനെ കടന്നുപോയപ്പോൾ ആരിഫ് അവന്റെ മുഖം വർത്തമാനപത്രംകൊണ്ട് മറച്ചു.

ആരിഫിന്റെ ദേഷ്യം ഓരോ വാക്കിലും അധികമായിക്കൊണ്ടിരുന്നു. പിന്നെ അവന്റെ ചിന്തകൾ മറ്റുവഴിയേ ചുറ്റിതിരിഞ്ഞു. അവർക്ക് താനും സുമിത്രയും ആയുള്ള രഹസ്യബന്ധം അറിയാമെങ്കിൽ അവൾക്ക് മറ്റുള്ള പുരുഷന്മാരുമായുള്ള ബന്ധത്തെക്കുറിച്ച് അവർ പറഞ്ഞത് ശരിയായിരിക്കും. സുമിത്ര അത്തരത്തിലുള്ള ഒരു വേശ്യ ആണോ? ഒരു സ്ത്രീ അതുപോലെ അവളെ പോറ്റുന്ന ഭർത്താവിനെ ചതിക്കുന്നെങ്കിൽ അവൾക്ക് അവളുടെ കാമുകന്മാരെയും ചതിക്കാൻ പറ്റും.

മൃത്യുഞ്ജയുടെ അമ്മയും അവനറിയില്ലാത്ത അവരുടെ ഒരു അയൽക്കാരി സ്ത്രീയുമായുള്ള സംഭാഷണം, കുറച്ചുമാസങ്ങൾക്കു മുമ്പ് അവൻ കേട്ടത് ആരിഫ് ഓർത്തു.

'ബഹൻജി, ഞാൻ ജംഷഡ്പൂരിൽ സുമിത്രയുടെ അയൽക്കാരിയായിരുന്നു. മായ എന്നൊരു പെണ്ണ് സുമിത്രയുടെ വീട്ടിലെ ഒരു സ്ഥിരം സന്ദർശകയായിരുന്നു. മായ ഒരു നല്ല പെണ്ണല്ലെന്ന് അയൽപക്കകാർക്കെല്ലാം അറിയാമായിരുന്നു. ഞാൻ സുമിത്രയോട് മായയുടെ ദുഷ്കീർത്തിയെക്കുറിച്ച് മുന്നറിയിപ്പ് കൊടുത്തെങ്കിലും അതവൾക്ക് ഒരു വ്യത്യാസവും ഉണ്ടാക്കിയില്ല. പിന്നെ എനിക്ക് ബോധ്യമായി, അവളും അതുപോലത്തെ ഒരു പെണ്ണാണ്ന്ന്.'

പക്ഷേ, സുമിത്ര മായയെക്കുറിച്ച് അവനോട് പറഞ്ഞിട്ടുണ്ടായിരുന്നു.

അവന്റെ സുമിത്രയിലുള്ള പൂർണ്ണവിശ്വാസത്തിനും അവൾക്ക് മറ്റ് പുരുഷന്മാരുമായുള്ള ബന്ധത്തിന്റെ സാധ്യതകളെക്കുറിച്ചുള്ള ഊഹോപോഹങ്ങൾക്കുമിടയിൽ ചാഞ്ചാടികൊണ്ട് അവൻ ആ ചായക്കടയിൽ നിന്നിറങ്ങി. അപ്പോഴേയ്ക്കും അവന്റെ സൈക്കിൾ ശരിയായി കഴിഞ്ഞിരിക്കുന്നു.

അഞ്ചു മിനിറ്റിനുള്ളിൽ അവൻ സുമിത്രയുടെ വീടിനുമുന്നിലെത്തി.

വാതിൽ പാതിതുറന്ന് കിടന്നു.

അത് തള്ളിത്തുറന്നുകൊണ്ട് അവൻ അകത്തേക്കുനോക്കി. ഒരു കസേരയിൽ ഒരു പിങ്ക് നിറത്തിലുള്ള കവറും ഒരു ഡയറിയും ഒരു ഹെൽമെറ്റും ഇരിപ്പുണ്ടായിരുന്നു.

അതിന്റെ അർഥം ആരോ അകത്ത് ഉണ്ടെന്നാണ്. പാദാഗ്രം ഊന്നി ആരിഫ് ഹാളിലേക്ക് പ്രവേശിച്ചപ്പോൾ അടുത്തമുറിയിൽനിന്ന് ഒരാളുടെ ചിരികേട്ടു. അത് രമേശിന്റേത് ആയിരുന്നില്ല. അവൻ മുഖംതിരിച്ച് ജനൽചില്ലിൽ ശ്രദ്ധിച്ചു. സുമിത്ര ഒരാളെ ആലിംഗനം ചെയ്യുന്നത് അവൻ കണ്ടു. ആ ആൺകുട്ടികൾ ചായക്കടയിൽവച്ച് ചർച്ചചെയ്ത

തെല്ലാം അവന്റെ മനസ്സിൽ മാറ്റൊലിക്കൊണ്ടു. അപ്പോൾ ഇയാളെ ആണ് സുമിത്ര ഈ ദിവസങ്ങളിൽ കാണുന്നത്. അവൻ ആ ഫ്ളാറ്റിൽ നിന്നും പുറത്തുവരുമ്പോൾ അവന്റെ മുഖം കോപംകൊണ്ട് ചുവന്നിരുന്നു. അവൻ അയാൾ പുറത്ത് വരുന്നതും നോക്കി വഴിയിൽ കാത്തുനിന്നു. ഇന്ത്യയും ആസ്ട്രേലിയയുമായുള്ള ലോകകപ്പ് നടക്കുന്നതിനാൽ റോഡ് വിജനമായിരുന്നു. വീടുകളിൽനിന്നുള്ള ആളുകളുടെ ഹർഷാരവം പുറത്തേക്ക് പ്രവഹിച്ചു. തീർച്ചയായും ഇന്ത്യ ഒരു ഫോറോ അല്ലെങ്കിൽ ഒരു സിക്സൊ അടിച്ചിരിക്കണം.

മിനിട്ടുകൾക്കുശേഷം നാല്പത് വയസ്സോളംപ്രായം ഉള്ള ഒരാൾ, ചുരുളൻമുടിയുള്ള കട്ടിമീശക്കാരൻ അവളുടെ വീട്ടിൽനിന്നും പുറത്തുവന്നു. അയാൾ പൊക്കമുള്ളവനും നിറമുള്ളവനും ആയിരുന്നു. അവനെ ധൃതിയിൽ കടന്നുപോകുമ്പോൾ അയാൾ ഒരു ബോളിവുഡ് ഗാനം മൂളുന്നത് ആരിഫ് കേട്ടു. റോഡിൽ ഒരു മാവിന്റെ ചുവട്ടിൽവച്ചിരുന്ന അയാളുടെ സ്കൂട്ടർ എടുക്കുവാനായി അയാൾ പോയി.

സ്പർദ്ധയുടെയും ദേഷ്യത്തിന്റെയും കഠിനമായ വേദന ആരിഫിനെ ഭ്രാന്തിലേക്ക് വലിച്ചിഴച്ചു. സുമിത്ര ഒരു വേശ്യ ആണെന്നുള്ളതിന് ആരിഫിന്റെ മനസ്സിൽ തെല്ലുപോലും സംശയം ഉണ്ടായിരുന്നില്ല. അവളുടെ പല കാമുകന്മാരിൽ ഒന്ന് മാത്രമാണ് താൻ.

അവളോട് ഇപ്പോൾതന്നെ സംസാരിക്കണം എന്നവന് തോന്നി. അവൻ അവളുടെ ഫ്ളാറ്റിലേക്ക് ചെല്ലാൻ തിരിഞ്ഞപ്പോൾ രണ്ടു സ്ത്രീകൾ സുമിത്രയുടെ വീട്ടിലേക്ക് പ്രവേശിക്കുന്നത് അവൻ കണ്ടു. ആ സ്ത്രീകൾ പുറത്തുവരാൻ അവൻ റോഡിൽ കാത്തുനിന്നു. പക്ഷേ, കുറെസമയം കഴിഞ്ഞിട്ടും അവർ പുറത്ത് വന്നില്ല. അവസാനം അവൻ സ്ഥലംവിട്ടു.

വീട്ടിലേക്ക് തിരിച്ചുവരുമ്പോൾ ഒരു ഫോൺ ബൂത്തിൽ അവൻ തന്റെ സൈക്കിൾ നിർത്തി. ബൂത്തുടമ, തൂക്കിപ്പിടിക്കാവുന്ന ബ്ലാക് ആൻഡ് വൈറ്റ് ടെലിവിഷനിൽ കളി കാണുന്നതിന്റെ തിരക്കിലായിരുന്നു. അസർ, മക്ഗ്രാത്തിനെ ആണ് നേരിടുന്നത്. കുറച്ചുമാത്രം പൊന്തിയ ഒരു പന്തായിരുന്നു അത്. അസർ ഹാഫ്ഫോർവേഡ് പോയി പോയിന്റിലേക്ക് പന്തിന്റെ വശത്ത് തട്ടി. സ്റ്റീവ്വോ വളരെ സൗകര്യപൂർവ്വം അത് പിടിച്ചെടുത്തു.

'ഫക്ക്'. ആരിഫ് അറിയാതെ പറഞ്ഞുപോയി. ഇന്ത്യയുടെ സ്കോർ 17/4.

'ഈ കളി വിജയിക്കാൻ യാതൊരു സാധ്യതയുമില്ല.' ടി.വി. സ്വിച്ച് ഓഫ് ചെയ്യുന്നതിനിടയിൽ ബൂത്ത് ഉടമ നെടുവീർപ്പോടെ പറഞ്ഞു.

'ലോക്കൽ കാൾ' ആരിഫ് പറഞ്ഞു.

ബൂത്തുടമ ഒരു ചെറിയ കൂട്ടിലേക്ക് ചൂണ്ടി കാണിച്ചു.

ആരിഫ് സുമിത്രയുടെ നമ്പർ ഡയൽചെയ്തു. 'ഹലോ' അവളുടെ മധുരമായ ശബ്ദംകേട്ട് അവൻ തന്റെ ദേഷ്യം മറന്നു.

പിന്നെ കേട്ടതും കഴിഞ്ഞ രണ്ടുമണിക്കൂറിനുള്ളിൽ കണ്ടതുമെല്ലാം അവൻ ഓർത്തെടുത്തു. അവൻ, അവന്റെ ദേഷ്യം തിരിച്ചുകൊണ്ടുവന്നു. അവൻ അവളോട് പറഞ്ഞതെല്ലാം ആശ്ചര്യമായി അവനുതന്നെ തോന്നി. തിരഞ്ഞെടുത്ത നിരർത്ഥകപദങ്ങൾ അവൻ അവളുടെ നേർക്ക് വലിച്ചെറിഞ്ഞു. അവൻ അയാൾ ആരെന്ന് അവളോട് ചോദിക്കുകയോ അവന്റെ ദേഷ്യത്തിന് കാരണം എന്തെന്ന് അവളോട് പറയുകയോ ചെയ്തില്ല.

തുടക്കത്തിൽ സുമിത്ര എന്തുകൊണ്ടാണ്, എന്താണ് എന്നെല്ലാം പ്രതികരിച്ചെങ്കിലും ഉടനെ അതൊരു തേങ്ങലായി മാറി. പക്ഷേ, അവളുടെ കരച്ചിൽ അവനെ പിന്തിരിപ്പിച്ചില്ല.

പെണ്ണുങ്ങളുടെ അവസാനത്തെ ആയുധം കരച്ചിലാണ്. നൂറ്റാണ്ടുകളായി ആണുങ്ങളെ എതിർക്കാനും വിഡ്ഢികളാക്കുവാനും അവരുടെമേൽ വിജയം കൈവരിക്കുവാനും മെരുക്കുവാനും അവർ അത് ഉപയോഗിക്കുന്നു. 'തേവിടിച്ചി!' ഫോൺ താഴെ വെക്കുന്നതിനു മുമ്പ് അവൻ പറഞ്ഞു.

അവന്റെ തൊണ്ടയുടെ പിറകിൽ പെട്ടെന്നൊരു വേദന തോന്നിയതുകൊണ്ട് അവൻ അവന്റെ കീഴ്ത്താടി ഇറുക്കി. നഗരത്തെ ഇരുട്ട് മൂടുമ്പോൾ അവൻ അവന്റെ സൈക്കിൾ സവാരി നടത്തി. അവൻ ആ അരയാൽ മരത്തിന്റെ അടുത്ത് സൈക്കിൾ നിർത്തി. ഈ ചതിയിൽ ആ മരത്തിനുകൂടി പങ്കുണ്ടെന്നവണ്ണം കുറ്റമാരോപിക്കുന്നപോലെ അവൻ അതിനെ നോക്കി. അവൻ പോക്കറ്റിൽ അവന്റെ വാലറ്റ് തപ്പി. അതവന് കിട്ടി. അവൻ അതിന്റെ അകത്തെ പോക്കറ്റിൽനിന്നും സുമിത്രയുടെ രണ്ട് ഫോട്ടോകൾ എടുത്ത് കഷ്ണങ്ങളായി കീറി അടുത്തുള്ള കുളത്തിലേക്ക് എറിഞ്ഞു.

പതിനേഴ്

രണ്ടായിരാമാണ്ടിലെ ഒരു തെളിഞ്ഞ വെള്ളിയാഴ്ച വൈകുന്നേരം ആരിഫ് അവന്റെ കോച്ചിങ് സെന്ററിലെ ജോലിയും കഴിഞ്ഞു അല്പം വൈകി വീട്ടിലേക്ക് മടങ്ങിവന്നപ്പോൾ നസ്നീന്റെ ചിരി അവനെ അത്ഭുതപ്പെടുത്തി. ആ കഷണ്ടിക്കാരനായ വക്കീലുമായുള്ള അവളുടെ കല്യാണം കഴിഞ്ഞശേഷം അവൾ നിത്യദുഃഖിതയായിരിക്കും എന്ന് ആരിഫ് ഊഹിച്ചിരുന്നു. അവൻ മുറിയിലേക്ക് പ്രവേശിച്ചപ്പോൾ പ്രകാശിച്ചു നിൽക്കുന്ന നസ്നീൻ അവനെ സ്വാഗതംചെയ്തു. അവൻ അവന്റെ സഹോദരിയെ കെട്ടിപ്പിടിച്ച് അവളുടെ നെറ്റിയിൽ പതിയെ ചുംബിച്ചു.

'എങ്ങനെ ഇരിക്കുന്നു എന്റെ പെങ്ങളെ?'

'എല്ലാം നന്നായിരിക്കുന്നു, ഭയ്യാ.'

'രണ്ട് നല്ല വാർത്തകളുണ്ട്, ഭയ്യാ.' ഹുമ ഒരു പെട്ടി ലഡുവുമായി ആ മുറിയിലേക്ക് പ്രവേശിക്കുന്നതിനിടയിൽ പറഞ്ഞു.

'അച്ഛാ?'

'ഉടനെ നിങ്ങളൊരു മാമൻ ആകുവാൻ പോകുന്നു. നസ്നീൻ ഭാജി ഗർഭിണിയാണ്.' ഹുമ പറഞ്ഞു.

നസ്നീൻ നാണിച്ചു.

'മാത്രമല്ല, ജിജുവിനെ ബീഹാർ ജുഡീഷ്യൽ സർവീസിലേക്ക് തിരഞ്ഞെടുത്തു. അതുകൊണ്ട് നസ്നീൻഭാജി ഇപ്പോൾ ഒരു ജഡ്ജിയുടെ ഭാര്യയാണ്.' ഹുമ ആഹ്ലാദത്തോടെ പറഞ്ഞു.

'മാഷ അല്ലാഹ്! മാഷ അല്ലാഹ്!' ആരിഫ് നസ്നീനെ ഒന്നുകൂടി കെട്ടിപ്പിടിച്ചു. അവൻ തന്റെ പുറംകൈകൊണ്ട് അവന്റെ കണ്ണുനീർ തുടച്ചുകൊണ്ട് കൂട്ടിച്ചേർത്തു.' എന്റെ പഠനമുറിയിലേക്ക് വരൂ, നസ്നീൻ. നമ്മുക്ക് സംസാരിക്കാം'

ആങ്ങളയും പെങ്ങളും അവരുടെ സ്വകാര്യതയ്ക്കുവേണ്ടി ആ മുറിയിലേക്ക് നടന്നു.

'എനിക്കറിയാം നിങ്ങൾക്ക് സുൽഫിക്കറുമായുള്ള എന്റെ കല്യാണത്തിൽ കുറ്റബോധം തോന്നുന്നുണ്ടെന്ന്. എന്തുകൊണ്ടെന്നാൽ അയാൾ എനിക്ക് യോജിച്ച ആളല്ലെന്ന് നിങ്ങൾ ചിന്തിക്കുന്നു. അയാളെ കാണുവാൻ എങ്ങനെയിരിക്കുന്നു എന്നത് വലിയ കാര്യമല്ല, ഭയ്യാ. അദ്ദേഹം ഒരു നല്ല മനുഷ്യനാണ് ' നസ്നീൻ പറഞ്ഞു.

'കൂടാതെ എന്റെ ഭർത്താവിന്റെ മാതാപിതാക്കൾ അവരുടെ സ്വന്തം മകളെപ്പോലെ എന്നോടു പെരുമാറുന്നു. എന്റെ അമ്മായിയപ്പൻ എന്നോട് ആലോചിക്കാതെ ഒരു പ്രധാനപ്പെട്ട തീരുമാനങ്ങളും എടുക്കില്ല. ആ റഫീഖ് എന്റെ ബ്രദർ ഇൻലോ.'

നസ്നീൻ പൂർത്തിയാക്കുമ്പോഴേയ്ക്കും ആരിഫിന്റെ കുറ്റബോധം ഒലിച്ചുപോയി. പെട്ടെന്ന് ഒരു ലാഘവത്വം അവന്റെ ശരീരം മുഴുവൻ പടർന്നു.

'അസ്സാം അലൈക്കും, ഭായിജാൻ.'

അവന്റെ അളിയൻ വാതിക്കൽവന്നു. അയാൾ കല്യാണദിനത്തെക്കാൾ മെലിഞ്ഞതായി കാണപ്പെട്ടു. മാത്രമല്ല അയാൾ തന്റെ മീശ വടിച്ചുകളഞ്ഞിരുന്നു. അയാൾ കൂടുതൽ ചെറുപ്പക്കാരനായി തോന്നിച്ചു.

'വലൈക്കും അസ്സാം, വലൈക്കും അസ്സാം, ഒത്തിരി ഒത്തിരി അഭിനന്ദനങ്ങൾ' ആരിഫ് ഇതുപറഞ്ഞിട്ട് എഴുന്നേറ്റ് അയാളെ കെട്ടിപ്പിടിച്ചു.

'എന്റെ പെങ്ങളെ സന്തോഷവതിയാക്കുന്നതിന് വളരെ നന്ദി.'

അപ്പോൾ ഹുമയുടെ കൈയ്യിൽ ഒരു മൊബൈൽ ഫോൺ കണ്ട് ആശ്ചര്യപ്പെട്ടു ആരിഫ് ചോദിച്ചു.

'ആരുടെ ഫോൺ ആണിത്?'

'ജിജു നമ്മുക്കായി ഇത് ബാഗ്ലൂരിൽനിന്നും വാങ്ങിയതാണ്.'

അതൊരു നോക്കിയ 3515 ഫോൺ ആയിരുന്നു.

'ഷഫീക്ക് ബാബു, ഇത്രയും വിലകൂടിയ സാധനം വാങ്ങേണ്ട കാര്യമില്ല.' ആരിഫ് പറഞ്ഞു.

'ആരെ ഭായിജാൻ, ഇത് വിലകൂടിയതൊന്നുമല്ല.' ഷഫീക്ക് മറുപടി പറഞ്ഞു.

'എന്തായാലും നന്ദി.' ആരിഫ് ആ നീലയും വെള്ളിനിറവുമുള്ള ഫോൺ അവന്റെ കൈകളിൽ പിടിക്കുമ്പോൾ പുഞ്ചരിച്ചു. അവന്റെ സുഹൃത്ത് മൃത്യുഞ്ജയ്നെ വിളിക്കണമെന്നു വിചാരിച്ചു. പക്ഷേ, ചെയ്തില്ല.

~

അവന്റെ സിവിൽസർവിസ് പരാജയവും സുമിത്രയുടെ വഞ്ചനയും ആരിഫിന്റെ ജീവിതത്തിലെ ഏറ്റവും വേദനാജനകമായ രണ്ട് സംഭവങ്ങൾ ആയിരുന്നു. പക്ഷേ, വിധി കൂടുതൽ ദൗർഭാഗ്യകരമായ പദ്ധതികളെ അവനുവേണ്ടി നിർത്തിയിരുന്നു. സക്കീറിന്റെ ഡൽഹി സന്ദർശനം അവന്റെ കുടുംബത്തെ കൂടുതൽ ദുഃഖത്തിലാഴ്ത്തി.

നസ്നീന്റെ കല്യാണം കഴിഞ്ഞ ഉടനെ സക്കീർ അവനൊരു ജോലി അന്വേഷിക്കാൻ ഡൽഹിക്ക് പോകുകയാണെന്ന് പ്രഖ്യാപിച്ചു. ജമാൽപുരയിൽനിന്നുള്ള അവന്റെ ബാല്യകാല സുഹൃത്ത് അവിടെ താമസിക്കുന്നുമുണ്ട്. അബ്ബ അനുവാദം കൊടുത്തു. അതൊരു നല്ല സൂചനയായി ആരിഫ് കണ്ടു. ബോംബെയിലെ അവന്റെ തിരിച്ചടികൾക്കു ശേഷം അവൻ പുതുതായി തുടങ്ങുവാൻ ശ്രമിക്കുന്നു. തന്റെ സഹോദരൻ ഒരിക്കലും ഒരു മിടുക്കനായ വിദ്യാർത്ഥി ആയിരുന്നിട്ടില്ലെന്നും ഒരു അക്കാഡമിക്ക് കരിയറിന് അവനെ നിർബന്ധിക്കുന്നതുകൊണ്ട് പ്രയോജനം ഒന്നുമില്ലന്നുകൂടി അവന് അറിയാമായിരുന്നു.

ആരിഫ് കൂടുതൽ മികച്ച ശമ്പളംകിട്ടുന്ന മറ്റൊരു കോച്ചിങ് ഇൻസ്റ്റിറ്റ്യൂട്ടിലേക്ക് പഠിപ്പിക്കുന്നത് മാറ്റി. പക്ഷേ, അവിടെ കൂടുതൽ സമയം ജോലി ചെയ്യണമായിരുന്നു. ആ കുടുംബത്തിലെ മൂത്തമകനായിരുന്നതിനാൽ അവന്റെ കടമയല്ലേ അബ്ബയുടെ സാമ്പത്തികപരാധീനതയുടെ കൂടുതൽ ഭാഗവും പങ്കുവെക്കുക എന്നത്? ഐഎഎസ്സിൽ ചേരുക എന്ന അവന്റെ ബാല്യകാല സ്വപ്നം മരിച്ചു. മുപ്പത്തൊന്നാമത്തെ വയസ്സിൽ മറ്റൊരു ജോലിക്ക് സാധ്യത ഉണ്ടോ എന്ന് അവന് അറിയില്ലായിരുന്നു.

'ഭയ്യാ! ഞാൻ ഇവിടെനിന്നും നേടിയ കമ്പ്യൂട്ടർ ആപ്ലിക്കേഷൻ ഡിപ്ലോമ ഒരു മാന്യമായ ജോലി കണ്ടുപിടിക്കാൻ എന്നെ സഹായിക്കും എന്നാണ് ഞാൻ കരുതുന്നത്. ഹുമയുടെ വിവാഹത്തിന് എനിക്ക് അബ്ബയെ സഹായിക്കണം.' സക്കീർ പറഞ്ഞു.

'പക്ഷേ, കോച്ചിങ് ക്ലാസ്സുകളിൽ നിങ്ങൾ അധികസമയം ചിലവഴിക്കേണ്ട. പകരം ബിഹാർ സിവിൽസർവീസിൽ ശ്രദ്ധചെലുത്തൂ. നിങ്ങൾക്കത് ഇത്തവണ നേടിയെടുക്കാൻ ആകുമെന്ന് എനിക്ക് ഒരു തോന്നലുണ്ട്.'

തലസ്ഥാനത്തേക്കുള്ള സക്കീറിന്റെ പുറപ്പെടലിനുശേഷം രണ്ടു മാസങ്ങൾ കഴിഞ്ഞു തുടർച്ചയായ ബോംബ് സ്ഫോടനങ്ങൾ ഡൽഹിയിൽ ഉണ്ടായി. കരോൾ ബാഗിലെ ഗാഫർ മാർക്കറ്റിൽ ഒരു സ്കൂട്ടർ പൊട്ടിത്തെറിച്ച് ഒരു ഡസനിലേറെ കടകൾ തൂത്തെറിഞ്ഞു കളഞ്ഞു. അൻപതിലധികം ആളുകളുടെ ജീവൻ അപഹരിച്ചു. ന്യൂഡൽഹി റെയിൽവേ സ്റ്റേഷനുപുറത്ത് ഒരു കാറിൽ സ്ഫോടകവസ്തുക്കൾവച്ചിരുന്നു. അതിൽ ഇരുപത്തഞ്ചുപേർ മരണമടഞ്ഞു. നെഹ്രു പ്ലേസിലെ സ്ഫോടനം ഇരുപത്തിയൊന്ന് പേരെ കൊന്നു. ഡൽഹി പോലീസിന്റെ ആന്റി ബോംബ് സ്ക്വാഡ് രണ്ട് ബോംബുകൾ നിർവീര്യമാക്കി, ഒന്ന് ഇന്ത്യാഗേറ്റിലും മറ്റൊന്ന് പാലിക ബസാറിലും.

ആരിഫിന്റെ കുടുംബം സക്കീറിന്റെ സുരക്ഷിതത്വം ഓർത്ത് വ്യാകുലരായി. സക്കീറിന്റെ സുഹൃത്തിനെ ഫോണിൽ കിട്ടുവാൻ

അബ്ബ ശ്രമിച്ചെങ്കിലും ഡൽഹിയിലുള്ള ആളുകളുടെ സ്വന്തക്കാരും അഭ്യുദയകാംക്ഷികളും നടത്തിയ പെട്ടെന്നുള്ള ഫോൺവിളികൾ നെറ്റ്വർക്കിനെ സ്തംഭിപ്പിച്ചു.

രാത്രിവൈകി, ഫോൺ കണക്ഷൻ ശരിയായപ്പോൾ സക്കീർ അവരെ വിളിച്ചു.

'ഞാൻ എന്റെ ഫ്ളാറ്റിലുണ്ട് അബ്ബ. ഒന്നും വിഷമിക്കാനില്ല.'

പാതിരാത്രി കഴിഞ്ഞു അരമണിക്കൂറായപ്പോൾ മൊബൈൽ വീണ്ടും റിങ് ചെയ്യാൻ ആരംഭിച്ചു. ആരിഫ് ഉണർന്ന് ഫോൺ എടുത്തു. അത് സക്കീർ ആയിരുന്നു.

'ഭയ്യാ, പോലീസ് എന്റെ സുഹൃത്തുക്കളുടെയും മറ്റ് സഹമുറിയന്മാരുടെയുമൊപ്പം എന്നെ പിടിച്ചു. അവർ പറയുന്നത് നഗരത്തിലെ ബോംബ്സ്ഫോടനങ്ങൾക്ക് പിന്നിൽ ഞാനാണെന്നാണ്. ഞങ്ങളെ മെഹ്റൗലി പ്രദേശത്തെവിടെയോ ഉള്ള ഒരു ഫാം ഹൗസിൽ ഇട്ടിരിക്കുകയാണ്. അവർ ഞങ്ങളെ കൊല്ലും ഭയ്യാ. അബ്ബയോട് ഡൽഹിയിൽ വന്ന് ഞങ്ങളെ രക്ഷിക്കുവാൻ പറയൂ.' സക്കീർ അലറിക്കരയുന്നത് ആരിഫ് കേട്ടു.

അതിനുപുറകേ ഹാരിയൻവി ഉച്ചാരണത്തിലുള്ള ഒരു പരുക്കൻ ശബ്ദംകേട്ടു.' അബീദാഹിയാ! നിങ്ങൾ ഇവന്മാരുടെ ശരീരം പരിശോധിച്ചോ ഇല്ലയോ? മദർചൂദ്, നിങ്ങൾ നമ്മളെ എല്ലാം വലിയ കുഴപ്പത്തിലാക്കും. നോക്കൂ, ഈ ചെറുക്കൻ മൊബൈലിൽ സംസാരിച്ചു കൊണ്ടിരിക്കുന്നു!' തുടർന്ന് ആരിഫ് ഒരു മൂർച്ചയുള്ള ശബ്ദംകേട്ടു. ഫോൺ നിശ്ശബ്ദമായി.

പെട്ടെന്ന് തളർവാതം പിടിച്ചവനെപ്പോലെ ആരിഫ് എഴുന്നേറ്റു. അപ്പോഴും അവന്റെ ചെവിയിൽ മൊബൈൽ പിടിച്ചിരിക്കുന്നുണ്ടായിരുന്നു. ആരിഫ് എന്തെങ്കിലും പറയുവാനായി കാത്തുനിന്ന അബ്ബ അവനെ അവന്റെ ബോധക്കേടിൽനിന്നും കുലുക്കി വിളിച്ചു. ഏങ്ങലടിക്കിടയിൽ ആരിഫ് സക്കീറിന്റെ കഥ ആവർത്തിച്ചു. അപ്പോഴേയ്ക്കും അവന്റെ കുടുംബത്തിലെ എല്ലാവരും ഉണർന്നിരുന്നു. അബ്ബ മണിക്കൂറുകളോളും ഒന്നുംമിണ്ടിയില്ല. എങ്ങനെയാണ് സക്കീറിനെപ്പോലെ മാന്യനായ ഒരാളെ തീവ്രവാദിയായി ആരോപിക്കാൻ ആവുക? ലഹളയെയും മതതീവ്രവാദത്തെയും വെറുപ്പോടെ കാണുന്ന ഒരുവനാണവൻ.

പക്ഷേ, ഇന്ത്യയിൽ ഒരു മുസ്ലീം ചെറുപ്പക്കാരൻ തീവ്രവാദിയായി മുദ്രകുത്തപ്പെടുവാൻ കൂടുതൽ ഒന്നും ചെയ്യാനില്ല. എപ്പോഴൊക്കെ ഒരു തീവ്രവാദി ആക്രമണം ഉണ്ടാകുന്നുവോ അപ്പോഴൊക്കെ കുറെ മുസ്ലീം യുവാക്കളെ പോലീസ് പൊക്കിയിരിക്കും. അവരിൽ ചിലരെ

കാണാതാകും. ഭൂരിഭാഗംപേരും കോടതിയിലെ കഠിനമായ വാദപ്രതിവാദങ്ങൾക്കുശേഷം കുറ്റവിമുക്തരാകും.

മുസ്ലീങ്ങൾക്ക് എതിരെയുള്ള പോലീസിന്റെ മുൻവിധിക്ക് സക്കീറും ബലിയാടായിട്ടുണ്ടാകും എന്ന് ആരിഫ് വിചാരിച്ചു.

അടുത്ത ദിവസം രാവിലെ അബ്ബയും ആരിഫും വെയ്റ്റിങ് ലിസ്റ്റിൽ ഉള്ള ടിക്കറ്റുകളുമായി ശ്രംജീവി എക്സ്പ്രസ്സിൽ ഡൽഹിയിലേക്ക് തിരിച്ചു.

തിരക്കേറിയ ആ ട്രെയിനകത്ത്, ടോയ്ലറ്റിലേക്കുള്ള ഇടവഴിയിൽ, അബ്ബ ഒരു ബെഡ്ഷീറ്റ് തറയിൽ വിരിച്ചു. ആകാംക്ഷാനിർഭരവും പീഡനപരവുമായ ആ പതിനാറ് മണിക്കൂർ ട്രെയിൻ യാത്രയിൽ അധികസമയവും അവർ രണ്ടുപേരും നിശ്ശബ്ദരായിരുന്നു.

ഡൽഹിയിൽ എത്തിക്കഴിഞ്ഞ് ആരിഫും അബ്ബയും നേരെ ഷഹീർ ബാഗിലുള്ള സക്കീർ താമസിച്ചിരുന്ന സ്ഥലത്തെ മേൽവിലാസത്തിലേക്ക് പുറപ്പെട്ടു. ഇടുങ്ങിയ വഴിയുടെ ഉൾഭാഗത്തുള്ള ഒരു മൂന്നുനില കെട്ടിടമായിരുന്നു അത്. ഇടവഴിയുടെ ഇരുവശവും തുറന്ന അഴുക്കുചാൽ ഉണ്ടായിരുന്നു. വീടുകളിൽനിന്നുള്ള മാലിന്യം അവിടെ ചിതറിക്കിടന്നിരുന്നു.

വീടിന്റെ താഴത്തെ നിലയിലാണ് വീട്ടുടമ താമസിച്ചിരുന്നത്. അയാൾ അവിടെ ഉണ്ടായിരുന്നില്ല. പക്ഷേ, അയാളുടെ ഭാര്യ അവിടെ ഉണ്ടായിരുന്നു. അബ്ബ തങ്ങൾ ആരെന്ന് പറഞ്ഞപ്പോൾ അവൾ അവരെ ചെറിയ സ്വീകരണമുറിയിലെ സോഫയിൽ ഇരുത്തി. രണ്ടുദിവസങ്ങൾക്കുമുമ്പ് ഏകദേശം അർധരാത്രിസമയത്ത് ഒരു വാഹനം അവരുടെ വീടിന്റെ അടുത്തുവന്നു നിൽക്കുന്നതായി കേട്ടിട്ട് ഉറക്കമുണർന്നതായി അവൾ അവരോടു പറഞ്ഞു. അവരുടെ ഒന്നാംനിലയിൽ താമസിക്കുന്ന നാല് ആൺകുട്ടികളെ പോലീസ് ഒരു വെളുത്ത കാറിൽ പിടിച്ചുകൊണ്ട് പോകുന്നത് അവൾ കണ്ടിരുന്നു.

'ആ രാത്രിയിൽ ഞാൻ എന്റെ പെൺമക്കളുമായി വീട്ടിൽ തനിച്ചായിരുന്നു. ഞാൻ എന്റെ മുറിയുടെ പുറത്തുവന്നില്ല.' ആ സ്ത്രീ ഡോർ കർട്ടന് പിറകിൽ മറഞ്ഞുനിന്ന് പറഞ്ഞു.' ഞാൻ ഒരു പോലീസ് ഓഫീസറുടെ മുഖംകണ്ടു. അയാളുടെ കവിളിൽ മുറിവിന്റെ പാടുണ്ടായിരുന്നു.'

'ഏത് പോലീസ് സ്റ്റേഷനിലേക്കാണ് അവരെ കൊണ്ടുപോയത്?' അബ്ബ ചോദിച്ചു.

'എനിക്കറിയില്ല. പക്ഷേ, അവർ ജാമിയനഗർ ഥാന എന്നു പറയുന്നത് ഞാൻ ഒളിച്ചുകേട്ടിരുന്നു.' അവൾ പറഞ്ഞു.

'സക്കീർ വളരെ സൗമ്യനായ ഒരു ആൺകുട്ടിയാണ്. ചില തെറ്റിദ്ധാരണകൾ ഉണ്ടായിട്ടുണ്ടാകും. കുറച്ച് ചോദ്യങ്ങൾ ചോദിച്ചശേഷം അവനെ വിടുമെന്നാണ് ഞാൻ പ്രതീക്ഷിക്കുന്നത്. ഇൻഷാ അള്ളാഹ്.'

അവളുടെ ഉറപ്പ് അബ്ബയെയും ആരിഫിനെയും തെല്ലും ആശ്വസിപ്പിച്ചില്ല. അബ്ബ ഏകദേശം മുപ്പത്തഞ്ചുവർഷങ്ങൾ പോലീസിൽ ഉണ്ടായിരുന്നതാണ്. ഈ പോലീസ്കാർക്ക് എന്തെല്ലാം ആസൂത്രണം ചെയ്യാനാകുമെന്ന് അദ്ദേഹത്തിന് അറിയാം. വ്യാജഏറ്റുമുട്ടലുകൾ എങ്ങനെ നടക്കുന്നു എന്നും ധീരതക്കുള്ള അവാർഡിനോ പ്രമോഷനുകൾക്കോവേണ്ടി നിരപരാധികളായ ആദിവാസിക്കുട്ടികളെ നക്സൽ പ്രവത്തനങ്ങളിൽ പങ്കാളികളാണെന്ന് ആരോപിച്ച് കൊന്നുകളയുന്നതിനെപ്പറ്റിയും ആരിഫ് അബ്ബയിൽനിന്നും കേട്ടിരുന്നു.

'എനിക്ക് നിങ്ങളുടെ ഭർത്താവിനോട് ഒന്ന് സംസാരിക്കാമോ?' അബ്ബ ചോദിച്ചു.

'എന്റെ ഭർത്താവ് ഇന്നുരാത്രിയിൽ മടങ്ങിവരും. നിങ്ങൾക്ക് അദ്ദേഹത്തോട് നാളെ രാവിലെ സംസാരിക്കാം.' അവൾ പറഞ്ഞു.

'സക്കീറിന്റെ മുറി നിങ്ങൾക്ക് എന്നെ കാണിക്കാമോ?' അബ്ബ ചോദിച്ചു.

'തീർച്ചയായും' അവൾ പറഞ്ഞു.

അവൾ അവളുടെ കിടപ്പുമുറിയിലേക്കുപോയി ഒരു കൂട്ടം താക്കോലുകളുമായി മടങ്ങിവന്നു. കുറെ ഇടുങ്ങിയ പടികളിലൂടെ ഒരു തുറന്ന ടെറസ്സിലേക്കും പിന്നെ ഒരു ചെറിയ മുറിയിലേക്കും അവൾ അവരെ നയിച്ചു. എന്നിട്ട് മുറിയുടെ കതക് തുറന്നു. അതൊരു പത്തുക്ക്പതിനഞ്ചു അടിമുറിയായിരുന്നു. അതിൽ വീതികുറഞ്ഞ നാല് കട്ടിലുകൾ കിടന്നിരുന്നു. അവിടെ ഒരു പിടിവലി നടന്നതിന്റെ ലക്ഷണങ്ങൾ ഇല്ലായിരുന്നു.

ദൂരെ ഒരു മൂലയിൽ കട്ടിലിനടുത്തുള്ള ഒരു സൈഡ് ടേബിളിൽ ആസാദ് അപ്നാ അപ്നാ എന്ന സിനിമയിൽനിന്നുള്ള അമീർഖാന്റെയും സൽമാൻഖാന്റെയും ചിത്രങ്ങൾ ഫ്രെയിംചെയ്തുവെച്ചിരുന്നു. അത് സക്കീറിന്റെ കട്ടിലാണെന്ന് ആരിഫിന് മനസ്സിലായി. അബ്ബ ആ കട്ടിലിൽ ഇരുന്ന് ആ സൈഡ്ടേബിളിൽ കിടക്കുന്ന സാധനങ്ങൾ നോക്കുവാൻ ശ്രദ്ധിച്ചു. പക്ഷേ, അതൊന്നും വെളിപ്പെടുത്തുന്നില്ലായിരുന്നു. മറ്റ് കട്ടിലുകളുടെ അടുത്തുള്ള ഭിത്തിയിൽ അറബിയിലുള്ള ശാസനത്തിന്റെ പോസ്റ്ററുകൾ ഉണ്ടായിരുന്നു. അതിലൊന്നിൽ ഇങ്ങനെ എഴുതിയിരുന്നു. 'നസ്രം മിനില്ലാഹിവാ ഫാത്തൂൺ ഖരീബ്' (അല്ലാഹുവിൽ നിന്നുള്ള സഹായവും വിജയവും ആസന്നമായിരിക്കുന്നു.)

'ഭായി സാഹിബ്, ദയവായി പ്രഭാതഭക്ഷണം കഴിച്ചിട്ട് പോകൂ.' അബ്ബ കട്ടിലിൽനിന്നെഴുന്നേറ്റപ്പോൾ ആ കെട്ടിടമുടമസ്ഥ പറഞ്ഞു.

'നന്ദി, സഹോദരി. പക്ഷേ, ഞങ്ങൾക്ക് ഇപ്പോൾതന്നെ പോകണം.' അബ്ബ പറഞ്ഞു.

ഇരുപത് മിനിട്ടുകൾക്കുശേഷം അവർ ജാമിയനഗർ പോലീസ് സ്റ്റേഷനിൽ എത്തിച്ചേർന്നു. ആ സ്റ്റേഷൻഹൗസ് ഓഫീസർ (എസ്.എച്ച്.ഒ.) ഒരു ക്രൂരൻ ആയി തോന്നിച്ചു. അയാളുടെ ഇടത്തെ കവിളിൽ ഒരു മുറിപ്പാട് ഉണ്ടായിരുന്നു. രണ്ടുദിവസങ്ങൾക്കുമുമ്പ് സക്കീറിനെ അറസ്റ്റ് ചെയ്തതിനെക്കുറിച്ച് ചോദിച്ചപ്പോൾ അയാൾ അസുഖകരമായി പെരുമാറി. താൻ ഒരു റിട്ടേർഡ് പോലീസ് ഓഫീസർ ആണെന്ന് അയാളോട് പറഞ്ഞിട്ട് തന്റെ ഡിപ്പാർട്ട്മെന്റിന്റെ ഐഡന്റിറ്റികാർഡ് അയാളെ കാണിച്ചു. പക്ഷേ, അതൊന്നും ആ ഓഫീസറിൽ ഒരു മാറ്റവും ഉണ്ടാക്കിയില്ല.

അവസാനം അദ്ദേഹം വീട്ടുടമസ്ഥയുമായുള്ള തന്റെ സംഭാഷണത്തെക്കുറിച്ചും അവൾ തന്റെ പ്രസ്താവനയിൽ മുറിവിന്റെ പാടുള്ള ഒരു പോലീസ് ഓഫീസറെക്കുറിച്ച് പറഞ്ഞതായും സൂചിപ്പിച്ചു. എസ്സ്.എച്.ഒയുടെ കൈ അറിയാതെ അയാളുടെ മുറിപ്പാടിനെ മറയ്ക്കുവാനായി ചലിച്ചു.

'നിങ്ങൾ ഇവിടെനിന്നും പുറത്തുകടക്കൂ' ആ എസ്.എച്ച്.ഒ. അലറി.

'ജെയിൻ സാഹിബിന്റെ സഹായംതേടണം' അബ്ബ പോലീസ് സ്റ്റേഷനിൽനിന്നും പുറത്തിറങ്ങുന്നതിനിടയിൽ ആരിഫിനോട് പറഞ്ഞു.

അവർ ഒരു ഓട്ടോറിക്ഷ പിടിച്ചു ബീഹാറിലെ മുൻഡയറക്ടർ ജനറൽ ഓഫ് പോലീസിനെ കാണുവാൻ നോയിഡയിലേക്കുപോയി. അബ്ബ അദ്ദേഹത്തിന്റെകൂടെ ഏകദേശം അഞ്ചുവർഷം ജോലി ചെയ്തിരുന്നു.

അബ്ബയും ആരിഫും മിസ്റ്റർ ജെയിന്റെകൂടെ പോലീസ് സ്റ്റേഷനിൽ മടങ്ങിയെത്തി. മിസ്റ്റർ ജെയിൻ എസ്.എച്ച്.ഒ.യ്ക്ക് സ്വയം പരിചയപ്പെടുത്തി. എസ്.എച്ച്.ഒ. ഹൃദ്യമായി പെരുമാറി എങ്കിലും സക്കീറിന്റെ തിരോധനത്തിൽ പോലീസ് എന്തെങ്കിലും ചെയ്തു എന്നത് അപ്പോഴും അയാൾ നിരസിച്ചു. അയാൾ അബ്ബയോടും ആരിഫിനോടും മിസ്റ്റർ ജയിനോടും ഒപ്പം സക്കീർ താമസിച്ചിരുന്ന ഫ്ളാറ്റിലേക്ക് വരികകൂടി ചെയ്തു. വീട്ടുടമസ്ഥൻ തന്റെ യാത്രകഴിഞ്ഞു തിരിച്ചെത്തിയിരുന്നു. പറ്റെ താടിവച്ച ഒരു കുറിയവനായിരുന്നു അയാൾ. സക്കീറിനെയോ മറ്റുള്ളവരെയോ പോലീസ് പിടിച്ചുകൊണ്ടുപോയത്

അവർ കണ്ടതായി അയാളും അയാളുടെ ഭാര്യയും സമ്മതിക്കാൻ വിസമ്മതിച്ചു.

അയാളുടെ ഭാര്യയോട് സംസാരിക്കണമെന്ന് അബ്ബ പറഞ്ഞപ്പോൾ അയാൾ പരുഷമായി പറഞ്ഞു, 'ഭായി സാഹിബ്, എന്തോ തെറ്റിദ്ധാരണ ഉണ്ട്. എന്റെ ഭാര്യ ഒരു 'പർദനശീൻ' സ്ത്രീയാണ്. അവൾ ഒരിക്കലും അപരിചിതരോട് സംസാരിക്കില്ല.'

ആ എസ്.എച്ച്.ഒ., മിസ്റ്റർ ജയിന്റെ നേരെതിരിഞ്ഞിട്ട് പറഞ്ഞു. 'എനിക്ക് അറിയാമായിരുന്നു ഇങ്ങനെ ഒന്നുമില്ലെന്ന്. പക്ഷേ, ഞാൻ നിങ്ങളുടെ സംതൃപ്തിക്കുവേണ്ടിയാണ് ഇവിടെ വന്നത്, സർ.'

'മിസ്റ്റർ ഖാൻ, എന്റെ സഹാനുഭൂതി നിങ്ങളോടൊപ്പം ഉണ്ട്. നിങ്ങളുടെ മകനെ കാണാതായിട്ടുണ്ടെങ്കിൽ ഒരു എഫ്ഐആർ രജിസ്റ്റർ ചെയ്യൂ. ഞങ്ങൾ അവനെകണ്ടെത്താൻ ശ്രമിക്കാം.' അയാൾ കൂട്ടിച്ചേർത്തു. എന്നിട്ട് ആ എസ്.എച്ച്.ഒ. സ്ഥലംവിട്ടു.

'അബ്ദുൽ റഷീദ്, എനിക്കിപ്പോൾ പോകണം. ഞാൻ പോലീസ് കമ്മീഷണറോട് സംസാരിക്കാൻ ശ്രമിക്കാം. ഞാൻ ഒരു റിട്ടയേർഡ് പോലീസ് ഓഫീസർ ആണ്. എന്റെ പരിധികൾ നിങ്ങൾക്ക് മനസ്സിലാകുമെന്ന് ഞാൻ കരുതുന്നു.' മിസ്റ്റർ ജെയിൻ ഇത് പറഞ്ഞിട്ട് റോഡിന്റെ അപ്പുറം നിർത്തിയിരിക്കുന്ന അദ്ദേഹത്തിന്റെ കാറിന്റെ ഡ്രൈവറെ ആംഗ്യംകാണിച്ചു വിളിച്ചു.

അബ്ബയും ആരിഫും, പോലീസ് കമ്മീഷണറുടെ ഓഫീസും മീഡിയ ഹൗസുകളും മൈനോരിരിറ്റി റൈറ്റ് കമ്മീഷനെയും എൻജിഓകളെയും സന്ദർശിച്ച് അടുത്ത നാലുദിവസം ചിലവഴിച്ചു. പക്ഷേ, സക്കീറിന്റെ തിരോധാനത്തിൽ പൊലീസിന് പങ്കുണ്ടെന്ന് അവരെ ആരെയും ബോധിപ്പിക്കാൻ അവർക്ക് കഴിഞ്ഞില്ല.

നാലാംദിവസം ആരിഫ് നേരത്തെ ഉണർന്നത് ജമാമസ്ജിദിലെ മുസീന്റെ വിളിയും അതിനെതുടർന്ന് മറ്റു പള്ളികളിൽനിന്നുള്ള അസാനും കേട്ടുകൊണ്ടാണ്. അബ്ബ വുളു എടുക്കുന്നതും അവൻ കണ്ടു.

'നീ പ്രാർത്ഥിക്കാൻ വരുന്നുണ്ടോ?' ഒരു ചുവപ്പും പച്ചയും കലർന്ന തോർത്തുകൊണ്ട് തന്റെ കണ്ണുനീർതുടച്ചുകൊണ്ട് അബ്ബ ചോദിച്ചു.

'ഉണ്ട്, അബ്ബാ' ആരിഫ് ചുമച്ചുകൊണ്ട് മറുപടി പറഞ്ഞു തന്റെ ചുണ്ട് കടിച്ചു.

അവർ അൽ അദീന ലോഡ്ജിന്റെ താഴേക്കുള്ള പടികളിറങ്ങി. അവിടെയാണ് അവർ ദിവസം അൻപതു രൂപക്ക് താമസിക്കുന്നത്. ചരിത്രപ്രസിദ്ധമായ ജമാമസ്ജിദ് നടക്കാവുന്ന ദൂരത്താണ്. എല്ലാ ദിവസവും അബ്ബ അദ്ദേഹത്തിന്റെ ദിവസത്തിലെ ആദ്യത്തെ പ്രാർത്ഥനയ്ക്ക് അവിടെപോകും. മടങ്ങുമ്പോൾ കൊത്തിയരിഞ്ഞ പോത്തിറച്ചി

വറക്കുന്നത് ആരിഫ് കണ്ടു. അവൻ അവന്റെ കുർത്തയുടെ പോക്കറ്റിൽനിന്നും ഒരു തൂവാലയെടുത്തു മൂക്കുപൊത്തി.

അബ്ബ ഒരു ന്യൂസ്പേപ്പർ സ്റ്റാൻഡിൽനിന്നും ഒരു ഹിന്ദി ന്യൂസ്പേപ്പർ എടുത്തു. അതിന്റെ മുൻപിലെ പേജ് നോക്കുമ്പോൾ ഭയം കൊണ്ട് അദ്ദേഹത്തിന്റെ കണ്ണുകൾ മിഴിച്ചു. ഡൽഹിയിലെ മൂന്നു വ്യത്യസ്തമായ ഇടങ്ങളിൽനിന്നും മൂന്നു മൃതദേഹങ്ങൾ കണ്ടെത്തിയിരിക്കുന്നു. കൊലപാതകത്തിന്റെ കാരണം ഇതുവരെ തിട്ടപ്പെടുത്തിയിട്ടില്ല. പക്ഷേ, ഇരയായവരുടെ പേരുകൾ അൽത്താഫ്, അമൽ, അബ്ദുൽ വഹാബ് എന്നാണ്. സക്കീറിന്റെ മൂന്ന് സഹവാസികൾ.

'സക്കീറും കൊല്ലപ്പെട്ടിരിക്കുമോ?' അബ്ബ അലറിക്കരഞ്ഞുകൊണ്ട് തന്റെ ചന്തികുത്തി റോഡിന്റെ നടുവിൽ ഇരുന്നു വിതുമ്പി. ആരിഫിന് അവന്റെ ലോകം പിളരുന്നതുപോലെ തോന്നി. ആ ന്യൂസ്പേപ്പർ പല കഷണങ്ങളായി വലിച്ചുകീറി റോഡിലേക്ക് എറിഞ്ഞിട്ട് അവൻ അബ്ബയെ തന്റെ കൈകൾകൊണ്ട് താങ്ങിയെടുത്തു. ബാപ്പയും മകനും പരസ്പരംപിടിച്ചു വേദനയോടെ കരഞ്ഞു. വഴിയാത്രക്കാർ അവരെ കടന്നുപോകുന്നതിനുമുമ്പ് അവരെ അനുകമ്പയോടെ നോക്കി.

വൈകുന്നേരം അവർ ജാമിയനഗർ പോലീസ് സ്റ്റേഷനിൽ പോയി ആ എസ്.എച്ച്.ഒ.യുമായി ഏറ്റുമുട്ടി. വ്യാജ ഏറ്റുമുട്ടലിനെക്കുറിച്ച് മാധ്യമങ്ങളെ അറിയിക്കുമെന്ന് അബ്ബ ഭീഷണിപ്പെടുത്തി.

എസ്.എച്ച്.ഒ.യ്ക്ക് അയാളുടെ സംയമനം നഷ്ടപ്പെട്ടു. അയാൾ പറഞ്ഞു, 'നോക്കൂ മിസ്റ്റർഖാൻ, നിങ്ങൾ മറ്റേമകന്റെ സുരക്ഷിതത്വം ഓർത്തു വേവലാതിപ്പെടൂ. പോലീസുമായി ആവശ്യമില്ലാതെ ഇടഞ്ഞാൽ എന്താണ് അനന്തരഫലം എന്ന് നിങ്ങൾക്ക് അറിയാമല്ലോ?'

അയാൾ അല്പസമയം നിർത്തിയിട്ട് കൂട്ടിച്ചേർത്തു, 'ക്ഷമിക്കണം, നിങ്ങൾ ഒരു റിട്ടയേർഡ് പോലീസ് ഓഫീസറാണെന്നത് ഞാൻ മറന്നു. പ്രത്യാഘാതങ്ങളെക്കുറിച്ച് എന്നേക്കാൾ നന്നായി നിങ്ങൾക്ക് അറിയാം'

അബ്ബ കൂടുതലൊന്നും പറയാതെ പോലീസ് സ്റ്റേഷനിൽനിന്നും പുറത്തിറങ്ങി.

'അബ്ബാ, നമ്മൾ എന്താണിപ്പോൾ ചെയ്യേണ്ടത് ? ഈ എസ്.എച്ച്.ഒ. നമ്മളിൽനിന്ന് എന്തൊക്കയോ മറച്ചുവെക്കുന്നുണ്ടെന്ന് എനിക്ക് ഉറപ്പാണ്, '

'എനിക്ക് ഷഫീക്ക് ബാബുവിനെ വിളിക്കണം' അബ്ബ ഇങ്ങനെ പറഞ്ഞിട്ട് അടുത്തുള്ള ടെലിഫോൺബൂത്തിലേക്ക് നടന്നു. ആരിഫ് പുറത്തുകാത്തു നിന്നു.

അബ്ബ പത്തുമിനിട്ടിനുള്ളിൽ പുറത്തുവന്നിട്ടപറഞ്ഞു, 'ഷഫീക്ക് ബാബു ഇപ്പോൾ പട്നയിൽ ഇല്ല. നസ്നീൻ സക്കീറിന്റെ തിരോധാന

ത്തെക്കുറിച്ച് കുറെ ചോദ്യങ്ങൾ ചോദിച്ചു. ഞാൻ അവളുടെ ചോദ്യങ്ങളിൽനിന്നും ഒഴിഞ്ഞുമാറി. അവളോട് രണ്ടുദിവസത്തിനകം വീട്ടിൽ മടങ്ങിയെത്തുമെന്ന് പറഞ്ഞു.'

'അടുത്തത്?'

'പട്നാ ഹൈക്കോടതിയിൽ എനിക്കറിയാവുന്ന ഒരു വക്കീലിനോട് ഞാൻ സംസാരിച്ചു. നാഷണൽ ലീഗൽഫോറം ഫോർ ഹ്യൂമൻ റൈറ്റ്സിലെ ഒരു മെഹ്താബ് അലാമിനെ കാണുവാൻ അയാളെന്നെ ഉപദേശിച്ചു, മേൽവിലാസവും തന്നു.'

അവർ ആ മേൽവിലാസത്തിലേക്ക് ഒരു ഓട്ടോ പിടിച്ചു. തെക്കൻ ഡൽഹിയിലെ ഇടിഞ്ഞുപൊളിഞ്ഞ ഒരു കെട്ടിടത്തിലെ ഒരു ചെറിയ ഓഫിസ് ആയിരുന്നു അത്. മെഹ്താബ് ഒരു ബീഹാറിയായിരുന്നു. മുപ്പതുകളുടെ അന്ത്യത്തിൽ പ്രായമുള്ള അയാൾക്ക് പറ്റെ വെട്ടിയ താടിയുണ്ടായിരുന്നു. അയാളുടെ മുഖത്ത് സദാ ഗൗരവഭാവമായിരുന്നു. അയാൾ അബ്ബയെയും ആരിഫിനെയും സശ്രദ്ധം കേട്ടിട്ട് ഓരോ വിശദാംശങ്ങളും സൂക്ഷ്മതയോടെ എഴുതി എടുത്തു. അവർ പറഞ്ഞു കഴിഞ്ഞപ്പോൾ സക്കീറിനെ കണ്ടുപിടിക്കാൻ തനിക്കാവുന്നതെല്ലാം ചെയ്യാമെന്ന് അയാൾ ഉറപ്പുതന്നു. അവരെ യാത്രയാക്കുവാൻ അയാൾ അവരോടൊപ്പം പുറത്തേക്ക് നടന്നു.

അന്ന് വൈകുന്നേരം മെഹ്താബ് അവരെ അവരുടെ ലോഡ്ജിലേക്ക് ഫോൺവിളിച്ചു. അയാൾ പോലീസ് സ്റ്റേഷനിൽ ആയിരുന്നെന്നും എസ്.എച്ച്.ഒ.യുമായി ചൂടായി സംസാരിച്ചെന്നും അയാൾ അബ്ബയോട് പറഞ്ഞു. സക്കീറിന്റെ തിരോധാനത്തിൽ എസ്.എച്ച്.ഒ. പങ്കാളിയാണെന്ന് അയാൾ സംശയിക്കുന്നു. അടുത്തപടി എന്തു ചെയ്യണമെന്ന് അയാൾക്ക് തന്റെ സഹപ്രവർത്തകരുമായി ആലോചിക്കേണ്ടതുണ്ട്.

അവർക്ക് രണ്ടുപേർക്കും കഴിക്കുവാൻ എന്തെങ്കിലും വാങ്ങുവാൻ ആരിഫ് ആ ഹോട്ടലിൽ നിന്നിറങ്ങി. അവൻ മെയിൻറോഡിലൂടെ കഷ്ടിച്ച് ഒരു പത്തുയാർഡ് നടന്നപ്പോൾ അവന്റെ അടുത്ത് ഒരു കാർ വന്നുനിൽക്കുകയും ആരോ അവന്റെ പേര് വിളിക്കുകയുംചെയ്തു. ആശ്ചര്യത്തോടെ അവൻ തിരിഞ്ഞപ്പോൾ സൺഗ്ലാസ്സുവച്ച ഒരു പൊക്കമുള്ളയാളെ കണ്ടു. അവനെ കാറിലേക്ക് വലിച്ചുകയറ്റിയതും അവന്റെ മുഖത്ത് എന്തോ അമർത്തിപ്പിടിച്ചതുമാണ് അവൻ അവസാനമായി ഓർമ്മിക്കുന്നത്.

ആരിഫ് അവന്റെ കണ്ണുകൾ തുറന്നപ്പോൾ ബാത്റൂം അറ്റാച്ച്ഡ് ആയ ഒരു ചെറിയമുറിയിലായിരുന്നു അവൻ. ആ മുറിയിൽ ഒരു ബെഡ്ഷീറ്റ് വിരിച്ച തടിക്കട്ടിലും ഒരു തലയിണയും ഉണ്ടായിരുന്നു. ആ മുറിക്കുള്ള ഏകവാതിൽ പുറത്തുനിന്നും പൂട്ടിയിരുന്നു. അവൻ

പരിഭ്രമിച്ച് വാതിലിൽ ഭ്രാന്തമായി തട്ടിക്കൊണ്ടിരുന്നു. പക്ഷേ, ഒരു പ്രതികരണവും ഉണ്ടായില്ല. അവൻ ആ മുറിയിലെ ഒരു ചെറിയ ജനൽ ശ്രദ്ധിച്ചു. അവൻ അതിന്റെ കുറ്റികളെടുത്ത് സർവ്വശക്തിയുമെടുത്ത് തള്ളിയെങ്കിലും അത് തുറന്നില്ല. പരാജിതനായി അവൻ തറയിൽ കമഴ്ന്നുകിടന്ന് കരഞ്ഞു. ഒരു മണിക്കൂറിനുശേഷം വാതിൽതുറന്ന് ഒരു സ്റ്റൈൻലെസ് സ്റ്റീൽപാത്രം അകത്തേക്കുതള്ളി. അതിൽ മൂന്നു തന്തൂരിറൊട്ടിയും വറുത്ത ആലൂഗോപിയും ഉണ്ടായിരുന്നു.

ദിവസങ്ങൾ ഇത്തരത്തിൽ കടന്നുപോയി. ആ മുറിയിലെ ഏകാന്ത തടവിൽ ആരിഫിന് അവന്റെ മനഃസാന്നിധ്യം നഷ്ടമായി തുടങ്ങി. അവന് ദിവസത്തിലെ സമയം പറയുവാനാകില്ലായിരുന്നു. അവൻ അവിടെയായിട്ട് ഒരാഴ്ചയോ ഒരുമാസമോ എന്ന് അവനറിയില്ലായിരുന്നു.

ഒരു ദിവസം ആ മുറിയുടെ വാതിൽ സ്റ്റീൽഗ്ലാസ്സിനും പ്ലേറ്റിനും വേണ്ടിയതിനേക്കാൾ മലർക്കെ തുറന്ന് രണ്ടു മുഖംമൂടികൾ മുറിയിലേക്ക് പ്രവേശിച്ചു. ആരിഫ് തന്റെ കട്ടിലിൽനിന്നും എഴുന്നേറ്റു തന്റെ രോഷം പ്രകടിപ്പിക്കാനും അലറിക്കരയാനും തുടങ്ങുമ്പോൾ അവർ മുന്നോട്ടുവന്നു വൃത്തികെട്ടമണമുള്ള ദ്രാവകത്തിൽ മുക്കിയ ഒരു കൈലേസുകൊണ്ടുവന്ന് അവന്റെ മുഖംപൊത്തി. പെട്ടെന്നുതന്നെ എല്ലാം ശൂന്യമായി.

~

ആരിഫ് ഉണർന്നപ്പോൾ താൻ ഒരു റോഡിന്റെ ഫുട്പാത്തിൽ ആണെന്ന് കണ്ടു. അപ്പോൾ രാത്രിയായിരുന്നു. ചുറ്റും ആരും ഉണ്ടായിരുന്നില്ല. അവന്റെ തലയ്ക്ക് കനംതോന്നിച്ചു. വസ്തുക്കൾ അവ്യക്തമായിരുന്നു. അസഹനീയമായ ഒരു മണം അവന്റെ മൂക്കിൽ തങ്ങിനിന്നു. അവസാനം അടഞ്ഞുകിടക്കുന്ന ഒരു മദ്യക്കടയുടെ ബോർഡ് അവന് കാണുവാൻ കഴിഞ്ഞു. അതിന്റെ അഡ്രസ്സ് ഇങ്ങനെ ആയിരുന്നു, ഫ്രാസർറോഡ്, പട്ന 800 001.

ഏതാനും യാർഡ് അകലെ ഒരു പബ്ലിക് വാട്ടർടാപ്പ് അവന്റെ ശ്രദ്ധയിൽപെട്ടു. അവൻ അവന്റെ തളർന്നകാലുകൾകൊണ്ട് വേച്ചുവേച്ച് അതിനടുത്തേക്കുചെന്നു. അവൻ അവന്റെ മുഖത്തേക്ക് വെള്ളം തെറിപ്പിച്ചു. അവൻ അവന്റെ നാസാരന്ധ്രങ്ങളുടെ അകംകഴുകി. താനിവിടെ എങ്ങനെ എത്തി? അബ്ബ എവിടെയാണ്? സക്കീറിന് എന്തുസംഭവിച്ചു? ചിന്തിക്കുന്നത് അവനെ വേദനിപ്പിച്ചു. അവൻ ആശങ്കയോടെ ചുറ്റും നോക്കി. അവന് കരയണമെന്നുതോന്നി. അവൻ ദൂരെ ഒരു സൈക്കിൾ റിക്ഷ കണ്ടെത്തി.

ആ റിക്ഷാവലിക്കാരൻ നല്ല ഉറക്കത്തിലായിരുന്നു. ആരിഫ് അയാളെ ഉണർത്താൻ ശക്തമായി കുലുക്കി. ആ റിക്ഷാവലിക്കാരൻ ഒരിടത്തും പോകുവാൻ തയ്യാറായിരുന്നില്ല. പക്ഷേ, ആരിഫ് അയാൾക്ക് നൂറു രൂപ കൊടുക്കാമെന്ന് പറഞ്ഞപ്പോൾ അയാൾ രാജാബസാറിലേക്ക് പോകുവാൻ തയ്യാറായി.

ആരിഫ് അവന്റെ പോലീസ്കോളനിയിലുള്ള ഫ്ളാറ്റിന്റെ മുന്നിലെത്തിയപ്പോൾ വെറ്റിനറികോളേജിലെ പള്ളിയിൽ നിന്ന് രാവിലത്തെ പ്രാർത്ഥനയ്ക്കുള്ള വിളിതുടങ്ങി. റിക്ഷാവലിക്കാരൻ അയാളുടെ പണംകിട്ടുവാനായി ആരിഫിനെ കോവണിപ്പടിവരെ പിന്തുടർന്നു. ആരിഫ് വാതിലിൽ മുട്ടിയ ഉടനെ അപ്പുറത്തെവശത്ത് ആരോ അവനെ കാത്തിരിക്കുകയായിരുന്നപോലെ പെട്ടെന്നു വാതിൽതുറന്നു. അത് അബ്ബ ആയിരുന്നു.

അബ്ബ ആരിഫിനെ കണ്ട ഉടനെ അവനെ കെട്ടിപ്പിടിച്ച് ഉറക്കെ കരയുവാൻ തുടങ്ങി. ഉടനെ ഉമ്മയും ദാദിയും ഹുമയും ആ മുറിയിലേക്ക് വന്ന് അവനെ കെട്ടിപ്പിടിച്ചു.

ആ റിക്ഷാക്കാരൻ ഒന്നുംമിണ്ടാതെ കുറെനേരംനിന്ന് ആ കുടുംബ പുനഃസമാഗമത്തിന് അനുവദിച്ചു. പിന്നെ അയാൾ വാതിലിൽകൊട്ടി പണം ചോദിച്ചു. ആരിഫ് അയാൾക്ക് ഒരു നൂറുരൂപ കൊടുക്കുവാൻ അബ്ബയോട് പറഞ്ഞു. അബ്ബ ആ റിക്ഷാക്കാരന് പണംകൊടുത്തപ്പോൾ അയാൾ അതിന്റെ പകുതിയേ ഈടാക്കിയുള്ളു. പോകുന്നതിനു മുൻപ് അയാൾ അവർക്ക് ശുഭദിനം ആശംസിച്ചു. ആ റിക്ഷാവലിക്കാരൻ പോകുമ്പോൾ പറഞ്ഞവാക്കുകൾ ആ കുടുംബത്തെ മുഴുവൻ അനിയന്ത്രിതമായ പൊട്ടിക്കരച്ചിലിൽ ആഴ്ത്തി.

കുറച്ചുസമയം കഴിഞ്ഞു അവർ കരച്ചിൽ നിർത്തി കട്ടിലിൽ ഇരുന്നു. ഉമ്മ അവന് കഴിക്കാൻ എന്തെങ്കിലും എടുക്കാമെന്ന് പറഞ്ഞു അടുക്കളയിലേക്ക് ഓടി. ആരിഫ് നിരസിച്ചെങ്കിലും അവരതൊന്നും കേട്ടില്ല. ദാദി അവന്റെ അടുത്ത് ഇരുന്ന് അവന്റെ മുടിയിൽ തലോടി. ഹുമ അവന്റെ കൈപിടിച്ചുകൊണ്ട് അവന്റെ മുൻപിൽനിന്നു. അവളുടെ നിശ്ശബ്ദമായ കണ്ണുനീർ അവന്റെ കൈകളിൽവീണു.

'അവര് നിന്നെ അടിച്ചോ? നിന്നെ അവര് ഏതെങ്കിലുംതരത്തിൽ ഉപദ്രവിച്ചോ?' അബ്ബ എല്ലാം കഴിഞ്ഞു ചോദിച്ചു.

'ആരാണ്, അബ്ബാ? എങ്ങനെയാണ് നിങ്ങൾക്ക്.....' ആരിഫ് വാക്കുകൾ കിട്ടാതെ കുഴങ്ങി.

'എനിക്കറിയാം.' അബ്ബ മെല്ലെ പറഞ്ഞു.

'പക്ഷേ, എന്നോട് പറയൂ അവർ നിന്നെ ഒരുതരത്തിലും ഉപദ്രവിച്ചില്ലല്ലോ?'

'ഇല്ല അബ്ബ. ഞാൻ ഹോട്ടലിൽനിന്നും പുറത്തിറങ്ങിയ ഉടനെ എന്നെ ആരോ ഒരു കാറിൽ പിടിച്ചുകൊണ്ടുപോയി. അവരെന്നെ ബോധംകെടുത്തുവാൻ ഏതോ മയക്കുമരുന്ന് പ്രയോഗിച്ചു. എനിക്ക് ബോധം വീണപ്പോൾ ഞാൻ പൂട്ടിയ ഒരു മുറിയിൽ ആയിരുന്നു. വാതിൽ പഴുതിലൂടെ അവർ എനിക്ക് ഭക്ഷണം തന്നിരുന്നെങ്കിലും ഞാൻ ആരെയും കണ്ടില്ല. അവിടെയാണ് ഞാൻ ഉണ്ടായിരുന്നത്... എത്ര ദിവസങ്ങൾ ആയിട്ടുണ്ടാകും?

'പതിനഞ്ചു ദിവസങ്ങൾ.' അബ്ബ പറഞ്ഞു. എന്നിട്ട് ആരിഫിൽ നിന്നും തന്റെ നോട്ടംമാറ്റി.

'എന്നെ ആരാണ് കൊണ്ടുപോയത് എന്ന് നിങ്ങൾക്ക് അറിയാമോ. അബ്ബ? എന്താണ് സംഭവിക്കുന്നത്? നിങ്ങൾ എന്നാണ് പട്നയിലേക്ക് തിരിച്ചുവന്നത്? സക്കീർ എവിടെയാണ്?'

അബ്ബയുടെ കണ്ണുകളിൽ അപ്പോൾ കണ്ണീരുണ്ടായിരുന്നു. അദ്ദേഹം തന്റെ നെഞ്ചിലും നെറ്റിയിലും സ്വയം അടിച്ചു, ഉച്ചത്തിൽ അലമുറ യിട്ടു.

ദാദിയും ഹുമയും പൊട്ടിക്കരഞ്ഞെങ്കിലും അബ്ബയെ ആശ്വസിപ്പി ക്കാൻ ശ്രമിച്ചു. ഉമ്മ അടുക്കളയിൽനിന്നും ഓടിവന്നു. ആ കുടുംബം മുഴുവൻ വീണ്ടും കരഞ്ഞു. ആരിഫും കരഞ്ഞെങ്കിലും അവൻ ആശങ്ക യിലായിരുന്നു. അവന്റെ സഹോദരൻ എവിടെയാണെന്ന് അവന് അറിയണമായിരുന്നു. ബാപ്പ സമാധാനിക്കുന്നതുവരെ അവൻ ബാപ്പ യെ തന്റെ ചുമലിൽ താങ്ങി.

'എന്താണ് സംഭവിച്ചത് എന്ന് എന്നോട് പറയൂ, അബ്ബാ'

'നീ താഴേക്കുപോയി പതിനഞ്ചുമിനിട്ട് കഴിഞ്ഞപ്പോൾ എനിക്ക് നമ്മുടെ ഹോട്ടലിലേക്ക് ഒരു ഫോൺവിളിവന്നു. അപ്പുറത്തുള്ള ആൾ നീ അയാളുടെ കസ്റ്റഡിയിൽ ആണെന്ന് എന്നോട് പറഞ്ഞു. ഞാൻ സക്കീറിനെ പിന്തുടർന്നാൽ ഉള്ള പ്രത്യാഘാതങ്ങൾ പറഞ്ഞ് അയാൾ എന്നെ ഭീഷണിപ്പെടുത്തി. മഹ്താബിൽനിന്നും സഹായം തേടരുതെന്ന യാൾ താക്കീത് ചെയ്തു. ഞാൻ ഈ കേസുമായി മുന്നോട്ടുപോകാ തിരിക്കുകയും പകരം പെട്ടെന്നുതന്നെ പട്നയിലേക്ക് മടങ്ങിപ്പോവു കയും ചെയ്താൽ നിന്നെവിടാമെന്ന് അയാൾ ഉറപ്പുനൽകി.'

'എന്നിട്ട്?'

'എന്തുചെയ്യണമെന്ന് എനിക്ക് അറിയില്ലായിരുന്നു. എന്റെ രണ്ട് ആൺമക്കളെയും കാണാതായി. ഞാനൊരു പുതിയ നഗരത്തിലുമാണ്. എനിക്കാരെയും പരിചയമില്ല. ഞാൻ പോലീസിനെ സമീപിക്കാൻ മടിച്ചു. അയാൾ ഉടനെ ഒരു എഫ്ഐആർ ഫയൽ ചെയ്യാൻ ഉപദേ ശിച്ചു. എന്തുകൊണ്ടെന്നാൽ നിന്നെ തട്ടിക്കൊണ്ടുപോകലും ആ

ഫോൺവിളിയും റെക്കാർഡ് ആക്കാൻ. ഞാൻ പോലീസ് സ്റ്റേഷനിൽ ചെന്ന് ഉടനെ ഒരു എഫ്ഐആർ ഫയൽചെയ്തു.

എവിടേക്കുപോകണം എന്നറിയാത്തതുകൊണ്ട് ഞാൻ ഹോട്ടലിലേക്ക് മടങ്ങിവന്നു. അവിടെ, ചുരുങ്ങിയപക്ഷം മഹ്താബിന് എങ്കിലും എന്നെ ബന്ധപ്പെടാമല്ലോ? ഞാൻ മുറിയിൽ പ്രവേശിച്ച ഉടനെ എനിക്ക് ആ അജ്ഞാതനിൽനിന്നും മറ്റൊരു ഫോൺവിളി വന്നു. ഞാൻ പോലീസിന്റെ സഹായംതേടിയാൽ നിന്നെ കൊല്ലുമെന്ന് അയാൾ ഭീഷണിപ്പെടുത്തി. അവരെന്നെ നിരീക്ഷിക്കുന്നുണ്ടായിരുന്നു. അവർ എന്നെ വിളിച്ചശേഷം മഹ്താബ് എന്നെ തിരിച്ചുവിളിച്ചു. ഞാൻ അയാളെ ബന്ധപ്പെട്ടുകൊള്ളാം എന്നുപറഞ്ഞു ഞാൻ ഫോൺ താഴെ വച്ചു. എനിക്ക് എന്റെ മറ്റൊരു മകനെയും നഷ്ടപ്പെടാൻപറ്റില്ല. ഞാൻ സ്റ്റേഷനിൽചെന്ന് നീ മടങ്ങിവന്നു എന്ന് കള്ളം പറഞ്ഞു, എഫ്ഐ ആർ പിൻവലിച്ചു.

ഞാൻ ഉടനെ പട്നയിലേക്ക് തിരിച്ചു. ദിവസങ്ങൾ കടന്നുപോകുന്തോറും ഞങ്ങളുടെ മറ്റേമകനും നഷ്ടപ്പെട്ടുവെന്ന് ഞങ്ങൾ വ്യസനിച്ചു. ഞാൻ മഹ്താബിനെ വിളിക്കുവാൻ ആലോചിച്ചു. എനിക്ക് എന്തുചെയ്യണമെന്ന് അറിയില്ലായിരുന്നു. ഞാൻ എന്റെ എഫ്ഐആർ പിൻവലിച്ചില്ലായിരുന്നുവെങ്കിൽ എന്താകുമായിരുന്നു എന്ന് ഞാൻ സംഭ്രമിച്ചു. അവർ എന്റെ ആൺകുട്ടികളെ എന്തുചെയ്തിട്ടുണ്ടാകും? എന്റെ സക്കീറിനെ എന്ത് ചെയ്തിട്ടുണ്ടാകും? '

'അബ്ബാ, ഞാൻ ഇപ്പോൾ ഇവിടെയുണ്ട്. അത് നല്ലത്. സക്കീർ എവിടെയാണ്? ആ ഫോണിൽ വിളിച്ചവൻ അവനെക്കുറിച്ചെന്തെങ്കിലും പറഞ്ഞോ?'

'എനിക്ക് തോന്നുന്നത് അവനെ നമുക്ക് നഷ്ടപ്പെട്ടുവെന്നാണ്. എനിക്ക് നിന്നെക്കൂടി ഇപ്പോൾ നഷ്ടപ്പെടാൻ വയ്യ.' അബ്ബ കരച്ചിലിനിടയിൽ പറഞ്ഞു. അദ്ദേഹത്തിന്റെ ശരീരം വിറയ്ക്കുന്നുണ്ടായിരുന്നു. അബ്ബയുടെ അടുത്തേക്കുനീങ്ങി അവൻ അബ്ബയുടെ ചുമലിൽ വട്ടം പിടിച്ചു. അവൻ തന്റെ കണ്ണീരിനെ അടക്കാൻ വൃഥാ ശ്രമിച്ചു. ഉമ്മ, ഭക്ഷണം ഉണ്ടാക്കുന്നതിനെപ്പറ്റിമറന്ന് അവരുടെ അടുത്തുവന്ന് ആരിഫിനെയും അബ്ബയെയും കെട്ടിപ്പിടിച്ചു.

'ഹമീദാ,' തന്റെ കണ്ണീരിനെ അടക്കാൻ ശ്രമിച്ചുകൊണ്ട് അബ്ബ പറഞ്ഞു. അദ്ദേഹത്തിന്റെ ശബ്ദം വിറച്ചിരുന്നു.' നമുക്ക് നമ്മുടെ മകനെ എന്നെന്നേക്കുമായി നഷ്ടപ്പെട്ടു. പോലീസ് അവനെ കൊന്നു. നമ്മുടെ രാജ്യത്ത് ഒരു നീതിയുമില്ല. അവനോട് ബന്ധമുള്ള അവസാനത്തെ കണ്ണികൾ എന്നനിലയിൽ അവർക്ക് വേണമെങ്കിൽ നമ്മളെയും ഇല്ലായ്മ ചെയ്യാം. നമുക്ക് ഒന്നും ചെയ്യാൻ പറ്റില്ല. അവർ ആരിഫിനോട് ദയ കാണിച്ചതിൽ അല്ലാഹുവിനോട് നമുക്ക് നന്ദി പറയാം.'

ഉമ്മ ആരിഫിനെ തന്റെ കൈകളിൽ ചേർത്തുപിടിച്ചു അമർത്തി ചുംബിച്ചു. പക്ഷേ, അവരുടെ കണ്ണുകൾ വറ്റിയിരുന്നു.

ദാദി അവരിൽനിന്നും തെല്ലകലെ ഒരു തടിക്കട്ടിലിലിരുന്ന് ഖുറാനിൽനിന്നും ഉരുവിടുകയായിരുന്നു. അവരുടെ കണ്ണുനീർ ആ വിശുദ്ധ പുസ്തകത്തിന്റെ താളുകൾ നനച്ചു. ഹുമ മുട്ടുകൾചേർത്ത് പിടിച്ചു തറയിലിരുന്ന് കരഞ്ഞു. ആരിഫിന് തന്റെ തൊണ്ടയിലേക്ക് പിത്തരസം ഇരച്ചുകയറുന്നതായി തോന്നി. അവന്റെ വയർ കടഞ്ഞു. അവൻ കുളിമുറിയിലേക്ക് ഓടിപ്പോയി മണമുള്ള മഞ്ഞനീര് ഛർദിച്ചു.

അടുത്ത ഒരു മാസക്കാലം ബന്ധുക്കൾ വന്നുകൊണ്ടേയിരുന്നു. ആരോ പ്രാർത്ഥനയും ശവസംസ്കാരച്ചടങ്ങുകളും സക്കീറിനായി നടത്തണമെന്ന് നിർദ്ദേശിച്ചു. ആരിഫും അബ്ബയും ആ മുറിയിൽനിന്നും ഉമ്മയെ പിടിച്ചുമാറ്റുന്നതുവരെ ഉമ്മ അലമുറയിട്ട് നിലവിളിച്ചു. ആ വിഷയം പിന്നെ പൊന്തിവന്നില്ല. സക്കീർ മരിച്ചെന്ന് അവർക്കിപ്പോൾ ഉറപ്പായെങ്കിലും ഒരു ശവസംസ്കാരച്ചടങ്ങ് നടത്തി അത് സമ്മതിക്കാൻ അവർ തയ്യാറായിരുന്നില്ല. അവന്റെ നഷ്ടത്തിൽ അവർക്ക് പൂർണ്ണമായും വിലപിക്കുവാൻ കഴിഞ്ഞില്ല. അത് ഒരുതരത്തിലും അവർക്ക് അവസാനിപ്പിക്കുവാനും കഴിയില്ലായിരുന്നു.

ഡൽഹി പോലീസിന് എതിരെ ഒരു കേസ് ഫയൽ ചെയ്യാൻ ഷെഫീക്ക് നിർദ്ദേശിച്ചു. പക്ഷേ, അബ്ബക്ക് അതിന് താത്പര്യം ഉണ്ടായിരുന്നില്ല. അത് അവരുടെ സമയവും ഊർജ്ജവും പണവും നഷ്ടപ്പെടുത്തുക മാത്രമേ ഉള്ളുവെന്ന് അബ്ബക്ക് നന്നായി അറിയാമായിരുന്നു.

~

ഒരു ദിവസം കമാണ്ടന്റ് ഓഫീസിൽനിന്നും ഒരു നോട്ടീസ് വന്നു.

ഡിയർ മിസ്റ്റർഖാൻ,

നിങ്ങൾക്ക് അനുവദിച്ച ഫ്ളാറ്റ് പന്ത്രണ്ടുമാസത്തേയ്ക്കുകൂടി നീട്ടിത്തന്നിരിക്കുന്നു എന്ന് ഞങ്ങൾ സന്തോഷപൂർവ്വം നിങ്ങളെ അറിയിക്കുന്നു. നിങ്ങൾ ഓരോ മാസവും ഒരു ചെറിയ തുക, നൂറുരൂപ, വാടകയായി കെട്ടേണ്ടതാണ്. 2001 ഏപ്രിൽ 30-നുമുമ്പ് ആ ഫ്ളാറ്റ് ഒഴിഞ്ഞുതരണമെന്ന് നിങ്ങളോട് അഭ്യർത്ഥിക്കുന്നു.

വിശ്വസ്തതയോടെ,

നിങ്ങളുടെ ആർ.പി. സിങ്

തിയതി 11.04.2000

പതിനെട്ട്

ആഴ്ചകളും പിന്നെ മാസങ്ങളും മന്ദമായി കടന്നുപോയി. പക്ഷേ, സക്കീറിന്റെ അസാന്നിധ്യം ഒരു മേഘത്തിന്റെ താഴികക്കുടംപോലെ ആരിഫിന്റെ വീടിനുമുകളിൽ തൂങ്ങിക്കിടന്നു.

2000 നവംബറിൽ ബീഹാർ വിഭജിക്കപ്പെട്ടു. പുതിയ സംസ്ഥാനമായ ജാർക്കൻഡിന്റെ രൂപീകരണം ആഘോഷിക്കാൻ അതിന്റെ നിയുക്ത തലസ്ഥാനമായ റാഞ്ചിയിലെ തെരുവുകളിൽ ആളുകൾ നൃത്തമാടി. ഒരു കമ്പിളിപുതച്ച് ആരിഫ് അവരുടെ ബ്ലാക്ക് ആൻഡ് വൈറ്റ് ടിവിയിൽ ആ സംഭവങ്ങൾ ചുരുൾനിവരുന്നത് കണ്ടുകൊണ്ടിരുന്നു. അപ്പോൾ ആരിഫ് സക്കീറിനെക്കുറിച്ച് ഓർത്തു. ബീഹാർ വിഭജിക്കുന്നതിന് എതിരായി അവന് ശക്തമായ കാഴ്ചപ്പാടുകൾ ഉണ്ടായിരുന്നു. അവന്റെ ബാല്യകാലത്തെ ജമാൽപുരയിലെ ശൈതകാലപ്രഭാതങ്ങളെക്കുറിച്ചും അവനും സക്കീറും അവരുടെ വീടുകളിൽനിന്ന് തങ്ങളുടെ ഗ്രാമത്തിന്റെ പ്രാന്തപ്രദേശങ്ങളിലേക്ക് ഒളിച്ചുകടന്ന്, വടക്കുനിന്നു വരുന്ന ഉഷസ്സിനുമുമ്പുള്ള പ്രകാശത്തിൽ, രാജകീയ പ്രൗഢിയുള്ള എവറസ്റ്റ് തിളങ്ങുന്നത് നോക്കിനിന്നതും ആരിഫ് ഓർത്തു. ആ കൊടുമുടി അവന്റെ ഗ്രാമത്തിൽനിന്നും ഏറെ ദൂരെയായിരുന്നു. പക്ഷേ, ശൈത്യകാലത്തെ പ്രഭാതങ്ങളിൽ ഒരുവന് അതിന്റെ അതിഗംഭീരമായ നിഴൽരൂപം ആകാശത്തെ ചുംബിക്കുന്നത് കാണുവാൻ കഴിയുമായിരുന്നു.

'എത്ര വലുതാണ് ഈ പർവ്വതം, ഭയ്യാ?' സക്കീർ ചോദിക്കുമായിരുന്നു. ആരിഫിന് ഉത്തരം പറയുവാൻ കഴിയുന്നതിനുമുമ്പുതന്നെ അവൻ കൂട്ടിച്ചേർക്കും,' അള്ളാഹു ഉറപ്പായും എവറെസ്റ്റിനേക്കാൾ വലുതായിരിക്കും. എന്തുകൊണ്ടെന്നാൽ അദ്ദേഹമാണല്ലോ ഇത് സൃഷ്ടിച്ചത്.'

സക്കീർ പോലീസ് സബ് ഇൻസ്പെക്ടറോട് വഴക്കടിച്ച് കൊല്ലപ്പെടാൻപോയ ദിവസവും ആരിഫ് ഓർത്തു. ആരിഫിന് സക്കീർ സഹോദരനേക്കാൾ വലുതായിരുന്നു, ഒരു സുഹൃത്തിനേക്കാൾ അപ്പുറത്തായിരുന്നു.

ആരിഫ് തന്റെ മേശയുടെ വലിപ്പിൽതപ്പി ഒരു സ്ട്രിപ്പ് ചെറിയ ഗുളികകൾ കണ്ടെത്തി. അവൻ അതിൽനിന്ന് ഒന്നെടുത്ത് വിഴുങ്ങി. അവൻ മിക്കവാറും രാത്രികളിൽ ഉറങ്ങുവാൻ ആ ഗുളികകൾ കഴിക്കുമായിരുന്നു.

ദാദി പ്രാർത്ഥനയിലും വിശുദ്ധ പുസ്തകത്തിലും അഭയംതേടി. അവർ അവരുടെ അടങ്ങാത്ത കരച്ചിലിനൊപ്പം ഖുറാനിൽനിന്നും തുടർച്ചയായി ഉരുവിട്ടുകൊണ്ടിരുന്നു. അവർ വല്ലപ്പോഴും സംസാരിച്ച്, കുറച്ചുമാത്രം ഭക്ഷണം കഴിച്ച്, ചില സമയങ്ങളിൽ ഊണുപോലും ഉപേക്ഷിച്ച് ജീവിച്ചു.

ആരിഫ് ദിവസത്തിൽ അഞ്ചുനേരവും പ്രാർത്ഥിക്കാൻ തുടങ്ങി. നിരന്തരമായ അവന്റെ പള്ളി സന്ദർശനം അവന് കുറച്ച് ആശ്വാസം നൽകി. ഒരു വെള്ളിയാഴ്ച, മനുഷ്യജീവന്റെ നശ്വരതയെക്കുറിച്ചും പ്രിയപ്പെട്ടവരെ നഷ്ടപ്പെടുമ്പോഴുള്ള സങ്കടത്തിന്റെ വ്യർത്ഥതയെക്കുറിച്ചും ഇമാം ഒരു മതപ്രഭാഷണം നടത്തി.' കുല്ലോനഫ്സീൻ സൈകത്തുൽമൗത്ത്' (എല്ലാ ജീവജാലങ്ങളും നശ്വരതയുടെ രുചിയറിയണം.)

തിരിച്ചുവന്നതിനുശേഷം ആരിഫ് കട്ടിലിൽകിടന്ന് ആലോചിച്ചു.

സക്കീർ എന്നന്നേക്കുമായി പോയിരിക്കുന്നു. പക്ഷേ, അവന്റെ നഷ്ടത്തിൽ വ്യസനിച്ചിരിക്കുന്നതുകൊണ്ട് കാര്യങ്ങൾ ഒന്നും മെച്ചപ്പെടില്ല. അബ്ബയെക്കുറിച്ച് ഞാൻ ചിന്തിക്കണം. ഹുമയെക്കുറിച്ച് ഞാൻ ചിന്തിക്കണം. അവൾക്ക് കല്യാണപ്രായമായി. സ്ത്രീധനം കൊടുക്കുവാൻ ഞങ്ങൾക്ക് പണംവേണം. എനിക്ക് നല്ലൊരു ജോലി കിട്ടിയേ തീരൂ. ഞാൻ സ്റ്റേറ്റ് സിവിൽ സർവീസിനും മറ്റ് ജോലികൾക്കും അപേക്ഷിക്കണം.

അവന്റെ പുതിയ തീരുമാനത്തിൽ സംതൃപ്തനായി അവൻ അമീർ സുബാനിയുടെ മുഖചിത്രമുള്ള പഴയൊരു ലക്കം കോമ്പറ്റീഷൻ സക്സസ്സ്റിവ്യൂ എടുത്തു. ആരിഫിനെപോലെ ബീഹാറിലെ നൂറുകണക്കിനു മുസ്ലീംയുവാക്കൾക്ക് വലിയ സ്വപ്നങ്ങൾ കാണുവാൻ പ്രചോദനമായത് 1986-ലെ സിവിൽ സർവീസ് പരീക്ഷയ്ക്ക് അമീർ സുബാനി ഒന്നാം റാങ്ക് നേടിയതാണ്.

അബ്ബ പറയുമായിരുന്നു, 'അമീർ സുബാനിയും ഒരു സാധാരണ കുടുംബത്തിൽനിന്നാണ്. പക്ഷേ, അവൻ അസാധാരണമായ വിജയം നേടി. എന്തുകൊണ്ടെന്നാൽ അവൻ അതിനുവേണ്ടി പ്രയത്നിച്ചു.' ആരിഫിന് അവന്റെ ഫോട്ടോ കോമ്പറ്റീഷൻ സക്സസ്സ് റിവ്യൂവിന്റെ പുറംചട്ടയിൽ വരുത്താൻ കഴിയില്ല. അവൻ ദുഃഖിതനായി. അവന് കാലത്തിലൂടെ പിറകോട്ട് സഞ്ചരിക്കാൻ കഴിഞ്ഞിരുന്നെങ്കിൽ സിവിൽ സർവീസിന് ഒരവസരംകൂടി കിട്ടുമെന്ന് അവൻ ആഗ്രഹിച്ചു.

പക്ഷേ, അവൻ അപ്പോൾ അവന്റെ സഹോദരനെക്കുറിച്ച് ഓർത്തു. നഷ്ടദുഃഖം അവനിൽ നിറഞ്ഞു. 'യ അള്ളാഹ്, അവൻ പ്രാർത്ഥിച്ചു.' എനിക്ക് ജീവിതത്തിൽ ഒന്നുംവേണ്ട, പക്ഷേ, ദയവായി എന്റെ സഹോദരനെ മടക്കിതരൂ.'

വലിയ തത്വചിന്തകനും കവിയുമായ അൽമാ ഇക്ബാലിന്റെ പ്രശസ്തമായ ഈരടികൾ പതിപ്പിച്ച, അവന്റെ പഠനമേശയോട് ചേർന്നുള്ള ചുമരിലേക്ക് ആരിഫ് തിരിഞ്ഞു. എപ്പോഴൊക്കെ അധൈര്യനാകുന്നുവോ അപ്പോഴെല്ലാം ആരിഫ് അത് ചൊല്ലാറുണ്ടായിരുന്നു. ഇന്ന് ഒരിക്കൽ കൂടി അവൻ അത് ഉച്ചത്തിൽ വായിച്ചു.

ഖുദികോ കർബുലൻഡ് ഇത് നാകി, ഹർതഖ്ദീർ സെപെഹ്ലെ
ഖുദാബന്ദെ സിഖുദാ പൂച്ഛെ, ബതാ തേരി രസാ ക്യാ ഹൈ?

(നിങ്ങളുടെ വിധിയുടെ ഉത്തരവ് പുറപ്പെടുവിക്കുന്നതിനുമുമ്പ് സ്വയം ഉയർത്തുക.
നിങ്ങളുടെ ആഗ്രഹം എന്താണെന്ന് ദൈവം ചോദിച്ചേക്കാം.)

അത് അവനെ പ്രചോദിപ്പിച്ചില്ല. ആരിഫ് തന്നോടുതന്നെ സംസാരിക്കുവാൻ തുടങ്ങി.' നിന്റെ ദുഃഖങ്ങളെല്ലാം മറക്കുക. നിന്റെ നഷ്ടങ്ങൾ എല്ലാം മറക്കുക. നിന്റെ സ്വപ്നങ്ങൾ എല്ലാം മറക്കുക. നിനക്ക് ജീവിക്കേണ്ടതുണ്ട്. നിനക്ക് നിന്റെ കുടുംബത്തിനുവേണ്ടി കഷ്ടപ്പെടേണ്ടതുണ്ട്.'

തന്റെ പഠനമേശയുടെ മുന്നിൽ സ്വയം നിർബന്ധിച്ചു ഇരുത്തിക്കൊണ്ട് അവൻ ജനറൽ സ്റ്റഡീസിന്റെ പുസ്തകം തുറന്നു. പുസ്തകത്തിന് ഉള്ളിൽ സുമിത്ര സമ്മാനിച്ച കാപ്പിപ്പൊടിനിറത്തിൽ നെടുകെയും കുറുകെയും വരകളുള്ള തൂവെള്ള തൂവാല ഉണ്ടായിരുന്നു. അവൻ എഴുന്നേറ്റ് ആ തൂവാല ജനലിലൂടെ വെളിയിലേക്ക് എറിഞ്ഞു.

പക്ഷേ, എനിക്ക് സുമിത്രയെ എന്റെ മനസ്സിൽനിന്നും എറിഞ്ഞുകളയുവാൻ പറ്റുമോ? അവൻ സുമിത്രയെ കാണുവാനും തന്റെ തല അവളുടെ ചുമലിൽചാരി കരയുവാനും തീവ്രമായി ആഗ്രഹിച്ചു.

ബീഹാറിലെ രണ്ട് മന്ത്രിമാർ, ലാലുപ്രസാദ് യാദവും ജഗനാഥ് മിശ്രയും പോലീസ് ഗസ്റ്റ്ഹൗസിന്റെ പുൽത്തകിടിയിലൂടെ ഉലാത്തുന്നത് അവൻ ജനലിലൂടെകണ്ടു. 950 കോടിരൂപയുടെ കാലിത്തീറ്റ കുംഭകോണത്തിൽ പങ്ക് ആരോപിച്ച് അവരെ അറസ്റ്റ് ചെയ്തിരുന്നു. ഗസ്റ്റ്ഹൗസിൽ അവരെ തടവിൽവെച്ചിരിക്കുകയാണ്.

തന്റെ പഠനമേശയിലേക്ക് തിരിച്ചുവരുന്നതിനുമുമ്പ് അവൻ വാതിൽ അടച്ചു. വൈകുന്നേരംവരെ യാതൊരു ശല്യവും ഇല്ലാതെ പഠിക്കാൻ അവൻ ഉദ്ദേശിച്ചു. സുമിത്രയെയും തന്റെ ഓർമകളിൽനിന്നും വിലക്കുവാനും അവൻ ആഗ്രഹിച്ചു. അവൻ പുസ്തകം മറിച്ചുനോക്കിയപ്പോൾ വാതിലിൽ ഭ്രാന്തുപിടിച്ചതുപോലുള്ള മുട്ടുകേട്ടു. കൂടെ ഹുമയുടെ ശബ്ദവും. 'ഭയ്യാ, വാതിൽതുറക്കൂ. ദാദി വല്ലാത്ത തരത്തിൽ പെരുമാറുന്നു.' അപ്പോൾ അവൻ ഉമ്മയുടെ കരച്ചിൽകേട്ടു.

ആരിഫ് പരിഭ്രാന്തനായി വാതിൽതുറന്നു ദാദിയുടെ മുറിയിലേക്ക് ഓടി. ദാദി കട്ടിലിൽ നിശ്ചലയായി കിടന്നിരുന്നു. ഉമ്മ ഭ്രാന്തമായി അവരെ കുലുക്കുന്നുണ്ടായിരുന്നു. അവർ ദാദിയുടെ കൈത്തണ്ട പിടിച്ച് പൾസ് കിട്ടുവാനായി ശ്രമിച്ചു.

'ഉമ്മാജി, ഉമ്മാജി, ഹോ നിങ്ങളെന്തിന് ഞങ്ങളെ വിട്ടുപോയി?' അമ്മ അലറികരഞ്ഞു. ഹുമയും ഉമ്മയോടൊപ്പം ചേർന്നു. ആരിഫിന് തന്റെ ഹൃദയത്തിൽ ഒരു പൊള്ളുന്ന വേദനതോന്നി.

രാജ്ബസാറിൽ നിന്നും മടങ്ങിവന്ന അബ്ബ ദാദിയുടെ കാലിൽ പിടിച്ചു അവരുടെ അടുത്ത് തന്റെ മുട്ടിന്മേൽനിന്നു. ഉമ്മ അദ്ദേഹത്തിന്റെ ചുമലുകൾക്കുചുറ്റും തന്റെ കൈപിടിച്ച് അദ്ദേഹത്തെ ആശ്വസിപ്പിച്ചു.

പോലീസ് കോളനിയിൽനിന്ന് ആളുകൾ പകൽ മുഴുവൻ ആരിഫിന്റെ വീട്ടിൽ ഒത്തുകൂടി. ഒരുകൂട്ടം ഹിന്ദു സ്ത്രീകൾ അവരുടെ കൈകൂപ്പി ദാദിയോടുള്ള ആദരം അർപ്പിച്ചു. അവൻ ആ ആൾക്കൂട്ടത്തിൽ സുമിത്രയെ തിരഞ്ഞു.

അവനും സുമിത്രയും തമ്മിൽ എന്ത് സംഭവിച്ചെങ്കിലും ദാദിയുടെ മരണത്തെക്കുറിച്ചു കേട്ടിരുന്നെങ്കിൽ തീർച്ചയായും വരും. ആരിഫ് വിചാരിച്ചു.

അവൾ വന്നില്ല.

സുമിത്രയെക്കുറിച്ചുള്ള അവന്റെ ചിന്തകൾ മാറ്റിവച്ചിട്ട് അവൻ ദാദിയുടെ മുഖത്തേക്കുനോക്കി. അവർ ഉറങ്ങുന്നതുപോലെ അവരുടെ മുഖം പ്രശാന്തമായിരുന്നു. പെട്ടെന്ന് ഒരു സ്ത്രീയുടെ ഉച്ചത്തിലുള്ള കരച്ചിൽ അവന്റെ ശ്രദ്ധപിടിച്ചുപറ്റി. ദാദിയുടെ ഒരു അകന്ന മരുമകൾ ഖാജ്പുരയിൽനിന്നും എത്തിയതാണ്.

അന്ന് ആണോ അടുത്തദിവസം ആണോ കൂടുതൽ ആളുകൾ വരുന്നതെന്ന് ആരിഫിന് നിശ്ചയമില്ലായിരുന്നു. ഏറെ ഫോൺവിളികൾ നടത്തിയിരുന്നു. ബന്ധുക്കൾ വന്നുകൊണ്ടുമിരുന്നു. അവർ അവരുടെ അനുശോചനങ്ങൾ അർപ്പിക്കുന്നു.

അബ്ബയുടെ സഹപ്രവർത്തകൻ, സമാൻപുരയിൽ താമസിക്കുന്ന ജമാൽഖാൻ, അബ്ബയെ സമീപിച്ച് ഒരു സ്വകാര്യം പറഞ്ഞു. 'അബ്ദുൽ റഷീദ് ഭായി, ഞാൻ എന്റെ ആളുകളോട് സംസാരിച്ചു. വെറ്ററിനറി കോളേജ് കബറിസ്ഥാനിൽ ചാച്ചാജിയെ അടക്കംചെയ്യുവാനുള്ള അനുവാദം വാങ്ങിയിട്ടുണ്ട്.' അബ്ബ ഒന്നുംമിണ്ടാതെ തലകുലുക്കി. ഉമ്മ ജമാൽഖാനെ തടഞ്ഞു. 'ഉമ്മാജിയുടെ ആഗ്രഹമനുസരിച്ച് ഞങ്ങൾ അവരെ ജമാൽപുരയിലേക്കു കൊണ്ടുപോകുകയാണ്. അവരുടെ ആഗ്രഹം അനുസരിച്ച് അവരെ അവരുടെ ഗ്രാമത്തിലുള്ള ശ്മശാനത്തിൽ അടക്കണം, അവരുടെ ബാപ്പയുടെയും പിതാമഹന്മാരുടെയും അടുത്ത്.' ഉമ്മയുടെ സ്വരത്തിൽ ദേഷ്യം കലർന്നിരുന്നു.

ഒക്കെ, ബാബിജാൻ, എന്നാൽ ഉമ്മാജിയെ ജമാൽപുരയിലേക്ക് കൊണ്ടുപോകുവാൻ ഞാൻ ഒരു വാഹനം ഏർപ്പെടുത്താം.' ജമാൽ ഖാൻ പറഞ്ഞു.

വൈകുന്നേരം ഒരു പോലീസ് പിക്കപ്പ് ട്രക്ക്, ഒരു ഫൈവ് ടണ്ണർ, എത്തിച്ചേർന്നു. ട്രാക്കിന്റെ പുറകിലത്തെ നിലത്ത് വലിയ ഒരു ഐസ് പാളിയിട്ട് ദാദിയെ അതിൽകിടത്തി. ഒരു ഒലിവ്പച്ച മേലാപ്പ് ആ വാഹനത്തിനുമുകളിൽ ഉണ്ടായിരുന്നു. ആരിഫും അവന്റെ കുടുംബവും, മൂന്ന് അകന്ന ബന്ധുക്കളുടെയും അബ്ബയുടെ രണ്ട് മുൻസഹപ്രവർത്തകരുടെയും കൂടെ, ദാദിയുടെ അടുത്ത് ഇരുന്നു. മുൻപിൽ ഡ്രൈവറുടെ അടുത്ത് അബ്ബയുടെ ജൂനിയർ സഹപ്രവർത്തകനായിരുന്ന മംഗാനി മണ്ഡൽ ഇരുന്നു. ആ വണ്ടി സുഗമമായി ഹാജ്പുരയിലേക്ക് സഞ്ചരിച്ചെങ്കിലും അതിനുശേഷം റോഡിന്റെ സ്ഥിതിമോശമായി. ആരിഫും ഹുമയും രണ്ട് വശങ്ങളിൽനിന്നും തങ്ങളുടെ കൈകൾകൊണ്ട് ദാദിയെ താങ്ങിനിർത്തി. ശാരീരികമായ ബുദ്ധിമുട്ടിനപ്പുറം നിരാശയും വേദനയും അവന്റെ ഉള്ളിൽ അവനെ കരണ്ടു തിന്നുന്നതായി അവൻ തിരിച്ചറിഞ്ഞു.

സക്കീറിന്റെ തിരോധാനമാണ് ദാദിയെ ഞങ്ങളിൽനിന്നും കൊണ്ടുപോയത്. എന്തുകൊണ്ടാണ് സക്കീറിന് ജോലിതേടി ഡൽഹിക്ക് പോകേണ്ടിവന്നത്? ആ കുടുംബത്തിലെ മൂത്തപുത്രനായിട്ടുകൂടി ഞാൻ ഒരിക്കലും എനിക്കുള്ള ഉത്തരവാദിത്വം എന്റെ ചുമലിൽ എടുത്തിട്ടില്ല.

അപ്പോഴേക്കും അവർ മുസാഫർപൂർ കടന്നിരുന്നു. മോത്തിഹരിയിലേക്കുള്ള വഴി താരതമ്യേന ഭേദമായിരുന്നു. അവന്റെ തല ബഞ്ച് സീറ്റിൽചാരിവെച്ചിട്ട് അവൻ ഉറങ്ങിപ്പോയി. ആ ചെറിയ സമയത്തെ ലഘുനിദ്രയിൽ, ആരിഫ് ദാദി അവന്റെ അടുത്ത് വന്നിരിക്കുന്നതായി കണ്ടു. വിശുദ്ധ പ്രവാചകന്റെ കഥകളും നാടോടിക്കഥകളും അവരുടെ കുടുംബചരിത്രത്തിൽ നിന്നുള്ള ദാദിക്ക് പ്രിയപ്പെട്ടകഥകളും ദാദി അവന് പറഞ്ഞുകൊടുത്തു.

ട്രക്ക് പെട്ടെന്ന് ചവിട്ടിനിർത്തിയത് ട്രക്കിലുള്ള എല്ലാ യാത്രക്കാർക്കും പെട്ടെന്നൊരു ഞെട്ടൽ ഉളവാക്കി. ആരിഫും അവന്റെ സ്വപ്നത്തിൽനിന്ന് ഉണർന്നു. അവന്റെ കണ്ണുകൾ വീണ്ടുംനിറഞ്ഞു. തന്റെ കാൽമുട്ടുകളിൽ കവിൾചേർത്തുവച്ച് ഹുമ അപ്പോഴും കരയുകയായിരുന്നു. തൊട്ടുമുന്നിൽ ഒരു പാലത്തിന്റെ അറ്റകുറ്റപ്പണികൾ നടക്കുന്നതിനാൽ റോഡ് അടച്ചിരുന്നു. ഡ്രൈവർ പോയി അന്വേഷിച്ചു, റോഡ് രാവിലെ നാലുമണിക്കേ തുറക്കൂ എന്ന വാർത്തയുമായി വന്നു.

ദാദിയുടെ ജീവിതം മുഴുവൻ കഷ്ടപ്പാടായിരുന്നു. അവർ അവന്റെ ഉപ്പാപ്പയുടെ രണ്ടാം ഭാര്യയായിരുന്നു. ഉപ്പാപ്പ തന്റെ ആദ്യ ഭാര്യയുടെ

മരണശേഷം അവരെ കല്യാണംകഴിച്ചു. വിഭജനത്തിനുശേഷം ഉടനെ തന്നെ ദാദിക്ക്, കഷ്ടിച്ച് ഇരുപത്തൊന്നു വയസ്സുള്ളപ്പോൾ, അവരുടെ ഭർത്താവിനെ നഷ്ടപ്പെട്ടു. അബ്ബ അവരുടെ ഒരേഒരു മകനായിരുന്നു. അവർ കുറച്ചുഭൂമിയിൽ നിന്നുള്ള വളരെ ചെറിയ ആദായംകൊണ്ട്, കൗശലക്കാരായ ബന്ധുക്കൾ ബാക്കിയുള്ള വസ്തുക്കൾ ഒക്കെ പിടിച്ചടക്കിയിരുന്നു, അബ്ബയെയും അവരുടെ ഭർത്താവിന്റെ മുൻ ബന്ധത്തിലുള്ള മകനെയും, ബഡ്കെ ബാബ, ഒറ്റയ്ക്ക് വളർത്തി. അവരുടെ ബന്ധുക്കളിൽ ഏറെപേർ, അവരുടെ ഏകസഹോദരൻ ഉൾപ്പെടെ പുതുതായി സൃഷ്ടിക്കപ്പെട്ട പാകിസ്താനിലേക്ക് പോയിരുന്നു. താൻ വിവാഹംകഴിച്ചു കാണാനുള്ള ദാദിയുടെ ആഗ്രഹം അവരുടെ ജീവിതകാലത്ത് നിറവേറ്റാത്തതിനാൽ ആരിഫിന് വിഷമം തോന്നി. ഓ ദാദി! ആരിഫ് ആ രാത്രി മുഴുവൻ ഹുമയോട് ദാദിയുടെ ജീവിതത്തെക്കുറിച്ച് സംസാരിച്ചുകൊണ്ട് ചിലവഴിച്ചു.

അടുത്ത പ്രഭാതത്തിൽ ഏകദേശം പതിനൊന്ന്മുപ്പത് ആയപ്പോൾ അവർ ജമാൽപുരയിൽ എത്തി.

ഏതാണ്ട് ഗ്രാമം മുഴുവൻ അവരെ കാത്തിരിക്കുന്നുണ്ടായിരുന്നു. അവർ വരുന്നതുകണ്ടപ്പോൾതന്നെ ബഡ്കെ ബാബ ഓടിവന്നു. അദ്ദേഹം അബ്ബയെ കെട്ടിപിടിച്ച് വാവിട്ട് നിലവിളിച്ചു. ദാദി അദ്ദേഹത്തിന്റെ രണ്ടാനമ്മ ആണെങ്കിലും അവർ അവരുടെ ജീവിതത്തിൽ ഒരിക്കൽപോലും അങ്ങനെ അദ്ദേഹത്തിന് തോന്നുവാൻ അനുവദിച്ചിരുന്നില്ല. കുട്ടിയായിരിക്കുമ്പോൾപോലും അവർ അദ്ദേഹത്തിന് സ്വന്തം മകനേക്കാൾ പരിഗണന നൽകി. ബഡ്കെബാബയുടെ ഭാര്യ, ഉമ്മയെയും ഹുമയെയുംപിടിച്ച് അവർ മൂന്നുപേരും ഒന്നിച്ച് വിതുമ്പി. അവരുടെ പിന്നിൽ ഒരു ഡസനോ അതിലധികമോ ആളുകൾതേങ്ങി. മുനീർ ആരിഫിന്റെ പിറകിൽനിന്നു. അവന്റെ കണ്ണുകൾ ഈറനണിഞ്ഞു. നസ്നീനും അവളുടെ ഭർത്താവും വന്നതിനുശേഷമേ അവസാന കർമ്മങ്ങൾ ആരംഭിക്കുകയുള്ളൂ. റാബിയയുടെ ഭർത്താവ് ബാംഗ്ലൂരിലാണ്. അവൻ ഒരുദിവസം കഴിഞ്ഞോ മറ്റോ വരികയുള്ളൂ.

ദാദിയെ കുളിപ്പിച്ച് മൂടി ഒരു കട്ടിലിൽ കിടത്തി. ആരിഫും മുനീറും ബഡ്കെബാബയും ദാദിയുടെ അവസാനയാത്രയിൽ ആ കട്ടിൽപൊക്കി. സ്ത്രീകൾ കരയുവാൻ തുടങ്ങി. ശവസംസ്കാര പ്രാർത്ഥനയായ നമസ് ഇ ജനാസ, ജമാമസ്ജിദിന്റെ മുന്നിൽവച്ചു നടത്തി. അടുത്തുള്ള ഗ്രാമത്തിൽനിന്നും ഏകദേശം എല്ലാ ബന്ധുക്കളും വന്നിരുന്നു. എല്ലാവരോടും നിരനിരയായി നിൽക്കുവാൻ ഇമാം ആവശ്യപ്പെട്ടു.' പാടില്ല, പാടില്ല. നിരകളുടെ എണ്ണം ഇരട്ടസംഖ്യ ആകരുത്. അത് ഒറ്റസംഖ്യതന്നെയായിരിക്കണം. ദയവായി ആറിന് പകരം ഏഴ്

നിരയായി നിൽക്കൂ.' ഹക്കിം സാഹിബ് തന്റെ ശബ്ദത്തിന്റെ ഉച്ചസ്ഥായിയിൽ പറഞ്ഞു.

ഇമാം ശവസംസ്കാര പ്രാർത്ഥനയുടെ രീതി വിശദീകരിച്ചു. എന്നിട്ട് ആ പ്രാർത്ഥന അദ്ദേഹം 'അല്ലാഹു അക്ബർ, ദൈവം വലിയവനാണ്' എന്ന് ആരംഭിച്ചു.

ശ്മശാനത്തിൽ ദാദിയെ രണ്ടുപേർ പൊക്കിയെടുത്തു. കബറിനുള്ളിൽ ഹക്കിം സാഹിബും ബഡ്കെബാബയും ദാദിയെ പിടിച്ച് നിലത്തുവച്ചു. ഹക്കിം സാഹബ് ശവക്കച്ചയുടെ മുകളിലത്തെ അറ്റം അവരുടെ മുഖം അവസാനമായി കാണിക്കുവാനായി പതിയെവലിച്ചു മാറ്റി. പിന്നെ ഏതാനും നിമിഷങ്ങൾക്കുശേഷം അവരുടെ മുഖം വീണ്ടും മറച്ചു. അബ്ബ പൊട്ടിക്കരഞ്ഞു. ആരിഫും വിതുമ്പാൻ ആരംഭിച്ചു. അവരുടെ ചുറ്റുംനിന്നവർ അവരെ ആശ്വസിപ്പിച്ചു.

ഇമാം ഈറ്റയുടെ ചീളുകൾ കബർമൂടുവാൻ കൊണ്ടുവരുവാൻ നിർദ്ദേശിച്ചപ്പോൾ ബഡ്കെ ബാബയും ഹക്കിംസാഹിബും ശവക്കുഴിയിൽനിന്നും പുറത്ത് വന്നു. ഈന്തപ്പനയുടെ ഓലമെടഞ്ഞുണ്ടാക്കിയ രണ്ടുപായകൾ ചുരുട്ടി ശവക്കുഴിയുടെ അകത്തേക്ക് മണ്ണ് വീഴാതിരിക്കുവാൻവച്ചു. റോസ്‌വാട്ടർ തളിച്ചു. ഇമാം അബ്ബയോട് മൂന്ന് പിടിമണ്ണ് മൂന്ന്പ്രാവശ്യം കബറിലേക്ക് ഇടുവാൻ പറഞ്ഞു. അവരുടെ മകൻ ആയതിനാൽ അതുചെയ്യുന്നത് അദ്ദേഹത്തിന്റെ അവകാശമായിരുന്നു. അദ്ദേഹം ഒരു പിടിമണ്ണ് ഉയർത്തി പതിയെ കബറിലേക്ക് ഇട്ടു. ബഡ്കെ ബാബയും ആരിഫും മുനീറും അബ്ബയെ അനുഗമിച്ചു. മറ്റുള്ളവരും കബറിലേക്ക് മണ്ണ് വാരിയിടുവാൻ തുടങ്ങി. പിന്നെ ശവക്കുഴിക്കാരൻ അത് ഏറ്റെടുത്ത് കബർ മണലിട്ടുമൂടി വെള്ളംതളിച്ച് അയാളുടെ മൺവെട്ടികൊണ്ട് അതിനുമുകളിൽ അത് ഉറയ്ക്കാൻവേണ്ടി പതിയെ കൊട്ടി. കുറുക്കന്മാർ വരാതിരിക്കാൻ കരിവേല മരത്തിന്റെ ചില്ലകൾ അതിന്റെ മുള്ളുകളോടുകൂടി കബറിനുമുകളിൽവച്ചു.

ആരിഫിന് ആ രാത്രി ഉറങ്ങുവാൻ കഴിഞ്ഞില്ല. ഒരു തൂണിൽചാരി അവൻ അവന്റെ തറവാടിന്റെ അർദ്ധവൃത്താകൃതിയിലുള്ള വരാന്തയിൽ ഇരുന്നു. ചന്ദ്രവെളിച്ചത്തിന് കീഴെ ദാദിപിർ സാഹബ് എന്നു വിളിക്കാറുണ്ടായിരുന്ന ഹസ്രത് ജമാലുദ്ദിൻഖാൻ റഹ്മത്തുള്ള അലൈഹിന്റെ ശവകുടീരത്തിന്റെ മിനാരത്തിന്റെ ഇരുണ്ടരൂപം അവന് കാണാമായിരുന്നു.

'ആരിഫ്, പിർസാഹബ് ഔലിയ മാത്രമല്ല നമ്മുടെ പിതാമഹൻ കൂടിയാണ്.'

ദാദി ഒരിക്കലും അതിന്റെ ഉള്ളിൽ പോയിട്ടില്ല. എപ്പോഴും മുറ്റത്തുനിന്ന് പ്രാർത്ഥിച്ചിട്ടേയുള്ളൂ. വിശുദ്ധർ വിശ്രമിക്കുന്ന സ്മാരകത്തിന്റെ

ഉള്ളിൽ സ്ത്രീകൾ പോകുന്നത് വിലക്കപ്പെട്ടതാണന്ന് അവർ എപ്പോഴും പറയുമായിരുന്നു. സക്കീറിന്റെ കൈപിടിച്ചു ആരിഫ് ആ ശവകുടീരത്തിനുള്ളിൽ പോയി മുതിർന്നവർ ചെയ്യുന്ന ആചാരങ്ങൾ ചെയ്യുമായിരുന്നു. സക്കീർ അവനെ അനുകരിക്കുകയും ചെയ്യും. സക്കീറിന്റെ ഓർമ്മകൾ അവനിൽ മൂർച്ചയുള്ള വേദനയുടെ ഓളമുണ്ടാക്കി. അവൻ കണ്ണുകളടച്ച് ഉള്ളിൽ സ്വരുക്കൂടിയ കണ്ണുനീർ അടക്കി. തന്റെ നെറ്റിയിൽ അടിച്ച് അവൻ ആകാശത്തേയ്ക്കുനോക്കി അല്ലാഹുവിനോട് എന്താണ് അദ്ദേഹം അവനോടുചെയ്തത് എന്ന് പരാതിപ്പെട്ടു. 'ആദ്യം നീ എന്റെ സഹോദരനെ എടുത്തുമാറ്റി. പിന്നെയിപ്പോൾ ദാദിയും പോയി' അവൻ വിലപിച്ചു.

അവൻ വീട്ടിൽനിന്ന് പുറത്തിറങ്ങി ആ ശവകൂടീരത്തിലേക്ക് നടന്നു. അപ്പോൾ സമയം രാവിലെ മൂന്നു മണിയായിരുന്നു. ആകാശം നക്ഷത്രങ്ങളാൽ പ്രകാശപൂരിതമായിരുന്നു.

ആരിഫ് ശവകുടീരത്തിന്റെ പടവുകളിൽ ഇരുന്ന് സക്കീറും ദാദിയുമൊത്തുള്ള അവന്റെ മുമ്പത്തെ സന്ദർശനം ഓർത്തു. അവന്റെ ഹൃദയം പഴയ ഓർമ്മകളാൽ വേദനിച്ചു. അവന്റെ ബാപ്പുമ്മ ആ ശവകുടീരത്തിന്റെ ഉത്ഭവത്തെക്കുറിച്ച് അവനോട് കഥ പറയുന്നത് അവന് കേൾക്കാമായിരുന്നു. അവന്റെ ബാപ്പുമ്മയെയും സഹോദരനെയും ഓർത്തുകൊണ്ട് അവൻ കണ്ണുകൾ അടച്ച് ഉറക്കത്തിലേക്ക് വീണുപോയി.

'ഞാൻ നിന്നെ കഴിഞ്ഞ രണ്ടുമണിക്കൂറായി തിരയുന്നു. നീ രണ്ടു ദിവസമായി ഒന്നുംകഴിച്ചിട്ടില്ല. വീട്ടിലേക്ക് വന്നു വല്ലതുംകഴിക്കൂ.' ഒരു തൂവാലകൊണ്ട് മൂക്കുചീറ്റികൊണ്ട് അബ്ബ പറഞ്ഞു. അദ്ദേഹം ആരിഫിനെ നോക്കി ചിരിച്ചു. ആരിഫ് വേദനനിറഞ്ഞ ഒരു ചിരി മറുപടിയായി ചിരിച്ചു. അവൻ എഴുന്നേറ്റു. അവർ രണ്ടുപേരും ഒന്നിച്ച് വീട്ടിലേക്കു മടങ്ങി.

~

ദാദിയുടെ കബറടക്കംകഴിഞ്ഞു മടങ്ങിവന്നതിനുശേഷം ആരിഫിന്റെ കുടുംബം സമൻപുരയിൽ ഉള്ള ഒരു വാടകവീട്ടിലേക്ക് മാറി. പോലീസ് കോളനിയിലെ ഫ്ളാറ്റ്, രണ്ട് ബാൽക്കണികളിൽ കാമ്പസിലുള്ള മരത്തിന്റെ തണൽവീണ് കിടന്നിരുന്നതിനാൽ വായു നിറഞ്ഞതായിരുന്നു. വേനൽക്കാലത്തെ സായാഹ്നങ്ങളിൽ ഒരു ഇളങ്കാറ്റ് മുറികളിലൂടെ വീശും. തണുപ്പുകാലത്ത് ഏറെ രാവിലെതന്നെ സൂര്യവെളിച്ചം വീട്ടിലേക്ക് പ്രവഹിക്കും. ബാൽക്കണിയിൽ ഒരു കസേരയിൽ ഇരുന്ന് ആരിഫ് സ്വർണ്ണസൂര്യനെ ആസ്വദിച്ചിരുന്നു. മഴക്കാലത്ത്

പലപ്പോഴും ആരിഫ് വരാന്തയിൽനിന്നുകൊണ്ട് മഴത്തുള്ളികളെ തന്റെ മുഖം കുതിർത്താൻ അനുവദിച്ചു.

സമൻപുരയിലെ വാടക വീടിന് രണ്ടുമുറികളേ ഉണ്ടായിരുന്നുള്ളൂ. കഷ്ടിച്ച് രണ്ടുകട്ടിലുകൾ ഇടാൻമാത്രം പറ്റുന്നവ. പിന്നെ ഒരു ചെറിയ വരാന്തയും. അത് കർട്ടൻ ഇട്ട് തിരിച്ച് സ്വീകരണമുറിയാക്കി. പ്രധാന വഴിയിൽനിന്നും ആ ഫ്ളാറ്റിലേക്കുള്ള ഇടവഴിയുടെ ഇരുവശവും തുറന്ന അഴുക്കുചാലുകൾ നിറഞ്ഞൊഴുകിയിരുന്നു. ചില നേരങ്ങളിൽ ആ ചാലിൽനിന്നുള്ള നാറ്റം അതിലേ കടന്നുപോകുന്നവർക്ക് മനം പുരട്ടലുണ്ടാക്കുവാൻ തക്കവണ്ണം രൂക്ഷമായിരുന്നു. ആ വീട്ടുടമസ്ഥന് അപ്പുറത്തെ വശത്ത് പ്രധാന വഴിയിലേക്ക് തുറക്കുന്ന മറ്റൊരു പ്രവേശനകവാടം ഉണ്ടായിരുന്നു. ആ ഒരുനില കെട്ടിടത്തിന്റെ വലതുവശത്തുള്ള മൂന്ന് നിലകെട്ടിടം പകൽസമയത്ത് അങ്ങോട്ട് ഉള്ള സൂര്യവെളിച്ചത്തെ തടഞ്ഞിരുന്നു. ശുദ്ധവായു ആ വീട്ടിൽ വന്നിരുന്നില്ല. മുറികൾ ചെറുതും ഇടുങ്ങിയതുമാണെന്ന് ഉമ്മ പരാതിപ്പെട്ടു. '1800 രൂപക്ക് നിനക്ക് ഇതുപോലുള്ള മുറികളേ കിട്ടൂ. അല്ലാതെ ഒരു ബംഗ്ലാവൊന്നും കിട്ടില്ല,' അബ്ബ അതിയായ ദേഷ്യത്തോടെ പറഞ്ഞു.

വലുപ്പക്കുറവിന് പുറമെ ആ ഫ്ളാറ്റ് പകുതിയേ നിറഞ്ഞിട്ടുള്ളൂവെന്ന് തോന്നിച്ചു. കൂടുതൽ ആളുകളെ കാത്തിരിക്കുന്നതുപോലെ. സക്കീറിന്റെയും ദാദിയുടെയും അസാന്നിദ്ധ്യം ആ വീട് നിറച്ചു.

നിസ്സാരകാര്യത്തിനുപോലും അബ്ബയുടെ സംയമനം നഷ്ടപ്പെട്ടു. തങ്ങളുടെ വ്യക്തിപരമായ ദുഃഖത്തിൽനിന്നും മറിക്കടക്കാൻ ഉമ്മയും ഹുമയും നിശബ്ദരായി. ഹുമ ആരിഫിനോട് വൈകുന്നേരം എന്താണ് കഴിക്കാൻ വേണ്ടത് എന്ന് ചോദിച്ചില്ല. അബ്ബ പഠനത്തെ കാര്യമായി എടുക്കാത്തതിന് ആരിഫിനോട് ആക്രോശിച്ചില്ല.

ആരിഫ് കൂടുതൽ സമയം രാജ്ബസാറിലുള്ള കോച്ചിങ് ഇൻസ്റ്റിട്യൂട്ടിൽ പഠിപ്പിക്കുവാനായി ചിലവഴിച്ചു.

പത്തൊൻപത്

2001 ഡിസംബർ 16-ന് വൈകുന്നേരം റംസാൻപിറവി കണ്ട് വിശുദ്ധ മാസം അവസാനിച്ചു. അടുത്തദിവസം പരമ്പരാഗത ഉത്സാഹത്തോടെയും ഉല്ലാസത്തോടെയും രാജ്യംമുഴുവൻ ഈദ് ഉൾഫിത്തർ ആഘോഷിച്ചെങ്കിലും ആരിഫിന്റെ വീട്ടിൽ മരണംകാരണം ഈദ് ആഘോഷിച്ചില്ല.

ആരിഫ് ഒരു പഴയ വെള്ളകുർത്തയും അയഞ്ഞ പൈജാമയും ഒരു അരക്കൈയ്യൻ കമ്പിളിസ്വറ്ററും ധരിച്ചു. അബ്ബ ഒരു കുർത്തയും പൈജാമയും ധരിച്ചു. അത് അദ്ദേഹം വർഷങ്ങൾക്കുമുമ്പ് വാങ്ങിയതായിരുന്നു. സത്യത്തിൽ ആ സെറ്റ് സക്കീർ സബ്സിബാഗിൽനിന്നും വാങ്ങിയതായിരുന്നു. ഉമ്മയും ഹുമയും ഇനിയും മാറാനിരിക്കുന്നതേയുള്ളൂ. ദാദിയും സക്കീറും ഇല്ലാത്തെ അവരുടെ ആദ്യത്തെ ഈദ് ആയിരുന്നു അത്. ആരിഫ് ആ വീട്ടിലുള്ള എല്ലാവർക്കും ഈദ് മുബാറക് ആശംസിച്ചെങ്കിലും അവന്റെ വാക്കുകളിൽ ഉന്മേഷം ഇല്ലായിരുന്നു. അവന്റെ ഉമ്മയുടെ കണ്ണുകൾ ചുവന്നു വീർത്തിരുന്നു. അവർ മണിക്കൂറോളം തന്റെ കാണാതെപോയ മകനുവേണ്ടി കരഞ്ഞിട്ടുണ്ട്. 'ഈദ് മുബാറക് ബേട്ട' അബ്ബ പതിയെ പറഞ്ഞു. അദ്ദേഹം ഒരു ചെറിയ കുപ്പി മജ്മുവാ 96 പുറത്തെടുത്ത് ഒരുതുള്ളി മണമുള്ള ദ്രാവകം തന്റെ ചൂണ്ടുവിരലിൽ എടുത്ത് ആരിഫിന്റെ കൈത്തണ്ടയുടെ അകത്തു പുരട്ടി. പിന്നെ മറ്റൊരു തുള്ളി അത്തർ ആരിഫിന്റെ ചെവികൾക്ക് പിന്നിൽ തലോടി. തീക്ഷ്ണഗന്ധം അലർജിയായതിനാൽ ആരിഫ് സുഗന്ധദ്രവ്യങ്ങളെ ഇഷ്ടപ്പെട്ടില്ല. പക്ഷേ, ഇന്ന് ഈദ് ആണ്. അവൻ അബ്ബയെ തടയുവാൻ ആഗ്രഹിച്ചില്ല. സക്കീർ ഇവിടെ ഉണ്ടായിരുന്നെങ്കിൽ അവൻ സ്വയം കൊളോണിൽ നനഞ്ഞു കുതിർന്നേനെ. മജ്മുവ 96 അല്ല, മറ്റുചില ഫാൻസി ബ്രാൻഡുകൾ. സ്പ്രേ പെർഫ്യൂമുകളിൽ ആൽക്കഹോൾ ചിലപ്പോൾ ഉണ്ടാകുമെന്ന് ഉമ്മ അവനെ എപ്പോഴും ശാസിക്കും. പക്ഷേ, സക്കീർ അവരെ ഒരിക്കലും കേൾക്കാറില്ല. സക്കീർ അവന്റെ അരയ്ക്ക്ചുറ്റും ഒരു ടവൽ ചുറ്റികൊണ്ട് കുളിമുറിയിൽ നിന്നിറങ്ങി ഉമ്മയോട് 'ഉമ്മ എനിക്ക് എന്റെ കുർത്തയും പൈജാമയും തരൂ. നിസ്കാരത്തിന് ഇനി കഷ്ടി അരമണിക്കൂറേ ഉള്ളൂ. ഞങ്ങൾ താമസിച്ചാൽ ഞങ്ങൾക്ക് ഈദുഹക്കുള്ളിൽ ഇരിപ്പടം കിട്ടില്ല' എന്ന് ഒച്ചവെക്കുന്നതായി ആരിഫിന് തോന്നി. സക്കീർ എല്ലായ്പ്പോഴും അവസാനമാണ് ഈദ് പ്രാർത്ഥനയ്ക്ക് ഒരുങ്ങുന്നത്. അവന്റെ സഹോദരനെ

കുറിച്ച് ഓർത്തപ്പോൾ അവന്റെ കണ്ണുകളിൽ കണ്ണുനീർതുള്ളികൾ കൂടി വന്നു. ആരിഫ് പുഞ്ചിരിച്ചു. 'സക്കീർ, ഈദ്മുബറാക്' അവൻ നിശ്ശബ്ദമായി പറഞ്ഞു. എന്നിട്ട് തന്റെ കൈപ്പാദത്തിന്റെ പിറകുവശംകൊണ്ട് ആ കണ്ണുനീർ തുടച്ചുകളഞ്ഞു. 'നമുക്ക് ഇറങ്ങാം, മകനെ.' അബ്ബ ആരിഫിന് നേരെ തിരിഞ്ഞു ഒരു വെള്ളമൊട്ടത്തൊപ്പി അവന് കൊടുത്തു.

പള്ളിയിൽനിന്ന് അബ്ബയ്ക്കൊപ്പം തിരിച്ചുവന്നിട്ട് ആരിഫ് അവന്റെ കുടുംബത്തോടൊപ്പം ഭക്ഷണം കഴിക്കുവാനിരുന്നു. വീട്ടിലുണ്ടാക്കിയ സേമിയ, പഞ്ചാരലായനിയിലിട്ടത്, കോഴിക്കറി, പുലാവ്. അയൽപക്കത്തെ കുടുംബങ്ങളിൽനിന്നുള്ള ക്ഷണം അവഗണിച്ച് ഭക്ഷണത്തിനുശേഷം ആരിഫ് അവന്റെ കട്ടിലിൽ കിടന്നു. അബ്ബ വരാന്തയിൽ അന്നത്തെ ദിനപത്രം പിടിച്ചു ഇരുന്നു.

ആരിഫ് ഉറങ്ങിപ്പോയി. സക്കീർ വീട്ടിലേക്ക് തിരിച്ചുവരുന്നതായും അമ്മയും അബ്ബയും അവന്റെ സഹോദരിമാരും അവനെ ഓരോരുത്തരായി കെട്ടിപ്പിടിക്കുന്നതും അവൻ സ്വപ്നംകണ്ടു. ആരിഫ് അവരിൽനിന്ന് അകന്ന് മുറിയുടെ ഒരു മൂലയിൽ നിൽക്കുകയായിരുന്നു. അപ്പോൾ ബാപ്പ അവന്റെ പേര് വിളിച്ചു. അവൻ ഒരു ഞെട്ടലോടെ എഴുന്നേറ്റു. ബാപ്പ യഥാർത്ഥത്തിൽ അവനെ വിളിക്കുന്നതായി അവൻ മനസ്സിലാക്കി. കണ്ണുകൾ തിരുമ്മികൊണ്ട് അവൻ കിടക്കയിൽനിന്ന് എഴുന്നേറ്റ് അവന്റെ വള്ളിച്ചെരുപ്പുകൾ കണ്ടെത്തി, അവൻ വരാന്തയിലേക്കുപോയി.

അബ്ബ, പോലീസ്ഡിപ്പാർട്മെന്റിൽ അദ്ദേഹത്തിന്റെ ഒരു മുൻസഹപ്രവർത്തകനായ ജനാർദനൻ ഗുപ്തയോട് സംസാരിക്കുന്നത് ആരിഫ് കണ്ടു. മിസ്റ്റർ ഗുപ്ത സുമുഖനും കുടവയറനുമായിരുന്നു.

മിസ്റ്റർ ഗുപ്തയുടെ മുന്നിലെ പ്ലാസ്റ്റിക് മേശമേൽ ഒരു സ്റ്റീൽ സ്പൂണോടുകൂടിയ ഒഴിഞ്ഞ ഒരു ചൈനാബൗൾ, പകുതി ഗ്ലാസ് വെള്ളം ഇവയുണ്ടായിരുന്നു.

'പ്രണാമം അങ്കിൾ ' ആരിഫ് മിസ്റ്റർ ഗുപ്തയെ അഭിവാദ്യംചെയ്ത് കൈകൊടുത്തു.

'സന്തോഷവാനായി ഇരിക്കൂ മകനെ' മിസ്റ്റർ ഗുപ്ത പറഞ്ഞു.

'നിന്റെ പഠനം എങ്ങനെ പോകുന്നു?'

'കൊള്ളാം'

'നീ ഈ വർഷത്തെ ബീഹാർ സിവിൽസർവീസ് എഴുതുന്നുണ്ടോ?'

'ഉണ്ട്, അങ്കിൾ.'

'നല്ലത് നല്ലത്. എന്റെ മകനും ബിപിഎസ്സിക്ക് അവന്റെ ആദ്യത്തെ ഊഴമാണ്.'

'കൊള്ളാം' ആരിഫ് തന്റെ തലയുടെ പിൻഭാഗത്ത് ചൊറിഞ്ഞു കൊണ്ട് മറുപടി പറഞ്ഞു.

'അപ്പോൾ ഖാൻസാഹിബ്, ഞാനിപ്പോൾ ഇറങ്ങുന്നു.' മിസ്റ്റർ ഗുപ്ത അബ്ബയുടെ കൈപിടിച്ചുകുലുക്കി നടന്നകന്നു.

അയാൾ പോയപ്പോൾ അബ്ബ ആരിഫിനോട് തന്റെ അടുത്തുള്ള കസേരയിൽ ഇരിക്കുവാൻ പറഞ്ഞിട്ട് ഒരു ഇളംനീലനിറത്തിലുള്ള ഇൻലന്റ് കത്ത് മേശപ്പുറത്തുവച്ചു.

'ഈ കത്ത് എന്താണ് എന്ന് നോക്കൂ. ഞാൻ എന്റെ കണ്ണട എവിടെയോ വച്ചു.' അബ്ബ പറഞ്ഞു.

ആരിഫ് ആ കത്ത് കീറിതുറന്ന് ഉറക്കെ വായിച്ചു.

ഡിയർഖാൻ സാഹബ്,

നിങ്ങളുടെ മകൻ സക്കീർ സുരക്ഷിതനാണ്. സർവ്വശക്തന്റെ കൃപയാൽ അടുത്ത ആറ് ഏഴ് മാസങ്ങൾക്കുള്ളിൽ അവൻ വീട്ടിൽ തിരിച്ചെത്തും. എന്തുകൊണ്ടാണ് പെട്ടെന്ന് അവൻ അപ്രത്യക്ഷമായത് എന്ന് എനിക്ക് പറയുവാൻ പറ്റില്ല. ദയവായി ഈ കത്തിന്റെ ഉള്ളടക്കം നിങ്ങളുടെ കുടുംബത്തിനു പുറത്തുള്ള ആരുമായും പങ്കുവെക്കാതെയിരിക്കുക.

നിങ്ങളുടെ അഭ്യുദയകാംക്ഷി.

ആ കത്തിൽ തീയതി കുറിച്ചിരുന്നില്ല. പോസ്റ്റൽമുദ്രയിൽ മഷി പുരണ്ടിരുന്നു. പക്ഷേ, അത് അയച്ചത് ഡൽഹിയിലെ ഹൗസ്ഖാസിൽ നിന്നാണെന്ന് ആരിഫിന് പറയുവാൻ കഴിഞ്ഞു. ആ കത്ത് മാസങ്ങൾക്കുമുൻപ് പോസ്റ്റ് ചെയ്തതുപോലെ തോന്നിച്ചു.

അബ്ബ സന്തോഷംകൊണ്ട് കൂവി വിളിച്ച്, ഉമ്മയെയും ഹുമയെയും ഉറക്കെ വിളിച്ചു.

ആരിഫ് വികാരരഹിതനായിരുന്നു. എങ്ങനെ പ്രതികരിക്കണമെന്ന് അവന് അറിയില്ലായിരുന്നു. അവൻ അവന്റെ മൂക്ക് തിരുമ്മുകയും നെറ്റി ചൊറിയുകയുംചെയ്തു. അവൻ ആ കത്തിനെക്കുറിച്ച് സംശയാലുവായിരുന്നു. ചിലപ്പോൾ ആരെങ്കിലും ഞങ്ങളെ കബളിപ്പിക്കുവാനായി ചെയ്തതാകാം. ഈ ഭൂമിയിൽ ആരെങ്കിലും അങ്ങനെ ചെയ്യുന്നത് എന്തുകൊണ്ടാണ്? ആരാണ് ഈ കത്ത് എഴുതിയത്? അയാൾക്ക് എങ്ങനെ അറിയാം സക്കീർ മടങ്ങിവരുമെന്ന്? പക്ഷേ, കത്ത് അവനിൽ നിറച്ച പ്രതീക്ഷയെ അവന് എതിർക്കുവാൻ കഴിയുമായിരുന്നില്ല.

അബ്ബയുടെ അനിയന്ത്രിതമായ ചിരികണ്ട് ഉമ്മയും ഹുമയും അന്തംവിട്ടു. ആരിഫ് അവന്റെ സംഭ്രമത്തിൽനിന്നും പുറത്ത് വന്ന് ആ കത്തിലെ ഉള്ളടക്കത്തെക്കുറിച്ച് അവരോട് പറഞ്ഞു.

അവസാനം ആരിഫ് ചിരിച്ചുകൊണ്ട് ഉമ്മയെയും ഹുമയെയും അബ്ബയെയും നോക്കി. അവർ ചിരിക്കുന്നുണ്ടായിരുന്നു. അവരുടെ മിഴികൾ നനഞ്ഞിരുന്നു. ഒരു കാലടിശബ്ദം ആരിഫിനെ റോഡിലേക്ക് തിരിയിപ്പിച്ചു. ഒരു അറുപത് വയസ്സുള്ള താടിക്കാരൻ തോളിൽ ഒരു മുഷിഞ്ഞ ബാഗുംതൂക്കി അവന്റെ ഫ്ളാറ്റിന് നേരെയുള്ള ഊടുവഴിയിലേക്ക് പ്രവേശിച്ചു.

'അള്ളാഹു നിങ്ങളുടെ ആഗ്രഹങ്ങൾ നിറവേറ്റും. അള്ളാഹു നിങ്ങളുടെ വീട്ടിൽ സന്തോഷം നിറയ്ക്കും.' ആ വൃദ്ധനായ ഭിക്ഷക്കാരൻ ഉച്ചത്തിൽ പറഞ്ഞു. ആരിഫ് തന്റെ പോക്കറ്റിൽ പരതി മൂന്ന് അഞ്ച് രൂപാനാണയങ്ങൾ എടുത്ത്, ആ ഭിക്ഷക്കാരന്റെ അലൂമിനിയം പാത്രത്തിൽ ഇട്ടു. ആ നാണയങ്ങൾ ആ പാത്രത്തിൽ അടങ്ങുന്നതിനു മുൻപ് ഒരു കിലുകിലു ശബ്ദം ഉണ്ടാക്കി.

'നിൽക്കൂ' ആ ഭിക്ഷക്കാരൻ പോകുവാനായി തിരിഞ്ഞപ്പോൾ ഉമ്മ പറഞ്ഞു. അവർ വീട്ടിനുള്ളിലേക്കുപോയി ഒരു സ്റ്റീൽ പ്ലേറ്റിൽ കോഴിയിറച്ചിയും പുലാവും ഒരു സ്റ്റീൽ ഗ്ലാസ്സിൽ വെള്ളവുമായി മടങ്ങിവന്നു. വരാന്തയിലെ തറയിൽ ഇരുന്ന് ആ ഭിക്ഷക്കാരൻ പത്തുമിനിറ്റുകൊണ്ട് ഭക്ഷണം മുഴുവൻ കഴിച്ചിട്ട് അള്ളാഹു എന്നു വിളിച്ച് ഏമ്പക്കം വിട്ടു. പോകുന്നതിനുമുമ്പ് അയാൾ ആരിഫിന്റെ കുടുംബത്തിന്റെ അഭിവൃദ്ധിക്കായി ഉച്ചത്തിൽ പ്രാർത്ഥിച്ചു.

ആ ഭിക്ഷക്കാരന്റെ പ്രാർത്ഥനയ്ക്ക് സർവ്വശക്തൻ ഉത്തരം നൽകുമെന്ന് ആരിഫ് പ്രതീക്ഷിച്ചു.

ഉമ്മയുടെ നേരെതിരിഞ്ഞു ആരിഫ് ചിരിച്ചു. അവർതിരിച്ചും ചിരിച്ചു. അവരുടെ കണ്ണുകളിലെ കണ്ണുനീർതുള്ളികൾ തിളങ്ങി. അജ്ഞാതമായ ഉറവിടത്തിൽനിന്നുംവന്ന ആ കത്ത്, അനേകമാസങ്ങൾക്കുശേഷം ഒന്ന് ചിരിക്കാൻ ആരിഫിന്റെ കുടുംബത്തിന് ഒരു കാരണം നൽകി. അത് ആരിഫിന്റെ ഹൃദയത്തിന്റെ ദേവാലയത്തിനകത്ത് പ്രതീക്ഷയുടെ ചെറുമെഴുകുതിരി വെളിച്ചം തെളിയിച്ചു.

ആ ദിവസം മുതൽ ആരിഫ് തന്റെ സഹോദരൻ മടങ്ങിവരുന്നത് കാത്തിരുന്നു. അവന്റെ കുടുംബത്തിലെ ഓരോരുത്തരും കാത്തിരുന്നു.

ദൈവകല്പിതം

ഇരുപത്

നാല് വർഷങ്ങൾക്കൂടി കഴിഞ്ഞുപോയി. പക്ഷേ, സക്കീർ മടങ്ങിവന്നില്ല. അവൻ എന്നെങ്കിലും മടങ്ങിവരുമെന്ന് ആരിഫും അവന്റെ കുടുംബവും വിശ്വസിക്കുന്നത് നിർത്തി. ആ കത്ത് ഒരു തട്ടിപ്പാണെന്ന് ആരിഫിന് ഉറപ്പായിരുന്നു.

കഴിഞ്ഞ നാല് വർഷങ്ങളിൽ ആരിഫും അവന്റെ കുടുംബവും അതികഠിനമായ വ്യസനത്തിൽ എങ്ങനെ ജീവിക്കാമെന്ന് പഠിച്ചു. കരയാൻ തോന്നുമ്പോഴും ചിരിക്കാൻ അവർ പഠിച്ചു. തങ്ങളുടെ ദുഃഖം അവരുടെ ഹൃദയത്തിന്റെ വിദൂരകോണുകളിൽ സൂക്ഷിച്ചുവെക്കുവാൻ അവർ പഠിച്ചു.

സമയം മഹാനായ ചികിത്സകനാണെന്ന പഴമൊഴി ആരിഫ് പല പ്രാവശ്യം കേട്ടിരുന്നു. അത് ശരിക്കും പ്രവർത്തിക്കുന്നത് അവനെ ആശ്ചര്യപ്പെടുത്തി. സക്കീറിനെ നഷ്ടപ്പെട്ടതിന്റെ വേദന മാഞ്ഞുപോകാൻ പോകുന്നില്ല. അവന് ദാദിയെ മറക്കാനും കഴിഞ്ഞില്ല. പക്ഷേ, കഴിഞ്ഞ രണ്ടുവർഷങ്ങളായി തന്റെ കുടുംബത്തിനെ പോറ്റാൻ വേണ്ടി ഒരു നല്ല ജോലി കിട്ടാനുള്ള ആഗ്രഹം അവന്റെ സഹോദരനെയും ദാദിയെയും നഷ്ടപ്പെട്ട ദുഃഖംകുറച്ചൊക്കെ അവനിൽനിന്നും എടുത്തുമാറ്റി.

ബീഹാർ സിവിൽ സർവീസ് പരീക്ഷ മൂന്നുപ്രാവശ്യം വിജയകരമല്ലാതെ ശ്രമിച്ചതിനുശേഷം അവൻ ആ പരീക്ഷ ഒരിക്കൽകൂടി എഴുതി, അവനെ രക്ഷപ്പെടുത്താനുള്ള അവന്റെ അവസാനശ്രമം. ദീർഘനേരം ഇരുന്ന് പഠിക്കുന്നതിനുള്ള ഉന്മേഷമോ ഊർജ്ജസ്വലതയോ അവനില്ലാതിരുന്നിട്ടും അവൻ സ്വയം കഷ്ടപ്പെട്ട് അതുചെയ്തു.

മുപ്പതുവയസ്സ് കഴിഞ്ഞതിനാൽ അവന് മിക്ക സർക്കാർജോലികൾക്കും അപേക്ഷിക്കാൻ കഴിയില്ലായിരുന്നു. രാജ്ബസാറിലെ കോച്ചിങ് ഇൻസ്റ്റിറ്റ്യൂട്ടിൽ പഠിപ്പിക്കുകയും അയൽപക്കങ്ങളിലെ നാല് ആൺകുട്ടികൾക്ക് ഉച്ചകഴിഞ്ഞ് പ്രൈവറ്റ് ട്യൂഷൻ എടുക്കുകയും ചെയ്യുന്നതിൽനിന്ന് ആരിഫ് അയ്യായിരംരൂപ മാസവരുമാനമുണ്ടാക്കിയിരുന്നു. ആ പണവും അബ്ബയുടെ പെൻഷനും കൂടിയാൽ ഒരു താഴ്ന്ന മധ്യവർഗകുടുംബത്തിന് അവരുടെ അടിസ്ഥാന ആവശ്യങ്ങൾ നിറവേറ്റാൻ കഴിയുമായിരുന്നു.

പക്ഷേ, അവിടെ മറ്റു ചിലവുകൾകൂടി ഉണ്ടായിരുന്നു. അവർക്ക് താങ്ങാൻ കഴിയാത്തതിനാൽ ഹുമയ്ക്ക് അവളുടെ പഠനം നിർത്തേണ്ടി

വന്നു. ഉമ്മ രണ്ടുവർഷംമുമ്പ് സുഖമില്ലാതായപ്പോൾ അവരെ ഒരു സ്വകാര്യ ആശുപത്രിയിൽ ചികിത്സിപ്പിക്കുന്നതിനുവേണ്ടി അവരുടെ അവശേഷിച്ച ആഭരണങ്ങൾ മുഴുവൻ അവർക്ക് വിൽക്കേണ്ടി വന്നു. പിന്നെ ഹുമയുടെ കല്യാണം ഒരു ചോദ്യമായി നിൽക്കുന്നു. ഒരു മാന്യമായ കല്യാണച്ചടങ്ങുകൾ നടത്തണമെങ്കിൽ അവർക്ക് ചുരുങ്ങിയത് മൂന്നുനാല് ലക്ഷംരൂപ വേണം.

ഹുമയുടെ വിവാഹത്തിനുള്ള സ്ത്രീധനം സംഘടിപ്പിക്കാൻ ഞാൻ എന്തെങ്കിലും ചെയ്യണം. രണ്ടായിരത്തി അഞ്ചിലെ മെയ്മാസത്തിലെ ഒരു ചൂടുള്ള വൈകുന്നേരം ജഗദിയോപാത്തിലെ രാഹുൽ മാഗസിൻ സെന്ററിൽ പല ജോലികൾക്കുള്ള ഒരു കെട്ട് അപേക്ഷാ ഫോറങ്ങളിലൂടെ കടന്നുപോകുമ്പോൾ അവൻ ഓർത്തു.

പട്ന കളക്ടറേറ്റിലേക്ക് അക്കൗണ്ട് ക്ലർക്കുകളുടെ ഒഴിവുണ്ടെന്ന് കണ്ടപ്പോൾ അപേക്ഷാ ഫോറങ്ങളിലൂടെയുള്ള മറിച്ചുനോക്കൽ ആരിഫ് നിർത്തി. അപേക്ഷിക്കുവാനുള്ള ഉയർന്ന പ്രായപരിധി മുപ്പത്തഞ്ചുവയസ്സാണ്. അഞ്ചു പോസ്റ്റുകളിലേക്കാണ് പ്രവേശനമുള്ളത്. ആരിഫ് ആ അപേക്ഷാഫോറം വാങ്ങാൻ രണ്ടുരൂപ കൊടുത്തു. അടുത്ത ദിവസം അവൻ ആ അപേക്ഷ അയച്ചു.

'നിനക്ക് ഒരു സാധ്യതയുണ്ടെന്ന് എനിക്ക് തോന്നുന്നില്ല മകനേ. ഒരു റിക്രൂട്ട്മെന്റ് ഏജൻസി നടത്തുന്ന എന്റെ ഒരു പഴയ പരിചയക്കാരനോട് ഞാൻ ചോദിച്ചു. അയാൾ പറഞ്ഞത് ഒന്നുകിൽ മന്ത്രിയുടെ ശുപാർശവേണം അല്ലെങ്കിൽ രണ്ടോ മൂന്നോ ലക്ഷങ്ങൾ കൈക്കൂലിയായി കൊടുക്കേണ്ടി വരുമെന്നാണ്.' തളർന്ന സ്വരത്തിൽ അബ്ബ പറഞ്ഞു.

ആരിഫ് കോച്ചിങ് സെന്ററിലെ അവന്റെ ജോലികഴിഞ്ഞ് തിരിച്ചെത്തിയതേയുള്ളൂ. അവന്റെ കൈയിൽ ഹിന്ദുസ്ഥാൻ പത്രത്തിന്റെ ഒരു കോപ്പിയുണ്ടായിരുന്നു.

'നമുക്ക് ശ്രമിക്കാം അബ്ബ. നമുക്ക് നല്ലത് പ്രതീക്ഷിക്കാം.' ആരിഫ് ആ പത്രം അവന്റെ ബാപ്പയ്ക്ക് കൈമാറുന്നതിനിടയിൽ പറഞ്ഞു. സീലിങ് ഫാനും അപ്പോൾ നിൽക്കുമെന്ന നിലയിൽ വേഗത കുറഞ്ഞിരുന്നു.

'വീണ്ടും ലോഡ്ഷെഡ്ഡിങ്, ഊഫ്!' ആരിഫ് തന്റെ ഷർട്ടിന്റെ ബട്ടണുകൾ ഊരിക്കൊണ്ട് പറഞ്ഞു. അവനത് അയയിൽ തൂക്കി.

'ഈ വാർത്ത വായിക്കൂ, ആരിഫ്.' അബ്ബ ഉണർവുള്ള ശബ്ദത്തിൽ പറഞ്ഞു.

ആരിഫ് ആ ന്യൂസ്പേപ്പർ വാങ്ങി. കഴിഞ്ഞമാസംവരെ അർഹിലെ ഡിസ്ട്രിക്ട് മജിസ്ട്രേറ്റ് ആയിരുന്ന ആരിഫിന്റെ സുഹൃത്ത് മൃത്യുഞ്ജയ് പട്നയിലേക്ക് സ്ഥലം മാറിയിരിക്കുന്നു.' അവൻ നിന്റെ ഒരു

പഴയ സുഹൃത്തല്ലേ. അവനെ ചെന്നുകാണൂ. തീർച്ചയായും അവൻ നിന്നെ സഹായിക്കും.' അബ്ബ പറഞ്ഞു.

ആരിഫ് ഒന്നും പ്രതീക്ഷിച്ചില്ല. തൻപോയി മൃത്യുഞ്ജയിനെ കാണണമോ? അവനെന്താണ് ചെയ്യുന്നതെന്ന് മൃത്യുഞ്ജയ് ചോദിച്ചാൽ അവൻ എന്തുപറയും. മൃത്യുഞ്ജയ് അവന്റെ ഭാര്യക്ക് തന്നെ പരിചയപ്പെടുത്തുമോ? 'ഒരു ജോലിയുമില്ലാത്ത എന്റെ സുഹൃത്ത് ആരിഫിനെ പരിചയപ്പെടൂ.' എന്നവൻ പറയുമോ?

അവൻ അവസാനമായി മൃത്യുഞ്ജയെ കണ്ടത് ഏകദേശം അഞ്ചു വർഷങ്ങൾക്കു മുമ്പാണ്. അവൻ മയൂരാഹോട്ടലിലെ പാർട്ടിക്ക് പോയപ്പോൾ. ആ സായാഹ്നം അവൻ നിറപ്പകിട്ടാർന്ന് ഓർമ്മിക്കുന്നുണ്ട്. അത് അവസാനിച്ചത് വലിയൊരു മാനക്കേടിലാണ്.

ഒരു ജീൻസും ഫോർമൽ ഷർട്ടും ധരിച്ച് അവൻ കൃത്യസമയത്തു തന്നെ ഹോട്ടലിൽ എത്തി. പാർട്ടിഹോളിനകത്ത് മൃത്യുഞ്ജയ് വന്നിട്ടില്ലെന്ന് അവൻ കണ്ടെത്തി. പരിഭ്രമത്തോടെ അവൻ ആ പാർട്ടിയുടെ ദൃശ്യം മുഴുവൻ അളന്നു. സ്മാർട്ട്ഫോർമൽസ് ധരിച്ച പുരുഷന്മാരും വിലകൂടിയ സാരി ധരിച്ച പെണ്ണുങ്ങളും കുശലം പറയുന്നതും ചിരിക്കുന്നതും വൈൻ കുടിക്കുന്നതും അവൻ കണ്ടു. ആരിഫ് അവന്റെ നിറം മങ്ങിയ ജീൻസും വിലകുറഞ്ഞ കള്ളിഷർട്ടുകൊണ്ടും റെക്സിൻ ചെരുപ്പുകൊണ്ടും വേറിട്ടുനിന്നു.

വെളുത്ത ഷർട്ടും കറുത്ത വെയിസ്റ്റ് കോട്ടും ധരിച്ച വിളമ്പുകാർ പാനീയങ്ങളും പലഹാരങ്ങളും വിളമ്പുന്നുണ്ടായിരുന്നു. അവൻ ഒരു ഓറഞ്ച് ജ്യൂസ് എടുത്തു. പെട്ടെന്ന് ദൂരെമൂലയ്ക്ക് ഒരു ബഹളംനടന്നു. അനുവാദമില്ലാതെവന്ന രണ്ടുപേരെ കൈയിൽ വിസ്കിയുമായി പിടികൂടി. പാർട്ടി മാനേജർ അവരെ ചീത്തവിളിക്കുകയും അടിക്കുകയും ഹോട്ടലിൽനിന്ന് പുറത്താക്കുകയുംചെയ്തു. അവന്റെ അടുത്തുനിന്ന ഒരാൾ അവനെ സംശയത്തോടെ നോക്കുകയും വിളമ്പുകാരനോട് എന്തോ കുശുകുശുക്കുകയും ചെയ്യുന്നത് ആരിഫ് നിരീക്ഷിച്ചു.

ഉടനെ രണ്ടുപേർ അവന്റെ അടുത്തുവന്ന് മര്യാദാപൂർവം ചോദിച്ചു, 'ഏത് ബാച്ചാണ്, സർ?'

'ബാച്ച്?' ആരിഫ് പരുങ്ങി.

'നിങ്ങൾ ഐ.എ.എസ്. ഓഫീസർ അല്ലേ?' മറ്റെയാൾ കർക്കശമായി ചോദിച്ചു.

'അല്ല.'

'അവന്റെ വസ്ത്രങ്ങൾ നോക്കൂ. തീർച്ചയായും ഇവനും ഒരു ഓസുന്നവൻ ആയിരിക്കും. ഇവനെ പുറത്താക്കുക.' അത് നീലകോട്ട് ധരിച്ച ദൃഢഗാത്രനെന്ന് തോന്നിക്കുന്ന ഒരാളുടെ ശബ്ദമായിരുന്നു.

രണ്ടുവിളമ്പുകാർ പെട്ടെന്ന് അവന്റെ തോളിൽപിടിച്ചു.

'മിസ്റ്റർ മൃത്യുഞ്ജയ് പാണ്ഡെ എന്നെ ക്ഷണിച്ചതാണ്.' ആരിഫ് ഇതുപറഞ്ഞിട്ട് ആ വിളമ്പുകാരുടെ പിടിയിൽനിന്നും അവനെ മോചിപ്പിക്കുവാൻ തന്റെ സർവശക്തിയും പ്രയോഗിച്ചു. അവരിലൊരുത്തന്റെ ബാലൻസ് തെറ്റി അവൻ നിലത്തുവീണു. ആരോ ആ വെയ്റ്ററെ കോളറിൽപിടിച്ച് തറയിലേക്ക് ഉന്തിയപ്പോൾ ദൃഢഗാത്രനായവൻ ആരിഫിനെ ഭീഷണിയോടെ നോക്കി.

'എന്റെ സുഹൃത്തിനെ തൊടുവാൻ ആരാണ് ധൈര്യപ്പെട്ടത്?' മൃത്യുഞ്ജയ് അലറിക്കൊണ്ട് ആ ദൃഢഗാത്രന്റെ നേരെ മുന്നേറി. രണ്ടുപേർ അവനെ പിറകിൽനിന്ന് പിടിച്ചു.

'മൃത്യുഞ്ജയ്, ചില ആശയക്കുഴപ്പങ്ങൾ ഉണ്ടായിരുന്നു. ആ വെയ്റ്റർക്ക് അറിയില്ലായിരുന്നു അയാൾ നിങ്ങളുടെ സുഹൃത്താണെന്ന്.' തവിട്ടുനിറമുള്ള സ്യൂട്ട് ധരിച്ച പ്രായംചെന്ന ഒരാൾ പറഞ്ഞു.

ദൃഢഗാത്രൻ തറയിൽനിന്നെഴുന്നേറ്റ് ആരിഫിനോട് ക്ഷമാപണം നടത്തുവാൻ വന്നു. പക്ഷേ, ആരിഫ് പിന്നെ അവിടെ നിൽക്കാൻ ആഗ്രഹിച്ചില്ല. അവൻ ഉടനെതന്നെ ആ ഹോട്ടൽ വിട്ടിറങ്ങി.

അടുത്തദിവസം രാവിലെ മൃത്യുഞ്ജയ് ആരിഫിനെ സന്ദർശിച്ച് തലേന്നു രാത്രിയിലെ സംഭവം മറന്നുകളയുവാൻ അവനോട് പറഞ്ഞു. അവനെ ഹസാരിബാഗിൽ നിയമിച്ചിട്ടുണ്ടെന്നുകൂടി അവൻ പറഞ്ഞു. അവൻ ആരിഫിന് അവന്റെ ഓഫീസിലെ ഫോൺനമ്പറും നല്കി.

മൂന്നുമാസം കഴിഞ്ഞ് മൃത്യുഞ്ജയനെ റാഞ്ചിയിലേക്ക് സ്ഥലംമാറ്റി.

ഒരു വർഷംകഴിഞ്ഞ് അവന്റെ ബാപ്പയുടെ പഴയ ഓഫീസ് അഡ്രസ്സിൽ ഒരു കല്യാണക്കുറി വന്നു. ലക്നൗവിൽനിന്നുള്ള ഒരു സീനിയർ ഐ.എ.എസ്. ഓഫീസറുടെ മകളുമായി മൃത്യുഞ്ജയിന്റെ കല്യാണം ഉറപ്പിച്ചിരിക്കുന്നു. ആ ചടങ്ങ് നടക്കുന്നത് ഡൽഹിയിലാണ്. ആരിഫ് അവന്റെ സുഹൃത്തിന്റെ കല്യാണത്തിന് പങ്കെടുക്കണമെന്ന് അവനെ തന്നെ ബോധ്യപ്പെടുത്തി. അവനതിന് കഴിഞ്ഞില്ല. ഒരു ഐ.എ.എസ്. ഓഫീസർക്ക് ചേർന്ന സമ്മാനം വാങ്ങാനുള്ള പണം അവനില്ലായിരുന്നു. മൃത്യുഞ്ജയുടെ ഭാര്യ അവനെ സ്വാഗതം ചെയ്യുമോ എന്ന് അവന് ഉറപ്പില്ലായിരുന്നു. എങ്ങനെയാണ് അവൻ മൃത്യുഞ്ജയുടെ സഹപ്രവർത്തകരോട് ഇടപഴകുക. അവരിൽ മിക്കവരും ഐ.എ.എസ്. കാരോ ഐ.എഫ്.എസ്.കാരോ അല്ലെങ്കിൽ ഐ.പി.എസ്. ഓഫീസർമാരോ ആയിരിക്കും.

അതിനുശേഷം മൃത്യുഞ്ജയ് അവനെ ബന്ധപ്പെടാൻ ശ്രമിച്ചില്ല.

അവന്റെ കുടുംബം സമദ്പുരയിലെ ഒരു വാടകവീട്ടിലേക്ക് മാറിയെന്ന് അവൻ മൃത്യുഞ്ജയിനെ അറിയിച്ചില്ല.

കുറച്ചുവർഷങ്ങൾ കഴിഞ്ഞപ്പോൾ മൃത്യുഞ്ജയ് ഇപ്പോഴും അവന്റെ സുഹൃത്താണോ എന്ന് അവന് അറിയില്ലായിരുന്നു. അധി

കാരത്തിന്റെ ഇടനാഴികളിലൂടെ നടന്നു കഴിഞ്ഞപ്പോൾ അവൻ മാറി യിട്ടുണ്ടാകും.

'നിനക്ക് സുഖകരമായി തോന്നുന്നില്ലെങ്കിൽ മൃത്യുഞ്ജയിനെ കാണണ്ട ആവശ്യമില്ല.' ആരിഫിനെ ഉറ്റുനോക്കികൊണ്ട് അബ്ബ പറഞ്ഞു.

'ഞാൻ എന്റെ സുഹൃത്തിനെ കാണാൻ പോകും.' തന്റെ കുടുംബ ത്തിന്റെ ക്ഷേമത്തെ തന്റെ അഹംഭാവത്തിനു മുകളിൽ സ്ഥാപിക്കുവാൻ തീരുമാനിച്ചുകൊണ്ട് ആരിഫ് പറഞ്ഞു.'

~

ആരിഫ് ശ്രീകൃഷ്ണ സയൻസ് സെന്ററിനു സമീപം ഓട്ടോറിക്ഷയിൽ നിന്നിറങ്ങി ബിസ്കോമൻ ടവറിലേക്ക് നടന്നു. പട്നയിലെ ഏറ്റവും ഉയരംകൂടിയ കെട്ടിടമായ ആ ടവറിൽനിന്നും കഷ്ടിച്ച് നൂറുമീറ്റർ അകലെ രാജകീയമായ ഗാന്ധിമൈതാനത്തിന്റെ കിഴക്കുവശത്തായി സെന്റ്സേവ്യേഴ്സ് ഹൈസ്കൂളിനോട് ചേർന്നായിരുന്നു ഡിസ്ട്രിക്ട് മജിസ്ട്രേറ്റിന്റെ വസതി. നീണ്ട നടവഴിയുള്ള ഒരു കൂറ്റൻ ബംഗ്ലാ വായിരുന്നു അത്. വലിയ ഇരുമ്പുഗേറ്റിനടുത്ത് ഒരു കാവൽക്കാര നുണ്ടായിരുന്നു. നീണ്ടുമെലിഞ്ഞ രജനീകാന്തിന്റെ മീശവെച്ച ഒരുവൻ. ആരിഫ് അയാളോട് ഡിഎം-നെ കാണണം എന്നുപറഞ്ഞു. കാവൽ ക്കാരനോട് സംസാരിക്കുമ്പോൾ അവൻ വിക്കി. അവിടെ പോകരുതാ യിരുന്നെന്ന് ആരിഫിനുതോന്നി.

'ഇന്ന് ഡിഎം സാഹബ് ഒരു മോശം മൂഡിലാണ്. ഇന്നുവൈകു ന്നേരം അദ്ദേഹം ആരെയും കാണില്ലെന്ന് എന്നോട് നിർദ്ദേശിച്ചിട്ടുണ്ട്.' ആ കാവൽക്കാരൻ പറഞ്ഞു.

'പക്ഷേ, ഞാൻ അവന്റെ സുഹൃത്താണ്.' അവൻ പറഞ്ഞു.

വിശ്വാസം വരാതെ കാവൽക്കാരൻ അവനെ നോക്കി.

'ഞാൻ ഉദ്ദേശിച്ചത് അദ്ദേഹത്തിന് എന്നെ അറിയാമെന്നാണ്.' ആരിഫ് ഉടനെ തന്റെ വാചകത്തെ പരിഷ്കരിച്ചു.

എങ്ങനെയാണ് ഒരു മുഷിഞ്ഞ ലുക്കുള്ള ഒരു പാവപ്പെട്ടവൻ ഒരു ഐ.എ.എസ്. ഓഫീസറുടെ സുഹൃത്താവുക? ആരിഫ് ഇങ്ങനെ വിചാ രിച്ചിട്ട് ഒരു കണ്ണാടിയുടെ മുന്നിൽനിൽക്കുന്ന പോലുള്ള രൂപം സങ്ക ല്പിച്ചു. അവൻ ഒരു കഷ്ണം പേപ്പറും പേനയും തന്റെ പോക്കറ്റിൽ നിന്നും പുറത്തെടുത്ത് അതിൽ തന്റെ പേരുകുറിച്ചു.

'നിങ്ങൾക്ക് ഈ കുറിപ്പ് ഡിഎം സാഹബിന് കൈമാറാനാകുമോ?' അവൻ ആ കാവൽക്കാരനോട് ചോദിച്ചു.

ആ കാവൽക്കാരൻ അത് നിരസിച്ചു.

'അദ്ദേഹത്തിന് നിങ്ങൾക്ക് അപേക്ഷ വല്ലതും കൊടുക്കുവാനാണെങ്കിൽ കലക്ട്രേറ്റിലേക്ക് ചെല്ലൂ.'

'ദയവായി അദ്ദേഹത്തെ അറിയിക്കൂ. അദ്ദേഹത്തിനറിയാം ഞാനാരാണെന്ന്.' ആരിഫ് അയാളെ ബോധ്യപ്പെടുത്താൻ ഒരവസാനശ്രമം നടത്തി. കാവൽക്കാരൻ വഴങ്ങിയില്ല.

ഗേറ്റിൽ ഒരു കാർ ഹോൺമുഴക്കി. കാവൽക്കാരൻ ഗേറ്റ് തുറക്കാനായി ഓടി. ഒരു വെള്ള അംബാസഡർകാർ കാഴ്ചയിൽപ്പെട്ടു. മൃത്യുഞ്ജയ് തന്നെ ശ്രദ്ധിക്കുമെന്ന പ്രതീക്ഷയിൽ ആരിഫ് കാറിലേക്ക് നോക്കി.

'വശത്തേക്ക് മാറിനിൽക്കൂ. ഡിഎം സഹാബിന്റെ കാർ വരുന്നു.' കാവൽക്കാരൻ ഒച്ചവെച്ചു. പക്ഷേ, ആരിഫ് മാറിയില്ല. സത്യത്തിൽ അവൻ കാവൽക്കാരന്റെ ശബ്ദംകേട്ടില്ല. അവന്റെ കണ്ണുകൾ ഗേറ്റിൽ തറച്ചിരുന്നു. കാവൽക്കാരൻ അയാളുടെ കൈ ഉയർത്തി അവനെതള്ളി നീക്കി. ആരിഫിന് തന്റെ നിലതെറ്റി കല്ലുപാകിയ തറയിൽ വീണു.

കാവൽക്കാരൻ ഗേറ്റ് തുറക്കാനായി വലിച്ചു. ഒരു കാർ അയാളെ കടന്നുപോയി. അയാൾ ഒരു സല്യൂട്ട്ചെയ്തു. ഉടനെ ആ കാർ അവരുടെ അടുത്തുനിന്നു. മൃത്യുഞ്ജയ് തന്നെ തിരിച്ചറിഞ്ഞെന്നും ഡ്രൈവറോട് നിർത്താൻ പറഞ്ഞെന്നും ആരിഫിന് ഉറപ്പായിരുന്നു. അവൻ എന്തുകൊണ്ടുതന്നെ തിരിച്ചറിയാതിരിക്കില്ല? അവൻ എന്റെ പഴയ കൂട്ടുകാരനാണ്. ഞങ്ങൾ ഏറെവർഷങ്ങൾ ഒന്നിച്ച് ചിലവഴിച്ചിട്ടുണ്ട്.

മൃത്യുഞ്ജയ് ഡോർതുറന്ന് ആരിഫിന്റെ അടുത്തേക്ക് ഓടിവരുന്നതും അവനെഴുന്നേൽക്കാൻ കൈനീട്ടുന്നതും പിന്നെ അവനെ കെട്ടിപ്പിടിക്കുന്നതും കാവൽക്കാരൻ വിശ്വസിക്കാനാവാതെ അവനെ നോക്കുന്നതും ആരിഫ് സങ്കല്പിച്ചു.

ആരിഫ് എഴുന്നേറ്റുനിന്നു. അവന്റെ കൈയിലെ പൊടി കളയുവാൻ കൈപ്പത്തിതിരുമ്മി. മൃത്യുഞ്ജയുടെ കാറിലേക്ക് നോക്കി. ഏതോ പ്രതീക്ഷയുടെ പുഞ്ചിരി അവന്റെ കണ്ണുകളിൽ ഉണ്ടായിരുന്നു.

പക്ഷേ, മൃത്യുഞ്ജയ് അവനെ ശ്രദ്ധിച്ചില്ല. അവൻ കാറിന് പുറത്തേക്ക് നോക്കിയത് കൂടിയില്ല. അവൻ പിറകിലെ സീറ്റിലിരുന്ന് ഒരു പുസ്തകം വായിക്കുകയായിരുന്നു. ചുമലൊപ്പം നീളമുള്ള മുടിയുള്ള ഒരു സുന്ദരിയായ പെണ്ണ് അവന്റെ അടുത്ത് ഇരിപ്പുണ്ടായിരുന്നു. ആരിഫിന് മൃത്യുഞ്ജയിന്റെ പേര് ഉറക്കെ വിളിക്കാൻ തോന്നി. പക്ഷേ, ഒരു ശബ്ദവും അവന്റെ വായിൽനിന്നും വന്നില്ല.

ആരിഫ് ഭൂതകാലത്തെക്കുറിച്ച് ചിന്താമഗ്നനായി. മൃത്യുഞ്ജയെ പോലെ അവൻ ഡൽഹിയിലേക്ക് പോയിരുന്നെങ്കിൽ, മൃത്യുഞ്ജയെ

പ്പോലെ അവൻ സിവിൽ സർവീസ് പരീക്ഷയ്ക്കുള്ള കോച്ചിങ് ക്ലാസ്സിൽ ചേർന്നിരുന്നെങ്കിൽ അവനും വിജയിച്ചേനെ. അവനും ഇതുപോലുള്ളൊരു ബംഗ്ലാവ് ഉണ്ടാകുമായിരുന്നു. അവനെയും അവന്റെ വീടിന്റെ ഗേറ്റിൽ സല്യൂട്ട് ചെയ്യാൻ ഒരു കാവൽക്കാരൻ ഉണ്ടായേനെ. ആരിഫ് അവനോടുതന്നെ വീണ്ടും വീണ്ടും സംസാരിച്ച് ചിരിച്ചു. ദുഃഖത്തിൽ കുതിർന്ന ഒരു ചിരി.

മൃത്യുഞ്ജയുടെ അച്ഛനെപ്പോലെ ഡൽഹിയിലെ ഒരു നല്ല കോച്ചിങ് ക്ലാസ്സിൽ അവനെ ചേർക്കുവാൻ അബ്ബായ്ക്ക് കഴിയില്ലായിരുന്നു.

കാവൽക്കാരൻ അവനോട് കടന്നുപോകാൻ ആവശ്യപ്പെട്ടു. ഇപ്രാവശ്യം അയാളുടെ സ്വരം കർക്കശമായിരുന്നു. ധിക്കാരത്തിന്റെ അതിർവരമ്പിലുള്ള ഒന്ന്.

ഗാന്ധിമൈതാനത്തുകൂടി മെല്ലെ നടക്കുമ്പോൾ ആരിഫ് മൂന്നു രൂപകൊടുത്ത് ഒരു പൊതി വറുത്ത കടല വാങ്ങി അടുത്തുള്ള ഒരു സിമെന്റ് ബെഞ്ചിലിരുന്ന്' ഉംറാവുജാനിൽ' നിന്നുള്ള ഒരു ഗാനം ആലോചിച്ചു.

'തമാം ഉംറ കാ ഹിസാബ് മാങ്തി ഹെ സിന്ദഗി
യേ മേരാദിൽ ക ഹെ തോക്യായെ ഖുദ് സേ ഷരംസാർ ഹെ'

(എന്റെ എല്ലാ വർഷങ്ങളുടെയും കണക്ക് ജീവിതം ചോദിക്കുന്നു
എന്റെ ഹൃദയം എന്തുപറയും? അത് സ്വയം ലജ്ജിക്കുന്നു)

ആരിഫ് തന്റെ റിസ്റ്റ്വാച്ചിൽനോക്കി എഴുന്നേറ്റ് മൂരിനിവർത്തി കോട്ടുവായിട്ടു. അവന്റെ തുറന്ന വായ്പൊത്താൻ ഇടതുകൈ വേഗത്തിൽ ചലിച്ചു.

'തൗബാ അസ്താഗ്ഫർ! തൗബാ അസ്താഗ്ഫർ! തൗബാ അസ്താഗ്ഫർ!' അവൻ പറഞ്ഞു. ദാദിയുടെ താക്കീത് അവന്റെ മനസ്സിൽ മിന്നിയപ്പോൾ ഒരു സങ്കടച്ചിരി അവന്റെ ചുണ്ടുകളിലൂടെ കടന്നുപോയി.' നീ കോട്ടുവായിടുമ്പോൾ നിന്റെ ഇടതുകൈകൊണ്ട് നിന്റെ വായ്മൂടിയിട്ട് മൂന്നു പ്രാവശ്യം തൗബാ അസ്താഗ്ഫർ ചൊല്ലുക. അല്ലെങ്കിൽ ചെകുത്താൻ നിന്റെ വായിൽ മൂത്രമൊഴിക്കും.'

പിന്നീട് ഓട്ടോറിക്ഷ സ്റ്റാൻഡിൽവച്ച് അവന്റെ ചുമലിൽ പെട്ടെന്നു വീണ തട്ടലിൽ അവൻ ഞെട്ടിപ്പോയി. അവൻ തിരിഞ്ഞപ്പോൾ രമേശ് കുമാർ അവിടെനിന്ന് ചിരിക്കുന്നു. അയാൾക്ക് വയസ്സ്കൂടിയിരിക്കുന്നു. അയാളുടെ മുടിയിൽ നരയുടെ അടയാളങ്ങൾ.

'പ്രണാമം അങ്കിൾ.' ആരിഫ് ഒരു ചിരിയോടെ അയാളെ അഭിവാദ്യം ചെയ്തു.

‘ആരിഫ്, നിനക്ക് സുഖമാണോ?’

‘സുഖമാണ് അങ്കിൾ.’

‘നീ ഇപ്പോൾ എന്തു ചെയ്യുന്നു?’

‘ഒരു കോച്ചിങ് ഇൻസ്റ്റിറ്റ്യൂട്ടിൽ പഠിപ്പിക്കുന്നുണ്ട്. പിന്നെ BPSC പരീക്ഷയ്ക്ക് തയ്യാറെടുക്കുന്നു. അവൻ ദുഃഖകരമായ ഒരു ചിരിയോടെ പറഞ്ഞു. അവൻ BPSC എന്ന് ഊന്നി പറഞ്ഞത് അവന്റെ ഉത്തരത്തിൽ കുറച്ച് ബഹുമാനംകൂട്ടാനാണ്.

‘നിന്റെ IAS പരീക്ഷയ്ക്ക് എന്തുപറ്റി?’ രമേശ് ചോദിച്ചു.

‘അഭിമുഖപരീക്ഷയിൽ വഴിമുട്ടിനിന്നു.’

‘വിഷമിക്കണ്ട, ശ്രമിച്ചുകൊണ്ടിരിക്കൂ. എനിക്ക് തോന്നുന്നു ബാങ്ക് എക്സാം താരതമ്യേന എളുപ്പമാണെന്ന്.’

‘എനിക്ക് ഇപ്പോൾതന്നെ മുപ്പത്തിയഞ്ചായി. എനിക്ക് ബാങ്ക് എക്സാം എഴുതാൻ പറ്റില്ല.’

‘ഞാനത് മറന്നു. നമ്മൾ കുറേനാളുകൾക്കുശേഷമാണ് കാണുന്ന തെങ്കിലും ഇന്നലെ കണ്ടപോലെ തോന്നുന്നു.’

‘ശരിയാണ് അങ്കിൾ.’ ആരിഫ് സുമിത്രയെക്കുറിച്ച് തിരക്കാനുള്ള ത്വര അടക്കി.

‘നിന്റെ സഹോദരൻ സക്കീറിനെപ്പറ്റി ഞാൻ കേട്ടു. എനിക്ക് വിഷമ മുണ്ട്.’

‘എല്ലാം അള്ളാഹുവിന്റെ കൈകളിലാണ്.’ ആരിഫ് പറഞ്ഞു. അവന് കണ്ണുനീർ നിയന്ത്രിക്കാൻ കഴിഞ്ഞില്ല. രമേശ്കുമാർ അത് ശ്രദ്ധിച്ചു. അയാൾ ആ വിഷയംമാറ്റി.

ഇപ്പോൾ ബെഗുസരായിലാണ് എന്റെ നിയമനം. അടുത്തമാസ ത്തോടുകൂടി പട്നയിൽ ഞാൻ തിരിച്ചെത്തുമെന്ന് പ്രതീക്ഷിക്കുന്നു. അപ്പോൾ നമുക്ക് കാണാം.’ അയാൾ തന്റെ വാലറ്റ് എടുത്ത് ഒരു വിസി റ്റിങ്കാർഡ് എടുത്ത് അതിന്റെ പിന്നിൽ എന്തോ എഴുതി.

‘ഇതെന്റെ കാർഡാണ്. അതിൽ എന്റെയും സുമിത്രയുടെയും മൊബൈൽ നമ്പർ ഉണ്ട്. വല്ലപ്പോഴും എന്നെ വിളിക്കൂ. നമുക്ക് സംസാ രിക്കാം. ഓഫീസ് സമയംകഴിഞ്ഞാണ് വിളിക്കുന്നതെങ്കിൽ എന്നെ സുമിത്രയുടെ നമ്പറിൽ വിളിക്കുക. വൈകുന്നേരം ഞാൻ ഓഫീസിൽ മൊബൈൽ സ്വിച്ച് ഓഫ് ചെയ്യും.’

സുമിത്രയുടെ പേര് സൂചിപ്പിച്ചത് ആരിഫിന്റെ ഹൃദയത്തിൽ ഒരു കുത്തലിന് കാരണമായി.

‘എങ്ങനെയുണ്ട് രാഹുലും കവിതയും?’

‘കവിത ന്യൂജേഴ്സിയിലാണ്. അവൾക്ക് കഴിഞ്ഞ വർഷം ഒരു മകനുണ്ടായി. രാഹുൽ ഖരഗ്പൂർ IITയിൽമെക്കാനിക്കൽ എഞ്ചി നീറിങ്ങിന് പഠിക്കുന്നു.

'കൊള്ളാം. അതുകേട്ടതിൽ സന്തോഷമുണ്ട്.' ആരിഫ് പറഞ്ഞു. ആരിഫ് കാർഡ് പോക്കറ്റിലിടുമ്പോൾ ഒരു മനുഷ്യൻ അവരെ സമീപിച്ചു.

'നമുക്ക് പോകാം രമേശ്.' രമേശിന്റെ പുറത്തു മെല്ലെതട്ടികൊണ്ട് അയാൾ പറഞ്ഞു.

ആരിഫ്, വർഷങ്ങൾക്കുമുൻപ് സുമിത്രയെ കെട്ടിപ്പിടിക്കുന്നത് കണ്ട അതേ ആളായിരുന്നു ഈ മനുഷ്യൻ. അവന് ആ മീശ മറക്കുവാൻ കഴിയില്ലായിരുന്നു.

'എന്തു നരകമാണ് രമേഷിനോടൊപ്പം അയാൾ ഇവിടെചെയ്യുന്നത്? ഈ മനുഷ്യൻ എന്താണ് ചെയ്യുന്നതെന്ന് രമേഷിനറിയാമോ?' ആരിഫ് വിചാരിച്ചു.

രമേശ് അയാളെ ആരിഫിന് പരിചയപ്പെടുത്തി. 'ഗ്യാൻപ്രകാശ്. സുമിത്രയുടെ മൂത്തസഹോദരൻ.'

~

രമേശും അളിയനും സ്ഥലംവിട്ടിട്ട് വളരെനേരം കഴിഞ്ഞും ആരിഫ് അവിടെനിന്ന് അവനും സുമിത്രയുമായുള്ള ബന്ധങ്ങളെല്ലാം വിച്ഛേദിച്ച ദിവസത്തെ സംഭവങ്ങളുടെ ശൃംഖല കണ്ടെത്താൻ ശ്രമിച്ചു.

വർഷങ്ങൾക്കുമുൻപ് സുമിത്രയെ അപമാനിച്ചതിൽ ആരിഫ് അനുതാപപ്പെട്ടു. അവളോട് സംസാരിക്കാൻ അവൻ തീവ്രമായി ആഗ്രഹിച്ചു. അവളെ വേശ്യ എന്നു വിളിച്ചതിന് അവൾ എപ്പോഴെങ്കിലും ക്ഷമിക്കുമോ? സുമിത്രയുമായി സംസാരിക്കുന്നത് ബുദ്ധിപരമായ തീരുമാനമായിരിക്കുമോ? അവൻ അവളുമായുള്ള ബന്ധം പുനരുജ്ജീവിപ്പിക്കണമോ? അവരുടെ പുനരൈക്യം അവർക്കെന്തെങ്കിലും ഗുണം ചെയ്യുമോ?

~

അടുത്ത ആഴ്ച്ച അവൻ മൂന്ന് പ്രാവശ്യം പബ്ലിക് ടെലിഫോൺ ബൂത്തിൽപോയി. പക്ഷേ, റിസീവർ ഉയർത്തുമ്പോഴുടൻ അവന്റെ ധൈര്യം വഴിമാറി. 'വീണ്ടും സുമിത്രയുടെ അടുത്തേക്ക് പോകരുത്. നിന്റെ ജീവിതം സങ്കീർണ്ണമാക്കരുത്. അത് ഇപ്പോൾതന്നെ കുഴപ്പത്തിലാണ്' അവൻ സ്വയം പറഞ്ഞു.

എട്ടാം ദിവസം അവൻ അവസാനം അവളുടെ നമ്പർ ഡയൽ ചെയ്തു. സുമിത്രയുടെ ഉറക്കമുണർന്നുള്ള ശബ്ദംകേട്ടു. അവന് കഷ്ടിച്ച് 'ഇത് ആരിഫ് ആണെന്ന്' പറയാൻ കഴിഞ്ഞു. പിന്നെ അവ

ളുടെ പ്രതികരണത്തിനായി കാത്ത് നിശ്ശബ്ദനായിനിന്നു. ലൈൻ വിച്ഛേദിക്കപ്പെട്ടു. അവൻ വീണ്ടും ശ്രമിച്ചു. പക്ഷേ, ഫോൺസ്വിച്ച് ഓഫ് ആയിരുന്നു.

രണ്ടുദിവസം കഴിഞ്ഞ് അവൻ അവളുടെ നമ്പർ വീണ്ടും ശ്രമിച്ചു. ഇപ്രാവശ്യം സുമിത്ര മറുപടി പറഞ്ഞു.

'നിനക്ക് എന്താണ് എന്നിൽനിന്നും വേണ്ടത്?' അവളോട് ക്ഷമ ചോദിക്കാതെ അവൻ അവളോട് എല്ലാം പറഞ്ഞു. ചായക്കടയിൽവച്ച് ആൺകുട്ടികൾ ഗോസിപ്പ് പറയുന്നത് അവൻ കേട്ടതിനെക്കുറിച്ച്. അവന്റെ അവളുടെ വീട്ടിലെ സന്ദർശനത്തെക്കുറിച്ചും അവിടെ അവളുടെ സഹോദരൻ അവളെ കെട്ടിപ്പിടിക്കുന്നത് അവൻ കണ്ടതിനെക്കുറിച്ചും.

അതിന്റെ അവസാനം അവൻ ഒരു ഔപചാരിക ക്ഷമാപണംകൂടി നടത്തി. പിന്നെ അവൻ ചോദിച്ചു 'നമുക്ക് വീണ്ടും കാണാൻപറ്റുമോ?'

നീ ഒരു കെണിയിലേക്കാണ് നടക്കുന്നത്. സുമിത്രയെ വെറുതെ വിടുക. അവളുടെ കുടുംബം തകർക്കരുത്. നിന്റെ ജീവിതം നശിപ്പിക്കരുത്.

ഒരു നീണ്ടനിശ്ശബ്ദതയ്ക്കുശേഷം 'ഞാൻ അതിനെക്കുറിച്ച് ചിന്തിക്കട്ടെ' എന്നവൾ മറുപടി നൽകി.

അടുത്തതവണ അവളോട് സംസാരിക്കുമ്പോൾ അവൻ വീണ്ടും ക്ഷമ ചോദിച്ചു. സുമിത്ര അവനെ കേൾക്കുകയും കൂടുതലും അതെ അല്ലെങ്കിൽ അല്ല എന്ന് മറുപടി നൽകുകയും ചെയ്തു. അവന്റെ പന്ത്രണ്ടാമത്തെയോ പതിമൂന്നാമത്തെയോ കോളിലാണ് സുമിത്ര ശരിയായി പ്രതികരിച്ചത്. വാസ്തവത്തിൽ അവർക്കിടയിൽ ഒന്നും സംഭവിച്ചിട്ടില്ലെന്നമട്ടിൽ അവൾ സംസാരിച്ചു. അവൾ കുതിഹാറിൽ അവളുടെ മാതാപിതാക്കളുടെ വീട്ടിലാണെന്ന് സുമിത്ര അവനോട് പറഞ്ഞു. തന്റെ BPSC പരീക്ഷയ്ക്കായി അടുത്ത ഞായറാഴ്ച കുതിഹാറിൽ എത്തുമെന്ന് ആരിഫ് അറിയിച്ചപ്പോൾ അവിടെവെച്ച് അവനെ കാണാമെന്ന് അവൾ സമ്മതിച്ചു.

ഈ പരീക്ഷയിൽ താൻ മികച്ചപ്രകടനം നടത്താൻ പോകുന്നുവെന്ന തോന്നൽ ആരിഫിന് ഉണ്ടായിരുന്നു. കഴിഞ്ഞ ആറുമാസമായി അവൻ പുതു ഉന്മേഷത്തോടെ പ്രവർത്തിക്കുകയായിരുന്നു. ഏതാണ്ട് അതേരീതിയിലാണ് അവൻ IAS പരീക്ഷയ്ക്ക് തയ്യാറെടുത്തതും.

അവന് IAS പരീക്ഷ ജയിക്കാൻ കഴിയുന്നില്ലെങ്കിലും അവൻ ഈ പരീക്ഷ ജയിക്കുകയും ഡെപ്യൂട്ടി പോലീസ് സൂപ്രണ്ട് അല്ലെങ്കിൽ സർക്കിൾ ഓഫീസർ ആവുകയും ചെയ്യും. അത് അവന് ഒരു വികാരപരമായ ശുദ്ധീകരണമായിരിക്കും. ഒരുതരം വീണ്ടെടുപ്പുമായിരിക്കും.

ആ പരീക്ഷ 2005 മെയ് 22 ഞായറാഴ്ച കതിഹാറിലെ ഡിഎസ് കോളേജിൽവച്ച് നടക്കും.

കുറെ വർഷങ്ങൾക്കുശേഷം അവൻ സുമിത്രയെ കാണാൻ പോവുകയാണ്. തന്റെ കണ്ണുകൾ അടച്ച് സുന്ദരിയും കുലീനയും തേൻ പോലെ മധുരമുള്ള ശബ്ദത്തോടുകൂടിയവളുമായ അവന്റെ പ്രണയിനിയെ ഓർമ്മിച്ചു.

~

ശനിയാഴ്ച വൈകുന്നേരം ആരിഫ് തന്റെ പേഴ്സിലേക്ക് നോക്കി. അതിൽ മുന്നൂറ്റിമുപ്പത് രൂപ ഉണ്ടായിരുന്നു. ജനറൽ ക്ലാസ്സിൽ അവൻ യാത്രചെയ്താൽ കുതിഹാറിൽ പോയി മടങ്ങിവരാൻ അതുമതിയെന്ന് അവൻ കണക്കുകൂട്ടി. എന്തായാലും അവൻ ടിക്കറ്റില്ലാതെ യാത്ര ചെയ്യാൻ പോവുകയായിരുന്നു. ഒരു ടിക്കറ്റ് ചെക്കറും വിദ്യാർത്ഥികൾ തിങ്ങിനിറഞ്ഞ ഒരു ബോഗിക്കുള്ളിൽ കയറിനോക്കാൻ പോകുന്നില്ല. വിദ്യാർത്ഥികൾ അവർ ആഗ്രഹിക്കുന്നിടത്ത് ഇരിക്കും. റിസേർവ് ടിക്കറ്റുള്ളവർപോലും ചിലപ്പോൾ നിന്ന് യാത്രചെയ്യാൻ നിർബന്ധിതരാകും. പരീക്ഷയെക്കുറിച്ച് അറിയാവുന്ന യാത്രക്കാർ അവരുടെ യാത്രമാറ്റിവെച്ചു. നേരത്തെ ആരിഫ് ടിക്കറ്റ് വാങ്ങുവാൻ നിർബന്ധം പിടിക്കാറുണ്ടായിരുന്നു എങ്കിലും അവന്റെ ആദർശവാദത്തിന്റെ ഉദയകാലം ഇപ്പോൾ അവസാനിച്ചു. അവൻ കൂടുതൽ പ്രായോഗികനായി. അവൻ മിച്ചംപിടിക്കുന്നതെല്ലാം കുടുംബത്തിന്റെ വരുമാനത്തെ വർദ്ധിപ്പിക്കുമെന്ന് അവൻ ബോധവാനായി.

പുക തുപ്പുന്ന ഉഗ്രരൂപിയായ വിക്രം ഓട്ടോറിക്ഷയിൽ ആരിഫ് സ്റ്റേഷനിൽ എത്തി. സ്റ്റേഷൻ ഒരു നല്ല മൈതാനംപോലെ തിങ്ങിനിറഞ്ഞിരുന്നു. വിദ്യാർത്ഥികൾ എല്ലായിടത്തും ഉണ്ടായിരുന്നു. പ്ലാറ്റ്ഫോമിൽ നിൽക്കാൻ ഒരു സ്ഥലം കണ്ടെത്തുന്നത് പ്രയാസമായിരുന്നു. സാധുവായ ടിക്കറ്റുള്ള യാത്രക്കാർ ഒന്നുകിൽ ടിക്കറ്റ് റദ്ദാക്കാനായി കൗണ്ടറിൽ അണിനിരക്കുകയോ അല്ലെങ്കിൽ ട്രെയിൻ കയറാൻ കഴിയുമോ എന്ന് ഉറപ്പില്ലാതെ വേവലാതിപൂണ്ട മുഖത്തോടെ പ്രൊവിൻഷ്യൽ സിവിൽസർവീസ് കാംക്ഷിക്കുന്നവരുടെ പ്രളയത്തിനിടയിൽ നിൽക്കുകയോ ചെയ്തു.

ഒരു മണിക്കൂറിനുശേഷം തീവണ്ടി ശബ്ദമുണ്ടാക്കി വന്നെത്തി. അതിൽ കയറാൻ ഒരു ഭ്രാന്തമായ തള്ളലുണ്ടായിരുന്നു. ജനറൽ കംപാർട്ട്മെന്റിൽ കയറാൻ ആരിഫ് പാടുപെട്ടു. രണ്ട് ആൺകുട്ടികളോടൊപ്പം അവൻ മുകളിലത്തെ ബെർത്തിൽ ഒരു സീറ്റ് കണ്ടെത്തി.

കംപാർട്മെന്റിനുള്ളിൽ ആൺകുട്ടികളിൽ ചിലർ ആരിഫ് ഇരിക്കുന്ന മുകളിലത്തെ ബെർത്തിൽ കയറാൻ ശ്രമിച്ചു. എന്നാൽ അവന്റെ അടുത്തിരുന്ന ഒരു യുവാവ് (കുറ്റിത്താടിയുള്ള ഒരു കടുപ്പക്കാരൻ) അവരെ ഭീഷണിപ്പെടുത്തുമാറ് തുറിച്ചുനോക്കി. അവർ മാറിപ്പോയി. ഒരു കുട്ടി വാദിച്ചത് മറ്റു ബെർത്തുകളിൽ നാലുപേർ ഇരിക്കുന്നുണ്ടെന്നാണ്. പക്ഷേ, താടിയുള്ള യുവാവിന്റെ ഭയപ്പെടുത്തുന്ന രൂപവും മഗാഹിയിലുള്ള കുറച്ച് ചാക്കുകളും അവനെ നിരുത്സാഹപ്പെടുത്തി. അവനും മറ്റെവിടെയോ ഒരു സ്ഥലം കണ്ടെത്തി.

ബിഹാറിലെ പലരും സാധാരണ ജനങ്ങൾ മുതൽ വരേണ്യവർഗ്ഗങ്ങൾവരെ ഭീഷണിപ്പെടുത്തുന്ന ഈ കലയിൽ പ്രാവീണ്യം നേടുകയും അതവരുടെ ദൈനംദിനജീവിതത്തിൽ ഉപയോഗിക്കുകയും ചെയ്തിരുന്നു. എന്നാൽ ആരിഫിന് ഈ കഴിവ് കുറവായിരുന്നു.

താഴത്തെ ബെർത്തിൽ രണ്ട് ആൺകുട്ടികൾ സീറ്റ് അവകാശപ്പെട്ട് പരസ്പരം വഴക്കടിച്ചു. മെയ്മാസത്തിലെ ചൂടുള്ളതും ഈർപ്പമുള്ളതുമായ ആ സായാഹ്നത്തിൽ ആരിഫിന്റെ തൊണ്ടവരണ്ടു. പട്ന ജങ്ഷനിൽനിന്നും തണുത്ത വെള്ളംനിറഞ്ഞ ഒരു ബോട്ടിൽ അവൻ തന്റെ യാത്രാ ബാഗിൽനിന്നും പുറത്തെടുത്തു. അത് ആശ്വാസകരമായിരുന്നു.

'സഹോദരാ, ഞാൻ കുറച്ച് വെള്ളം കുടിക്കട്ടെ?' അടുത്തുള്ള കുറ്റിത്താടിക്കാരൻ ആൺകുട്ടി ചോദിച്ചു.

'തീർച്ചയായും.' ആരിഫ് കുപ്പി കൈമാറി. ആ കുട്ടി ആദ്യം കുറച്ച് കവിളുകൾ എടുക്കുകയും പിന്നീട് മുഴുവൻ കുടിക്കുകയും ചെയ്തു.

'ഞാൻ അടുത്ത സ്റ്റേഷനിൽനിന്ന് നിറയ്ക്കാം.' അവൻ ക്ഷമാപണത്തോടെ പറഞ്ഞു.

'കുഴപ്പമില്ല.' ആരിഫ് പറഞ്ഞിട്ട് അവനെ സാന്ത്വനപ്പെടുത്തുന്ന മാതിരി പുഞ്ചിരിച്ചു.

ആ കുട്ടി സ്വയം ഉനൈബ്ഖാൻ എന്ന് പരിചയപ്പെടുത്തി.

'അസ്സലാം അലൈക്കും, ഞാൻ ആരിഫ്ഖാൻ.' ആരിഫ് ഊഷ്മളമായി പ്രതികരിച്ചു. എന്നിട്ട് അവനുമായി ഹസ്തദാനം നടത്തി.

ആ വർഷത്തെ സ്റ്റേറ്റ് സിവിൽസർവീസ് പരീക്ഷയ്ക്ക് സാധ്യതയുള്ള പ്രവണതകളെക്കുറിച്ച് അവർ സംസാരിച്ചു. യാദൃച്ഛികമായി ഉനൈബിനും പൊതുഭരണം ഒരു ഓപ്ഷണൽ വിഷയമായി ഉണ്ടായിരുന്നു. ഉനൈബ് ഉറങ്ങുന്നവരെ അവർ അത് ചർച്ചചെയ്തു. കാൽമുട്ടുകളെ കെട്ടിപിടിച്ച് ഇരിക്കുമ്പോൾ ആരിഫ് ഇടയ്ക്കിടെ ഉറക്കത്തിലേക്ക് വഴുതിവീണു. ഫാൻ ശബ്ദത്തോടെ ഇടതടവില്ലാതെകറങ്ങിക്കൊണ്ട് അവരുടെമേൽ ചൂടുള്ള കാറ്റ് വിതറി. വിയർപ്പിൽ അവന്റെ ഷർട്ട് പിറകിൽ ഒട്ടി. സുമിത്രയുമായുള്ള കൂടിക്കാഴ്ചയെക്കുറിച്ച് അവൻ

ചിന്തിച്ചു. അവളെ കാണാനുള്ള തീരുമാനം ശരിയാണോ എന്ന് ഉറപ്പുണ്ടായിരുന്നില്ലെങ്കിലും അത് അവനിൽ ആവേശമുണർത്തി.

ട്രെയിനിലെ ഒരു ബഹളം അവനെ ഉണർത്തുമ്പോൾ അവൻ ഉറക്കംതൂങ്ങുകയായിരുന്നു. ഒരുകൂട്ടം ആൺകുട്ടികൾ എന്തിനെക്കുറിച്ചോ തർക്കിക്കുന്നു. അപ്പോൾ പുലർച്ചെ അഞ്ചുമണിയായിരുന്നു. അവൻ കുതിഹാറിൽ എത്താൻ പോവുകയായിരുന്നു. പ്രഭാതത്തിലെ ഇളംകാറ്റ് ട്രെയിനിന്റെ ഉള്ളിൽ തണുപ്പിച്ചു.

കുതിഹാർ ജങ്ഷന്റെ പുറത്തെ സിഗ്നലിൽ ഒരു നീണ്ടചൂളം വിളിയോടെ ട്രെയിൻനിന്നു. നൂറുകണക്കിന് ആൺകുട്ടികൾ ട്രെയിനിൽനിന്ന് ഇറങ്ങി; അവരിൽ ഭൂരിഭാഗവും അവരുടെ പാന്റ്സിന്റെ സിബ് അഴിച്ച് മൂത്രമൊഴിക്കാൻ തുടങ്ങി. നൂറോ അതിലധികമോ ഇടുങ്ങിയ ജലപ്രവാഹങ്ങൾ റെയിൽവേ ട്രാക്കിന്റെ അരികിൽ ജലസേചനം നടത്തി. തന്റെ മൂത്രസഞ്ചിയിൽ സമ്മർദ്ദം അനുഭവപ്പെട്ടതിനാൽ ആരിഫും മുകളിലത്തെ ബെർത്തിൽനിന്നും ഇറങ്ങി. താഴത്തെ രണ്ടു ബർത്തുകൾക്കിടയിലുള്ള തറയിൽ വർത്തമാനപത്രം ഒരു കിടക്കവിരിയായി ഉപയോഗിച്ച് ഒരു തടിയൻ ആൺകുട്ടി ഉറങ്ങുകയായിരുന്നു. ട്രെയിന്റെ തറയിൽ ആരിഫ് തന്റെ ചെരുപ്പുകൾ തിരഞ്ഞപ്പോൾ അതിലൊന്ന് കണ്ടെത്തി. മറ്റേ ചെരുപ്പ് ഒരു വലിയ ട്രാവൽബാഗിന്റെ അടിയിൽ ഉണ്ടാക്കിയിരുന്നു. തന്റെ എല്ലാ ശക്തിയും ഉപയോഗിച്ച് അത് പുറത്തെടുക്കുവാൻ അവന് കഴിഞ്ഞു. ട്രെയിൻ നീങ്ങിത്തുടങ്ങി. റെയിൽവേ ട്രാക്കിന് സമീപം മൂത്രമൊഴിച്ചുകൊണ്ടുനിന്ന ആൺകുട്ടികൾ ട്രെയിനിലേക്ക് ഒഴുകുവാൻ തുടങ്ങി. ടോയ്‌ലെറ്റിലേക്കുള്ള പാത തടസ്സപ്പെടുത്തി അവർ ഇടനാഴിയിൽ തിങ്ങിനിറഞ്ഞു. മൂത്രപ്പുരയിലേക്കുള്ള തന്റെ സന്ദർശനം കുറച്ചുമിനിറ്റുകൾകൂടി മാറ്റിവെക്കാൻ ആരിഫ് തീരുമാനിച്ചു.

ജങ്ഷനിൽ ആരിഫും ഉനൈബും പരീക്ഷയ്ക്കുമുമ്പ് കുറച്ചു സമയം ഉറങ്ങാൻ തീരുമാനിച്ചു. പ്ലാറ്റ്ഫോമിൽ അവർ ബെഡ്ഷീറ്റുകൾ വിരിച്ച് അവരുടെ യാത്രാബാഗുകൾ തലയിണകളായി ഉപയോഗിച്ചു. രാവിലെ എട്ടുമണിക്ക് ഉറക്കമുണർന്ന അവർ കുതിഹാർ ജങ്ഷനു പുറത്തുള്ള പൊതുടോയ്‌ലെറ്റിൽ ഒരുനീണ്ട ക്യൂ കണ്ടു. ഇന്ത്യയുടെ മറ്റ് ഭാഗങ്ങളിൽനിന്നു വ്യത്യസ്തമായി ബിഹാറിൽ എല്ലാ നഗരത്തിലും പൊതുടോയ്‌ലെറ്റുകൾ കാണാം.

നമ്മുടെ സംസ്ഥാനത്ത് ആളുകൾക്ക് ഭക്ഷിക്കാൻ അധികമൊന്നുമില്ല. വെറും ഒരു രൂപയ്ക്ക് സൗകര്യപ്രദമായി വിസർജിക്കാൻ സുലഭമായി ശൗചാലയങ്ങളെങ്കിലും ഉണ്ട്. ആരിഫ് വിചാരിച്ചു. അവൻ ക്യൂവിൽനിന്ന് തന്റെ ഊഴത്തിനായി കാത്തിരുന്നു.

പരീക്ഷ നന്നായിരുന്നു. പരീക്ഷാ കേന്ദ്രത്തിൽനിന്ന് പുറത്തുവരുമ്പോൾ ആരിഫിന് പുഞ്ചിരിക്കാതിരിക്കാൻ കഴിഞ്ഞില്ല. ഒരു ചായക്കടയോടൊപ്പമുള്ള ഒരു പബ്ലിക് ടെലിഫോൺബൂത്ത് കണ്ടെത്തി അവൻ സുമിത്രയെ വിളിച്ചു. രണ്ടു ബെല്ലടികൾക്കുശേഷം ഒരു പുരുഷശബ്ദം പ്രതികരിച്ചു. സുമിത്രയുടെ പിതാവായിരിക്കും. ഉടനെ അവൻ ഫോൺ വിച്ഛേദിച്ചു. ഒരു മണിക്കൂറിനുശേഷം അവൻ വീണ്ടും ആ പബ്ലിക് ബൂത്തിലേക്ക് മടങ്ങിയപ്പോൾ അവളുടെ നമ്പർ വീണ്ടും ഡയൽ ചെയ്തു. ഇത്തവണ സുമിത്രയെ ലൈനിൽ കിട്ടി.

'സുമി, ഇത് ആരിഫാണ്.'

'എങ്ങനെയുണ്ടായിരുന്നു നിങ്ങളുടെ പരീക്ഷ?' എന്നാണ് അവൾ ആദ്യം ചോദിച്ചത്.

'അത് വളരെ നല്ലതായിരുന്നു.' ആരിഫ് പറഞ്ഞു.

'അതുകൊള്ളാം.'

'നമ്മൾ എപ്പോഴാണ് കാണുന്നത്? ആരിഫ് ചോദിച്ചു. 'നാളെ ഞാൻ ഒറ്റയ്ക്ക് ബെഗുസരായിലേക്കു പോകും. ഉച്ചയ്ക്ക് 2.30-തിനുള്ള കുതിഹാർ പട്ന എക്സ്പ്രസ്സിൽ എന്നെ യാത്രയാക്കുവാൻ അച്ഛൻ വരും. ഒരു ജനറൽ ടിക്കറ്റ് വാങ്ങി എസി ടു ടയർ കമ്പാർട്മെന്റ് A 2, സീറ്റ് നമ്പർ 35ലേക്ക് വരൂ. ഞാൻ നിങ്ങളുടെ ടിക്കറ്റ് ഒരു A C ടിക്കറ്റായി മാറ്റാം. ഈ ട്രെയിനിൽ എപ്പോഴും സീറ്റ് ഒഴിവുണ്ട്.'

'അച്ഛാ.' അവൾ അവന്റെ മുന്നിലുള്ളപോലെ ആരിഫ് തലയാട്ടി.

'നിങ്ങൾ എവിടെയാണ് താമസിക്കുന്നത്?' അവൾ ചോദിച്ചു.

'ജങ്ഷന് സമീപമുള്ള ഒരു ഹോട്ടലിൽ.' അവൻ കള്ളംപറഞ്ഞു. അവന് ഒരു ഹോട്ടൽമുറി വാടകയ്ക്കെടുക്കുവാനുള്ള പണമില്ലെന്ന് പറഞ്ഞാൽ അവൾക്ക് സങ്കടമാകും. അവൻ ഫോൺ വിച്ഛേദിച്ച് ടെലിഫോൺ ബൂത്തിൽനിന്ന് പുഞ്ചിരിയോടെ പുറത്തിറങ്ങി.

ആ ബൂത്തിന് തൊട്ടടുത്തുള്ള നടപ്പാതയിൽ ഒരു കച്ചവടക്കാരൻ ഒരു ഉന്തുവണ്ടിയിൽ പൂരി ഉണ്ടാക്കുകയായിരുന്നു. ഒരു കുട്ടകത്തിൽ സ്വർണ്ണത്തിന്റെ മഞ്ഞനിറമുള്ള പൂരി ചൂടുള്ള എണ്ണയിൽ പൊരിയുന്നു. ഒരു വലിയ പാത്രത്തിൽ നിറച്ച ചുവന്നചാറിൽ ആലു (ഉരുളക്കിഴങ്ങു കറി) പൊങ്ങി കിടക്കുന്നു. അരിഞ്ഞ പച്ചമല്ലിയില ചാറിൽ പൊങ്ങിക്കിടക്കുന്നു. ആരിഫ് ഒരു പ്ലേറ്റ് ഓർഡർ ചെയ്തു. അവന്റെ വയറു നിറഞ്ഞപ്പോൾ അവൻ കുതിഹാർ സ്റ്റേഷനിലേക്ക് ഒരു ഓട്ടോറിക്ഷ പിടിച്ചു. രണ്ടാം ക്ലാസ് യാത്രക്കാർക്കുള്ള വെയ്റ്റിങ് ഹല നിറഞ്ഞിരുന്നു. പ്ലാറ്ഫോമിൽ വിദ്യാർത്ഥികൾ അവരുടെ ട്രെയിനുകൾക്കായി അപ്പോഴും ചുറ്റിനടക്കുന്നു. വൈകുന്നേരം ഒൻപതു മുപ്പതിന് പട്നയ്ക്കുള്ള ട്രെയിൻ തിങ്ങിനിറഞ്ഞു. വിദ്യാർത്ഥികൾ എസി കംപാർട്മെന്റിന്റെ മുകളിൽകൂടി കയറിക്കൂടി. അവരെ ഇറക്കാൻ പോലീസിനെ

വിളിച്ചുവരുത്തേണ്ടി വന്നു. പോലീസുമായി ഒരു വഴക്ക് നടന്നു. ആരിഫ് കുറച്ച് അകലെനിന്നത് നിരീക്ഷിച്ചു. അത് ഇങ്ങോട്ട് വന്നാൽ ഓടാൻ തയ്യാറായിനിന്നു. മൂന്നുമണിക്കൂറുകൾക്കുശേഷം മിക്ക വിദ്യാർത്ഥികളും പോയികഴിഞ്ഞു.

പ്ലാറ്റ്ഫോമിൽ അടച്ചുകിടന്ന ഒരു ബുക്ക്ഷോപ്പിന് സമീപം ആരിഫ് ഉറങ്ങാൻപറ്റിയ ഒരു സ്ഥലംകണ്ടെത്തി. തനിക്ക് കിടക്കുവാൻ അവൻ ബെഡ്ഷീറ്റ് പുറത്തെടുത്തപ്പോൾ അത് നനഞ്ഞിരിക്കുന്നതായി കണ്ടു. രാവിലത്തെ കുളികഴിഞ്ഞ് അവൻ നനഞ്ഞ ടവൽ ആ ട്രാവൽ ബാഗിലേയ്ക്ക് തള്ളിക്കയറ്റിയതാണ്. അത് ഷീറ്റിനെ നനച്ചു. അവൻ ഷീറ്റും ടൗവ്വലും മടക്കി ട്രാവൽബാഗിന്റെ വശങ്ങളിലെ പോക്കറ്റിൽ നിറച്ചു. അതേ ബാഗിൽ ഒരുകൂട്ടം ഇസ്തിരിയിട്ട ഷർട്ടുകളും ട്രൗസറുകളും ഒരു പഴയ പത്രത്തിൽ പൊതിഞ്ഞുവെച്ചിട്ടുണ്ടായിരുന്നു. അവൻ പത്രം പുറത്തെടുത്ത് തറയിൽ വിരിച്ചു. ആ മുൻപേജിലെ വാർത്ത അവന്റെ ശ്രദ്ധപിടിച്ചുപറ്റി.

ന്യൂഡൽഹി: ഗുജ്റാത്ത് മുഖ്യമന്ത്രി നരേന്ദ്രമോഡിയെ കഠിനമായി വിമർശിച്ച് യുണൈറ്റഡ് നേഷൻസ് അദ്ദേഹത്തിന്റെ അമേരിക്കയിലേക്കുള്ള പ്രവേശനം നിഷേധിച്ചു. മുതിർന്ന ബിജെപി നേതാവും ഹിന്ദുത്വത്തിന്റെ ബിംബവുമായ അദ്ദേഹത്തിനെതിരെ ശക്തമായ നിലപാട് സ്വീകരിച്ച് യു.എസ്. കോൺസുലാർ ഡിവിഷൻ വെള്ളിയാഴ്ച്ച അദ്ദേഹത്തിന് നയതന്ത്രവിസ നിഷേധിച്ചു. 2000–ലധികം ആളുകൾകൊല്ലപ്പെട്ടുവെന്ന് ആരോപിക്കപ്പെടുന്ന 2002–ലെ ഗുജറാത്തിലെ വർഗ്ഗീയകലാപത്തിന്റെ പ്രത്യക്ഷ ഉത്തരവാദി അദ്ദേഹമാണെന്നതുകൊണ്ടാണത്.

ഇതിനുപുറമേ യു.എസ്. ഇമിഗ്രേഷൻ ആൻഡ് നാഷണാലിറ്റി ആക്ടിന്റെ ഒരു വകുപ്പുപ്രകാരം ഇതിനകം അനുവദിച്ച അദ്ദേഹത്തിന്റെ ടൂറിസ്റ്റ് / ബിസിനസ് വിസയും റദ്ദാക്കി.

ഗുജറാത്ത് മുഖ്യമന്ത്രി വിസക്ക് അപേക്ഷിച്ചിരുന്നെങ്കിലും നയതന്ത്ര വിസയ്ക്ക് യോഗ്യതയുള്ള ഒരു ഉദ്ദേശ്യത്തിനല്ല അദ്ദേഹം വരുന്നത് എന്നതിനാൽ ഇമിഗ്രേഷൻ ദേശീയനിയമത്തിന്റെ 214 (ബി) പ്രകാരം നയതന്ത്രവിസ നിഷേധിച്ചു.' യു.എസ്. എംബസി വക്താവ് സ്ഥിരീകരിച്ചു.

'സാല ജോർജ് ബുഷ്.' അയാളൊരു കപടവിശ്വാസിയാണ്. ഒരുവശത്ത് ലോകമെമ്പാടുമുള്ള മുസ്ലിങ്ങളെ കൊല്ലുന്നതിനെ അയാൾ പിന്തുണയ്ക്കുന്നു. മറുവശത്ത് ഗുജറാത്ത് മുഖ്യമന്ത്രിക്ക് വിസ നിരോധിക്കുന്നതിൽ ധാർമികത പുലർത്തുന്നു. ആരിഫ് പിറുപിറുത്തുകൊണ്ട് പത്രത്തിന്റെ മറ്റു താളുകൾ വിടർത്തിയിട്ടു. അവന്റെ ട്രാവൽബാഗ്

തലയ്ക്ക് അടിയിൽവച്ചുകൊണ്ട് അവൻ തറയിൽ കിടന്നു. ഉറക്കം കീഴ്പെടുത്തുന്നതുവരെ അവൻ സുമിത്രയുമായുള്ള അവന്റെ കൂടിക്കാഴ്ചയെക്കുറിച്ച് ചിന്തിച്ചുകൊണ്ടിരുന്നു.

രാവിലെ 'സുലഭ' ശൗചാലയത്തിൽ കാത്തിരിപ്പ് സമയം കുറവായിരുന്നു. അവൻ പെട്ടെന്ന് കുളിച്ചു. തുടർന്ന് അവൻ ഒരു സലൂൺ അന്വേഷിച്ചു. പരുഷമായ കുറ്റിരോമങ്ങൾകൊണ്ട് സുമിത്രയെ കാണുവാൻ അവൻ ആഗ്രഹിച്ചില്ല. ജങ്ഷന്റെ പ്രധാനകവാടത്തിൽ അവൻ ഒരു ഇറ്റാലിയൻ സലൂൺ കണ്ടെത്തി.

അമിതാഭിനെപ്പോലെ വെളുത്ത ഫ്രഞ്ച്താടിയുള്ള മെലിഞ്ഞ വൃദ്ധനായ ബാർബർ ക്രീം ഉപയോഗിച്ച് ഷേവ്ചെയ്യുന്നതിന് അഞ്ചു രൂപ ഈടാക്കും എന്ന് അറിയിച്ചു. അവൻ ഷേവിങ്സോപ്പാണ് ഉപയോഗിക്കാൻ ആഗ്രഹിക്കുന്നതെങ്കിൽ മൂന്നുരൂപ മതിയാകും. അവൻ രണ്ടാമത്തേത് തെരഞ്ഞെടുത്തു. ആറ് ഇഷ്ടികകൾ ചേർത്തുവച്ച് ഉണ്ടാക്കിയ ഒരു പ്ലാറ്റ്ഫോമിൽ അവനെ ഇരുത്തി. ഈ ഇറ്റാലിയൻ എന്നവാക്കിന് ഇറ്റലിയുമായി ഒരു ബന്ധവുമില്ല. റോഡരുകിലെ സലൂണുകളുടെ ബീഹാറി ഗ്രാമ്യഭാഷയായിരുന്നു അത്. ഇടപാടുകാർക്ക് ഇരിക്കുവാനായി 'ഇറ്റ' അല്ലെങ്കിൽ ഇഷ്ടികകൾ ഉപയോഗിച്ചതുകൊണ്ടാണ് അങ്ങനെ വിളിക്കുന്നത്.

ഷേവിങ് വേദനകരമായ ഒരു കൃത്യമാണെന്ന് തെളിഞ്ഞു. ക്ഷുരകൻ എവിടെയെല്ലാം അവന്റെ മുഖത്തുകൂടി റേസർ ചലിപ്പിക്കുന്നുവോ അവിടെയെല്ലാം ആരിഫിന് പൊള്ളുന്ന അനുഭവമായി. അവൻ അതിനെക്കുറിച്ച് പരാതിപറഞ്ഞപ്പോൾ താടിരോമങ്ങൾ കട്ടിയുള്ളതുകൊണ്ടാണ് അത് എന്നാണ് ബാർബർ അവനോട് പറഞ്ഞത്.

മുഖംവടിക്കൽ പൂർത്തിയാക്കിയശേഷം അയാൾ ഒരു വലിയ കഷ്ണം പൊട്ടാഷ്ആലം എടുത്ത് വെള്ളത്തിൽമുക്കി അവന്റെ കവിളുകളിൽ തടവി. ഒരിക്കൽകൂടി അവന്റെ കവിളുകൾക്ക് തീപിടിച്ചു.

ബാർബർക്ക് പണം നൽകുന്നതിനുമുൻപ് അവൻ കണ്ണാടിയിൽ നോക്കി. ഇപ്പോൾ അവനെ മറ്റുള്ളവരുടെ മുമ്പിൽ കാണിക്കാൻ പറ്റും. പുഞ്ചിരിച്ചുകൊണ്ട് അവൻ മുടിചീകി.

ബാർബറിന്റെ അടുത്തിരുന്ന ചെരുപ്പുകുത്തി ഇതിനകംതന്നെ അവന്റെ ചെരുപ്പ് ശരിയാക്കി പോളിഷ് ചെയ്യുകയായിരുന്നു. ആരിഫ് അവന്റെ വാച്ചിലേക്ക് നോക്കിയിട്ട് അയാളോട് പറഞ്ഞു.

'ഭായ്, പെട്ടെന്നാക്കൂ. എനിക്ക് ഒരു ട്രെയിൻ പിടിക്കണം.'

കൗണ്ടറിൽ ഒരു വയസ്സൻ ഇലക്ട്രോണിക് ടിക്കറ്റിങ് മെഷീനുമായി മല്ലിടുന്നതിനാൽ ടിക്കറ്റിനുള്ള ക്യൂ പതിയെ നീങ്ങി. കൗണ്ടറിലെത്തിയപ്പോഴും ആരിഫ് സുമിത്രയെക്കുറിച്ച് ചിന്തിച്ചുകൊണ്ടിരുന്നു.

ആ വയസ്സനായ മനുഷ്യൻ ഏതാണ്ട് അവനോട് അലറുകതന്നെ ചെയ്തു.

'ഏത് സ്റ്റേഷൻ?' ഞെട്ടലോടെ ആരിഫ് മറുപടി പറഞ്ഞു.

'പട്ന, സൂപ്പർഫാസ്റ്റ്.'

ടിക്കറ്റ് ലഭിച്ചശേഷം അവൻ പ്ലാറ്റ്ഫോം ഒന്നിലേക്ക് നീങ്ങി. അവൻ ട്രെയിനിൽ കയറി A2 വിൽ സീറ്റ്നമ്പർ 35 കണ്ടെത്തി. ട്രെയിൻ നീങ്ങി തുടങ്ങിയെങ്കിലും സുമിത്ര ഇതുവരെ വന്നിട്ടില്ല. കുറച്ചുമിനിറ്റുകൾക്കു ശേഷം ഒരു കറുത്ത ബ്ലെസർ ധരിച്ച ഒരു മധ്യവയസ്കൻ അവന്റെ നേരെ വരുന്നത് അവൻ കണ്ടു. അയാൾ BAC ടു ടയർ കോച്ചിലെ റെയിൽ കോച്ച് കണ്ടക്ടർ ആയിരുന്നു.

കോച്ച് കണ്ടക്ടർ തന്റെ കണ്ണട ഒന്ന് ശരിയാക്കിവച്ചശേഷം ആരിഫിനെ സംശയാസ്പദമായി ഒന്നു നോക്കി.

'ദയവായി നിങ്ങളുടെ ടിക്കറ്റ് കാണിക്കൂ.' അദ്ദേഹം ആവശ്യപ്പെട്ടു.

'ഞാൻ എന്റെ ഭാഭിയെ കാണുവാനാണ് ഇവിടെവന്നത്,' അവന്റെ തൊണ്ട വരണ്ടുതുടങ്ങി. സീറ്റ് നമ്പർ 35-ന് അരികെനിന്ന് അവൻ സുമിത്രയെ ചുറ്റുംനോക്കി. എന്നാൽ അവളുടെ അടയാളംപോലും കണ്ടില്ല.

അവൻ സുമിത്രയെ തന്റെ ചേടത്തിയമ്മ എന്നു വിശേഷിപ്പിച്ചതിൽ ആരിഫ് അതിശയിച്ചു.

'നിങ്ങളുടെ ടിക്കറ്റ് എവിടെ?' കണ്ടക്ടർ പ്രകോപിതനായ ശബ്ദത്തിൽ ചോദിച്ചു. ആരിഫ് പോക്കറ്റിൽനിന്നും വെള്ളയും തവിട്ടും നിറമുള്ള ടിക്കറ്റ് പുറത്തെടുത്തു.

'ഇത് ഒരു ജനറൽ ടിക്കറ്റ് ആണ്. നിങ്ങളിപ്പോൾ AC ടു ടയർ കംപാർട്ടിമെന്റിലും. നിങ്ങൾക്ക് വ്യത്യാസം മനസ്സിലാകുന്നില്ലേ?' അദ്ദേഹം അലറി.

'പക്ഷേ....'

'ഈ ക്യാബിനിൽനിന്നും പുറത്തുകടക്കുക. വാതിലിന്റെ അടുത്ത് നിന്നിട്ട് അടുത്ത സ്റ്റേഷനിൽ ഇറങ്ങുക. പറ്റ്ന നഹീം കഹാം കഹാംസെ ചലേ അത്തേ ഹേം.'

ആരിഫ് പോകുവാനായി തിരിഞ്ഞപ്പോൾ സുമിത്ര അവളുടെ ലഗ്ഗേജും പിടിച്ച് അവന്റെ തൊട്ടുമുൻപിൽ നിൽക്കുന്നതുകണ്ടു. അവൾ മഞ്ഞയും ചുവപ്പും പ്രിന്റ്ചെയ്ത ഒരു കറുത്തസാരിയും അതിനു ചേർന്ന ഒരു മുഴുകൈ ബ്ലൗസും ധരിച്ചിരുന്നു. അവളുടെ മുഖത്തെ ചില ചുളിവുകൾ അവളുടെ പ്രായത്തെ വഞ്ചിച്ചുവെങ്കിലും അവൾ സുന്ദരിയായി കാണപ്പെട്ടു. അവൾ നാല്പതുകളുടെ അവസാനത്തിൽ ആയിരിക്കണം.

'എന്താണ് പ്രശ്നം?' അവൾ കണ്ടക്ടറോട് ചോദിച്ചു.

'ഒന്നുമില്ല മാഡം. ഈ ചെറുക്കൻ എസി കംപാർട്ട്മെന്റിൽ ജനറൽ ടിക്കറ്റുമായി യാത്ര ചെയ്യുന്നു, അദ്ദേഹം കാര്യമാത്രപ്രസക്തമായി പറഞ്ഞു.

അവൻ എന്നോടൊപ്പമാണ് യാത്ര ചെയ്യുന്നത്. ദയവായി നിരക്കിന്റെ വ്യത്യാസം ഈടാക്കി അവന് AC ടിക്കറ്റ് നൽകുക. സീറ്റ് നമ്പർ 36-ൽ ഒഴിവുണ്ടെന്ന് ഞാൻ കരുതുന്നു.' അവളുടെ സ്വരം ആധികാരികമായിരുന്നു.

കണ്ടക്ടർ ഉടനടി അനുസരിച്ചു. അദ്ദേഹം ഒരു ചാർട്ടും അയാളുടെ പോക്കറ്റിൽനിന്ന് ഒരു കാൽകുലേറ്ററും പുറത്തെടുത്തു. ചില കണക്കുകൂട്ടലുകൾക്കുശേഷം അദ്ദേഹം ഒരു ജാള്യതയുള്ള ചിരിയോടെ പറഞ്ഞു.

'ഞാൻ നിങ്ങൾക്ക് ഒരു ടിക്കറ്റ് ഇഷ്യൂ ചെയ്താൽ അത് വില കൂടുതൽ ഉള്ളതായിരിക്കും. ഞാൻ നിങ്ങളുടെ ബ്രദർ ഇൻലോയിനെ ഇരുനൂറു രൂപയ്ക്ക് ഈ എസി കംപാർട്ട്മെന്റിൽ ഇരിക്കാൻ അനുവദിക്കാം.'

'ഇല്ല, ശരിയായ ടിക്കറ്റ് നൽകുക. നിരക്ക് എന്തുതന്നെയാണെങ്കിലും ഞങ്ങൾക്ക് പ്രശ്നമില്ല.' സുമിത്ര പറഞ്ഞു.

'എനിക്കാണ് ഈ കോച്ചിന്റെ ചുമതല, മാഡം. ഞാൻ പട്നവരെ പോകും. നിങ്ങൾക്ക് ഒരു അസൗകര്യങ്ങളും ഉണ്ടാകില്ല. നിരവധി യാത്രക്കാർ ഇത്തരത്തിലാണ് യാത്രചെയ്യുന്നത്. ഞാനത് നൂറ്റി അമ്പത് ആക്കാം.' അദ്ദേഹത്തിന്റെ മുഖത്ത് ഒരു തികഞ്ഞ ശുദ്ധന്റെ പുഞ്ചിരിയുണ്ടായിരുന്നു.

'ഇല്ല. ദയവായി ഒരു ടിക്കറ്റ് നൽകുക.'

'നിങ്ങൾ നിർബന്ധിക്കുകയാണെങ്കിൽ ഞാൻ ടിക്കറ്റ് നൽകും. പക്ഷേ, അത് നിങ്ങൾക്കോ എനിക്കോ പ്രയോജനമുണ്ടാകില്ല. പണമെല്ലാം സർക്കാരിന്റെ ഖജനാവിലേക്കുപോകും.' അദ്ദേഹം പറഞ്ഞു.

'ഓഫീസറിന് നന്ദി. പക്ഷേ, എനിക്ക് ശരിയായ രസീത് വേണം. ടിക്കറ്റിന്റെ വിലയ്ക്ക് പുറമേ നിങ്ങൾക്ക് ചായ കുടിക്കാൻ എന്തെങ്കിലും വേണമെങ്കിൽ ഞാൻ അതുംകൂടി നിങ്ങൾക്ക് തരാം.'

'വേണ്ടമാഡം. ഞാൻ അത്രയ്ക്ക് നാണംകെട്ടവനല്ല. നിങ്ങൾ ഒരു ടിക്കറ്റ് വാങ്ങുകയും അതിന്റെ മുഴുവൻ നിരക്കും നൽകുകയും ചെയ്താൽ ഞാൻ അതിൽ കൂടുതലായൊന്നും ഈടാക്കില്ല.'

'നിങ്ങളുടെ ദയയ്ക്ക് വളരെയധികം നന്ദിയുണ്ട്.' സുമിത്ര അതും പറഞ്ഞ് നീലബാഗ് എടുത്തു.

'ഞാൻ പണം കൊടുക്കാം.' ആരിഫ് പോക്കറ്റിൽനിന്നും തന്റെ പേഴ്സ് എടുത്തു. അവന്റെ കൈയിൽ ഇരുനൂറു രൂപ മാത്രമേ അവശേഷിക്കുന്നുള്ളൂവെന്നും അത് പറ്റ്നയിലേക്കുള്ള രണ്ടാംക്ലാസ് എസി നിരക്കിന് മതിയാകുകയില്ലെന്നും അപ്പോൾ അവൻ ഓർത്തു.

'വേണ്ട.' സുമിത്ര പറഞ്ഞു. തൽക്ഷണം അവൾ കണ്ടക്ടർക്ക് അഞ്ഞൂറുരൂപ നോട്ട് കൊടുത്തു.

'ഓക്കേ.' ആരിഫ് പറഞ്ഞു. വലിയ നാണക്കേടിൽനിന്നും തന്നെ രക്ഷിച്ചതിന് അവൻ ദൈവത്തോട് നന്ദിപറയുകയും ചെയ്തു. കണ്ട ക്റ്റർ പുഞ്ചിരിച്ചുകൊണ്ട് പണം സ്വീകരിച്ചു. കോച്ച് അറ്റൻഡറിന്റെ നേരെതിരിഞ്ഞിട്ട് അദ്ദേഹം അവനോട് ആരിഫിനായി തലയിണയും കിടക്കവിരിയും കൊണ്ടുവരാൻ പറഞ്ഞു.

ആ കംപാർട്ട്മെന്റിൽ യാത്രക്കാർ വളരെകുറവായിരുന്നു. സുമിത്ര യുടെ അടുത്തുള്ള ബെർത്തിലെ എല്ലാ സീറ്റുകളും ശൂന്യമായിരുന്നു. ട്രെയിൻ നീങ്ങിയപ്പോൾ ആരിഫും സുമിത്രയും ഒരേ ബെർത്തിൽ ഇരുന്നു. അടുത്ത ഒന്നരമണിക്കൂർ സമയം കഴിഞ്ഞ അഞ്ചുവർഷങ്ങൾ ക്കിടയിൽ താൻ കടന്നുപോയ അഗ്നിപരീക്ഷയെക്കുറിച്ച് ആരിഫ് അവളോട് പറഞ്ഞു. സക്കീറിനെക്കുറിച്ച് അവൾ നേരത്തേ കേട്ടിരുന്നു.

സക്കീറിനെ ദില്ലിയിലേക്ക് നയിച്ച സംഭവപാരമ്പരയെക്കുറിച്ച് ആരിഫ് അവളോട് വിവരിച്ചപ്പോൾ അവൾക്ക് സഹതാപംതോന്നി. ദാദിയുടെ മരണത്തെക്കുറിച്ച് അവൾക്കറിയില്ലായിരുന്നു. 'ഞാൻ പറ്റ്ന യിൽ ഉണ്ടായിരുന്നില്ല. രമേശിന് ബെഗുസരായിലേക്ക് സ്ഥലംമാറ്റം കിട്ടിയിരുന്നു. അല്ലെങ്കിൽ ഞാൻ തീർച്ചയായും അവരുടെ ശവ സംസ്കാരത്തിന് എത്തുമായിരുന്നു. അവർ വളരെ സൗമ്യയും ഭക്ത യും നിറയെ വാത്സല്യമുള്ളവരുമായിരുന്നു.' സുമിത്ര കണ്ണീർ തുടച്ചു.

താനേബിഹപൂർ ജങ്ഷനിൽനിന്ന് പുറപ്പെട്ട് ഏതാണ്ട് പത്തോ പതിനഞ്ചോ മിനിട്ടുകൾക്കുശേഷം ട്രെയിൻ പെട്ടെന്നുനിന്നു. എൻജിന് ചില പ്രശ്നങ്ങൾ ഉണ്ടായതായി കോച്ച് അറ്റെൻഡറിൽനിന്നും ആരിഫും സുമിത്രയും മനസ്സിലാക്കി. ഖഗാരിയയിൽനിന്നോ കുതിഹാറിൽ നിന്നോ മറ്റൊന്ന് കൊണ്ടുവന്നതിനുശേഷം മാത്രമേ ട്രെയിൻ നീങ്ങു കയുള്ളൂ. കോച്ച് അറ്റെൻഡർക്ക് ഭക്ഷണമൊന്നും അവർക്ക് കൊടു ക്കുവാൻ കഴിഞ്ഞില്ല. 'മാഡം, ഈ ട്രെയിനിൽ പാൻട്രികാർ ഇല്ല. നാരായൻപൂരും താനേബിഹപുർ സ്റ്റേഷനുകളും വളരെ അകലെ യാണുതാനും.' അയാൾ പറഞ്ഞു.

വിശപ്പാൽ ആരിഫിന് ചെറിയ തലവേദന തുടങ്ങി. ഉടനെതന്നെ അത് നല്ല തലവേദനയായി മാറി.

'നിനക്ക് കുഴപ്പമുണ്ടോ ആരിഫ്?' സുമിത്ര ചോദിച്ചു.

'ശക്തമായ തലവേദന.' അവൻ പറഞ്ഞു. അവന്റെ രണ്ടു ചെന്നി യിലും അവൻ വിരലുകൾകൊണ്ടമർത്തി. സുമിത്ര സീറ്റിനടിയിൽ നിന്നും തന്റെ യാത്രാബാഗ് വലിച്ചെടുത്ത് അതിന്റെ വശത്തെ പോക്ക റ്റിന്റെ സിബ് അഴിച്ച് ഒരു കുപ്പി സൻഡുബാം പുറത്തെടുത്തു.

'നീ ബെർത്തിൽ കിടക്കൂ. ഞാൻ കുറച്ച് ബാം പുരട്ടാം.'

ആരിഫ് ബെർത്തിൽ നടുനിവർത്തി. സുമിത്ര അവന്റെ അടുത്തിരുന്ന് തെല്ല് പുകയുന്ന ബാം അവന്റെ നെറ്റിയിൽ തടവി. സക്കീറിന്റെ തിരോധാനത്തിനും പിന്നീട് ദാദിയുടെ മരണത്തിനുംശേഷം അവൻ അവന്റെ ആഗ്രഹങ്ങളെല്ലാം മനസ്സിൽ എവിടെയോ മടക്കിവെച്ചിരിക്കുകയായിരുന്നു. ഇപ്പോൾ സുമിത്ര അവനെ തൊട്ടപ്പോൾ അത് വീണ്ടും തലപൊക്കിതുടങ്ങി. മിനിറ്റുകൾക്കുശേഷം സുമിത്രയും ആരിഫും കെട്ടിപ്പിടിച്ചിരുന്ന് പരസ്പരം തലോടി. സുമിത്ര പറഞ്ഞു, 'നിനക്കറിയാമോ ആരിഫ്, നമ്മുടെ ബന്ധം എക്കാലവും നിലനിൽക്കുമെന്ന് ഞാൻ എപ്പോഴും കരുതിയിരുന്നു. എന്നാൽ നീ എല്ലാ ബന്ധങ്ങളും ഉപേക്ഷിച്ചു പോയപ്പോൾ എന്റെ ഹൃദയം തകർന്നുപോയി. ഞാൻ നിന്റെ സൗഹൃദത്തിന് അടിമയായിരുന്നു. പക്ഷേ, എങ്ങനെയൊക്കെയോ നീ ഇല്ലാതെ ജീവിക്കാൻ ഞാൻ പഠിച്ചു. ഇപ്പോൾ നീ തിരിച്ചുവന്നിരിക്കുന്നു. പക്ഷേ, നിന്നെ എനിക്ക് വീണ്ടും നഷ്ടപ്പെടുമെന്ന് ഞാൻ പേടിക്കുന്നു. 'വിഷമിക്കണ്ട സുമിത്ര. എനിക്ക് നിങ്ങളില്ലാതെ ഒന്നിനും കഴിയില്ല. അവിവാഹിതനായിരിക്കുവാൻ ഞാനെന്റെ മനസ്സിനെ പാകപ്പെടുത്തിയിട്ടുണ്ട്' ആരിഫ് വികാരാധീനനായ ശബ്ദത്തിൽ മറുപടി പറഞ്ഞു.

'ഞാൻ ജീവിതത്തിൽ നിങ്ങളോട് വൈകാരികമായി പ്രതിജ്ഞാബദ്ധനായിരിക്കും.'

സുമിത്ര തുടർന്നപ്പോൾ ആരിഫ് അവളുടെ സാരിയുടെ മുന്താണിയുടെ അറ്റത്തുതൊട്ടു. 'ആരിഫ് നമുക്കായി എനിക്കൊരു പദ്ധതിയുണ്ട്. നിനക്ക് ചിത്രകാർനഗർ മാർക്കറ്റിനടുത്ത് ഒരു പുസ്തകവും പേനയും വിൽക്കുന്ന കട തുടങ്ങിക്കൂടേ? അവിടെ ഒത്തിരി സ്കൂളുകളുണ്ട്. നിനക്ക് നല്ല ലാഭകരമായി കച്ചവടം നടത്താം. നിനക്ക് പ്രശ്നമില്ലെങ്കിൽ നിനക്ക് അമ്പതിനായിരംരൂപ തന്ന് സഹായിക്കാൻ എനിക്ക് കഴിയും. അതുവഴി നമുക്ക് എല്ലാ ദിവസവും കാണാം. തീർച്ചയായും ഇത് ഒരു മാർഗ്ഗമാണ്. നീ ബീഹാർ സിവിൽ സർവീസ് പരീക്ഷയിൽ കടന്നുകൂടിയില്ലെങ്കിൽ മാത്രം.'

'സുമിത്ര, എന്റെ ജീവിതത്തിൽ നിങ്ങളെയല്ലാതെ മറ്റൊരു സ്ത്രീയെക്കുറിച്ചും എനിക്ക് ചിന്തിക്കാൻ കഴിയില്ല.' ആരിഫ് പറഞ്ഞു. അവൻ അവളുടെ കൈപിടിച്ച് തന്റെ മൂക്കിലേക്ക് അടുപ്പിച്ച് അവളുടെ കൈപ്പത്തിയുടെ സുഗന്ധം നുകർന്നു. ട്രെയിൻ ചൂളംവിളിച്ച് നീങ്ങിതുടങ്ങി.

അവർ കാലടിശബ്ദം കേട്ടപ്പോൾ പെട്ടെന്നു വേഗത്തിൽ പരസ്പരം വേർപെടുത്തി.

പുലർച്ചെ ഒരു മണിയോടെ ബെഗുസരി സ്റ്റേഷനിൽ ഒരു മൃദുചുംബനത്തോടെ അവനോട് വിടപറയുന്നതിനുമുൻപ് സുമിത്ര

അവന്റെ കൈപിടിച്ചു പറഞ്ഞു.'രമേശിന് അടുത്ത രണ്ടോ മൂന്നോ മാസത്തിനുള്ളിൽ പട്നയ്ക്ക് ട്രാൻസ്ഫർ ഓർഡർ ലഭിക്കും. അപ്പോൾ നമുക്ക് പതിവായി കണ്ടുമുട്ടാം. ഇതിനിടയിൽ നീ എന്നെ ദയവായി ഫോണിൽ വിളിക്കൂ.'

സുമിത്ര പ്ലാറ്റ്ഫോമിലേക്ക് ഇറങ്ങുന്നതും ഏതാനും യാർഡ് അകലെ നിൽക്കുന്ന അവളുടെ ഭർത്താവിനെ കൈവീശി കാണിക്കുന്നതും അവൻ ചില്ലുജനാലയിലൂടെ കണ്ടു. ഭാര്യയുടെ ശബ്ദംകേട്ട് രമേശ്കുമാർ ഓടിച്ചെന്ന് അവളുടെ കൈയിൽനിന്ന് ട്രാവൽബാഗ് കരസ്ഥമാക്കി. അവൾ എക്സിറ്റ്ഗേറ്റിനപ്പുറം അപ്രത്യക്ഷമാകുന്നതുവരെ ആരിഫ് അവളെ നോക്കിക്കൊണ്ടിരുന്നു. ആരിഫിന് ഒരു ശൂന്യതതോന്നി.

ട്രെയിൻ വീണ്ടും നീങ്ങിത്തുടങ്ങിയപ്പോൾ ആരിഫ് ചില്ലുജാലകത്തിനുനേരെ ഇരുന്ന് കണ്ണുകൾ അടച്ച് അവളെ കാണാനുള്ള അവന്റെ തീരുമാനം തെറ്റാണോ എന്നുചിന്തിച്ചു.

അവളുമായുള്ള തന്റെ വിവേകപൂർണ്ണമായ ബന്ധം പുനരുജ്ജീവിപ്പിക്കുന്നത് അവരെ രണ്ടുപേരെയും വലിയ കുഴപ്പത്തിലാക്കും. രമേശ് അറിഞ്ഞാൽ എന്താകും? താൻ അവളോട് ഒരു അഭിനിവേശത്തോടെ നൽകിയ വാഗ്ദാനം അവന് നിലനിർത്താൻ പറ്റുമോ എന്ന അവന് ഉറപ്പില്ലായിരുന്നു.

ജീവിതത്തിനായി ഞാൻ സുമിത്രയോട് പ്രതിജ്ഞാബദ്ധനാകണമോ?

പിറ്റേന്ന് രാവിലെ ആരിഫ് പട്നയിൽ എത്തി. അവന്റെ സമൻപുരയിലെ ഫ്ളാറ്റിൽ സഹോദരി ഹുമയല്ലാതെ മറ്റാരും ഉണ്ടായിരുന്നില്ല. അവൾ കരയുകയായിരുന്നു.

'ഹുമ, എന്താണ് സംഭവിച്ചത്?' ചില മോശംവാർത്തകളെ പേടിച്ച് അവൻ പരിഭ്രാന്തനായി.

'ഭയ്യാ, അബ്ബയ്ക്ക് പെട്ടെന്ന് അസുഖംവന്നു.' ഹുമ വിതുമ്പി.' ഉമ്മയും ജലീൽചാച്ചയുംകൂടി അദ്ദേഹത്തെ ആശുപത്രിയിൽ എത്തിച്ചു.

'ഏത് ആശുപത്രിയിൽ? എങ്ങനെയാണ് അവർ അബ്ബയെ ആശുപത്രിയിൽ എത്തിച്ചത്?

ജലീൽചാച്ചാ ഒരു ഓട്ടോറിക്ഷപിടിച്ചു. അവർ ഗെറ്റ്വെൽ ക്ലിനിക്കിലേക്കാണ് പോയത്.'

അവന്റെ ബാഗ് നിലത്തേക്കെറിഞ്ഞ് അവൻ രാജ്ബസാറിലുള്ള ആ ക്ലിനിക്കിലേക്ക് ഓടി.

ക്ലിനിക്കിലെ റിസപ്ഷനിൽ അബ്ബ ഒരു ബെഞ്ചിൽ ഇരിക്കുന്നത് അവൻ കണ്ടു. ഉമ്മ അദ്ദേഹത്തിന്റെ അരികിൽ ഉത്കണ്ഠയോടെ ഇരിക്കുന്നുണ്ടായിരുന്നു. ജലീൽഖാൻ അവരുടെ അയൽക്കാരനും

അബ്ബയുടെ മുൻസഹപ്രവർത്തകനുമാണ്. അദ്ദേഹം ഒരു ഗ്ലാസ് വെള്ളം കൈയിൽ പിടിച്ചിരുന്നു. അയാൾ ഒരു ഗുളിക ഒരു പാക്കറ്റിൽനിന്നും പുറത്തെടുത്ത് ഗ്ലാസ്സിലേക്ക് ഇട്ടു. തറയിൽനിന്നും അതിന്റെ കൂട് എടുക്കുവാൻ ആരിഫ് കുനിഞ്ഞു. പെപ്ഫിസ് എന്ന ഏറെ പ്രചാരത്തിലുള്ള ഒരു അന്റാസിഡ് ആയിരുന്നു അത്.

അബ്ബ അവനെ വിളിച്ചിട്ട് പറഞ്ഞു. 'വിഷമിക്കേണ്ട കാര്യമില്ല മോനെ. ഇത് വെറും ഗ്യാസ്ട്രബിൾ ആണ്. അള്ളാഹു അത് ശരിയാക്കും.'

എന്നാൽ അത് ഗ്യാസ്ട്രബിൾ ആയിരുന്നില്ല. മൂന്നുദിവസങ്ങൾക്കുശേഷം ഒരിക്കൽക്കൂടി അർദ്ധരാത്രിയിൽ അബ്ബയ്ക്ക് നെഞ്ചുവേദന വന്നു. നാഡിമിടിപ്പ് അദ്ദേഹത്തിന്റെ ശ്വാസോച്ഛ്വാസം താളംതെറ്റിച്ചു. അദ്ദേഹം രണ്ടുതവണ ഛർദിച്ചു. എങ്ങനെയാണ് അവന്റെ ബാപ്പയെ ഹോസ്പിറ്റലിൽ എത്തിക്കേണ്ടതെന്ന് കണക്കാക്കാൻ ആരിഫിന് കഴിഞ്ഞില്ല. പട്നയിൽ ആംബുലൻസ് വരുവാൻ വർഷങ്ങൾ എടുക്കും. അവൻ ഫിറോസ് ടാക്സി സർവീസിന്റെ നമ്പറിൽ ശ്രമിച്ചെങ്കിലും ആ ഫോൺ സ്വിച്ച്ഓഫ് ആയിരുന്നു. അവന്റെ ബന്ധുക്കൾക്കോ പരിചയക്കാർക്കോ കാറുകളില്ല. അവന്റെ വീട്ടുടമസ്ഥനായ ഷബീർ അലിക്ക് പഴയൊരു ബജാജ് സ്കൂട്ടർ മാത്രമാണുള്ളത്. ജമീൽഖാൻ ഇപ്പോഴും ആരോഗ്യകരമായ ശീലമായി സൈക്ലിങ്ങിൽ വിശ്വസിക്കുന്നതിനാൽ ഒരു ഇരുചക്രവാഹനം വാങ്ങാൻപോലും അദ്ദേഹം ചിന്തിച്ചില്ല.

'ബിഷാമ്പർ ഭയ്യാ!' ഒരു ഐഡിയ മനസ്സിൽ വന്നപ്പോൾ അവൻ സ്വയം പറഞ്ഞു. ബിഷാമ്പർ മൃത്യുഞ്ജയുടെ കസിൻ ആയിരുന്നു. ബി.എൻ. കോളേജിൽ പബ്ലിക് അഡ്മിനിസ്ട്രേഷൻ ലെക്ചറർ ആയിരുന്നു അദ്ദേഹം. വർഷങ്ങൾക്കുമുൻപ് സിവിൽ സർവീസ് പരീക്ഷയ്ക്ക് ചില മാർഗ്ഗനിർദ്ദേശങ്ങൾ തേടാൻ മൃത്യുഞ്ജയ് ആരിഫിനെ രണ്ടുതവണ അദ്ദേഹത്തിന്റെ വീട്ടിൽകൊണ്ടുപോയിരുന്നു. ആദ്യകൂടിക്കാഴ്ച്ചയിൽത്തന്നെ അദ്ദേഹം ഒരു മഹാമനസ്കനാണെന്ന് ആരിഫ് ശ്രദ്ധിച്ചു. പിന്നീട് അഞ്ചോ ആറോ തവണ അവൻ തനിച്ച് ബിഷാമ്പറിനെ കാണുവാൻ പോയിരുന്നു. ഓരോ തവണയും അദ്ദേഹം ആരിഫിനെ സ്വാഗതംചെയ്യുകയും അതിയായ വാത്സല്യത്തോടെ പരിചരിക്കുകയും ചെയ്തു.

അവസാന സന്ദർശനവേളയിൽ അദ്ദേഹം തന്റെ മൊബൈൽ നമ്പർ അവന് കൊടുത്തു. 'നിനക്ക് എന്നെ എപ്പോൾ കാണണമോ എന്നെ ഒന്ന് മുൻകൂറായി വിളിക്കുക.' അദ്ദേഹം പറഞ്ഞു. രണ്ടു വർഷങ്ങൾക്കുമുൻപായിരുന്നു അത്. അക്കാലത്താണ് അദ്ദേഹം ഒരു വെളുത്ത മാരുതികാർ വാങ്ങിയതും.

അബ്ബ വീണ്ടും ഛർദിച്ചു. ആരിഫ് അശ്വതി ആൻഡ് അശ്വതി എഴുതിയ പൊതുഭരണത്തെക്കുറിച്ചുള്ള പുസ്തകം തിരഞ്ഞു. അതിന്റെ പുറംചട്ടയിൽ ബിഷാമ്പറിന്റെ മൊബൈൽ നമ്പർ കുറിച്ചുവെച്ചതായി അവൻ ഓർക്കുന്നു. അവൻ ആ പുസ്തകവും നമ്പറുംകൂടി കണ്ടെത്തി. തലയിണയ്ക്കടിയിൽനിന്ന് മൊബൈൽ എടുത്ത് അവൻ ആ നമ്പർ ഡയൽചെയ്തു.

'ഹലോ', ഒരു സ്ത്രീയുടെ ശബ്ദം, മയക്കത്തിലും നിശബ്ദവുമായാണ് മറുപടി പറഞ്ഞത്. ആരിഫ് പറഞ്ഞു. 'ബിഷാമ്പർ ഭയ്യാ.' അടുത്ത നിമിഷം അദ്ദേഹം ലൈനിൽ ഉണ്ടായിരുന്നു. തന്റെ പിതാവിനെ ആശുപത്രിയിൽ ആക്കാൻ സഹായം ആവശ്യമാണെന്ന് ആരിഫ് അദ്ദേഹത്തോട് പറഞ്ഞു.

'നിങ്ങൾ എവിടെയാണ് താമസിക്കുന്നത്?'

'സമൻപുരയിലെ പഴയപള്ളിക്ക് സമീപമുള്ള ഷബീർ അലിയുടെ വീട്. ഇത് 786 കിരാനഷോപ് എന്ന ചെറിയ പ്രൊവിഷൻസ്റ്റോറിന്റെ എതിർവശത്താണ്. ആരിഫ് തന്റെ വീട്ടിലേക്കുള്ളവഴി വിശദമായി വിവരിക്കാൻ പോകുകയായിരുന്നെങ്കിലും ഫോൺ വിച്ഛേദിക്കപ്പെട്ടു. അവൻ വീണ്ടും ഡയൽ ചെയ്തു. പക്ഷേ, ആരും അത് എടുത്തില്ല. മൂന്നോ നാലോ ശ്രമങ്ങൾക്കുശേഷംതന്നെ സഹായിക്കാൻ അദ്ദേഹത്തിന് താല്പര്യമില്ലെന്നവനുതോന്നി. ബാപ്പയെ എങ്ങനെ ആശുപത്രിയിൽ കൊണ്ടുപോകുമെന്ന ചിന്ത അവനെ അലട്ടി. തുടർന്ന് അവൻ തന്റെ ഡയറി എടുത്ത് ആംബുലൻസ് നമ്പർ തിരഞ്ഞു.

പതിനഞ്ചുമിനിട്ടുകൾക്കുശേഷം അവന്റെ വീടിന്റെ പുറത്ത് ഒരു കാർ വന്ന് പെട്ടെന്ന് നിൽക്കുന്നത് അവൻ കേട്ടു. അതിൽനിന്ന് ബിഷാമ്പർ ഇറങ്ങിവരുന്നതുകണ്ട് അവൻ പുറത്തേക്ക് ഓടി. അവൻ അപ്പോഴും അവന്റെ പൈജാമയിൽ തന്നെയായിരുന്നു.

~

ബെയ്‌ലിറോഡ് ഏറെക്കുറെ ശൂന്യമായിരുന്നു. ഇൻകംടാക്സ് ചൗരഹയിൽ എത്താൻ പത്തു മിനിറ്റെടുത്തു. അവർ മ്യൂസിയം റോഡിലേക്ക് തിരിഞ്ഞ് ചാജ്ജുബാഗിലെ ബാപ്റ്റിസ്റ്റ് ചർച്ചിനു സമീപമെത്തിയപ്പോൾ റോഡിന്റെ നടുവിൽ രണ്ടുപേരുടെ നിഴൽരൂപങ്ങൾ കണ്ടു. അവർ നിർത്താനായി കൈവീശി.

'ദേലുക്ക് ലൈക് റോബ്ബേഴ്സ്.' ബിഷമ്പർ ഇംഗ്ലീഷിൽ പറഞ്ഞു.

'നമ്മൾ എന്തുചെയ്യും?' ആരിഫ് പരിഭ്രാന്തനായി പറഞ്ഞു. അവൻ അബ്ബയെ തിരിഞ്ഞുനോക്കി. അദ്ദേഹം നിശ്ശബ്ദനായി കണ്ണുകൾ അടച്ചിരിക്കുകയായിരുന്നു. അമ്മ അദ്ദേഹത്തെ പിടിച്ചിരിക്കുന്നു. അവൻ

വിശുദ്ധ ഖുറാനിലെ ചില വാക്യങ്ങൾ ചൊല്ലുകയും അദ്ദേഹത്തിന്റെ നേരെ ഊതുകയും ചെയ്തു.

'മിണ്ടാതെ ഇരിക്കൂ.' ബിഷാമ്പർ തന്റെ കാറിന്റെ വേഗത കുറക്കുന്നതിനിടയിൽ പറഞ്ഞു. എന്നിട്ട് ഉമ്മയുടെ നേരെതിരിഞ്ഞ് ഹിന്ദിയിൽ പറഞ്ഞു. 'ചാച്ചാജി, ചാച്ചാജിയെ ശരിയായി പിടിക്കൂ. മുന്നിലെ വഴി ബംപർ നിറഞ്ഞതാണ്.'

അവർ ആ ആളുകളുടെ അടുത്തെത്തുമ്പോൾ ഹെഡ്ലാംപിന്റെ വെളിച്ചത്തിൽ അവരെ കാണാനായി, അവർ അഞ്ചുപേരുണ്ടായിരുന്നു. ഓരോരുത്തരും മേൽമുണ്ടിനാൽ മുഖംമൂടിയിരുന്നു. അവരുടെ കൈയിൽ ഹോക്കിസ്റ്റിക്കുകൾ ഉണ്ടായിരുന്നു.

'അവർ തീർച്ചയായും കവർച്ചക്കാരോ കാർ തട്ടിയെടുക്കുന്നവരോ ആയിരിക്കും.' സംശയാസ്പദമായി കാണപ്പെട്ട അവരിൽനിന്നും പത്തുയാർഡ് അകലെ എത്തിയപ്പോൾ ബിഷാമ്പർ പറഞ്ഞു.

പെട്ടെന്ന് ബിഷാമ്പർ ഗിയർമാറ്റി ആക്സിലേറ്ററിൽ അമർത്തി. കാർ പറന്നു. കാർ നിർത്തുമെന്ന പ്രതീക്ഷയിൽ റോഡിന്റെ അരികെ നിന്നിരുന്ന രണ്ടുപേരെ കാർ ഇടിച്ചിരിക്കാം. ആരിഫ് ഒരു നിലവിളിയും ബീഹാറിയിലുള്ള ശാപവാക്കുകളും കേട്ടു.

'അവർ നമ്മളെ പിന്തുടരുന്നുണ്ടോ?' ഗാന്ധിമൈതാനത്ത് എത്തുമ്പോൾ ബിഷാമ്പർ ചോദിച്ചു.

'ഇല്ല.' ആരിഫ് പറഞ്ഞു നിലവിളികേട്ട് ഉമ്മ പരിഭ്രാന്തയായി.' എന്തായിരുന്നു അത്?'

'ഒരു തെരുവു പട്ടി' ബിഷാമ്പർ പറഞ്ഞു.

ആശുപത്രിയിൽ എത്താൻ എത്ര സമയമെടുക്കും? അബ്ബ ചുമ തുടങ്ങിയപ്പോൾ ഉമ്മ പരിഭ്രമത്തോടെ ചോദിച്ചു.

'പത്തുമിനിട്ട് ചാച്ചാജി.' ബിഷാമ്പർ പറഞ്ഞു.

~

പട്ന മെഡിക്കൽ കോളേജ് ഹോസ്പിറ്റലിന്റെ അത്യാഹിത വാർഡിൽ ഒരു ഡോക്ടറും ലഭ്യമായിരുന്നില്ല. രണ്ടുമിനിറ്റിനുള്ളിൽ ഡോക്ടർ എത്തുമെന്ന് കുറുകിയ ദൃഢഗാത്രയായ നേഴ്സ് പറഞ്ഞു. അടുത്ത പതിനഞ്ചു മിനിറ്റിൽ ഒരു ഡോക്ടറും വരാതിരുന്നപ്പോൾ ബിഷാമ്പറിന് ദേഷ്യംവന്നു. അയാൾ നേഴ്സിനോട് അലറി. നേഴ്സ് ചുരുക്കി മറുപടി പറഞ്ഞു.

'എന്റെ ഡ്യൂട്ടി ഡോക്ടറെ അറിയിക്കുക എന്നതാണ്. ഞാൻ അത് ചെയ്തുകഴിഞ്ഞു. ഡോക്ടറാണ് തീരുമാനിക്കേണ്ടത് അദ്ദേഹം എപ്പോൾ വരണോ വേണ്ടയോ എന്ന്.'

ബിഷാമ്പർ തന്റെ മൊബൈലിൽ ഒരു നമ്പർ ഡയൽചെയ്തു.

'ഞാൻ മന്ത്രി ദ്വിവേദിയോടാണ് സംസാരിക്കുന്നത്.'

മൊബൈൽ ചെവിയിൽപിടിച്ച് ബിഷാമ്പർ പുറത്തിറങ്ങി. ഒരു കട്ടിലിൽകിടന്ന് ചുമയ്ക്കുകയും എമ്പക്കംവിടുകയും ചെയ്തിരുന്ന തന്റെ ബാപ്പയെ ആരിഫ് നോക്കി. 'യാഹ് അള്ളാ' ഉമ്മ പ്രാർത്ഥിക്കുന്നത് ആരിഫ് കേട്ടു.

പത്തുമിനിറ്റ് കഴിഞ്ഞപ്പോൾ ഒരു വൃദ്ധൻ വാർഡിലേക്ക് പ്രവേശിച്ചു. നേഴ്സ് ഉടനെ എഴുന്നേറ്റുനിന്നു. അദ്ദേഹത്തെ ഈ സമയത്ത് കണ്ടതിൽ അവൾ അമ്പരന്നു.

'ജൂനിയർ ഡോക്ടർമാർ എവിടെ?' വൃദ്ധൻ നേഴ്സിനോട് ദേഷ്യത്തോടെ ചോദിച്ചു.

'സാർ ജൂനിയർ ഡോക്ടർമാർ പണിമുടക്കിലാണ്.' അവൾ വിറക്കുന്ന സ്വരത്തിൽ പറഞ്ഞു.

'പക്ഷേ, ഈ എമർജൻസി വാർഡിൽ ചില ഡോക്ടർമാർ ഡ്യൂട്ടിയിൽ ഉണ്ടായിരിക്കണം. അദ്ദേഹം പറഞ്ഞു.

'ഡോക്ടർ സിൻഹ ഡ്യൂട്ടിയിലുണ്ട്.' അവർ പറഞ്ഞു.

'എവിടെയാണയാൾ? അയാളെ വിളിച്ച് ഞാൻ ഇവിടെ ഉണ്ടെന്ന് പറയൂ.'

ഇടറുന്ന കൈകളാൽ നേഴ്സ് ഒരു നമ്പർ ഡയൽ ചെയ്യാൻ തുടങ്ങി.

'ആരാണ് മിസ്റ്റർ മിശ്ര?' അദ്ദേഹം വീണ്ടും നേഴ്സിന്റെ നേരെ തിരിഞ്ഞുചോദിച്ചു. അവർ മറുപടി പറയുന്നതിനുമുൻപ് ബിഷാമ്പർ മുന്നോട്ടുവന്നു.

'ഞാൻ ബിഷാമ്പർ മിശ്രയാണ്.'

'മിശ്രാജി, ബുദ്ധിമുട്ടുണ്ടായതിൽ ക്ഷമിക്കണം. എനിക്കിപ്പോൾ ആരോഗ്യമന്ത്രിയിൽനിന്ന് ഒരു വിളിവന്നു. എമർജൻസി വാർഡിൽ ഒരു ഡോക്ടറും ലഭ്യമല്ലെന്നറിഞ്ഞപ്പോൾ ഞാൻ ശരിക്കും ഞെട്ടിപ്പോയി. ഇടയ്ക്ക് പറയട്ടെ, ഞാൻ ഡോക്ടർ താക്കൂർ. നിങ്ങളുടെ രോഗി എവിടെയാണ്?'

ബിഷാമ്പർ അടുത്തദിവസം രാവിലെ ഡോക്ടർ അബ്ബയെ ഡിസ്ചാർജ് ചെയ്യുന്നതുവരെ അവിടെനിന്നു. ഭക്ഷ്യവിഷബാധയാണെന്നും മലിനജലംമൂലം സംഭവിച്ചതാണെന്നും അവർപറഞ്ഞു. അദ്ദേഹത്തിന് കടുത്ത ഗ്യാസ്ട്രൈറ്റിസിന്റെ പ്രശ്നമാണെന്നും അതിന് ദീർഘകാല ചികിത്സ ആവശ്യമാണെന്നും അവർ കണ്ടെത്തി. പട്നയിലെ ഗ്യാസ്ട്രൈറ്റിസിന്റെ ഏറ്റവും മികച്ച ഡോക്ടറായ ഡോക്ടർ എ.കെ. ദത്തയെ കാണണമെന്ന് ബിഷാമ്പർ നിർദ്ദേശിച്ചു.

~

അടുത്തദിവസം ഡോക്ടർ ദത്തയുമായി ആരിഫ് അപ്പോയ്ന്റ്മെന്റ് ബുക്കുചെയ്തു. എഴുപതുകളുടെ അവസാനത്തിൽ പ്രായമുള്ള ഡോക്ടർ ഒരു ദേഷ്യക്കാരനായിരുന്നു.

ചിലസമയങ്ങളിൽ അമിതമായി വിയർക്കുന്നു, വേഗത്തിലുള്ള ഹൃദയമിടിപ്പ്, ക്ഷീണം അല്ലെങ്കിൽ ശ്വാസതടസ്സം അനുഭവപ്പെടുന്നു, കഠിനമായ നെഞ്ച് വേദനയും വയറുവേദനയും ദുർഗന്ധം വമിക്കുന്ന മലവിസർജ്ജനവും ഉണ്ടെന്ന് അബ്ബ അദ്ദേഹത്തോട് പറഞ്ഞപ്പോൾ എന്താണ് പ്രശ്നമെന്ന് ഡോക്ടർ ദത്തയ്ക്ക് മനസ്സിലായി. 'മിസ്റ്റർഖാൻ, നിങ്ങൾ നിങ്ങളുടെ പോലീസ് വകുപ്പിലെ സേവനത്തിനിടയിൽ ശരീരത്തെ പരമാവധി കഷ്ടപ്പെടുത്തി. ഇപ്പോൾ വിശ്രമിക്കാനുള്ള സമയമായി. വിശ്രമം എന്നാൽ പൂർണ്ണവിശ്രമം. ഞാൻ നിങ്ങൾക്ക് കർശനമായ ഭക്ഷണക്രമം നിർദേശിക്കുന്നു. അത് നിങ്ങൾ പാലിക്കണം. അല്ലെങ്കിൽ നിങ്ങളുടെ കുടൽ മുറിച്ചുകളയുന്നതിന് തയ്യാറാകൂ.' അദ്ദേഹം ദേഷ്യത്തോടെ പറഞ്ഞു.

എന്നിട്ട് അദ്ദേഹം ഉമ്മയുടെ നേരെ തിരിഞ്ഞിട്ട് പറഞ്ഞു. 'നിങ്ങളുടെ ഭർത്താവ് അടുത്ത മൂന്നോനാലോ മാസത്തേക്ക് പൂർണ്ണ വിശ്രമം എടുക്കുന്നുവെന്ന് ഉറപ്പാക്കുക. ഞാൻ വിലക്കിയ ഭക്ഷണമൊന്നും ഇദ്ദേഹത്തിന് നൽകരുത്.'

'ടീക് ഹേ, ഡോക്ടർ സാഹബ്.' ഉമ്മ പറഞ്ഞു. സാരിയുടെ മുന്താണിയുടെ ഒരു അറ്റംവലിച്ച് അവരുടെ മുഖത്തിന്റെ ഒരു ഭാഗം മറച്ചു.

~

തുടർച്ചയായ അസുഖംകാരണം അബ്ബ ദുർബലനായി. എല്ലായ്പ്പോഴും വീട്ടിൽതന്നെ തുടർന്നു. അബ്ബ വീട്ടിലുണ്ടായിരുന്നതിന്റെ ഒരു നല്ല കാര്യം ആരിഫിന് ബാപ്പയോട് ഒപ്പം സമയം ചെലവഴിക്കാൻ ലഭിച്ചു എന്നതാണ്.

രാവിലെ നേരത്തെതന്നെ ആരിഫ് കോച്ചിങ് ക്ലാസുകളിലേക്ക് പുറപ്പെട്ടു. ഉച്ചകഴിഞ്ഞ് മടങ്ങി. കൂടുതൽ പണം സമ്പാദിക്കാൻ അവൻ അധികക്ലാസുകൾ എടുക്കുവാൻ തുടങ്ങിയിരുന്നു. അബ്ബയുടെ ചികിത്സയ്ക്ക് അത് ആവശ്യമായിരുന്നു.

വൈകുന്നേരം ആരിഫ് അബ്ബയോടൊപ്പം കാരംബോർഡോ ചെസ്സോ ചീട്ടോ കളിച്ചു. ഒരു മകന് പിതാവുമായി ചർച്ചചെയ്യാവുന്നതൊക്കെ ആരിഫ് അബ്ബയുമായി ചർച്ചചെയ്തു. ചിലപ്പോൾ അബ്ബ

അദ്ദേഹത്തിന്റെ കുട്ടികാലം മുതലുള്ള കഥകൾ പറയും. ദാരിദ്ര്യത്തിന്റെ വർഷങ്ങൾ, പതിനൊന്നാം ക്ലാസ്സുവരെ വിദ്യാഭ്യാസം പൂർത്തിയാക്കുന്ന തിനുള്ള കഷ്ടപ്പാട് ഒക്കെ പറയും. അദ്ദേഹം കഥകളെ ബന്ധപ്പെടുത്തുന്ന രീതി ആരിഫിനെ ദാദിയെ ഓർമ്മപ്പെടുത്തി. അബ്ബയുടെ കഥകളിൽ ഏറ്റവും രസകരമായത് അവരുടെ കുടുംബചരിത്രത്തിൽനിന്നുള്ള കഥകളാണ്.

'1930-കളിൽ എന്റെ പിതാവിന് തഴച്ചുവളരുന്ന ഒരു തടിബിസിനസ്സ് ഉണ്ടായിരുന്നു. അത് അദ്ദേഹത്തിന് വലിയ ഭാഗ്യംകൊണ്ടുവന്നു. ജമാൽപുരയിലും മോത്തിഹാരിയിലും പട്നയിലും അദ്ദേഹത്തിന് വലിയ വീടുകളുണ്ടായിരുന്നു. ജമാൽപുരയിൽ ജനാബ് അലിഖാന്റെ ഹവേലി പ്രസിദ്ധമായിരുന്നു. രണ്ടു ആനകളെ വാതിൽക്കൽ നിർത്തി. കുടുംബത്തിലെ സ്ത്രീകളെ സഞ്ചരിപ്പിക്കുവാൻ രണ്ടു കുതിരകളുള്ള വണ്ടി ഉപയോഗിച്ചു. വേലക്കാരും ഭൃത്യരുമായി ഡസൻകണക്കിന് ആളുകളുണ്ടായിരുന്നു. അദ്ദേഹം തന്റെ ആദ്യഭാര്യയുടെ, നിന്റെ ബാസ്കെ ബാബയുടെ അമ്മയുടെ മരണത്തിനുശേഷം നിന്റെ ദാദിയെ കല്യാണംകഴിച്ചു. എന്റെ ബാപ്പ, അദ്ദേഹത്തിന്റെ സഹോദരന്മാരിൽ മൂത്തയാളായിരുന്നു. 1945-ൽ എന്റെ അങ്കിൾമാരിലൊരാൾ പെട്ടെന്ന് മരിച്ചു. എന്റെ ബാപ്പ അതിന്റെ ആഘാതത്തിൽനിന്ന് കരകയറുന്ന തിനുമുൻപ് വീണ്ടും ദുരന്തം സംഭവിച്ചു. അക്കാലത്ത് നദി വേഗതയേറിയതും ചെലവ് കുറഞ്ഞതുമായ ഗതാഗതമാർഗ്ഗമായിരുന്നു. തടി കഷണങ്ങൾ കയറുകൊണ്ട് ബന്ധിപ്പിച്ച് ഒരു പ്ലാറ്റ്ഫോം ഉണ്ടാക്കി ആളുകൾക്ക് അതിന്റെമുകളിൽ ഇരുന്ന് ഗംഗയുടെ ഒഴുക്കിനൊപ്പം അവരുടെ ലക്ഷ്യസ്ഥാനത്തേയ്ക്ക് തുഴയാമായിരുന്നു. എന്നാൽ തടികഷണങ്ങളിൽ ഇരിക്കുന്നവർക്ക് ഇതുവളരെ അപകടം പിടിച്ചതായിരുന്നു. നദി എപ്പോൾ വേണമെങ്കിലും പ്രകോപിതയാകാം. എന്തുവേണമെങ്കിലും സംഭവിക്കാം. എന്റെ അമ്മാവന്മാരിൽ ഒരാൾ ഒരു സാഹസികനായിരുന്നു. തന്റെ മൂത്തസഹോദരന്റെ താക്കീത് അവഗണിച്ച് അദ്ദേഹം തടിസൂക്ഷിപ്പുകാരിൽ ഒരാളുമായി ചേർന്ന് രഹസ്യമായി തടികഷണങ്ങളുടെ പുറത്ത് ഒരു യാത്ര നടത്തി. അദ്ദേഹം ആ തടി സൂക്ഷിപ്പുകാരനോടൊപ്പം മുങ്ങിമരിച്ചു. അദ്ദേഹത്തിന്റെ ശവശരീരം ഒരിക്കലും കണ്ടെത്താനായില്ല. മൂന്നുമാസങ്ങൾക്കുശേഷം എന്റെ ജീവിച്ചിരുന്ന ഒരേ ഒരു അമ്മാവനെ ജമാൽപുരയിലെ ഒരു മദമിളകിയ ആന ചവിട്ടിമെതിച്ചു.'

'വളരെ ചുരുങ്ങിയ കാലത്തിനുള്ളിൽ തന്റെ മൂന്ന് സഹോദരന്മാരുടെ നഷ്ടം സഹിക്കാനാവാതെ എന്റെ പിതാവ് രോഗബാധിതനായി ഏകദേശം മൂന്നു വർഷത്തോളം കിടപ്പിലായിരുന്നു. ഈ കാലഘട്ടത്തിലാണ് രാജ്യം ഇന്ത്യ-പാകിസ്ഥാൻ എന്നിങ്ങനെ വിഭജിക്കപ്പെട്ടത്.

ഞങ്ങളുടെ ബന്ധുക്കളിൽ പലരും ഹിന്ദുക്കൾ കൊലചെയ്യാനുള്ള സാധ്യതയുടെ അപകടത്തെപ്പറ്റി മുന്നറിയിപ്പുനൽകി. പാകിസ്ഥാനിലേക്ക് കുടിയേറുന്നതാണ് നല്ലതെന്നും അവർ പറഞ്ഞു. തന്റെ പിതാമഹന്മാരോടൊപ്പം സംസ്കരിക്കപ്പെടാനാണ് തനിക്ക് താല്പര്യം എന്നുപറഞ്ഞ് ബാപ്പ അതിന് വിസമ്മതിച്ചു.'

'എന്നാൽ വിധി അദ്ദേഹത്തിനുവേണ്ടി മറ്റൊന്ന് കരുതിയിരുന്നു. ഒരു ഹക്കീം സമസ്തപൂരിൽവച്ച് ഏതോ നിഗൂഢരോഗത്തിന് അദ്ദേഹത്തെ ചികിത്സിക്കുന്നതിനിടെ അദ്ദേഹം മരിച്ചു. അദ്ദേഹത്തെ അവിടെതന്നെ ഖബറടക്കി.'

'അദ്ദേഹത്തിനുശേഷം കുടുംബത്ത് മുതിർന്ന ആണുങ്ങൾ ഉണ്ടായിരുന്നില്ല. നിങ്ങളുടെ ദാദി കാര്യങ്ങളുടെ നിയന്ത്രണം ഏറ്റെടുക്കാൻ ശ്രമിച്ചെങ്കിലും അവർ ലൗകിക കാര്യങ്ങളിൽ പരിചയമില്ലാതെ പർദാനശീൻ വനിതയായിരുന്നു. അവർ അവരുടെ കുറച്ച് സ്ഥലംവിറ്റു. നോക്കാൻ ആളില്ലാത്തതുകൊണ്ട് അകന്ന ബന്ധുക്കൾ മറ്റു ഗ്രാമങ്ങളിലെ ഭൂമി പിടിച്ചെടുത്തു. ഈ പരിമിതികളെല്ലാം മറികടന്ന് ഞാൻ പഠനം പൂർത്തിയാക്കാൻ ശ്രമിച്ചു. കുട്ടിക്കാലത്ത് ഞാൻ ഇന്ത്യൻ സിവിൽ സർവിസിൽ ചേരണമെന്നും ജില്ലാകളക്ടർ ആകണമെന്നുമുള്ള എന്റെ ബാപ്പയുടെ വാക്കുകൾ ഒരുക്കലും മറന്നിട്ടില്ല. വർഷങ്ങളോളം ഞാൻ ആ സ്വപ്നം കൊണ്ടുനടന്നു. എന്റെ ഉമ്മ അത് പ്രോത്സാഹിപ്പിക്കുകയും ചെയ്തു. പക്ഷേ, എനിക്ക് മെട്രിക്കുലേഷന് ഫസ്റ്റ്ക്ലാസ്സ് ഉണ്ടായിരുന്നിട്ടും ഞങ്ങളുടെ നിവൃത്തികേടുകൊണ്ട് എനിക്ക് പഠനം തുടരാനായില്ല. പോലീസ് വകുപ്പിൽ ചേരേണ്ടതായും വന്നു. നിന്റെ ദാദി ഒരു ഉരുക്കുഹൃദയമുള്ള സ്ത്രീ ആയിരുന്നു. അവർ തനിയെ എന്റെ സഹോദരനെയും എന്നെയും വളർത്തി.'

എപ്പോഴൊക്കെ അബ്ബ അദ്ദേഹത്തിന്റെ ഉമ്മയെക്കുറിച്ച് സംസാരിക്കുമ്പോഴും അദ്ദേഹത്തിന്റെ കണ്ണുകൾ ഗൃഹാതുരതയാൽ നനഞ്ഞു.

ഉമ്മയെ താൻ എങ്ങനെ വിവാഹം കഴിച്ചുവെന്നും അബ്ബ ആരിഫിനോട് പറഞ്ഞു.

'എനിക്ക് പതിനെട്ട് വയസ്സ് പ്രായമായിരുന്നു. ഞാൻ കോളേജിൽ നിന്ന് മടങ്ങിയെത്തിയതായിരുന്നു. ഇനായത്ത്നഗറിലുള്ള ഒരു പ്രശസ്തനായ ഹക്കീമിന്റെ മകൾക്കായി ഒരു ആലോചന വന്നിട്ടുണ്ടെന്ന് നിന്റെ ദാദി എന്നോടുപറഞ്ഞു. അക്കാലത്ത് നിന്റെ മാമൻ ഹക്കീം സാഹബ്, അലിഗഡ് മുസ്ലിം യൂണിവേഴ്സിറ്റിയിലെ ടിബിയ കോളേജിൽ തന്റെ പിതാവിനെപോലെ ഒരു ഹക്കീമായി തീരാൻ പഠിക്കുകയായിരുന്നു. വിവാഹം ഒരു വലിയ കാര്യമായിരുന്നു. പക്ഷേ, നിന്റെ ഉമ്മ ഹമീദ പഴയ ദ്രവിച്ചുതുടങ്ങിയ പൂർവികഭവനം കണ്ടപ്പോൾ

നിരാശയായി. വളരെ വിജയിയായ ഒരു ഹക്കീമിന്റെ സമ്പന്നവീട്ടിലാണ് അവൾ വളർന്നത്. എന്നാൽ അവൾക്ക് അങ്ങനെതോന്നിയ ആദ്യത്തേതും അവസാനത്തേതുമായ ദിവസമായിരുന്നു അന്ന്. അവൾ ആ വീടുമായി സ്വയംപൊരുത്തപ്പെട്ടു. ഞങ്ങളുടെ ആദ്യത്തെകുട്ടി ഒരാൺകുട്ടി ആയിരുന്നു. മരിച്ചാണ് പ്രസവിച്ചത്. ഞങ്ങളുടെ രണ്ടാമത്തെ കുട്ടി അതും ഒരാൺകുട്ടി ആയിരുന്നു. ജനിച്ച് ആറുമാസത്തിനകം മരിച്ചുപോയി. മൂന്നാമത്തെ കുട്ടി ഒരു പെൺകുട്ടി രണ്ടുമാസം പ്രായമുള്ളപ്പോൾ മരിച്ചപ്പോൾ ഹമീദയ്ക്ക് ഭ്രാന്തുപിടിച്ചു. എപ്പോഴും അവൾ ഞങ്ങളുടെ മകളെ അടക്കിയ ശ്മശാനത്തിലേക്ക് ഓടിപ്പോകും. ഹമീദയെ സാധാരണനിലയിലേക്ക് കൊണ്ടുവരുന്നത് എത്ര ബുദ്ധിമുട്ടായിരുന്നു. വാസ്തവത്തിൽ നിന്റെ ജനനമാണ് പലതും ശരിയാക്കിയത്. ഹമീദ നീയുമായി തിരക്കിലായിരുന്നു. ക്രമേണ അവളുടെ പുഞ്ചിരി മടങ്ങിവന്നു. ഞാൻ ആശ്വസിച്ചു. അതേവർഷംതന്നെ എനിക്ക് അസിസ്റ്റന്റ് സബ് ഇൻസ്പെക്ടറുടെ തസ്തികയിലേക്ക് സ്ഥാനക്കയറ്റം കിട്ടി.

അടുക്കളയിൽനിൽക്കുന്ന തന്റെ ഭാര്യയുടെ മുഖം നന്നായി കാണുന്നതിന് അബ്ബ തിരിഞ്ഞു. ഉമ്മയോടുള്ള സ്നേഹം അവന്റെ ബാപ്പയുടെ മുഖത്ത് പ്രകാശപൂരിതമാകുന്നത് ആരിഫിന് കാണാൻ കഴിഞ്ഞു.

'ജീവിതം എന്നോട് ഒരിക്കലും ദയ കാണിച്ചില്ല. കുട്ടിയായിരുന്നപ്പോൾതന്നെ എനിക്ക് എന്റെ പിതാവിനെ നഷ്ടപ്പെട്ടു. പക്ഷേ, എനിക്ക് ഒരുസ്വപ്നമുണ്ടായിരുന്നു, മകനേ, നിന്നെ ഒരു IAS ഓഫീസറിയായി കാണാൻ ഞാൻ ആഗ്രഹിച്ചു. പക്ഷേ, ഇപ്പോൾ അത് ഒരു സ്വപ്നമായി അവശേഷിക്കുന്നു. അത് എന്റെ തെറ്റാണ്. ഞാൻ നിന്നെ ഒരു നല്ല സ്കൂളിൽ അയച്ചില്ല. കോച്ചിങ് ക്ലാസുകളിൽ ചേരുന്നതിന് ആവശ്യമായ പണവും ഞാൻ നൽകിയില്ല. എന്റെ ശമ്പളം എന്റെ കുടുംബത്തെപോറ്റാൻ മാത്രമേ തികയുമായിരുന്നുള്ളൂ.'

'ഇല്ല. അബ്ബ സ്വയംകുറ്റപ്പെടുത്തണ്ട. അത് എന്റെ കുറ്റമായിരുന്നു. ആരിഫ് മറുപടിപറഞ്ഞു. ഞാൻ കൂടുതൽ കഠിനാധ്വാനം ചെയ്യണമായിരുന്നു.'

'നീ എത്ര നല്ല മകനാണ്. നിനക്ക് നിന്റെ ബാപ്പയ്ക്കെതിരെ പരാതികളൊന്നുമില്ല. പിതാക്കന്മാരുടെ തെറ്റു കണ്ടെത്താൻ എപ്പോഴും തയ്യാറാകുന്ന എന്റെ സുഹൃത്തുക്കളുടെ മക്കളിൽനിന്നും തികച്ചും വ്യത്യസ്തനാണ്.' അദ്ദേഹം വൈകാരികതനിറഞ്ഞ ശബ്ദത്തിൽ പറഞ്ഞു.

അത്തരം ചർച്ചക്കിടയിൽ സക്കീറിന്റെ പേര് എല്ലായ്പ്പോഴും ഉയർന്നുവരും. അപ്പോൾ അബ്ബയുടെ മുഖം അസഹനീയമായ വേദനയിൽ

ചുളുങ്ങുകയും അദ്ദേഹത്തിന്റെ കണ്ണുകളിൽനിന്ന് കണ്ണീർ ഒഴുകുകയും ചെയ്തു. ആരിഫ് പിതാവിന്റെ കണ്ണുനീർ തുടക്കും. ഈ പ്രവൃത്തിയിൽ അവന്റെ കണ്ണുകളും നനയും.

മൂന്നുവർഷങ്ങൾക്കുമുൻപ് ബിഎ ഡിസ്റ്റിങ്ഷനോടെ പഠനം പൂർത്തിയാക്കിയ ഹുമ ഒരുദിവസം അവൾക്ക് എംഎ ചെയ്യാൻ ആഗ്രഹമുണ്ടെന്ന് അബ്ബയോട് പറഞ്ഞു. ആരിഫിന്റെ സാന്നിധ്യത്തിൽ മകളെ കൂടുതൽ പഠിപ്പിക്കുവാനുള്ള തന്റെ കഴിവില്ലായ്മ അബ്ബ നേരത്തെ പറഞ്ഞിരുന്നു.

തനിക്ക് ഹുമയ്ക്കുവേണ്ടി ഒന്നുംചെയ്യാൻ കഴിയില്ലെന്ന് ആരിഫിന് അറിയാമായിരുന്നു. ശമ്പളത്തിൽനിന്ന് അവൻ സമ്പാദിച്ചതെല്ലാം ഹുമയുടെ കല്യാണത്തിനായി മാറ്റിവെയ്ക്കുകയായിരുന്നു. അവളുടെ ഇളയ മകളുടെ കല്യാണം എപ്പോഴാണെന്ന് പരദൂഷണക്കാരായ ബന്ധുക്കൾ ഉമ്മയോട് ചോദിക്കാൻ തുടങ്ങിയിരുന്നു.

അതിനിടയിൽ അബ്ബയുടെ രോഗത്തെക്കുറിച്ചുള്ള വാർത്ത അവരുടെ ബന്ധുക്കളിൽ എത്തി. പലരും അദ്ദേഹത്തെ കാണാൻവന്നു. അതിഥികൾക്കായി ഉമ്മ വലിയ കലങ്ങളിൽ അരിയുംപയറും സബ്ജിയും പാകംചെയ്തു. 'അല്ലാഹുവിന് നന്ദി. ഹമീദയ്ക്ക് അവസാനം ഒരു ഗ്യാസ് സ്റ്റൗവുമുള്ളതിന്', അബ്ബ പറയുന്നത് ആരിഫ് കേട്ടു.

ഹക്കിംസാഹബ് മകൾ ഫർസാനയോടും അദ്ദേഹത്തിന്റെ ഭാര്യയോടും ഒപ്പം എത്തി.

'റഷീദ് സാഹബിന് പൂർണ്ണമായും സുഖംപ്രാപിക്കുന്നതുവരെ ഹബീദ ബാജിയെ വീട്ടുജോലികളിൽ സഹായിക്കാൻ ഫർസാന ഇവിടെ താമസിക്കും.' ഹക്കിംസാഹബ് പറഞ്ഞു.

~

ഒരു ഞായറാഴ്ച്ച വൈകുന്നേരം ആരിഫ് തന്റെ മുറിയിലിരുന്ന് പത്രം വായിച്ചുകൊണ്ടിരിക്കുകയായിരുന്നപ്പോൾ ഉമ്മ സംസാരിക്കുന്നത് അവൻ കേട്ടു. ഉമ്മയും അബ്ബയും വരാന്തയിലായിരുന്നു. 'ആരിഫിന്റെ അബ്ബ.' അബ്ബയെ എപ്പോഴും അഭിസംബോധന ചെയ്യുന്നതുപോലെ ഉമ്മ ആരംഭിച്ചു. ഭർത്താവിന്റെ പേര് വിളിക്കരുതെന്നുള്ള പഴയ പാരമ്പര്യം അവർ പിന്തുടർന്നിരുന്നു.

'ഹക്കിംസാഹബും ഭാര്യയും വീണ്ടും ഫോൺചെയ്തിരുന്നു. വിവാഹത്തെക്കുറിച്ച് നിങ്ങൾ ആരിഫുമായി സംസാരിക്കണമെന്ന് അവർ പറഞ്ഞു. അവർക്ക് ഇനി കൂടുതൽ കാത്തുനിൽക്കാനാവില്ല.' ഡോക്ടർ ദത്ത നിർദ്ദേശിച്ച മരുന്നും അബ്ബയ്ക്ക് കൊടുക്കുവാൻ വെള്ള

വുമായി ഫർസാന വരാന്തയിലേക്ക് വന്നതിനാൽ അവർ സംസാരിക്കുന്നത് നിർത്തി.

ഈ സന്ദർശനവേളയിൽ ഫർസാന ഉമ്മയെ അടുക്കളയിൽ സഹായിക്കുക മാത്രമല്ല മുറികൾ വൃത്തിയാക്കുവാനും വസ്ത്രങ്ങൾ കഴുകുവാനും സഹായിക്കുന്നതായി ആരിഫ് ശ്രദ്ധിച്ചു. റാബിയയും നസ്നീനും വിവാഹിതരായതിനുശേഷം വീട് അത്ര വൃത്തിയുള്ളതായിരുന്നില്ല. വീട്ടുജോലികളെല്ലാം തനിയെ ചെയ്യാൻ കഴിയാത്തത്ര അബലയും പ്രായമേറിയതുമായിരുന്നു ഉമ്മ. വീട്ടുജോലികൾ ഒഴിവാക്കാൻ ഹുമ പുസ്തകങ്ങളിൽ അഭയംതേടി. പ്രതിമാസം അഞ്ഞൂറു രൂപകൊടുത്ത് ഒരു വീട്ടുജോലിക്കാരിയെ വെക്കാൻ അവർക്ക് കഴിഞ്ഞിരുന്നില്ല. വർഗ്ഗീയലഹളയെ തുടർന്ന് താനും ഫർസാനയും ജമാൽപുരയിൽ നിന്ന് രക്ഷപ്പെട്ട രാത്രി ആരിഫ് ഓർമ്മിച്ചു.

പേടിച്ചരണ്ട് തന്റെ നെഞ്ചിൽ കെട്ടിപ്പിടിച്ച ഫർസാനയുടെ ചിത്രം അവന്റെ മനക്കണ്ണിൽ തെളിഞ്ഞപ്പോൾ അവന് ഒരു കോരിത്തരിപ്പുണ്ടായി. അവൻ ഫർസാനയെ ഇഷ്ടപ്പെടാൻ തുടങ്ങിയിരുന്നു. അടുത്തയിടെ ഫർസാന ഹുമയെ വീട്ടുജോലിയിൽ ചേരാൻ പ്രേരിപ്പിച്ചു തുടങ്ങി.

ഫർസാനയെ അവൻ ഇഷ്ടപ്പെടാൻ ഏറ്റവും പ്രധാന കാരണം അവൾ അബ്ബയെ നന്നായി പരിപാലിക്കുന്നു എന്നതാണ്. ഡോക്ടർ ദത്തയുടെ ഉപദേശപ്രകാരം അവൾ പാചകംചെയ്ത ഭക്ഷണത്തിന് എപ്പോഴും മസാലകൾ കുറവായിരുന്നു. എപ്പോൾ ഏത് മരുന്നാണ് അബ്ബയ്ക്ക് നൽകേണ്ടതെന്ന് അവൾ കൃത്യമായി ഓർമ്മിച്ചു. രാവിലെ ആരിഫ് തന്റെ കോച്ചിങ് ഇൻസ്റ്റിറ്റ്യൂട്ടിലേക്ക് പോകുമ്പോഴേക്ക് ഫർസാന പ്രഭാതഭക്ഷണവുമായി തയ്യാറായിനിന്നു. ഓരോ ദിവസവും അവൾ വ്യത്യസ്തമായി എന്തെങ്കിലും തയ്യാറാക്കി. ആരിഫ് ഫർസാനയെക്കുറിച്ച് ഗൗരവമായി ചിന്തിക്കാൻ തുടങ്ങിയിരുന്നു. അവൾ ഒരു നല്ല ഭാര്യയാകും. അവൻ അവളെ നോക്കിയത് തന്റെ അർദ്ധസാക്ഷരതയുള്ള കസിൻ എന്നനിലയിലല്ല, മറിച്ച് വലിയ കരിമിഴികളുള്ള കൽക്കരിപോലെ കറുത്ത ഇടതൂർന്ന പട്ടുപോലെത്തെ മുടിയുള്ള സമൃദ്ധമായ മാറിടമുള്ള ഒരു മുതിർന്ന സ്ത്രീയെന്ന നിലയിലാണ്.

അവസാന പരിശോധനയ്ക്കായി അബ്ബ ഡോക്ടറുടെ അടുത്തേക്കു പോകുന്നതിന് ഒരാഴ്ച്ചമുൻപ് അദ്ദേഹം ആരിഫിനെ വിളിച്ചു. ആരിഫിനെ തടിക്കട്ടിലിൽ ഇരുത്തികൊണ്ട് തന്റെ തൊണ്ട ശരിയാക്കി അദ്ദേഹം പറഞ്ഞു, 'മകനേ, നീ അബ്ബയെ വളരെയധികം സ്നേഹിക്കുകയും ബഹുമാനിക്കുകയും ചെയ്യുന്നുവെന്ന് എനിക്കറിയാം. ഞാൻ എന്തെങ്കിലും നിന്നോട് ചോദിക്കുകയാണെങ്കിൽ നീയെന്നെ നിരാശനാക്കില്ല, അല്ലേ?'

'ഞാൻ എന്തുചെയ്യണമെന്നാണ് നിങ്ങൾ ആഗ്രഹിക്കുന്നുവെന്ന് ദയവായി എന്നോടു പറയുക.' ആരിഫ് പറഞ്ഞു.

വർഷങ്ങൾക്കുമുൻപ് ഫർസാന എന്റെ മരുമകളായിരിക്കുമെന്ന് ഞാൻ ഹക്കിം സഹാബിന് വാക്കുകൊടുത്തിരുന്നു. എന്റെ മകനേ, നിനക്ക് എന്റെ വാക്ക് പാലിക്കാനും ഫർസാനയെ നിന്റെ ഭാര്യയായി സ്വീകരിക്കാനും സാധ്യമാണോ?' സംസാരിക്കുമ്പോൾ അദ്ദേഹത്തിന്റെ ശബ്ദം വിറച്ചു. 'ഫർസാന നിനക്ക് അനുയോജ്യയായ ഒരു ജീവിത പങ്കാളിയാകുമെന്ന് നിനക്ക് തോന്നുന്നുണ്ടെങ്കിൽ മാത്രമേ നീ 'യെസ്' പറയാവൂ.'

'അബ്ബ എന്നോട് കൽപിക്കൂ.' ആരിഫ് പറഞ്ഞു.

'നീ ശരിക്കും ഫർസാനയെ വിവാഹം കഴിക്കുവാൻ തയ്യാറാണോ?' അബ്ബ ചോദിച്ചു.

'അതെ അബ്ബ, നിങ്ങളുടെ സന്തോഷം എനിക്ക് ഏറ്റവും പ്രധാനപെട്ടതാണ്.' അവൻ പറഞ്ഞു.

'നിനക്ക് ഉറപ്പാണോ?' അബ്ബ വീണ്ടും ചോദിച്ചു.

'അതെ അബ്ബ. പക്ഷേ,....' ആരിഫ് ഒന്നുനിർത്തി.' എങ്കിലും ഒരു ആശങ്കയുണ്ട്.'

'അത് എന്താണ്?'

'എനിക്കിപ്പോഴും ഒരു കുടുംബത്തെ പോറ്റാനുള്ള വരുമാനമില്ല.'

'അതിനെക്കുറിച്ച് വിഷമിക്കേണ്ട. നിന്റെ ഉമ്മയെ വിവാഹം ചെയ്യുമ്പോൾ ഞാനും ഒരു ജോലിക്കാരനായിരുന്നില്ല. അള്ളാഹു ഈ ഭൂമിയിലെ എല്ലാ ജീവജാലങ്ങളെയും പരിപാലിക്കുന്നു.'

ആരിഫിന്റെ 'യെസ്' അബ്ബയെ ആശ്വസിപ്പിച്ചു. കിടക്കയിൽനിന്ന് എഴുന്നേറ്റ് ആ വാർത്ത പങ്കുവെക്കുവാൻ ഉമ്മയെ വിളിച്ചു. വൈകുന്നേരം അബ്ബ ഹക്കിം സഹാബിനെ വിളിച്ചു. അടുത്തദിവസംതന്നെ ഹക്കിംസാഹബ് പട്നയിലെത്തി.

ആരിഫ് ഹക്കിംസഹാബിനെ അസ്സ്ലാം അലൈക്കും ചൊല്ലി അഭിവാദ്യം ചെയ്തപ്പോൾ ഹക്കിംസാഹബ് അവന്റെ വലതുകൈയിൽ ഒരു അഞ്ഞൂറുരൂപനോട്ട് അമർത്തി. ആരിഫ് അത് സ്വീകരിക്കാൻ മടിച്ചു.

'അതായത് ആരിഫിന് ആദ്യത്തെ സലാമി കിട്ടി.' ഉമ്മ പുഞ്ചിരിയോടെ പറഞ്ഞു. ഉമ്മ ഇപ്പോൾ അവന്റെ അമ്മായി അപ്പനായ ഹക്കിംസഹാബിൽനിന്ന് ആരിഫിന് കിട്ടിയപണത്തെക്കുറിച്ചാണ് പരാമർശിച്ചത്.

'നിങ്ങളുടെ സലാമിയിൽനിന്ന് എനിക്കുള്ള പങ്കെവിടെ?' അത് ഹുമയായിരുന്നു. അവൾ കൈനീട്ടി.

അബ്ബ ഹക്കിംസഹാബിനെ കെട്ടിപ്പിടിച്ചു.

ഹൃദയംഗമമായ അഭിനന്ദനങ്ങൾ, സാമാദിജീ.' അബ്ബ അല്പം ഉറക്കെ പറഞ്ഞു ചിരിച്ചു. അബ്ബയുടെ മുഖത്തെ തിളക്കമാർന്ന പുഞ്ചിരി ആരിഫിനെ സന്തോഷിപ്പിച്ചു.

~

പിറ്റേന്ന് വൈകുന്നേരം ആരിഫ് വീട്ടിലേക്ക് പ്രവേശിക്കുമ്പോൾ പരിചിതമായ കുട്ടിക്കുറ പൗഡറിന്റെ ഗന്ധം സുമിത്ര വന്നിട്ടുണ്ടെന്ന് അവനോട് പറഞ്ഞു. മുറിക്കകത്ത് കൈയിൽ ഒരു കപ്പ് ചായയുമായി ഒരു കസേരയിൽ ഇരുന്ന് ഉമ്മയോട് സംസാരിക്കുകയായിരുന്നു അവൾ അപ്പോൾ. അവൻ അവളെ ശ്രദ്ധിച്ചില്ലെന്ന് നടിച്ച് ടൈംസ് ഓഫ് ഇന്ത്യ എടുത്ത് വരാന്തയിലെ ഒരു മടക്കുകസേരയിൽ ഇരുന്നു. സുമിത്രയെക്കുറിച്ചുള്ള ചിന്തകളാൽ മനസ്സാന്നിധ്യം നഷ്ടപ്പെട്ട് അവന് പത്രത്തിൽ ശ്രദ്ധിക്കാൻ കഴിഞ്ഞില്ല. അവളുടെ സാന്നിധ്യം അവന് എപ്പോഴും സന്തോഷം തോന്നിപ്പിക്കുന്നു എന്ന് അവൻ തിരിച്ചറിഞ്ഞു. കുറച്ചു മിനിറ്റുകൾക്കുശേഷം ഉമ്മ അവളെ യാത്രയാക്കുവാനായി പുറത്തു വന്നു. ആരിഫ് ഇരിക്കുന്ന സ്ഥലത്തെത്തിയപ്പോൾ സുമിത്രനിന്നു. ആരിഫ് ഔപചാരികമായി സുമിത്രയെ അഭിവാദ്യം ചെയ്തു. അവൾ തിരിച്ച് പുഞ്ചിരിച്ചു.

അവളുടെ തൊട്ടുപിറകിലുണ്ടായിരുന്ന ഉമ്മയുടെ നേരെ തിരിഞ്ഞ് സുമിത്ര പറഞ്ഞു, 'ദീദി ഞാൻ എന്റെ മൊബൈൽ മുറിക്കുള്ളിൽ മറന്നുവെച്ചോന്ന് നോക്കാമോ?'

ഉമ്മ വീടിനകത്തേക്കുപോയ ഉടൻ അവൾ ആരിഫിന് നേരെ ഒരു കത്ത് എറിഞ്ഞു.' ഇത് പിടിക്കൂ.'

സുമിത്രയുടെ മൊബൈൽ ഫോണുമായി ഉമ്മ മടങ്ങുന്നതിനു മുൻപ് ആരിഫ് അത് പിടിച്ചെടുത്ത് പോക്കറ്റിലിട്ടു.

പിന്നീട് അവൻ ആ കത്ത് തുറന്നു.

പ്രിയപ്പെട്ട ആരിഫ്,

നീ വിളിക്കാത്തപ്പോൾ ഞാൻ ശരിക്കും അസ്വസ്ഥയായിരുന്നു. എന്നാൽ മിനിഞ്ഞാന്ന് ഞാൻ നിന്റെ ഉമ്മയെയും ഹുമയെയും രാജ് ബസാറിൽവച്ച് കണ്ടുമുട്ടി. അവർ നിന്റെ പിതാവിന്റെ രോഗത്തെക്കുറിച്ച് എന്നോടുപറഞ്ഞു. എന്തുകൊണ്ടാണ് നീ എന്നെ വിളിക്കാത്തതെന്ന് എനിക്ക് മനസ്സിലായി. നിങ്ങളുടെ പിതാവ് ഏറെ ഭേദപ്പെട്ടതായി കണ്ടതിൽ എനിക്ക് സന്തോഷമുണ്ട്. നിനക്കറിയാമല്ലോ ഞാൻ പറ്റ്നയിൽ തിരിച്ചെത്തി. ചിത്രകാർനഗറിലെ കെ ബ്ലോക്കിൽ ഞങ്ങളുടെ പുതിയതായി പണിത വീട്ടിൽ താമസി

ക്കുന്നു. നമ്മൾ ഒരുമിച്ച് ചെലവഴിച്ച സമയത്തിന്റെ ഓർമ്മകൾ ഞാൻ ഇപ്പോഴും ആസ്വദിക്കുന്നു. ഒരു കാര്യംകൂടി ഏറ്റുപറയുന്നു. ഇപ്രാവശ്യം എന്റെ ശരീരത്തിൽ സ്പർശിക്കാനോ എന്റെ കൈകളിൽ ചുംബിക്കാനോ നിന്നെ അനുവദിച്ചതിൽ എനിക്ക് കുറ്റബോധമില്ല. എനിക്ക് അത് വീണ്ടും വേണം. നമ്മുടെ ബന്ധത്തെ മറ്റൊരുതലത്തിലേക്ക് കൊണ്ടുപോകുവാൻ ഞാൻ ആഗ്രഹിക്കുന്നു. വിശുദ്ധിയുടെയും പവിത്രസ്നേഹത്തിന്റെയും എല്ലാ നാട്യങ്ങളുംമറികടക്കാൻഞാൻ ആഗ്രഹിക്കുന്നു.

24-ന് ഞാൻ വീട്ടിൽ തനിച്ചായിരിക്കും. രമേശ് ഹൈദരാബാദിൽ പരിശീലനകോഴ്സിനുപോകും. ആ രാത്രി നമുക്ക് എന്നെന്നും ഓർമ്മിക്കത്തക്ക ഒന്നാകുമെന്ന് ഞാൻ ഉറപ്പുതരുന്നു. ഒരു പുരുഷൻ അവന്റെ ഭാര്യയിൽനിന്ന് പ്രതീക്ഷിക്കുന്നതെല്ലാം ഞാൻ നിനക്ക് തരും. ഒരു ഭാര്യ അവളുടെ ഭർത്താവിൽനിന്ന് പ്രതീക്ഷിക്കുന്നതെല്ലാം നീ എനിക്ക് തരുകയും ചെയ്യൂ. ആ രാത്രി നമ്മൾക്കിടയിലുള്ള അതിരുകളെല്ലാം നമ്മൾ തകർക്കും. പാപത്തെക്കുറിച്ചോ ദുർമാർഗ്ഗത്തെക്കുറിച്ചോ ഉള്ള ഭയമില്ല. ആ രാത്രി നമ്മുടെ ജീവിതങ്ങളുടെ ഗതി തീരുമാനിക്കും. ഞാൻ നിനക്കായി കാത്തിരിക്കും.

എന്നേക്കും നിന്റേതായ സുമിത്ര.

ആരിഫ് സ്തബ്ധനായി. സുമിത്ര ഇതുപോലൊന്ന് എഴുതുമെന്ന് അവൻ പ്രതീക്ഷിച്ചില്ല. വർഷങ്ങൾക്കുമുൻപ് അവർ ഒരിക്കൽ അതു ചെയ്തപ്പോൾ അവൾ എത്രമാത്രം അസ്വസ്ഥയായിരുന്നുവെന്ന് അവൻ ഓർത്തു. സുമിത്രയുടെ വാഗ്ദാനം ആരിഫിനെ വളരെയധികം പ്രലോഭിപ്പിച്ചു.

മെച്ചപ്പെട്ട ബോധം അവനെ സ്വാധീനിക്കുന്നതിനുമുൻപ് അവളുമായി സാധ്യമായ കൂടിക്കാഴ്ചയെക്കുറിച്ച് ഓർത്തപ്പോൾ അവന്റെ ശരീരത്തിൽ സന്തോഷം നിറഞ്ഞു. തന്റെ രഹസ്യബന്ധം ലോകത്തിൽനിന്ന് എത്രനാൾ മറച്ചുവെക്കാൻ എനിക്ക് കഴിയും?

ഈ ബന്ധത്തിൽനിന്ന് പുറത്തുകടന്നു ഫർസാനയെ വിവാഹം കഴിക്കുക. അല്ലെങ്കിൽ തന്റെ ജീവിതവും സുമിത്രയുടെ ദാമ്പത്യവും നശിക്കും. ആരിഫ് അവനോടുതന്നെ പറഞ്ഞു.

ജീവിതകാലം മുഴുവനും പാപകരമായ ഒരു ബന്ധത്തിൽ ചെലവഴിക്കുന്നത് അവൻ സങ്കൽപ്പിക്കാൻ കഴിഞ്ഞില്ല.

'ന്യായവിധിദിനത്തിൽ ഓരോ വ്യക്തിക്കുമുന്നിലും നല്ലതും ചീത്തയുമായ അവന്റെ പ്രവൃത്തികൾ അവതരിപ്പിക്കപ്പെടും. അതനുസരിച്ച് ആ വ്യക്തിയെ പറുദീസയിലേക്കോ നരകത്തിലേക്കോ പ്രവേശിക്കാൻ അനുവദിക്കും.' അവൻ ദാദിയുടെ വാക്കുകൾ ഓർത്തു.

'ഞാൻ ഒരു പാപിയായി മരിക്കാൻ ആഗ്രഹിക്കുന്നില്ല.' ഒരു താഴ്ന്ന മധ്യവർഗ്ഗ മുസ്ലീംകുടുംബത്തിലെ വളർത്തൽ അവനെ വീണ്ടും വീണ്ടും ബാധിച്ചു. പിശാചിനാൽ വഴിതെറ്റപ്പെടരുതെന്ന് അതവനെ ഉപദേശിച്ചു.

നാഫ്സ് ഇ അംറയ്ക്ക് കീഴടങ്ങരുത്. സമൻപുരയിലെ പഴയ പള്ളിയിൽനിന്നുള്ള സായാഹ്നബാങ്കുവിളി ആരിഫ് കേട്ടു. പിന്നെ ഹായ് മെഡികെയർ റിസർച്ച് സെന്ററിന്റെ ക്യാംപസിൽ നിർമ്മിച്ച പള്ളിയിൽനിന്ന്. ഹായ് ഇൻസ്റ്റിറ്റ്യൂട്ടിനുള്ളിലെ പള്ളിയിൽ പോയി പ്രാർത്ഥിക്കാൻ അവൻ തീരുമാനിച്ചു.

അനിശ്ചിതത്വത്തിന്റെ ഒരു രാത്രിയായിരുന്നു അത്. അവൻ സുമിത്രയുടെ കത്ത് കഷ്ണങ്ങളായി വലിച്ചുകീറി അഴുക്കുചാലിലേക്കെറിഞ്ഞു. അഴുക്കുവെള്ളപ്പാച്ചിൽ അതിനെ ഒഴുക്കികളഞ്ഞു. പക്ഷേ, കത്തിന്റെ ഓരോ വാക്കും അവന്റെ മനസ്സിൽ പൊന്തികിടന്നു.

പിറ്റേന്ന് രാവിലെ ആരിഫ് ഉറക്കമുണർന്ന് പഴയപള്ളിയിൽ പോയി പ്രാർത്ഥനകളർപ്പിച്ചു. വീട്ടിലേക്കു തിരിച്ചുനടക്കുമ്പോൾ അവന്റെ ജീവിതത്തിന്റെ ഭാവി അവൻ തീരുമാനിച്ചു. സുമിത്രയ്ക്ക് അവന്റെ ജീവിതത്തിൽനിന്ന് എന്നെന്നേക്കുമായി പോകേണ്ടിവന്നു. ഫർസാന ആയിരുന്നു ഇപ്പോൾ അവന്റെ വിധി. അബ്ബയുടെ ഉപദേശ ംപോലെ ബിപിഎസ്സി പരീക്ഷാഫലത്തിനായി അവൻ കാത്തിരിക്കും. അത് നടന്നില്ലെങ്കിൽ അവൻ ഇനായത്ത്നഗറിൽ സ്വന്തമായി ഒരു കോച്ചിങ് ഇൻസ്റ്റിറ്റ്യൂട്ട് ആരംഭിക്കും.

സുമിത്രയിൽനിന്നുള്ള വേർപിരിയൽ വേദനാജനകമായിരിക്കുമെങ്കിലും ആ വേദന സഹിക്കാൻ അവൻ തയ്യാറായിരുന്നു.

ഇരുപത്തൊന്ന്

ആരിഫിന് ബിപിഎസ്സി പ്രിലിമിനറി കടന്നുകൂടാനായില്ല. എന്താണ് തെറ്റുപറ്റിയത് എന്ന് അവനറിയില്ലായിരുന്നു.

വരാന്തയിൽ ഇരുന്ന് അവൻ പരീക്ഷഫലം പ്രസിദ്ധീകരിച്ച പത്രത്തിലൂടെ വീണ്ടുംവീണ്ടും കടന്നുപോയി. അവൻ പേപ്പർ അടുത്തുള്ള ഒരു സ്റ്റൂളിൽവച്ച് കാലുകൾനീട്ടി, കണ്ണുകൾ അടച്ചു. കഴിഞ്ഞ ആറുമാസമായി അവൻ അനുഭവിച്ച ശുഭാപ്തി വിശ്വാസം കടുത്ത വേനൽ വെയിലിൽ ഒരു മഞ്ഞുതുള്ളിപോലെ അലിഞ്ഞുപോയി. വീണ്ടും അവന് ഏകാന്തതയും വിഷാദവും അനുഭവപ്പെട്ടു തുടങ്ങി. അവന്റെ ഹൃദയത്തിൽ അവന് ഒരു ശൂന്യത അനുഭവപ്പെട്ടു.

'ഭയ്യ!' അത് ഹുമ ആയിരുന്നു.

ആരിഫ് കണ്ണുതുറന്ന് പുഞ്ചരിച്ചു. ദുഃഖത്തോടെയുള്ള പുഞ്ചിരി. അവന്റെ സഹോദരിയുടെ കൈയിൽ ഒരു കപ്പ് ചായ കണ്ടു. അവൻ അത് വാങ്ങി, അല്പംകുടിച്ച്, അവന്റെ മുന്നിലെ പ്ലാസ്റ്റിക്സ്റ്റൂളിൽവച്ചു. ആരിഫ് വീണ്ടും പത്രമെടുത്ത് അതിലൂടെ വെറുതെനോക്കി. അവസാനപേജിൽ മറ്റൊരുപരീക്ഷയുടെ ഫലം പ്രസിദ്ധീകരിച്ചിരുന്നു.

ജൂനിയർ ഉർദുപരിഭാഷകർക്കുള്ള *ബീഹാർ സ്റ്റേറ്റ് സബോർഡിനേറ്റ് സർവീസ് സെലക്ഷൻ ബോർഡിന്റെ ഫൈനൽ റിസൾട്ട്. (ബഹുമാനപ്പെട്ട സുപ്രിംകോടതിയുടെ നിർദ്ദേശപ്രകാരം പ്രസിദ്ധീകരിച്ച ഫലം.)* എന്ന തലക്കെട്ടിന് താഴെ വിജയിച്ച സ്ഥാനാർത്ഥികളുടെ പേരും റോൾനമ്പറും ഉണ്ടായിരുന്നു. വേഗതയാർന്ന ഹൃദയമിടിപ്പോടെ അവൻ അവന്റെ ചൂണ്ടുവിരൽ പത്രത്താളിൽവച്ച് പേരുകളുടെ കോളത്തിലൂടെ വിരലോടിച്ചു. ആയിഷ പെർവീൺ, അബ്ദുൾ ഹമീദ്, അബ്ദുൽഹക്ക് അൻസാരി, ആദിൽസിദ്ധിഖി, ആരിഫ്ഖാൻ.... അഞ്ചാമത്തെ സീരിയൽ നമ്പറിൽ ആരിഫിന്റെ പേരുണ്ടായിരുന്നു. അവന്റെ ചുണ്ടുകൾ ഒരു പുഞ്ചിരിക്കായി വളഞ്ഞു. അവൻ സംസാരിക്കുവാനായി ശ്രമിച്ചു. പക്ഷേ, അവന്റെ ശബ്ദംവിക്കി. പിന്നെ അവൻ ചുമക്കാൻ തുടങ്ങി. അയയിൽനിന്നു വസ്ത്രങ്ങൾ എടുക്കുകയായിരുന്ന ഹുമ തിരിഞ്ഞു അതിശയത്തോടെ സഹോദരനെ നോക്കി. പിന്നെ ഒരു ഗ്ലാസ് വെള്ളം എടുക്കുവാനായി ഓടി.

അഞ്ചുവർഷങ്ങൾക്കുമുമ്പ്, തിരഞ്ഞെടുപ്പിന് തൊട്ടുമുമ്പ്, മുഖ്യമന്ത്രിയുടെ സോഷ്യൽ എഞ്ചിനീയറിങ് അജണ്ടയുടെ ഭാഗമായി, ഒരു

'എംവൈ' അഥവാ മുസ്ലീം - യാദവ് സമവാക്യം രൂപീകരിക്കാൻ ഉറുദു പരിഭാഷകർക്കായുള്ള പ്രത്യേക റിക്രൂട്ട്മെന്റ് ഡ്രൈവ് പ്രഖ്യാപിച്ചിരുന്നു.

വിഭജനത്തിനുശേഷം, ഉറുദു ഫലത്തിൽ ഉത്തരേന്ത്യൻ മുസ്ലീങ്ങളുടെ ഭാഷയായിത്തീർന്നു. അതുകൊണ്ട് ബീഹാറിലെ തൊഴിലില്ലാത്ത ഓരോ മുസ്ലീംയുവാക്കളും ഒരു ബിരുദവുമായി ബോർഡിന്റെ ഓഫീസിൽ അവരുടെ അപേക്ഷ സമർപ്പിക്കുവാനായി അണിനിരന്നിരുന്നു.

ഐഎഎസ്സ് പരീക്ഷയുടെ പരാജയത്തിൽനിന്നും പുനർജീവിക്കുന്നതിനുവേണ്ടി അബ്ബ ആരിഫിനെ നിർബന്ധിച്ച് പരീക്ഷ എഴുതിക്കുകയായിരുന്നു. റിക്രൂട്ട്മെന്റിലെ അഴിമതി ആരോപിച്ച് ചില ഉദ്യോഗാർത്ഥികൾ പട്ന ഹൈക്കോടതിയിൽ റിട്ട്ഹർജി നൽകിയതിനാൽ ഫലം പ്രഖാപിച്ചിരുന്നില്ല. ഒടുവിൽ വർഷങ്ങൾക്കുശേഷം, കേസ് സുപ്രിം കോടതിയിൽ തീരുമാനിക്കുകയും ഫലം പ്രസിദ്ധീകരിക്കുകയും ചെയ്തിരിക്കുന്നു.

ഒരു ഐഎഎസ് സ്ഥാനത്തേക്കാൾ കുറഞ്ഞതൊന്നും ആരിഫ് സ്വീകരിക്കില്ലായിരുന്ന ഒരുകാലമുണ്ടായിരുന്നു. പക്ഷേ, ഇപ്പോൾ സ്ഥിതിയാകെ മാറി. ഈ എളിയ ഓഫർപോലും അവന് ദൈവം തന്നപോലെ തോന്നി. കാലവും സാഹചര്യവും മാറുമ്പോൾ സ്വപ്നങ്ങൾ എങ്ങനെമാറിപ്പോകുന്നു!

വർഷങ്ങൾക്കുമുമ്പ് താൻ എഴുതിയ ഒരു കവിത ആരിഫ് ഓർമ്മിച്ചു.

ഒരു നടപ്പാകുന്ന സ്വപ്നം

ഓർമ്മകളുടെ ഒരു വഞ്ചിയിൽ
ഭാവനയുടെ സമുദ്രത്തിലേക്ക്
എന്റെ സ്വപ്നങ്ങളെ തേടി ഞാൻ പുറപ്പെട്ടു.
അത് വർഷങ്ങൾക്കുമുമ്പ് മുങ്ങിപ്പോയിരുന്നു.

സംശയത്തിന്റെ കറുത്തിരുണ്ട മേഘങ്ങൾ
നിരാശയുടെ ഭയാനകമായ കൊടുങ്കാറ്റ്
കൂടെ ഭയത്തിന്റെ ഉയർന്ന വേലിയേറ്റവും
മുന്നോട്ടു പോകുവാൻ എന്നെ നിരുത്സാഹപ്പെടുത്തുന്നു.

എന്റെ ധൈര്യത്തിന്റെ തുഴ
എന്റെ കൈകളിൽനിന്ന് തെന്നിപ്പോകുവാൻ പോകുന്നു,
ഞാൻ പ്രതീക്ഷയുടെ വിളക്കുമരം കാണുമ്പോൾ.

അതൊരു ദ്വീപിന്റെ തീരമാണ്.
മോഹങ്ങളുടെയും ആഗ്രഹങ്ങളുടെയും ഒരുദ്വീപ്.
അതിൽ ഒരു വനമുണ്ട്,
ഭാവനയുടെ മരങ്ങളാൽ നിബിഡമായത്.

ഈ വിചിത്ര ദ്വീപിൽ,
നഷ്ടപ്പെട്ട എന്റെ സ്വപ്നങ്ങൾ
എനിക്ക് തിരികെ ലഭിക്കാനിടയില്ല.
പക്ഷേ, തീർച്ചയായും
എനിക്കൊരു സ്വപ്നം കണ്ടെത്താൻ കഴിയും,
ചെറുതെങ്കിലും നടപ്പാകുന്നതായ ഒരു സ്വപ്നം.

ഫർസാന ഏറ്റവും രുചികരമായ ചിക്കൻബിരിയാണി പാചകം ചെയ്തു. അവൾ അഭിനന്ദിച്ചെങ്കിലും അവളുടെ ശബ്ദത്തിന് ഒരു ഉത്സാഹവും ഇല്ലെന്ന് അവൻ നിരീക്ഷിച്ചു.

'ഫർസാനയുടെ കൈകൾക്ക് മാന്ത്രികത ഉണ്ട്.' ഫർസാന അവരുടെ പാത്രത്തിലേക്ക് വീണ്ടും വിളമ്പിയപ്പോൾ ഉമ്മ പറഞ്ഞു.' അവൾ ആരിഫിന്റെ ഭാഗ്യമാണ്. വിവാഹനിശ്ചയം കഴിഞ്ഞു രണ്ടാഴ്ചക്കുള്ളിൽ ആരിഫിന് സർക്കാർജോലി ലഭിച്ചു.'

'അല്ലാഹു വളരെ കരുണയുള്ളവനാണ്.' അബ്ബ പുഞ്ചരിച്ചുകൊണ്ട് കൂട്ടിചേർത്തു. തന്റെ സന്തോഷം സുമിത്രയുമായി പങ്കിടാൻ ആരിഫ് ആഗ്രഹിച്ചു. പക്ഷേ, പകരം ഫർസാനയെക്കുറിച്ച് ചിന്തിക്കുവാൻ അവൻ നിർബന്ധിതനായി.

പിറ്റേന്ന് രാവിലെ അവൻ ആദ്യംചെയ്യാൻ തീരുമാനിച്ചത് സുമിത്രക്ക് ഒരു കത്തെഴുതി അവൾക്ക് നേരിട്ട് കൈമാറുക എന്നതാണ്.

പ്രിയപ്പെട്ട സുമിത്ര,

ഈ കത്തു കിട്ടുമ്പോൾ നീ ആശ്ചര്യപ്പെടും. എന്നെ വിശ്വസിക്കൂ ഞാനും അതെ ആശ്ചര്യത്തിലാണ്.

നമ്മുടെ ബന്ധം എന്നെ ഏറെ ദുരിതത്തിലാക്കി. ഇത് തുടരുകയെങ്കിൽ നിങ്ങളുടെ കുടുംബവും തകരും. നിങ്ങളുടെ കുട്ടികൾ ഇതിനെക്കുറിച്ച് അറിഞ്ഞാൽ എന്ത് സംഭവിക്കുമെന്ന് ചിന്തിക്കുക. എങ്ങനെയായിരിക്കും അവർ പ്രതികരിക്കുക? മാത്രമല്ല ദൈവം വിലക്കുകയും നിങ്ങളുടെ ഭർത്താവ് ഞെട്ടലിൽ മരിക്കുകയും ചെയ്യും. എനിക്കറിയാം അദ്ദേഹം നിങ്ങളെ വളരെയധികം സ്നേഹിക്കുന്നുണ്ടെന്ന്.

ഞാൻ നിങ്ങളെ 24-ന് കാണേണ്ട എന്ന് തീരുമാനിച്ചു. ഞാൻ എന്റെ കസിൻ ഫർസാനയെ വിവാഹം കഴിക്കാൻ പോകുന്നു എന്ന

വാർത്ത നിങ്ങൾ ആസ്വദിക്കില്ലെന്ന് എനിക്കറിയാം. തീയതി ഇതുവരെ തീർച്ചപ്പെടുത്തിയിട്ടില്ല. ഞാനിത് ചെയ്യുന്നത് എന്റെ മാതാപിതാക്കളെ സന്തോഷിപ്പിക്കുവാൻ വേണ്ടിയാണ്. ബീഹാർ സർക്കാരിൽ എനിക്ക് ഉർദുപരിഭാഷകനായി ജോലി ലഭിച്ചു എന്ന് അറിയുന്നതിൽ നിങ്ങൾ സന്തോഷിക്കും. കുറച്ചുദിവസങ്ങൾക്കുള്ളിൽ ഞാൻ ഭഗൽപൂരിലേക്ക് പോകും. അതിനുശേഷം നമ്മൾ പരസ്പരം കാണുവാൻ ഇടയില്ല. നമ്മുടെ വേർപിരിയൽ നമ്മുക്ക് രണ്ടു പേർക്കും നല്ലതാണ്. എന്റെ കുടുംബം മുഴുവൻ ജമാൽപുരയിലേക്ക് മാറുന്നു. ഞാൻ നിനക്ക് ഒരു ചെറിയ സമ്മാനം വാങ്ങിയിട്ടുണ്ട്. നീയത് ഇഷ്ടപ്പെടുമെന്ന് ഞാൻ കരുതുന്നു. ഒരു ചെറിയ പാദസരം. അതിന്റെ കിലുക്കംകേൾക്കുവാൻ ഞാൻ ഉണ്ടാകില്ല. പിന്നെ ഒരു മൂക്കുത്തി. നിങ്ങൾ മൂക്കുത്തിയിട്ടാൽ സുന്ദരിയായിരിക്കും.

ഈ കത്തെഴുതി ഞാൻ നിന്നെ വേദനിപ്പിച്ചിട്ടുണ്ടെങ്കിൽ ഞാൻ നിന്നോട് ക്ഷമ ചോദിക്കുന്നു. ഞാൻ നിന്നോട് ഒരുപാട് കടപ്പെട്ടിരിക്കുന്നു. എനിക്കൊരിക്കലും അത് നിനക്ക് മടക്കിത്തരുവാനാകുമെന്ന് ഞാൻ കരുതുന്നില്ല. ഞാൻ നിന്നെ മിസ്സ് ചെയ്യും.

എന്നേക്കും നിന്റേതായ,

ആരിഫ്.

~

ആരിഫ് ഒരു കെട്ട് സർട്ടിഫിക്കറ്റുകളുമായി ബീഹാർ മിലിട്ടറി പോലീസ് കോളണിയിൽ പോയി തന്റെ സർട്ടിഫിക്കറ്റുകളുടെ കോപ്പികൾ എടുക്കുകയും അവ ഗസറ്റഡ് ഉദ്യോഗസ്ഥനെകൊണ്ട് സാക്ഷ്യപ്പെടുത്തുകയും ചെയ്തു. ഭഗൽപൂരിൽ ഡ്യൂട്ടിക്ക് റിപ്പോർട്ട് ചെയ്യുമ്പോൾ ജോയിനിങ് ലെറ്ററിനോടൊപ്പം അവ അറ്റാച്ച് ചെയ്യേണ്ടിയിരുന്നു. ആരിഫ് തിരിച്ചെത്തിയപ്പോൾ ഫർസാനവീട്ടിൽ തനിച്ചായിരുന്നു. ഹുമയോടും ഉമ്മയോടുമൊപ്പം അബ്ബ ഡോക്ടറെ കാണുവാൻ പോയിട്ടുണ്ടെന്ന് അവൾ അറിയിച്ചു. ആരിഫിന്റെ കുടുംബം ജമാൽപുരയിലേക്ക് പോകുന്നതിനുമുമ്പുള്ള അവസാന പരിശോധനയായിരുന്നു അത്.

ജമാൽപുരയിൽ നല്ല കാറ്റും വെളിച്ചവുമുള്ള രണ്ടുനില പൂർവ്വിക ഭവനം ഉള്ളപ്പോൾ പട്നയിലെ ഈ ഇടുങ്ങിയ വീട്ടിൽ താമസിക്കുന്നതുകൊണ്ട് ഒരു കാര്യവുമില്ലെന്ന് കഴിഞ്ഞ ആഴ്ച അബ്ബ തീരുമാനിച്ചിരുന്നു. ജമാൽപുരയിലേക്ക് മാറുന്നതിലൂടെ അദ്ദേഹത്തിന് പ്രതി

മാസം രണ്ടായിരം രൂപ ലാഭിക്കാം. ഹുമയുടെ കല്യാണവും നിശ്ച യിക്കേണ്ടതുണ്ട്.

തന്റെ കൃഷിസ്ഥലത്തിന്റെ ഒരു ഭാഗം സ്ത്രീധനത്തിനായി വിൽക്കുവാൻ അബ്ബ പദ്ധതിയിട്ടു. ജമാൽപുരയിലേക്ക് മാറിയാലുടനെ അബ്ബ അനുയോജ്യനായ ഒരു വരനെത്തേടി തുടങ്ങും. ആരിഫിനും ഈ വർഷംകൊണ്ട് കുറച്ചു സമ്പാദിക്കാം.

കഴിഞ്ഞ പതിനെട്ട് വർഷം അവൻ ചിലവഴിച്ച പട്ന എന്ന നഗരത്തിൽ ഉടനെതന്നെ അവന്റെ കുടുംബത്തിന്റെ അവസാനദിനം വന്നുചേരും. ആരിഫ് വരാന്തയിൽനിന്ന് ചിന്തിച്ചു. ഈ നഗരവുമായി പിരിയുന്നതിനെക്കുറിച്ച് ആലോചിക്കുന്നത് വേദനാജനകമാണ്, സുമിത്രയിൽനിന്നു വേർപിരിയുന്നതും.

അവൻ ദാദിയെകുറിച്ചും സക്കീറിനെക്കുറിച്ചും ആലോചിച്ചു. അത് അവനെ കൂടുതൽ ദുഃഖിപ്പിച്ചു. തന്റെ പഴയകാലമോശം ഓർമ്മകളെല്ലാം മാറ്റിവച്ച് അവൻ ഫർസാനയുമായുള്ള ആസന്നമായ വിവാഹത്തെക്കുറിച്ച് ചിന്തിച്ചു.

ഗൃഹ്ശോഭയുടെ ഒരുപഴയ ലക്കവുമായി ഫർസാന മുറിക്കുള്ളിൽ ഇരിക്കുകയായിരുന്നു. അവളുടെ ദുപ്പട്ട വഴുതിപ്പോയപ്പോൾ അവൻ അവളുടെ മുലയിടുക്കുകൾ കണ്ടു. അവന്റെ ജീവിതത്തിൽ ആദ്യമായി അവന് ഫർസാനയോട് ഒരഭിനിവേശംതോന്നി. ഫർസാന, പേജുകളിൽ നിന്നുള്ള നോട്ടം ഉയർത്തിയപ്പോൾ അവൻ പെട്ടെന്നുതന്നെ കണ്ണുകൾ തിരിച്ചു.

മാർക്കറ്റിൽനിന്നും ഒരു ജോഡി പാന്റ്സും ഷർട്ടും വാങ്ങേണ്ടിയിരുന്നുവെന്ന് ഓർത്തപ്പോൾ അവൻ പുറപ്പെടുവാനായി എഴുന്നേറ്റു.

'ഞാൻ രാജ്ബസാറിലേക്ക് പോകുന്നു. നിനക്ക് അടുക്കളയിലേക്ക് എന്തെങ്കിലും വേണോ?' ആരിഫ് ചോദിച്ചു. 'വേണ്ട ഭായിജാൻ' അവൾ അവനെ നോക്കാതെ മറുപടി പറഞ്ഞു. മണ്ടിപ്പെണ്ണ്, അവളിപ്പോഴും എന്നെ ഭായിജാൻ എന്നു വിളിക്കുന്നു. ആരിഫ് ചിന്തിച്ചു.

അവൻ മദ്രസാറോഡിന്റെ പിറകിലത്തെ തെരുവിലൂടെ നടന്ന്, മാധവ് വിക്രമശില അപ്പാർട്മെന്റിൽ എത്താറായപ്പോൾ അവന്റെ വാലറ്റ് കാണുന്നില്ലെന്ന് അവൻ തിരിച്ചറിഞ്ഞു. അത് ഞാൻ വീട്ടിൽ മറന്നുവെച്ചിരിക്കും. അവൻ സ്വയംപറഞ്ഞിട്ട് തിരിച്ചുനടന്നു. വാതിൽ കുറച്ച് തുറന്ന് കിടന്നിരുന്നു. ആരുംവരാന്തയിലോ ചേർന്നുള്ള മുറിയിലോ ഉണ്ടായിരുന്നില്ല. മുറിയിൽ കടന്നയുടെ അവൻ കട്ടിലിൽ തന്റെ വാലറ്റ് കണ്ടു.

മറ്റേ മുറിയിൽ ആരോ തേങ്ങുന്നത് അവൻ കേട്ടു. അതിനുശേഷം കുശുകുശുക്കുന്നതുപോലെ ഒരു ശബ്ദം കേട്ടു. അത് ഫർസാന

ആരോടോ ഫോണിൽ സംസാരിക്കുന്നതായിരുന്നു.' നിങ്ങൾക്ക് മനസ്സിലാകില്ല. എല്ലാവരും വലിയ സന്തോഷത്തിലാണ്. ആരിഫ് ഭായിജാനെ എനിക്ക് കല്യാണം കഴിക്കേണ്ടെന്ന് പറയാൻ എനിക്കുപറ്റില്ല. അതെനിക്ക് എങ്ങനെ പറയുവാൻ കഴിയും?' അപ്പോൾ മറുവശത്തുള്ള ആൾ സംസാരിക്കുന്നതിനായി ഒരു ഇടവേളവന്നു. 'ആരിഫ് ഭായിജാനെ അവൻ ഏറെ ബഹുമാനിക്കുന്നുവെന്ന് അവൻ പറയുന്നു. അദ്ദേഹത്തിന്റെ സന്തോഷത്തിന് തടസ്സമായി വരുവാൻ അവനുപറ്റില്ല.' ഫർസാന വീണ്ടും വിതുമ്പി. 'എനിക്ക് ആരിഫ്ഭായിജാനെ വിവാഹം കഴിച്ച് എന്റെ ജീവിതകാലം മുഴുവൻ ദുരിതത്തിൽ കഴിയുക എന്നതല്ലാതെ വേറെ മാർഗ്ഗമൊന്നുമില്ല.'

എവിടെനിന്നോ പെട്ടെന്ന് ഒരു ഇടിമിന്നൽ വന്ന് തലക്കടിച്ചതുപോലെ ആരിഫിന് തോന്നി. അവൻ വീണ്ടും വരാന്തയിലേക്ക് ചുവടുകൾവച്ച് കയറുപാകിയ കട്ടിലിന്റെ അറ്റത്ത് തലക്ക് കൈയ്യും കൊടുത്ത് ഇരുന്നു.

'എന്തുകൊണ്ടാണ് ഇതെനിക്ക് സംഭവിക്കുന്നത്?' അവൻ പിറുപിറുത്തു.

ഞാനെപ്പൊഴൊക്ക എന്റെ ജീവിതം സമാധാനപരമാക്കുവാൻ ശ്രമിക്കുന്നുവോ അപ്പോഴൊക്കെ അത് പുതിയ തടസ്സങ്ങൾ സൃഷ്ടിച്ച് എന്നെ ദുരിതങ്ങളുടെ മുൾക്കുടീരത്തിലേക്ക് വലിച്ചെറിയുന്നു. ഫർസാന അവനെ രഹസ്യമായി സ്നേഹിക്കുന്നുണ്ടെന്ന് ആരിഫ് എപ്പോഴും വിശ്വസിച്ചിരുന്നു. അവളെ വിവാഹം കഴിക്കുക എന്നത് അവൻ അവൾക്ക് ഒരു ഉപകാരം ചെയ്യലായിരുന്നു.

പക്ഷേ, ആരെയാണ് 'അവൻ' എന്ന് ഫർസാന പരാമർശിക്കുന്നത്? ഫർസാനയുടെ കാമുകന്റെ ഐഡന്റിറ്റി അവനെ കൗതുകപ്പെടുത്തി.

നേരം ഇരുണ്ട് തുടങ്ങിയിരുന്നു. ആരിഫ് റോഡിലേക്ക് ഇറങ്ങുമ്പോൾ കൊതുകുകൾ വായുവിൽ മൂളിക്കൊണ്ടിരുന്നു. താൻ എവിടേക്കാണ് പോകുന്നതെന്ന് നിശ്ചയമില്ലാതെ അവൻ മണിക്കൂറുകളോളം നടന്നു. പെട്ടെന്ന് അവൻ അരയാൽ മരത്തിന്റെ മുന്നിൽനിൽക്കുന്നത് കണ്ടു. അവന്റെ സ്വപ്നങ്ങൾക്ക് സാക്ഷ്യംവഹിച്ച അതേ വിശുദ്ധ അരയാൽമരം. അവൻ സുമിത്രയുമായിപ്രണയത്തിൽ വീഴുന്നത് അതു കണ്ടു. അതുപോലെ അവൻ ജീവിതത്തിൽ പരാജയപ്പെടുന്നതും അതു കണ്ടു. രണ്ടര സഹസ്രാബ്ദങ്ങൾക്കുമുമ്പ് ഒരു വിശുദ്ധ അത്തിമരത്തിനടിയിൽവച്ച് സിദ്ധാർത്ഥഗൗതമന് നിർവ്വാണം ലഭിച്ചു. ഈ പുണ്യമരത്തിന്റെ തണലിൽ ആരിഫിന് തന്റെ ജീവിതത്തിന്റെ പദപ്രശ്നത്തിന് ഉത്തരം കണ്ടെത്തുവാൻ കഴിയുമോ? ശൂന്യമായ പുഞ്ചിരിയാൽ അവന്റെ ചുണ്ടുകൾ വളഞ്ഞു.

വീട്ടിൽ, അബ്ബ ഡോക്ടറുടെ അടുത്തുനിന്നും തിരിച്ചെത്തിയിരുന്നു. ഇപ്പോൾ അദ്ദേഹം പൂർണ്ണമായും സുഖപ്പെട്ടുവെന്ന് ഡോക്ടർ പറഞ്ഞതായി അറിഞ്ഞത് ആരിഫിന് ആശ്വാസമായി.

പട്നയിൽനിന്നും ഇനിയത്നഗറിലേക്ക് നേരിട്ട് ട്രെയിൻ ഇല്ലായിരുന്നു. ബസ് യാത്രവല്ലാതെ ക്ഷീണിപ്പിക്കുന്നതായിരുന്നു. അടുത്ത ദിവസം രാവിലെ ആരിഫിന്റെ കുടുംബത്തെ അയൽപട്ടണമായ ഹാജിപൂരിലേക്ക് കൊണ്ടുപോകുവാൻ ഒരു ഓട്ടോ വിളിച്ചു. അവിടെനിന്നും അവർക്ക് ഇനിയത്നഗറിലേക്ക് തീവണ്ടി പിടിക്കാം. ലഗ്ഗേജുകളും മറ്റു വീട്ടുപകരണങ്ങളും ഇതിനകം ഒരു മിനിട്രാക്കിൽ കയറ്റി അയച്ചിരുന്നു. അബ്ബ മുൻസീറ്റിൽ ഡ്രൈവറുടെ അടുത്തായി ഇരുന്നു. പുറകിൽ ഉമ്മ, ഹുമ, ഫർസാന എന്നിവരിരുന്നു. ആരിഫ് ഫർസാനയെ നോക്കി. അവളുടെ വീർത്തകണ്ണുകളിൽനിന്ന് അവൾ കരയുകയായിരുന്നുവെന്ന് അവന് മനസ്സിലായി. അബ്ബ സംതൃപ്തനായി കാണപ്പെട്ടു.

ആരിഫ് ഓട്ടോറിക്ഷയ്ക്കടുത്തേക്ക് വന്നപ്പോൾ അബ്ബ അദ്ദേഹത്തിന്റെ മൊബൈൽ ഫോൺ എടുത്ത് അവന്റെ കയ്യിൽകൊടുത്തു.

'അബ്ബാ, വീട്ടിൽ ഒരു ഫോൺ വേണമെന്നാണ് ഞാൻ ചിന്തിക്കുന്നത്. എനിക്ക് ഇപ്പോൾ ഒരു മൊബൈൽ ഫോണിന്റെ ആവശ്യമില്ല. നിങ്ങൾക്കെന്നെ എന്റെ ഓഫീസിലേക്ക് വിളിക്കാം.' ആരിഫ് പറഞ്ഞു.

'പക്ഷേ, ജമൽപുരയിൽ നെറ്റ്വർക്ക് കവറേജില്ല. അവിടെ ഇതിന് ഒരു ഉപയോഗവുമില്ല.' അബ്ബ ചിരിച്ചുകൊണ്ട് മറുപടി പറഞ്ഞു.

'നീ വീട്ടിൽനിന്നും ദൂരെ പോകുന്നത് ഇതാദ്യമായാണ്. നീ നന്നായി നിന്നെ സൂക്ഷിച്ചുകൊള്ളണം. നീ ഭഗൽപൂരിലെത്തുമ്പോൾ എന്നെ വിളിക്കുക. ഹക്കിംസാഹിബിന്റെ നമ്പറിൽ വിളിക്കൂ. അടുത്ത നാലോ അഞ്ചോ ദിവസത്തേക്ക് ഞങ്ങൾ ഇനിയത്നഗറിൽ ആയിരിക്കും.'

'ശരി, അബ്ബ.'

'മോനെ, ഞാൻ നിനക്കുവേണ്ടി വീട്ടിലുണ്ടാക്കിയ മധുരപലഹാരങ്ങളും മറ്റു പലഹാരങ്ങളും പാക്ക് ചെയ്തിട്ടുണ്ട്.' ഉമ്മ പറഞ്ഞു.

ജലസേചനവകുപ്പിൽനിന്നു വിരമിച്ച എൻജിനീയറായ, സൗഹൃദഭാവമുള്ള, താടിവെച്ച വീട്ടുടമസ്ഥൻ ഷബ്ബീർ അലി, അബ്ബയുടെ മുൻസഹപ്രവർത്തകൻ ജമീൽഖാൻ എന്നിവരും അവരെ യാത്രയാക്കാനായി ഉണ്ടായിരുന്നു.

'റഷീദ്ഭായി, എന്റെ ഈ എളിയവീട്ടിൽ താമസിച്ചകാലത്ത് എന്തെങ്കിലും അസ്വസ്ഥതയോ അസൗകര്യങ്ങളോ ഉണ്ടായിട്ടുണ്ടെങ്കിൽ നിങ്ങളോട് ഞാൻ ക്ഷമ ചോദിക്കുവാൻ ആഗ്രഹിക്കുന്നു.' അബ്ബയുടെ കൈപിടിച്ച് കുലുക്കികൊണ്ട് ഷബ്ബീർ അലി പറഞ്ഞു.

'എഞ്ചിനീയർ സാഹിബ്, നിങ്ങൾ എത്രനല്ല വ്യക്തിയാണ്. നിങ്ങളുടെ വീട്ടിൽ താമസിച്ച മനോഹരമായ കാലം ഞങ്ങൾ ഇപ്പോഴും ഓർക്കും.'

'ശുക്രിയ! വളരെ നന്ദി' ഷബ്ബീർ അലി പറഞ്ഞു.

'ഹാൻ, ആരിഫ് നാളെ വൈകുന്നേരം ഓഫീസിൽ ചേരുവാൻ ഭഗൽപൂരിലേക്ക് പോകും. അതുകൊണ്ട് അപ്പോൾ നിങ്ങൾക്ക് വീടിന്റെ താക്കോൽ ലഭിക്കും'

'അത് കുഴപ്പമില്ല, റഷീദ്ഭായി.' ഷബ്ബീർ അലി മറുപടി നൽകി.

അബ്ബ തന്റെ റിസ്റ്റ് വാച്ച് നോക്കിയിട്ട് പറഞ്ഞു, 'ഇനിയത്നഗറിലേക്കുള്ള ട്രെയിൻ പതിനൊന്നുമണിക്ക് ഹാജിപൂരിൽനിന്നും പുറപ്പെടും. ഞങ്ങൾക്ക് ഇപ്പോൾതന്നെ പുറപ്പെടണം. ഗാന്ധി സേതുപാലത്തിൽ ട്രാഫിക് കുരുക്ക് ഉണ്ടാകുമെന്ന് നിങ്ങൾക്ക് അറിയാമല്ലോ.'

അബ്ബ ഒരിക്കൽക്കൂടി ഷബ്ബീർ അലിക്കും ജമീൽഖാനും ഹസ്തദാനം നൽകി.

'ഫി അമാനുല്ല.' ഷബ്ബീർ അലി പറഞ്ഞു.

'ഖുദഹഫിസ്' ജമാൽഖാൻ പറഞ്ഞു.

'ഖുദഹഫിസ്' അബ്ബ പറഞ്ഞു.

ഓട്ടോറിക്ഷ മുന്നോട്ട് നീങ്ങി തെരുവിൽ അപ്രത്യക്ഷമായി.

പക്ഷേ, ആരിഫ് കുറച്ചുനേരം റോഡിലേക്ക് ഉറ്റുനോക്കിക്കൊണ്ട് അവിടെത്തന്നെ നിന്നു. തനിക്ക് നഷ്ടപ്പെട്ട എന്തോ തിരയുന്നപോലെ. അവൻ അവന്റെ നഷ്ടപ്പെട്ട സന്തോഷം കണ്ടെടുക്കാൻ ശ്രമിക്കുകയാണോ? വിഷാദത്തിന്റെ ഒരു തിര അവനിൽ വന്നടിച്ചു.

തന്റെ മുറിയുടെ ഏകാന്തതയിൽ തിരിച്ചെത്തിയ അവൻ ഒരു യാത്രാബാഗിൽ തന്റെ സാധനങ്ങൾ നിറയ്ക്കാൻതുടങ്ങി. അവൻ തന്റെ പഴയഡയറി എടുത്തപ്പോൾ അതിൽനിന്നും ഒരു ബ്ലാക്ക് ആൻഡ് വൈറ്റ്ഫോട്ടോ ഊർന്നു വീണു. കുട്ടികളായിരുന്നപ്പോഴത്തെ ആരിഫിന്റെയും സക്കീറിന്റെയും ചിത്രമായിരുന്നു അത്. ആരിഫിന് പത്തു വയസ്സും സക്കീറിന് ഒൻപതും. മുഹറത്തിന്റെ പത്താംനാൾ നാസോ അമ്മാവനാണ് ആ ചിത്രമെടുത്തത്. ഫോട്ടോ ബ്ലാക്ക് ആൻഡ് വൈറ്റ് ആണെങ്കിലും അവൻ ചുവന്ന കുർത്തയും പൈജാമയും സക്കീർ പച്ചനിറത്തിലുള്ളതുമാണ് ധരിച്ചിരുന്നതെന്ന് അവൻ വ്യക്തമായി ഓർമ്മിച്ചു.

തന്റെ സഹോദരന്റെ കൈപിടിച്ച് ആരിഫ് തന്റെ ഗ്രാമത്തിന്റെ പ്രാന്തപ്രദേശത്തുള്ള ഒരു തുറന്ന വയലായ കർബലയിലേക്കു പോയിരുന്നു. അവിടെ നാല് ഗ്രാമങ്ങളിൽനിന്നുള്ള താസിയകൾ

ഹസ്രത് ഹുസ്സൈന്റെ രക്തസാക്ഷിത്വത്തിന്റെ സ്മരണക്കായി ഒത്തുകൂടി. ബഡ്കെ ബാബയ്ക്കൊപ്പമാണ് പോകുന്നതെന്ന് അവൻ ഉമ്മയോട് കള്ളംപറഞ്ഞിരുന്നു. കാരണം അവരെ തനിയെ കർബാലക്ക് പോകാൻ അനുവദിക്കില്ലെന്ന് അവന് അറിയാമായിരുന്നു. കർബാലയിൽ വലിയതിരക്കായിരുന്നു. അതുകൊണ്ട് ആരിഫ് അവന്റെ സഹോദരന്റെ കൈപിടിച്ച് കുറച്ച് അകലെനിന്നു. പിക്കാസും കുന്തവും വാളും ഏന്തിയ ആളുകളെ അവൻ കണ്ടു. അള്ളാഹു അക്ബർ എന്നോ അല്ലെങ്കിൽ യാഹുസൈൻ യാഹുസൈൻ എന്നോ അലറുന്നതും മർസിയ ആലപിക്കുന്നതും അവൻ കേട്ടു.

ജമൽപുരയും അയല്പക്കത്തെ ഷാംഷാദ്നഗറും തമ്മിൽ ഒരു കലാപം പൊട്ടിപ്പുറപ്പെട്ടു. ഇരുവശവും പരസ്പരം കല്ലും ഇഷ്ടികയും എറിയാൻ തുടങ്ങിയപ്പോൾ ആളുകൾ നാലുപാടും ഓടിത്തുടങ്ങി. ആരിഫും കർബാലക്കടുത്തുള്ള ഒരു മാമ്പഴത്തോട്ടത്തിലേക്ക് ഓടിയിരുന്നു. പക്ഷേ, അപ്പോൾ സക്കീർ അവനൊപ്പമില്ലെന്ന് അവൻ തിരിച്ചറിഞ്ഞു. പരിഭ്രാന്തിയോടെ അവൻ സഹോദരന്റെ പേര് വിളിച്ചെങ്കിലും മറുപടിയൊന്നും ലഭിച്ചില്ല. അവൻ ചുറ്റുംനോക്കി. സക്കീറിനെ അവിടെയെങ്ങും കാണുവാനില്ലായിരുന്നു.

ഒരു മണിക്കൂറിനുശേഷം പോലീസ് ഇടപെട്ട് കലാപകാരികളെ തുരത്തി. കർബാലയുടെ ഒരു കോണിൽ കരഞ്ഞുകൊണ്ട് ആരിഫ് നിന്നു. അപ്പോഴും അവന്റെ കണ്ണുകൾ സക്കീറിനെ തിരയുന്നുണ്ടായിരുന്നു. അവിടെനിന്നിരുന്ന ഒരു പോലീസുകാരൻ അവനെ വഴക്കുപറയുകയും വീട്ടിലേക്കുപോകുവാൻ അവനോട് ആവശ്യപ്പെടുകയും ചെയ്തു. വിശുദ്ധ ഖുറാനിലെ സൂക്തങ്ങൾ ഉരുവിട്ടുകൊണ്ട് അവൻ കരഞ്ഞുകൊണ്ട് തിരിഞ്ഞു. തന്റെ സഹോദരനെ തിരികെ കിട്ടിയാൽ പ്രത്യേക നമസ് നൽകാമെന്ന് അവൻ വാഗ്ദാനംചെയ്തു. ഒരു മിനിട്ട് പോലും കഴിയുന്നതിനുമുമ്പ്, തോട്ടത്തിലെ ഒരു മുളങ്കാടിനുള്ളിൽ നിന്ന് സക്കീർ എഴുന്നേറ്റ് വന്നു. അവൻ അവന്റെ സഹോദരന്റെ കൈപിടിച്ചു കരയുവാൻ തുടങ്ങി. കരുണാമയനായ അല്ലാഹുവിനോട് നന്ദി പറഞ്ഞ് അവൻ ഉറക്കെ പ്രാർത്ഥിച്ചു.

തന്റെ സഹോദരനെ കെട്ടിപ്പിടിച്ച് അവനോട് ഒന്നുംപറയാതെ കരഞ്ഞനിമിഷം അവൻ കൃത്യമായി ഓർക്കുന്നു. ആശയക്കുഴപ്പത്തിലായ സക്കീർ അവനോടു ചോദിച്ചു, 'എന്താണ് സംഭവിച്ചത്, ഭയ്യാ?'

ആ ദിവസം മുതൽ ആരിഫ് സക്കീറിന്റെ വാക്കുകൾകേട്ടു. ഇത്തവണയും തന്റെ സഹോദരൻ എവിടെനിന്നെങ്കിലും പുറത്തുവരുമെന്ന് അവൻ പ്രാർത്ഥിക്കുകയും പ്രതീക്ഷിക്കുകയുംചെയ്തു. തനിക്ക്

വീണ്ടും അവന്റെ കൈകളിൽ പിടിക്കുവാനും തന്റെ ഹൃദയമറിയുന്ന തുവരെ കരയുവാനും.

~

പിറ്റേന്ന് വൈകുന്നേരം ആരിഫ് ഭഗൽപൂരിലേക്ക് പുറപ്പെട്ടുവാൻ തുടങ്ങുമ്പോൾ പട്നയിൽ ഒരു കൊടുങ്കാറ്റ് വീശി. നഗരത്തിലെ തുറന്ന നടപ്പാതകളിൽ നിന്നും പൊടിപടലങ്ങൾ ഉയർന്നു വായുവിൽ തങ്ങി നിന്നു. പിന്നെ ചെറുതായി പെയ്ത മഴ ആകാശത്തെ വൃത്തിയായി കഴുകി. ആരിഫ് റെയിൽവേ ജങ്ഷനിലേക്ക് തിരിക്കാൻ മുറിയിൽ നിന്ന് പുറത്തിറങ്ങിയപ്പോൾ കാലാവസ്ഥ സുഖകരമായിരുന്നു. തണുത്ത കാറ്റ് ഇടതടവില്ലാതെ വീശുന്നുണ്ടായിരുന്നു. പക്ഷേ, അത് അവന് ആവേശം പകർന്നില്ല. മ്ലാനത അവന്റെ മുഖത്താകെ എഴുതി വെച്ചിരുന്നു.

ആരിഫ് വീണ്ടും തന്റെ സഹോദരൻ സക്കീറിനെക്കുറിച്ച് ചിന്തിച്ചു. കൂർത്തതാടി എല്ലുകൾകൊണ്ട് അടയാളപ്പെടുത്തിയിരുന്ന, വട്ടത്തിലുള്ളതും എന്നാൽ കരുത്തുറ്റതുമായ മുഖം, തോളുകളെ ചുംബിച്ചിരുന്ന ചുരുണ്ടമുടി ഇതൊക്കെ അവന്റെ മനസ്സിലേക്കുവന്നു. അവന്റെ താടിവിറക്കുകയും അവന്റെ കവിളിലൂടെ കണ്ണുനീർ ഒഴുകു കയും ചെയ്തപ്പോൾ അവൻ ദീർഘമായി നിശ്വസിച്ചു. വീടിന്റെ താക്കോൽ തിരിച്ചുകൊടുക്കുവാൻ വീട്ടുടമസ്ഥന്റെ അടുത്തേക്കു പോകുന്നതിനുമുമ്പ് അവൻ ഒരു വെളുത്ത തൂവാലകൊണ്ട് കണ്ണു നീർ തുടച്ചു.

വീട്ടുടമസ്ഥൻ രാത്രി പ്രാർത്ഥനയ്ക്കായി പള്ളിയിലായിരുന്നു. മറ്റു രണ്ട് ആൺകുട്ടികളോടു ചേർന്നു വഴിയിൽനിന്ന് ഗോസിപ്പ് പറയുക യായിരുന്ന അദ്ദേഹത്തിന്റെ ഇളയമകന്റെ കയ്യിൽ ആരിഫ് താക്കോൽ കൊടുത്തു. താക്കോൽ വാങ്ങി പോക്കറ്റിലിട്ടിട്ട്, ആരിഫിനെ ഗൗനി ക്കാതെ അവൻ സുഹൃത്തുക്കളുമായുള്ള സംസാരം തുടർന്നു.

പട്ന ജങ്ഷനിലേക്ക് ഒരു ഓട്ടോറിക്ഷ പിടിക്കാൻ രാജാബസാ റിലേക്ക് പോകുന്നവഴിയിൽ, ഒരു ഷാമിയാന കെട്ടിയിരിക്കുന്ന മഗധ് വിക്രമശില അപ്പാർട്മെന്റിന്റെ അടുത്ത് ആരിഫ് നിന്നു. രണ്ട് ഹാലജൻ ലൈറ്റുകൾ ആ പന്തലിന്റെ വിദൂരകോണുകളിൽ കത്തിനിന്നിരുന്നു. പുരുഷന്മാരുംസ്ത്രീകളുമായി നൂറിലധികം പേർ പ്ലാസ്റ്റിക് കസേര കളിൽ ഇരുന്നിരുന്നു. പന്തൽ അവസാനിക്കുന്നിടത്ത് താത്ക്കാലിക മായികെട്ടിയ ഒരു സ്റ്റേജ് ഉണ്ടായിരുന്നു. അതിൽ പച്ചപരവതാനി

വിരിച്ചിരുന്നു. പട്നയിലെ അറിയപ്പെടുന്ന ശസ്ത്രക്രിയാ വിദഗ്ധ നായ ഡോ. അബ്ദുൾഹായ്, കൈയിൽ ഒരു മൈക്ക് പിടിച്ചുകൊണ്ട് വേദിയിലുണ്ടായിരുന്നു.

'നമ്മുടെ സമുദായത്തെ അഭിമാനകരമാക്കിയ ഷാഹ്ലാഖാനെ ആദരിക്കുവാനാണ് നമ്മൾ ഇവിടെ ഒത്തുകൂടിയിരിക്കുന്നത്...'

സമൻപുരയിലെയും രാജാബസാറിലെയും മുസ്ലീങ്ങളാണ് ഷാഹ്ലാഖാനെ ആദരിക്കുന്നതിനായി ഈ ചടങ്ങ് സംഘടിപ്പിച്ചത് എന്ന് ആരിഫിന് അറിയാമായിരുന്നു. അവൾ ഈ പരിസരത്താണ് താമസിക്കുന്നത്. ഈ വർഷത്തെ സിവിൽസർവിസ് പരീക്ഷയിൽ അവൾ ഒന്നാമതെത്തി. ഒരു പെൺകുട്ടി, ഐഎഎസ് ടോപ്പറും. ഷാഹ്ല, നീലനിറത്തിലുള്ള സൽവാർസ്യൂട്ടിൽ ഒരു കസേരയിൽ ഇരിക്കുന്നത് അവൻ കണ്ടു. സാക്ഷാത്കാരത്തിന്റെ സംതൃപ്തി യാൽ അവളുടെ മുഖം തിളങ്ങിയിരുന്നു. താൻ അവളുടെ സ്ഥാനത്തായി രുന്നെങ്കിൽ എന്നവൻ ചിന്തിച്ചു. അവിടെ കൂടുതൽനേരം നിൽക്കുന്നത് അവന് അസഹനീയമായിരുന്നു. ഉച്ചഭാഷിണിയിലൂടെ വന്ന ഓരോ വാക്കും അവന്റെ പരാജയങ്ങളെ പരിഹസിക്കുന്നതായി അവനു തോന്നി.

ഇരുപത്തിരണ്ട്

ആരിഫ് പട്ന ജങ്ഷനിലെ ബാത്ത്റൂമിലെ കണ്ണാടിയിൽ നോക്കുമ്പോൾ ഒരു അപരിചിതൻ അവനെ തുറിച്ചുനോക്കി. അവന്റെ വിങ്ങിയ കണ്ണുകളും പിൻവാങ്ങുന്ന മുടിയും അവനെ പ്രായമുള്ളവനായി തോന്നിപ്പിച്ചു. അവന്റെ പഴയ നീല ബാഗി ജീൻസിലും മുഴുക്കയ്യൻ നീലഷർട്ടിലും താൻ ഒരു അപഹാസ്യനാണെന്ന് അവനുതോന്നി. വികാരരഹിതനായി അവൻ അവനെത്തന്നെ തുറിച്ചുനോക്കി.

ഒന്നാംനമ്പർ പ്ലാറ്റ്ഫോമിലേക്ക് മടങ്ങിച്ചെന്ന് അവൻ തന്റെ ബാഗ് തറയിൽവച്ചിട്ട് കുറച്ചു പൊടിപിടിച്ചുകിടക്കുന്ന സ്റ്റീൽബെഞ്ചിൽ ഒരു നെടുവീർപ്പോടെ ഇരുന്നു. ബെഞ്ചിന്റെ പുറകിലേക്ക് ചാരിയിരുന്ന്, കണ്ണുകൾ ഇറുക്കിയടച്ച് അവൻ കാലത്തിലൂടെ തിരിച്ചുപോയി. പതിമൂന്നു വയസ്സുള്ള കുട്ടിയായിരുന്നപ്പോൾ ജമൽപുരയിലെ അവന്റെ പൂർവ്വികഭവനത്തിന്റെ അർദ്ധവൃത്താകൃതിയിലുള്ള വരാന്തയുടെ അറ്റത്ത് അവൻ ഇരിക്കുകയായിരുന്നു. അസാധാരണമായ ഒരു കഥ പറയുവാൻ തയ്യാറായി ദാദി തടികൊണ്ട് ഉണ്ടാക്കിയ ഉയരംകുറഞ്ഞ ഒരു പീഠത്തിൽ ഇരിക്കുന്നുണ്ടായിരുന്നു. പ്രതീക്ഷയോടെ ഉറ്റുനോക്കികൊണ്ട് സക്കീർദാദിയുടെ അരികിൽനിന്നു.

ഒരു ഇടിയുടെ ഉച്ചത്തിലുള്ള മുഴക്കം ആരിഫിനെ ഞെട്ടിവിറപ്പിച്ചു.

സ്റ്റേഷനിലെ വൈദ്യുതിവിതരണം ഉടൻനിലച്ചു. തന്റെ യാത്രാബാഗിനായി അവൻ ഇരുട്ടിൽ പരാതി. ഈ നഗരത്തിൽ പോക്കറ്റടിക്കാരും കള്ളന്മാരും ഒരാളുടെ വസ്തുക്കൾ എപ്പോൾ അപഹരിക്കുമെന്ന് ആർക്കും പറയാനാകില്ല.

കഴിഞ്ഞ രണ്ട്ദിവസത്തെ സംഭവങ്ങൾ അവനെ ആകെ താറുമാറാക്കിയിരുന്നു.

ഫർസാനയുടെ ഫോൺവിളി അവനെ കുഴച്ചു. സുമിത്രയുടെ ക്ഷണം അവനെ അപ്പോഴും വശീകരിച്ചുകൊണ്ടിരുന്നു. അബ്ബയുടെ പ്രതീക്ഷകൾ അവന്റെ വഴിയിൽ വരുന്നതിനെ ഒക്കെ നിശ്ശബ്ദമായി സ്വീകരിക്കാൻ അവനെ നിർബന്ധിതനാക്കി.

അവന്റെ മസ്തിഷ്കം ഒരു തൂവൽപോലെ ലാഘവത്വം ഉള്ളതായി മാറിയതായി അവന് അനുഭവപ്പെട്ടു.

അവന്റെ ബാഗിൽ വന്നിരുന്ന ഒരു മിന്നാമിനുങ്ങ് അവന്റെ ശ്രദ്ധ തിരിച്ചു. പരിഹാസ്യജീവിതം അവനെ എന്തെല്ലാം ആക്കുന്നുവോ അതിനെ ഒക്കെ സാന്ത്വനപ്പെടുത്തുന്നപോലെ അതുപറന്നുയർന്ന്

അവന്റെ ചുമലിൽ വന്നിരുന്നു. ഒരു നിമിഷം അവന് ആശ്വാസം തോന്നി. വൈദ്യുതി പുനഃസ്ഥാപിച്ചു, ആ മിന്നാമിനുങ്ങിന് അതിന്റെ തിളക്കം നഷ്ടപ്പെട്ടു, അവൻ വീണ്ടും അപകർഷതാബോധത്തിലേക്ക് കൂപ്പുകുത്തി.

അവൻ ആ ബെഞ്ചിൽകിടന്നു. കാലുകൾ നീട്ടിവച്ചു. ബാഗെടുത്ത് അവന്റെ തലക്ക് അരുകിൽവച്ചു. ഒരു തണുത്ത ഇളംകാറ്റ് അവനെ ലഘുനിദ്രയിലേക്ക് താരാട്ടി.

കഴുത്തിനുചുറ്റും കിടക്കുന്ന മംഗല്യസൂത്രവും അവളുടെ കണ്ണിലെ കൺമഷിയും രക്തത്തിന്റെ അരുണിമയുള്ള ലിപ്സ്റ്റിക്കും അരയ്ക്ക് ചുറ്റിയിരിക്കുന്ന കറുത്ത ചരടുമൊഴിച്ചാൽ സുമിത്ര നഗ്നയായിരുന്നു. അപ്പോൾ അവൾ പുതുതായി ജലസേചനംചെയ്ത നെൽപ്പാടത്തിന് കുറുകെ നടക്കുകയായിരുന്നു. ചെറിയ നെൽച്ചെടികൾ വെള്ളത്തി നടിയിൽ മുങ്ങിക്കിടന്നു. ചെളിനിറഞ്ഞ പാടത്ത് ആഴത്തിലുള്ള കാൽപ്പാടുകൾ രൂപപ്പെട്ടു.

നിറയെ രോമങ്ങളുള്ള നെഞ്ച്മറക്കാത്ത ഒരു മുഖംമൂടി മനുഷ്യൻ, ഒരു വെറും ചുവന്ന ലോയിൻതുണികൊണ്ട് ദേഹംമറച്ച് എവിടെ നിന്നോ പ്രത്യക്ഷപ്പെട്ടു. അയാൾ സുമിത്രയുടെ കൈയ്യിൽ കടന്നു പിടിച്ച് അവളെ അയാളിലേക്ക് അടുപ്പിച്ചു. അവൾ അവളുടെ മറു കൈനീട്ടി ആരിഫിനെ വിളിച്ചു. ആരിഫ് അവരുടെ പിന്നാലെ ഓടി, മുഖംമൂടി ധരിച്ചയാളെ തടയാൻ ശ്രമിച്ചു. പക്ഷേ, അയാൾ ശക്ത നായിരുന്നു. അയാൾ ആരിഫിനെ ശക്തമായിതള്ളി. ആരിഫ് നില ത്തിടിക്കുമ്പോൾ അവന് തലയിൽ ഒരു തുളച്ചുകയറുന്ന വേദന അനുഭവപ്പെട്ടു.

ആരിഫ് ഉറക്കം ഉണർന്നു. പ്ലാറ്റ്ഫോമിലെ സിമിന്റ്ചെയ്ത നിലത്ത് അവൻ കിടക്കുകയായിരുന്നു. അവന്റെ തലചുറ്റുന്നുണ്ടാ യിരുന്നു. തലയിൽ താങ്ങിപിടിച്ചുകൊണ്ട് അവൻ എഴുന്നേറ്റ് ബെഞ്ചിന്റെ വക്കിലിരുന്ന് എന്തുതരം സ്വപ്നം ആയിരുന്നു അതെന്ന് അത്ഭുതപ്പെട്ടു.

ഒരു സ്വർഗീയസ്വപ്നം, ഖബ് ഇ റഹ്മാനി?

ഒരു പൈശാചികസ്വപ്നം, ഖബ് ഇ ഷൈതാനി?

അതോ ഇതൊരു മനഃശാസ്ത്രപരമായ സ്വപ്നമാണോ, ഖബ് ഇ സെഹാനി?

എന്തുതന്നെയായാലും ആ സ്വപ്നത്തിന്റെ അനന്തരഫലം അവന് സുമിത്രയോട് അതിയായ ആഗ്രഹം തോന്നിത്തുടങ്ങി എന്നതായി രുന്നു. അവളെ ഗാഢമായി ആലിംഗനം ചെയ്യുവാനും അവളുടെ

വസ്ത്രങ്ങൾ വലിച്ചുകീറി, അവളെ കിടക്കയിലേക്ക് എടുത്ത് എറിഞ്ഞു അവർ പൂർണ്ണമായും തളരുന്നതുവരെ അവളുമായി രതി ചെയ്യുവാനും അവൻ ആഗ്രഹിച്ചു.

ഞാൻ സുമിത്രയുടെ അടുത്തേക്ക് മടങ്ങിപ്പോകണമോ? അവൻ അവനോടുതന്നെ തർക്കിക്കുന്നതിനിടയിൽ നന്മയും തിന്മയും തിരഞ്ഞെടുക്കേണ്ട ഒരു വ്യക്തിയെക്കുറിച്ചുള്ള ഈരടികൾ ഗാലിബിൽ നിന്നുള്ളത് അവന്റെ മനസ്സിലേക്ക് പൊന്തിവന്നു.

വിശ്വാസം എന്നെ തടയുന്നു,
പ്രലോഭനങ്ങൾ എന്നെ ആകർഷിക്കുന്നു.
വിഗ്രഹങ്ങൾ എന്റെ മുന്നിൽ ഉള്ളപ്പോൾ
വിശുദ്ധ കാബ എന്റെ പിന്നിലുണ്ട്.

എനിക്ക് വിവാഹം കഴിക്കണ്ട എന്ന് ഞാൻ അബ്ബയോട് പറയണമോ? അല്ലെങ്കിൽ എനിക്ക് ഫർസാനയെ വിവാഹം കഴിക്കാൻ വയ്യ, എന്തുകൊണ്ടെന്നാൽ അവൾ എന്നെ വിവാഹം കഴിക്കുവാൻ ആഗ്രഹിക്കുന്നില്ലന്ന് ഞാൻ അബ്ബയോട് പറയണമോ? അതുമല്ലെങ്കിൽ ഒന്നുമറിയില്ലെന്ന് നടിച്ചുകൊണ്ട് ഞാൻ ഫർസാനയെ വിവാഹം കഴിക്കണമോ?

ഈ മൂന്ന് തിരഞ്ഞെടുക്കലുകളും ബുദ്ധിമുട്ടായിരുന്നെങ്കിലും അവന് ഒന്ന് തിരഞ്ഞെടുക്കണമായിരുന്നു. 'മുകളിൽ പറഞ്ഞതൊന്നുമല്ല' എന്ന ആഡംബരം, അവനെഴുതിയ സിവിൽ സർവീസ് പരീക്ഷയിലെപോലെ അവന് ഉണ്ടായിരുന്നില്ല.

തീരുമാനമെടുക്കാതെ, ആരിഫ് അവന്റെ ഞൊട്ടകൾ ഒടിച്ചു. പിന്നെ പെട്ടെന്ന് അവൻ തന്റെ ബാഗുമെടുത്ത് വേഗത്തിൽ ജങ്ഷനിൽനിന്നും പുറത്തേക്കുനടന്നു. പുറത്തെ അന്തരീക്ഷം തണുപ്പുള്ളതായിരുന്നു. തെരുവു വിളക്കുകൾക്ക് അരികിലുള്ള ഏതാനും ഇടങ്ങൾ ഒഴിച്ചാൽ നഗരം ഇരുട്ടിലായിരുന്നു.

അവൻ അവന്റെ മൊബൈലിൽ നോക്കി. പന്ത്രണ്ടുമണിയാകാൻ പതിനഞ്ചു മിനിറ്റ് കൂടിയുണ്ട്. സുമിത്രയുടെ നമ്പർ ഡയൽ ചെയ്യുവാൻ അവന് പ്രലോഭനമുണ്ടായി. പക്ഷേ, അവനത് ചെയ്തില്ല. ഹനുമാൻ ക്ഷേത്രവും വഴിയിൽ പ്രദർശിപ്പിച്ചിരിക്കുന്ന തീവണ്ടി എഞ്ചിനും കടന്ന് ഓട്ടോ സ്റ്റാൻഡിൽ എത്തിച്ചേരുവാൻ അവൻ റോഡ് മുറിച്ചുകടന്നു. ബീഹാറിലെ പുതിയതായി തിരഞ്ഞെടുക്കപ്പെട്ട മുഖ്യമന്ത്രി നിതീഷ് കുമാറിന്റെ ചിരിച്ചുകൊണ്ട് നിൽക്കുന്ന കട്ട്ഔട്ടിന് കീഴെ പാർക്ക് ചെയ്തിരിക്കുന്ന മൂന്ന് ഓട്ടോകൾ അവൻ കണ്ടു. അവൻ ആദ്യത്തെ ഓട്ടോയിൽ കയറി.

'തൊണ്ണൂറു രൂപ' ഓട്ടോഡ്രൈവർ പറഞ്ഞു.

ഡ്രൈവർ അവനിൽനിന്നും അമിതമായ കൂലിയാണ് ഈടാക്കുന്നതെന്ന് അറിയാമായിരുന്നിട്ടും അവൻ സമ്മതിച്ചു. വില പേശാനും സമയംകളയാനുമുള്ള ഒരു മാനസികാവസ്ഥയിലായിരുന്നില്ല അവൻ.

പെട്ടെന്ന് ഫർസാന അവന്റെ മനസ്സിലേക്ക് കടന്നുവന്നു. അവൻ അവന്റെ ഉള്ളിൽനിന്നുള്ള കോപത്താൽ ജ്വലിച്ചു.

ഈ അസ്വസ്ഥകരമായ മാനസികാവസ്ഥയെ മറികിടക്കുവാൻ അവൻ സുമിത്രയെക്കുറിച്ച് ആലോചിച്ചു. അവൻ അവളെ ആദ്യമായി കണ്ടദിവസത്തെക്കുറിച്ച് ചിന്തിച്ചു. അവളുമായി തീവണ്ടിയിൽ ചില വഴിച്ച രാത്രിയെക്കുറിച്ച് അവൻ ചിന്തിച്ചു. ഉടനെതന്നെ പ്രണയത്തിന്റെയും ആസക്തിയുടെയും വിചിത്രമായ വഞ്ചനയുടെയും ചുഴിയിൽ അവൻ അവനെത്തന്നെ കണ്ടെത്തി. സുമിത്ര കറുത്ത വേഷം ധരിച്ച്, അവളുടെ ഏറ്റവും ഉത്തമമായ ആഭരണങ്ങൾ ധരിച്ച്, അവളുടെ പ്രിയപ്പെട്ട ഉർദുകവിയായ ഗാലിബിന്റെ വരികൾ അവനുവേണ്ടി പാരായണംചെയ്യുന്നത് അവൻ കണ്ണുകളടച്ച് സങ്കല്പിച്ചു.

സുമിത്ര എന്ന് അവൻ സ്വയംമന്ത്രിച്ചു. ഓട്ടോഡ്രൈവറോട് വേഗത്തിൽ പോകുവാൻ അവൻ ആവശ്യപ്പെട്ടു.

ചിത്രകാർനഗറിനുള്ളിലെ റോഡിന്റെ ഓരത്ത് ഡ്രൈവർ വണ്ടി നിർത്തി.

വണ്ടിയുടെ ഹെഡ്‌ലൈറ്റുകളുടെ വെളിച്ചത്തിൽ സുമിത്രയുടെ വീട്ടിലേക്ക് നീളുന്ന പാതവെള്ളത്തിൽ ആണ്ടുകിടക്കുന്നത് ആരിഫ് കണ്ടു.

അവൻ ഓട്ടോ കൂലികൊടുത്തിട്ട് അവന്റെ പോക്കറ്റിൽനിന്നും ഒരു പെൻടോർച്ച് എടുത്ത് വെള്ളത്തിൽ മുങ്ങിക്കിടക്കുന്ന റോഡിന്റെ വശങ്ങളിലൂടെയിട്ട കല്ലുകളാൽ തീർത്ത താത്ക്കാലിക പാലത്തിലൂടെ ശ്രദ്ധാപൂർവ്വം നടന്നുതുടങ്ങി.

സുമിത്രയുടെ വീടിന്റെ മുന്നിലെത്തിയപ്പോൾ ആരിഫ് ജാഗ്രതയോടെ ഇരുമ്പ്ഗ്രിൽ ഗേറ്റ് തള്ളിതുറന്നു.

അടുത്ത ഏതാനും മിനിറ്റുകൾ അവൻ അവിടെത്തന്നെ അനങ്ങാതെനിന്നു. പിന്നെ അവൻ സുമിത്രയുടെ പുതുതായി പണിതവീട്ടിലേക്ക് നോക്കുവാനായി തിരിഞ്ഞു.

പാതിതുറന്നുകിടക്കുന്ന ജനാലയിലൂടെ, മുറികളിൽ ഒന്നിൽനിന്നും, പാൽവെളിച്ചം പുറത്തേക്ക് വീണിരുന്നു. അവൻ ജനാലയുടെ അടുത്തേക്ക് നടന്നുചെന്ന് ആ മുറിയിലേക്ക് ഒളിഞ്ഞുനോക്കി. അകത്ത്, ഒരു കട്ടിലിൽ, ഒരു കാലിൽ പ്ലാസ്റ്റർ ഇട്ട് രമേശ് കിടക്കുന്നുണ്ടായിരുന്നു. അയാളുടെ നെറ്റിയിൽ ഒരു വെളുത്തതുണികൊണ്ടുള്ള ബാൻഡേയ്ജ് കെട്ടിയിരുന്നു. അതിൽ ആന്റിസെപ്റ്റിക് ദ്രാവകം ഊറിവന്നതിന്റെ തവിട്ടുനിറത്തിലുള്ള പാടുകൾ ഉണ്ടായിരുന്നു.

സുമിത്ര അയാളുടെ അരികിലിരുന്ന്, അയാളുടെ കൈകളിൽ പിടിച്ച് വിതുമ്പുന്നു.

'എനിക്ക്, നിങ്ങളാണെല്ലാം, രമേശ്' സുമിത്ര പറഞ്ഞു.

'ദയവായി കരയാതിരിക്കൂ, സുമിത്ര.' രമേശ് താഴ്ന്ന ശബ്ദത്തിൽ പറഞ്ഞു. സുമിത്ര അയാളുടെ നെഞ്ചിൽ തലചായ്ച്ചു.

അതായത് എനിക്ക് സുമിത്രയേയും നഷ്ടമായിരിക്കുന്നു. രമേശ് ശരിയായിത്തന്നെ അവളെ വീണ്ടെടുത്തിരിക്കുന്നു. പോകുവാനായി തിരിഞ്ഞപ്പോൾ ദുഃഖത്തിന്റെ പെട്ടെന്നുള്ളൊരു അല തന്നിൽ ആഞ്ഞടിക്കുന്നതായി ആരിഫിന് അനുഭവപ്പെട്ടു.

വീണ്ടും മഴചാറാൻ തുടങ്ങിയിരുന്നു. അവൻ വട്ടംതിരിഞ്ഞു ഗേറ്റിനു പുറത്തുകടന്നു. അവന്റെ ബാഗിന് ഭാരമുള്ളതായി തോന്നിയെങ്കിലും അത് അവൻ കാര്യമാക്കിയില്ല. പ്രധാന റോഡ് വിജനമായിരുന്നു. സ്റ്റേഷനിലേക്ക് പോകുവാൻ ഒരു സൈക്കിൾറിക്ഷയോ ഓട്ടോയോ കിട്ടുവാൻ സാധ്യതയില്ല. ബാങ്ക്കോളനിയിലൂടെ നയാമോറിലേക്ക് ഒരു കുറുക്കുവഴിയിൽ പോകുവാൻ അവൻ തീരുമാനിച്ചു. അവിടെനിന്നും അവനൊരു ഓട്ടോറിക്ഷ കിട്ടും. കുഴികളും റോഡിലെ ചെളിനിറഞ്ഞഭാഗവും ഒഴിവാക്കിക്കൊണ്ട് തന്റെ പെൻടോർച്ചിൽ നിന്നുള്ള ഇടുങ്ങിയ പ്രകാശധാരയെ പിന്തുടർന്ന് അവൻ പതിയെ നടന്നു. അവൻ കോളനി പിന്നിട്ട്, ഫുൽവാരിഷെരീഫ് നയാമോർ റോഡിലിലേക്കുള്ള പാതയിലൂടെ നടന്നു.

ആ അരയാൽമരം കടപുഴകി റോഡിൽ കിടന്നിരുന്നു. ആ മരത്തിന്റെ മരണത്തിൽ വ്യസനിച്ച്, ആ മരത്തിലേക്ക് ടോർച്ച്തെളിച്ചുകൊണ്ട് ആരിഫ് അവിടെനിന്നു. തന്റെ സുഹൃത്തുക്കളിൽ ഒരാൾ നഷ്ടപ്പെട്ടപോലെ അവനുതോന്നി. ഈ മരം സുമിത്രയോടുള്ള അവന്റെ പ്രേമത്തിന് സാക്ഷിയായിരുന്നു. അവന് എല്ലാംനഷ്ടപ്പെട്ടപ്പോൾ ആ മരവുംപോയി.

അവന്റെ മൊബൈൽ ബെല്ലടിച്ചു. ചാറ്റൽമഴ നിലച്ചതായി അവൻ ശ്രദ്ധിച്ചു. അത് അബ്ബയായിരുന്നു.

'ഹലോ അബ്...'

'സക്കീർ ജീവിച്ചിരുപ്പുണ്ട്.' അവന്റെ ബാപ്പ ആർത്തുവിളിച്ചു.

ആരിഫിന്റെ ബാല്യകാല സുഹൃത്തുക്കളിലൊരാളായ സദാഖത്ത് ബോംബെയിലെ കുർളജങ്ഷനിൽവച്ച് സക്കീറിനെ കണ്ടതായും ഒരു വെളുത്ത കുർത്തയും ജീൻസും ധരിച്ച് അവൻ പട്ന എക്സ്പ്രസ്സിൽ കയറിയതായും അവകാശപ്പെട്ടു.

'അതായത് വർഷങ്ങൾക്കുമുമ്പ് നമ്മുക്ക് ലഭിച്ച ആ അജ്ഞാതന്റെ കത്ത് സത്യമായിരുന്നു.'

'അതെ ബേട്ട! നീ എവിടെയാണ്?'

'പട്ന ജങ്ഷന് തൊട്ടുപുറത്ത്.' ആരിഫ് കള്ളം പറഞ്ഞു.

'പെട്ടെന്ന് അകത്ത് കയറി കുർള-പട്നാ എക്സ്പ്രസ് എത്തിയോ എന്നു നോക്കൂ. എന്നിട്ട് ഉടനെ എന്നെ വിളിക്കൂ.'

'ശരി, അബ്ബ!' അവന്റെ ബാഗെടുത്ത് തോളിൽ ഇടുന്നതിനിടയിൽ ഇതു പറഞ്ഞിട്ട് അവൻ ഓടുവാൻ തുടങ്ങി.

ആരിഫിന് അവൻ പറക്കുന്നതുപോലെ തോന്നി.

~

ഒരു തണുത്ത ബെഞ്ചിൽ ഇരുന്നിട്ട്, ആരിഫ് നിമ്നോന്നതമായ സ്റ്റീൽ മേൽക്കൂരയിൽനിന്നും തൂങ്ങിക്കിടക്കുന്ന കറുത്ത ഇലക്ട്രോണിക്സ് ക്ലോക്കിലേക്കുനോക്കി. അതിന്റെ രക്തത്തിന്റെ ചുവപ്പുള്ള ഡിസ്പ്ലേ 2.43 എന്നു കാണിച്ചു. അവൻ എഴുന്നേറ്റ് എൻക്വയറി ബൂത്തിലേക്ക് നടന്നുചെന്ന് അതിന്റെ ചില്ലിൽതട്ടി. കൗണ്ടറിലെ മനുഷ്യൻ ഉറങ്ങുകയായിരുന്നു. അയാളുടെ തല മേശപ്പുറത്തുവച്ച് വിശ്രമിക്കുന്നു. വായ് തുറന്നിരിക്കുന്നു. അവൻ വീണ്ടുംമുട്ടി. ആ മനുഷ്യൻ ഒരു ഞെട്ടലോടെ ഉണർന്നു. കൈപ്പത്തിയുടെ പിൻഭാഗംകൊണ്ട് കണ്ണുകൾ തിരുമ്മി, തന്റെ മറ്റേകൈ ഒരു കുപ്പി വെള്ളത്തിനായി നീട്ടി, രണ്ടുപ്രാവശ്യം നിവർന്ന് അയാൾ ആരിഫിനെ ദേഷ്യത്തോടെ നോക്കി.

'നോക്കൂ, മിസ്റ്റർ, കുർള-പട്ന എക്സ്പ്രസ്സിനെക്കുറിച്ച് വിവരം കിട്ടിയാലുടൻ അത് ഞങ്ങൾ അനൗൺസ് ചെയ്യുമെന്ന് നിങ്ങളോട് ഞാൻ പറഞ്ഞുകഴിഞ്ഞു.' ആരിഫ് ഒരുവാക്കുപോലും പറയാതെ അതേ ബെഞ്ചിലേക്ക് തിരിച്ചുചെന്നു. അവന്റെ ചുവടുകൾ ഉത്കണ്ഠ കൊണ്ട് കനമുള്ളതായി. രണ്ട് റെയിൽവേ പോർട്ടർമാർ പാഴ്സലുകൾ നിറച്ച ഒരുവണ്ടി തള്ളുന്നുണ്ടായിരുന്നു.

ഇരിക്കപ്പൊറുതിയില്ലായ്മ ആരിഫിനെ പിടികൂടി. 'യ അല്ലാഹ്! ദയവായി എന്റെ സഹോദരനെ എനിക്ക് തിരിച്ചുതരൂ. ഞാൻ നിങ്ങളിൽ നിന്നും ഒരിക്കലും ഒന്നും ആവശ്യപ്പെടുകയില്ല.' അവൻ നിശ്ശബ്ദമായി പ്രാർത്ഥിച്ചു.

സ്വയം മൂരിനിവർത്തികൊണ്ട് അവൻ ആ ബെഞ്ചിൽ വീണ്ടും കിടന്നു. ട്രാവൽബാഗ് തലയിണയാക്കി, അവൻ കണ്ണുകൾ അടച്ചു. ഒരു ദുഃസ്വപ്നം അവനെ ശല്യപ്പെടുത്തി. അവന്റെ സഹോദരന്റെ വെടിയുണ്ടയേറ്റ ശരീരം ട്രെയിന്റെ ഒരു കമ്പാർട്ട്മെന്റിൽ കിടക്കുന്നത് അവൻ കണ്ടു. അലറിക്കൊണ്ട് അവൻ ആ ബെഞ്ചിൽനിന്നും ചാടിയെഴുന്നേറ്റു. 'സക്കീർ, എന്റെ അനിയാ!'

താൻ എവിടെയാണെന്ന് തിരിച്ചറിഞ്ഞപ്പോൾ അവൻ തന്റെ തലക്ക് കൈയ്യൂന്നി ആ ബെഞ്ചിൽ ഇരുന്നു.

പുലർച്ചെ 3.45–ന് മുഗൾസാരിയിലേക്കുള്ള റൂട്ട് അവസാനം ക്ലിയർ ചെയ്തതായി ഉച്ചഭാഷിണികൾ അറിയിച്ചു. ചെറിയ ഒരിടവേളയ്ക്കു ശേഷം കുർള–പട്ന എക്സ്പ്രസ്സ് ഡാണാപ്പൂർ സ്റ്റേഷനിൽ എത്തിച്ചേർന്നിട്ടുണ്ടെന്നും പ്ലാറ്റ്ഫോമിലെത്തുന്ന ആദ്യത്തെ ട്രെയിൻ അതായിരിക്കുമെന്നും അനൗൺസർ കൂട്ടിച്ചേർത്തു. ആരിഫ് എഴുന്നേറ്റു നിന്നു. തന്റെ കണ്ണുനീർ തടഞ്ഞുനിർത്തുവാനായി അവൻ ശ്രമിച്ചു. പ്ലാറ്റ്ഫോമിന്റെ അറ്റത്തേക്കുചെന്ന് അവൻ ആ ട്രെയിൻ വരുന്നുണ്ടോയെന്ന് പടിഞ്ഞാറേ ദിശയിലേക്കുനോക്കി. അകലെ സിഗ്നൽലൈറ്റ് പച്ചയായി. ആകാശം കനത്തതും നക്ഷത്രരഹിതവുമായിരുന്നു. സൂറ–അൽ–ഇഖ്ലാസ്, വിശുദ്ധ ഖുറാനിൽനിന്നുള്ള, ദൈവത്തിന്റെ ദിവ്യത്വത്തിന്റെയും ഏകത്വത്തിന്റെയും സൂക്തങ്ങൾ അവൻ ഉരുവിട്ടു.

അവന്റെ ഉള്ളിൽ പ്രത്യാശയും നിരാശയും ഒളിച്ചു കളിച്ചു. സക്കീർ ജീവിച്ചിരിപ്പുണ്ടോ? ആരിഫ് കാത്തിരിക്കുന്ന ട്രെയിനിൽ അവൻ കയറിയിട്ടുണ്ടാകുമോ? അപ്രതീക്ഷിതമായ സന്തോഷത്തെ പ്രതീക്ഷിച്ച് ആരിഫിന്റെ ആവേശംകുതിച്ചുയർന്നു. തുടർന്ന് തന്റെ സഹോദരനെക്കുറിച്ചുള്ള വാർത്തകൾ തെറ്റായിരിക്കുമോ എന്നഭയം അവന്റെ ആവേശംകെടുത്തി. എഞ്ചിന്റെ ഹെഡ്ലൈറ്റുകൾ അപ്പോൾ കാണാമായിരുന്നു. ആരിഫിന് ആ തീവണ്ടിയുടെ ചൂളംവിളിയുംകേൾക്കാം. അവന്റെ ഹൃദയമിടിപ്പുകൂടി. അവന്റെ ഉരുവിടലുകൾ ആശയറ്റതായി.

തീവണ്ടി പതിയെ സ്റ്റേഷനിലേക്ക് പ്രവേശിച്ചുനിന്നു. നാനാവർണ്ണത്തിലുള്ള ഒരു ചെറിയജനക്കൂട്ടം ട്രെയിനിൽനിന്നിറങ്ങുന്നത് ആരിഫ് കണ്ടു. ആ സ്റ്റേഷനിൽ ഉള്ള ഓരോ മുഖവും അവൻ സ്കാൻ ചെയ്തു. അവരിലാരും സക്കീർ ആയിരുന്നില്ല. താമസിയാതെ ട്രെയിൻവരുന്നതിന് മുമ്പുണ്ടായിരുന്നപോലെ പ്ലാറ്റ്ഫോം ശൂന്യമായി.

ചിലപ്പോൾ സക്കീർ പ്ലാറ്റ്ഫോമിന്റെ മറ്റേഗേറ്റ് വഴിപുറത്തുകടന്ന് സമൻപുരയിലേക്ക് ഒരു ഓട്ടോ വിളിക്കുവാൻ ശ്രമിക്കുന്നുണ്ടാവും. ഈ സാധ്യതയെക്കുറിച്ച് ചിന്തിച്ച് അവൻ ഓട്ടോസ്റ്റാൻഡിലേക്ക് ധൃതിയിൽ നടന്നു.

ഒരുമണിക്കൂറിനുശേഷം അവൻ നിരാശനായി പ്ലാറ്റ്ഫോമിൽ മടങ്ങിയെത്തി. തന്റെ സഹോദരൻ ചുറ്റുവട്ടത്തെവിടെയോ ഉണ്ടെന്ന പ്രതീക്ഷയിൽനിന്ന് മാറികിടക്കാൻ അവന് കഴിഞ്ഞില്ല. അവന്റെ സഹോദരനെ കണ്ടെത്തുമെന്ന പ്രതീക്ഷയിൽ അവൻ ഭ്രാന്തമായി പ്ലാറ്റ്ഫോമിൽ ചുറ്റിനടന്നു.

സദാചത്ത് മറ്റാരെയെങ്കിലും സക്കീറായി തെറ്റിദ്ധരിച്ചത് ആകുമോ? ആരിഫിന് അവന്റെ കാലുകൾക്ക് ബലക്ഷയം സംഭവിക്കുന്നതായും അവന്റെ കാൽമുട്ടുകൾ ദുർബലപ്പെടുന്നതായും തോന്നി.

അവൻ അവന്റെ ബാഗ് തറയിൽവെച്ച് അതിന്മേൽ ഇരുന്നു. പ്രഭാതം വാഗ്ദാനംചെയ്ത് ആകാശം പ്രകാശിക്കുവാൻ തുടങ്ങി.

അവന്റെ ആകാംക്ഷാഭരിതമായ കണ്ണുകൾ പ്ലാറ്റ്ഫോമിന്റെ മുഴു വൻ വിസ്തൃതിയും പരിശോധിച്ചു. അവൻ അബ്ബയെ വിളിക്കുവാൻ തീരുമാനിച്ചു. അവൻ നമ്പർ ഡയൽചെയ്യുവാൻ തുടങ്ങിയപ്പോൾ പത്ത്പന്ത്രണ്ട് യാർഡ് അകലെ, കുടിക്കുവാനുള്ള ജലത്തിന്റെ ടാപ്പിൽ നിന്നും താടിവെച്ച ഒരാൾ മുഖത്ത് വെള്ളം തെറിപ്പിക്കുന്നത് അവൻ നിരീക്ഷിച്ചു. അയാൾ അവന്റെ സഹോദരനെപ്പോലെ തോന്നിച്ചു.

അത് സക്കീർ ആണോ? അതോ സക്കീർ അല്ലയോ? ഒരുനിമിഷ ത്തേക്ക് പ്രതീക്ഷ, നിരാശയെ ഉന്മൂലനംചെയ്തു. സ്വയം ഊർജ്ജം കിട്ടിയതായി അവന് തോന്നി. അവൻ എഴുന്നേറ്റു. ക്രമംതെറ്റിയ ഹൃദയ മിടുപ്പുകളോടെയും ധൃതിപിടിച്ച ചുവടുവെപ്പുകളോടെയും അവൻ നടന്നു. ഉറങ്ങുന്ന ഒരു ഭിക്ഷക്കാരനെ ചവിട്ടുവാൻ പോയതായിരുന്നു. അതിനുമുൻപ് അയാളെ ചവിട്ടാതിരിക്കുവാനായി അവൻ വശത്തേക്കു ചാടിമാറി.

ആ താടിക്കാരൻ അവന്റെ മുന്നിലുണ്ടായിരുന്നു. പക്ഷേ, ആരി ഫിന് ഒന്നും വ്യക്തമായി കാണുവാൻ കഴിഞ്ഞില്ല. കണ്ണീരിനാൽ അവന്റെ കാഴ്ച മങ്ങിയിരുന്നു. എന്നിരുന്നാലും അയാൾ ഒരു വെളുത്ത കുർത്തയും നരച്ച നീല ജീൻസുമാണ് ധരിച്ചിരിക്കുന്നതെന്ന് അവന് തിരിച്ചറിയാൻ കഴിഞ്ഞു. അയാളുടെ നെറ്റിയിൽ ഒരു മുറിപ്പാടുണ്ടാ യിരുന്നു. അയാളുടെ അലസമായ മുടിയിൽ ഏതാനും നരച്ചമുടികൾ ഉണ്ടായിരുന്നു. അത് തീർച്ചയായും സക്കീർ ആണ്.

അയാൾ ഒന്നുംപറയാതെ ആരിഫിനെ കൗതുകത്തോടെ നോക്കു കയായിരുന്നു. പിന്നെ അയാൾ പുഞ്ചിരിക്കുവാൻ തുടങ്ങി. ആരിഫിന് ആ പുഞ്ചിരി അറിയാമായിരുന്നു. അയാൾ അവന്റെ നേരെ നടക്കുവാൻ തുടങ്ങി.

ആരിഫ് അവന്റെ മൂക്കുചീറ്റി, കണ്ണുനീർ തുടച്ചു, പക്ഷേ, അവന് തന്റെ ഉള്ളിൽനുരയുന്ന ആവേശം അടക്കാൻ കഴിഞ്ഞില്ല. അവൻ അനി യന്ത്രിതമായി ചുമച്ചു. അവന്റെ വയർ അമർത്തിപ്പിടിച്ച് അവൻ ചന്തി കുത്തി നിലത്തിരുന്നു. അവന് അവന്റെ കണ്ണുകളെ വിശ്വസിക്കുവാ നായില്ല. അവന് അവന്റെ ഇന്ദ്രിയങ്ങളെ ആശ്രയിക്കുവാൻ കഴിഞ്ഞില്ല. ഇതൊരു സ്വപ്നം ആയിരുന്നോ? താൻ ഭ്രമാത്മകമായ അവസ്ഥ യിലാണോ? അവൻ എഴുന്നേൽക്കുവാൻ ശ്രമിച്ചപ്പോൾ അവന്റെ കാലുകൾ വിറച്ചു. ഈ ലോകം മുഴുവനും അവന്റെ ചുറ്റും വട്ടംകറങ്ങി. അവൻ തന്റെ കണ്ണുകളെ കഴിയുന്നത്ര അമർത്തിത്തിരുമ്മി.

അയാൾ ആരിഫിനെ സമീപിക്കുമ്പോഴും തുടർച്ചയായി പുഞ്ചിരിച്ചുകൊണ്ടിരുന്നു.

തീർച്ചയായും, അയാൾ സക്കീർ ആയിരുന്നു. ആരിഫിന് അവന്റെ അനിയന്റെ മുഖം എങ്ങനെ മറക്കാൻ കഴിയും? അതൊരു സ്വപ്നമല്ലെന്ന് സ്വയം വിശ്വസിപ്പിക്കാൻവേണ്ടി അവൻ സ്വന്തം മുഖത്ത് തുടർച്ചയായി പതിയെ അടിച്ചു. അവന് അവന്റെ മനസ്സ് കൈവിട്ടുപോയിരുന്നു.

തന്റെ ചെറിയ ട്രാവൽബാഗ് വലിച്ചെറിഞ്ഞുകൊണ്ട് സക്കീർ ആരിഫിന്റെ അടുത്തേക്ക് ഓടിച്ചെന്നു. അവൻ ആരിഫിന്റെ കൈകൾ പിടിച്ചിട്ട് അലറി, 'ഭയ്യാ, ഞാൻ സക്കീറാണ്. നിങ്ങളുടെ സഹോദരൻ.'

'സക്കീർ, എന്റെ അനിയാ!' അവന്റെ കൈകളാൽ സക്കീറിനെ കെട്ടിപ്പുണർന്നുകൊണ്ട് ആരിഫ് കൂകി വിളിച്ചു.

പട്ന ബ്ലൂസ്

പോൾ വി. മോഹൻ

പരസ്യ, ഡോക്യുമെന്ററി ചിത്രങ്ങളുടെ സംവിധായകൻ, എഴുത്തുകാരൻ. ഇന്ത്യയിലും വിദേശങ്ങളിലുമായി ശാസ്ത്ര-സാങ്കേതിക-വ്യവസായ ഡോക്യുമെന്ററി ചലച്ചിത്രങ്ങൾ ചെയ്തുകൊണ്ടിരിക്കുന്നു. എഴുത്തിനോടും സിനിമയോടും ഒപ്പം ഇഷ്ടം മനുഷ്യരെ നിരീക്ഷിക്കുന്നതിലും പഠിക്കുന്നതിലുമാണ്. പ്രൊഡക്ഷൻ എൻജിനീയറിങ്ങിൽ ബിരുദം, കൗൺസിലിങ് ആന്റ് സൈക്കോതെറാപ്പിയിൽ ബിരുദാനന്തര ബിരുദം. ഭാര്യ ജീനയോടും മക്കളോടുമൊപ്പം ചെന്നൈയിൽ താമസം. ചലച്ചിത്രസംവിധായകൻ അനിൽ കെ.ജി. സഹോദരനാണ്.

e-mail: paulvmohan@gmail.com